ஆழங்களினூடு...

(சர்வதேச விருதுகளை வென்ற உலகத் திரைப்படங்களைப் பற்றிய திறனாய்வுக் கட்டுரைகளும், திரைக் கலைஞர்களுடனான நேர்காணல்களும் அடங்கிய முழுத் தொகுப்பு)

எம். ரிஷான் ஷெரிப்

ஆழங்களினூடு	:	சினிமா விமர்சனக் கட்டுரைகள்
	:	எம்.ரிஷான் ஷெரீப்
	:	© ஆசிரியருக்கு
அட்டை வடிவமைப்பு	:	சங்கர்
முதற்பதிப்பு	:	டிசம்பர் 2018
வெளியீடு	:	வம்சி புக்ஸ்
		19, டி.எம்.சாரோன்,
		திருவண்ணாமலை - 606 601
		செல்: 9445870995 , 04175 - 235806
அச்சாக்கம்	:	மணி ஆப்செட், சென்னை - 600 077
விலை	:	₹ 350/ -
ISBN	:	978-93-84598-63-1

Allagalenooda	:	Articles about Cinema
	:	M. Rishan Shareef
	:	© Author
Cover Design	:	Shanker
First Edition	:	December 2018
Published by	:	Vamsi books
		19.D.M.Saron,
		Tiruvannamalai - 606 601.
		9445870995, 04175 - 235806
Printed by	:	Mani Offset, Chennai - 600 077
	:	₹ 350 /-
ISBN	:	978-93-84598-63-1
www.vamsibooks.com -		e-mail: vamsibooks@yahoo.com

அகாலத்தில் மரித்த உடன்பிறப்பு
மும்தாஸ் ஷெரீபுக்கு..!

நன்றி!

இத் தொகுப்புக்கு காத்திரமான முன்னுரை தந்த எழுத்தாளர் ஜெயமோகன் அவர்களுக்கும், இத் தொகுப்பைப் பிரசுரிக்கும் வம்சி பதிப்பகத்துக்கும், அட்டைப்படத்தை வடிவமைத்த சங்கர் அவர்களுக்கும், எப்போதும் என்னை எழுத ஊக்குவிக்கும் அன்பு உள்ளங்கள் ஷைலஜா பவாசெல்லதுரைக்கும், அருணுக்கும், ஃபஹீமா ஜஹானுக்கும், நேர்காணல்களுக்கு வாய்ப்பளித்த திரைக் கலைஞர்களுக்கும், இந்தத் தொகுப்பில் உள்ளடக்கப்பட்டிருக்கும் எனது கட்டுரைகளையும், நேர்காணல்களையும் பிரசுரித்த காலச்சுவடு, உயிர்மை, பேசாமொழி, படச்சுருள், பிரதிபிம்பம் ஆகிய இதழ்களுக்கும்!

அகச்சான்றின் காட்சிவடிவங்கள்

பார்வதிபுரத்தைச் சேர்ந்த பழைய தோழி ஒருத்தி லண்டனில் பணிபுரிகிறார். கணிதத்தில் முனைவர் பட்டம் பெற்றவர். அங்கே கல்லூரி ஆசிரியை. இங்கே இருந்தபோது இலக்கிய ஆர்வம் கொண்டிருந்தார். தமிழிலிருந்து சில கதைகளை மலையாளத்தில் மொழியாக்கம் செய்திருக்கிறார். நல்ல குண்டான அழகி. நீண்ட இடைவேளைக்குப் பின் மீண்டும் பார்த்தபோது அதே உற்சாகத்துடன் அவர் வாழ்க்கையிலிருந்து மறைந்துவிட்ட இலக்கியத்தைப் பற்றிப் பேசினார். அவர் முன்னர் நாணமும், தயக்கமும் கொண்ட பெண்ணாக இருந்தார். அப்போது தன்னம்பிக்கையும் உறுதியும் கொண்ட பிறிதொருவராக மாறிவிட்டிருந்தார்.

பேச்சு நடுவே ஒரு செய்தி வந்து சென்றது. அவர் ஆராய்ச்சி மாணவியாக லண்டன் சென்றபோது அவருக்கு கிடைத்த முதல்வேலை பிணங்களை இறுதிச் சடங்குக்காக குளிப்பாட்டி அலங்கரிப்பது. அங்கே ஒரு வாரத்திற்கு ஐந்து மணி நேரம் மட்டுமே வேலை செய்ய அனுமதி. அதுவும் அவர்கள் அளிக்கும் வேலை. இங்கிருந்து அனுப்பும் பணம், அங்கே கிடைக்கும் கல்வியுதவித் தொகை எதுவும் போதாது. வேலை செய்தே ஆக வேண்டும். ஆகவே இரண்டு ஆண்டுகள் அந்த வேலையை அவர் செய்தார்.

நான் அவர் அப்பாவை நினைத்துக் கொண்டேன். உள்ளூரில் இந்த வேலையைச் செய்பவர் தீண்டத்தகாதவர் என கருதப்படும் நாவிதர் குலத்தவர். அவருடைய அப்பா சாதிமேட்டிமையால் எப்போதுமே முகவாயை அரை இஞ்ச் மேலே தூக்கி வைத்திருக்கும் 'தறவாட்டு' நாயர். தோழி சிரித்தபடி ''அப்பாவிடம் சொல்லவில்லை. மகள் லண்டனில் பேராசிரியை என்று நினைத்து மகிழ்ந்து கொண்டிருப்பவரால் இதை தாளமுடியாது'' என்றார்.

ஒரு சிறுகதைக்கான கதைக் கரு. உறைந்த வெள்ளைக்கார முகங்கள் கொண்ட சடலங்களை கழுவி அலங்கரிக்கும் நாகர்கோயில் இலக்கிய வாசகி. கணித ஆராய்ச்சியாளர். எங்கெங்கோ சென்றது கற்பனை. ரிஷான் ஷெரீஃபின் இந் நூலில் 'ஆகஸ்ட் மழைத்தூறல்' என்னும் சினிமாவின் கருவை வாசித்தபோது அந்த நினைவுடன் சேர்ந்து மேலும் மன எழுச்சி அடைந்தேன். பிணம் அறுக்கும் பெண்ணின் வாழ்க்கையிலிருந்து விரியும் கதை அது. மானுட வாழ்க்கை விந்தையான சூழல்களில் நிகழ்ந்து கொண்டிருக்கிறது. ஏன் விந்தையான சூழல்கள் கவனிக்கத்தக்கவை? ஏனென்றால் மானுட உள்ளம் நீரைப் போல. அது பாய்ந்து பெருகும் இடத்திற்கு ஏற்ப வெளிப்பாடு கொள்கிறது. முற்றிலும் புதிய ஒரு சூழலில் அது தன்னை முற்றிலும் வேறொன்றாக கண்டடைகிறது.

இத்தகைய அரிய தருணங்கள் இலக்கியத்தில் எளிதாக வெளிப்பாடு கொள்ளமுடியும். ஆனால் சினிமாவில் அரிது, அதற்குக் கலைப்பட இயக்கம் தேவை. பார்வையாளர்களின் ரசனைக்கு உகந்த முறையில் உருவாக்கப்படும் வணிக சினிமாவில் இக் கருக்கள் வரவே முடியாது. நான் தமிழ் சினிமாவின் மூத்த திரைக்கதையாசிரியர் ஒருவரிடம் பேசிக் கொண்டிருந்த போது வணிக சினிமாவின் எல்லையைப் பற்றி அவர் சொன்னார், 'தமிழக மக்களில் மிகப் பெரும்பான்மையினர் அன்றாடங்காய்ச்சி வாழ்க்கை வாழும் உதிரித்தொழிலாளர்கள். ஆனால் ஒருமுறை கூட அவர்களில் ஒருவர்

கதைநாயகனாக வந்ததில்லை, வரமுடியாது வணிக சினிமாக்காரர்கள் தமிழ் ரசனையை உணர்ந்தவர்கள், அவர்களுக்கு யதார்த்தம் நன்கு தெரியும். பார்வையாளர்களை நோக்கிச் செல்லாமல் தன் மெய்மையை சொல்வதை மட்டுமே இலக்காகக்கொண்ட கலைப்பட இயக்கமே இத்தகைய வாழ்க்கைத் தருணங்களின் வழியாக மானுட மெய்மையைத் தேட முடியும். சிங்களக் கலைப்பட இயக்கத்தின் இயல்பையும், கொடையையும் சுட்டிக் காட்டுவதற்கு இந்தக் கதைக்கருவே போதுமானது.

இன்று, இந்தியக் கலைப்பட இயக்கம் ஏறத்தாழ அழிந்து விட்டது. அடூர் கோபாலகிருஷ்ணன் முதல் கிரீஷ் காசரவள்ளி வரையிலான கலைப்பட இயக்குநர்கள் அமைதியாகி விட்டிருக்கிறார்கள். சாதாரண வணிகப் படங்கள் இன்று தேசிய விருதுகளை பெறுகின்றன. முதன்மையான காரணம், இந்தியாவில் கலைப்பட இயக்கத்தை உருவாக்குவதில் பெரும்பங்கு வகித்த தேசிய திரைப்பட வளர்ச்சி நிறுவனம் (NFDC) இன்று திரைப்படம் தயாரிக்க நிதியுதவி செய்வதை நிறுத்தி விட்டது என்பதே. இந்தியக் கலைப்படங்களை திரையிட்டு பார்வையாளர்களை உருவாக்கிய திரைப்படக்கழக இயக்கம் அழிந்து விட்டது. ஆகவே கலைப்படங்களை எடுக்கவும் கொண்டுசெல்லவும் இன்று வழியில்லை.

அத்துடன், இன்று அத்தகைய படங்களை எழுதியெழுதி ரசிகர்களிடம் கொண்டு செல்லும் விமர்சகர்களும் இல்லை. இன்றுள்ள விமர்சகர்களும் வணிக சினிமாக்களைப் பற்றியே மாய்ந்து மாய்ந்து எழுதிக் கொண்டிருக்கிறார்கள். ஏனென்றால் இந்த சமூக வலைத்தளச் சூழலில் அதிகம்பேர் வந்து 'கிளிக்'குவதே வெற்றி எனப்படுகிறது. அதிகம்பேர் பார்த்து, அதிகம்பேர் பேசிக் கொண்டிருக்கும் படங்களைப் பற்றிப் பேசுவதே அதிகம்பேரால் கவனிக்கப்படுவதற்கான வாய்ப்பு. இன்றைய திரைவிமர்சகன் உண்மையில் மாபெரும் வணிகப்படங்கள் பலகோடி ரூபாய் செலவில்

செய்யும் விளம்பரத்தின் ஒரு பகுதியை தன்னை நோக்கித் திருப்பிக் கொண்டு அதிலிருந்து சிறிய லாபம் பெற முயல்பவன் மட்டுமே. அனைவரும் கவனிக்கும் ஒரு படத்தை வசைபாடுவது கூட அதன் விளம்பரத்திலிருந்து லாபம் பெறும் வணிகமுறைதான். மிகச் சிலருக்குரிய சிறிய கலைப்படங்களைப் பற்றி எழுதுவதனால் எந்த லாபமும் அவர்களுக்கில்லை.

இன்று இந்தியாவில் ஒரு கலைப்படம் எடுப்பதென்றால்கூட எல்லா தளங்களையும் நிறைத்திருக்கும் வணிகப்படங்களுடன் அது போட்டிபோட வேண்டியிருக்கிறது. முதலில் அது தன் நிதியை, தன் பார்வையாளர்களிடமிருந்தே திரட்டவேண்டியிருக்கிறது. திரைப்படத்தின் தீயூழ்களில் ஒன்று இது. ஒரு தரமான கலைப்படத்தின் ரசிகர்கள் சில ஆயிரங்கள் மட்டுமே அமையமுடியும். தரமான இலக்கியத்திற்கும், இசைக்கும் எப்படியோ அப்படி. அந்த பார்வையாளர்கள் திரைப்படம் பார்ப்பதற்கான பயிற்சி பெற்றவர்கள். திரைப்படத்தை கலையாக அணுகும் வழக்கம் கொண்டவர்கள். அவர்கள் அளிக்கும் நிதியை மட்டும் கொண்டு திரைப்படத்தை தயாரிக்க முடியாது. ஆகவே கலைப்பட இயக்கம் அரசு, நன்கொடையாளர்கள் என்னும் புற நிதியுதவியை நாடியிருக்கிறது.

நான் சென்ற திருவனந்தபுரம் திரைப்பட விழாவில் சர்வதேச அளவில் வெளிவந்த முக்கியமான கலைப்படங்களின் தயாரிப்புப் பின்புலத்தை கவனித்தேன். அவை பல்வேறு திரைப்பட நிதிக்கொடைகளின் உதவியுடன், ஒன்றுக்கும் மேற்பட்ட திரைநிறுவனங்களின் ஒத்துழைப்பால் தயாரிக்கப்பட்டவை. பல படங்களுக்கு உலகளாவிய திரைப்பட நிதியுதவியும், உள்ளூர் நிதியுதவியும் இருக்கிறது. ஏனென்றால் இன்று திரைப்படம் பார்ப்பது தொழில்நுட்ப வசதியால் பலமடங்கு பெருகி விட்டிருந்தாலும் கூட, ஒரு நல்ல படம் இணையம் வழியாக உலகமெங்கும் பார்க்கப்பட்டாலும் கூட ஒரு படத்தின் தயாரிப்பை தாங்குமளவுக்கு

கலைப்படங்கள் தங்கள் பார்வையாளர்களிடமிருந்து மட்டும் நிதி திரட்ட முடிவதில்லை. ஐரோப்பிய கலைப்படங்களுக்குக்கூட பல்வேறு நிதிக்கொடைகள் தேவையாகின்றன.

இந் நிலையில் இந்தியமொழிப் படங்களைப் பற்றிச் சொல்லவே வேண்டியதில்லை. இந்தியாவில் இன்று ஒரு கலைப்படத்தை எடுக்க வணிகச்சூழலில் நிதி திரட்ட முடியாது. சொந்த முயற்சியில், சொந்த நிதியில் எடுக்கவேண்டும். அந்தப் படம் பிற வணிகப்படங்கள் ஓடும் திரையரங்குகளில் வெளியாக வேண்டும். திரையரங்குகள் கிடைப்பதிலுள்ள போட்டியும், அதன் வணிக விதிகளும் மிகக் கொடூரமானவை. வணிகப்படங்களுக்குச் சமானமாக விளம்பரம் செய்ய வேண்டும். வணிகப்படங்களின் ஃபார்முலா கட்டமைப்புக்கு உள்ளம் பழகிய ரசிகர்கள் அதை ரசிக்கவும் திரளாக வந்து பார்த்து ஆதரிக்கவும் வேண்டும். இவை எதுவுமே நடக்காது. ஆகவேதான் இங்கே கலைப்பட இயக்கம் அழிந்தது.

அந்த இடத்தில் இன்று வெளிவருபவை கலைப்படங்களின் சில கூறுகளை வணிகப்படங்களின் கதைக்கட்டுமான அமைப்புக்குள் பொருத்திக் கொண்ட படங்கள். அவற்றையே முன்னுதாரணத் திரைப்படங்கள் எனக் கொண்டாடுகிறார்கள் நம் விமர்சகர்கள். அவற்றைக் கொண்டே படங்களுக்கான ரசனையை வடிவமைக்கிறார்கள். ஆகவே இங்கே மெல்ல மெல்ல நல்ல படங்களுக்கான ரசனை மிக அரிதாகி விட்டிருக்கிறது. கன்னடத்தில் அது அழிந்து விட்டது, மலையாளத்தில் அது குறைந்து வருகிறது, தமிழில் உருவாகவே இல்லை.

இச் சூழலில்தான் சிங்கள சினிமாவின் எழுச்சியைப் பார்க்க வேண்டியிருக்கிறது. எழுபது எண்பதுகளில் மலையாளக் கலைப்பட இயக்கம் எப்படி இருந்ததோ அப்படி இருக்கிறது சிங்கள சினிமா இன்று. சிங்கள சினிமாவுக்கு இருக்கும் இரண்டு பெரிய சாதக அம்சங்கள், ஒன்று அவர்களுக்கு வணிக சினிமா என்னும் மாபெரும்

போட்டியாளர் இல்லை. அது உருவாக்கும் விளம்பர மாயையால் நல்ல படங்கள் முற்றாக மறைக்கப்படுவதில்லை. இரண்டாவதாக, திரைப்படங்களை குறைந்த செலவில் தயாரிப்பதற்கும், சர்வதேச அளவில் கொண்டு செல்வதற்கும் உரிய வாய்ப்புகள் உள்ளன. வழக்கம்போல தமிழ் திரை ரசிகர்களின் பார்வைக்கும், ரசனைக்கும் அப்பால் உள்ளது அவ்வியக்கம்.

ரிஷான் ஷெரீஃபின் இந் நூல் அவர் பார்த்த சினிமாக்களைப்பற்றி எழுதிய விரிவான குறிப்புகளின் தொகுப்பு. இதை நான்கு பகுதிகளாக அவர் பிரித்திருக்கலாம். முதற்பகுதி சிங்கள சினிமாக்களைப் பற்றியது. என் வாசிப்பில் அதுவே முக்கியமானது. அதையே ஒரு தனிநூலாக அவர் ஆக்கியிருக்கலாம். இரண்டாவது பகுதி தமிழ் சினிமாக்களைப் பற்றியது. வழக்கமான பொதுரசனையின் அடிப்படையில் எழுதப்பட்டுள்ளது. ஒப்புநோக்க சாதாரணமானவை. மூன்றாம் பகுதி மலையாள சினிமாக்களைப் பற்றியது. நான்காம் பகுதி உலக சினிமா, பெரும்பாலும் ஈரானிய சினிமா பற்றியது.

சிங்களத் திரைப்பட இயக்கத்தின் வெவ்வேறு முகங்களை அறிமுகம் செய்யும் பகுதியை நான் கூர்ந்து வாசித்தேன். ரிஷான் ஷெரீஃப் அத் திரைப்படங்களின் கருக்களின் தனித் தன்மையை, அவை ஏன் பார்வையாளனுக்கு முக்கியமானவை என்பதை சொல்கிறார். அந்தப் படத்தை பொதுரசிகன் பார்ப்பதற்குத் தேவையாகக் கூடிய பின்புலப் புரிதலை அளிக்கிறார். இலங்கையின் வெவ்வேறு வாழ்க்கைச் சூழல்களில் நிகழும் அந்தப் படங்களுக்கிடையே ஓடும் பொதுவான கூறுகளைத் தொட்டுக் காட்டுகிறார். பிணம் அறுக்கும் பெண் முதல் கன்னங்கரிய பெண் வரை, மாற்றுப் பாலியல் பழக்கம் கொண்ட மக்கள் முதல் குழந்தைத் தொழிலாளர் வரை வெவ்வேறு கதாபாத்திரங்கள். அவர்கள் அனைவரிலும் ஆழ்ந்த செல்வாக்கைச் செலுத்தியிருக்கும் சிங்கள பௌத்த மதக் கருத்தியல். அவர்கள் அதை ஒட்டியும் மீறியும் செல்லும் திசைகள் என இந்தப் படங்கள் விரிகின்றன.

ரிஷான் ஷெரீஃப் அறிமுகப்படுத்தும் இந்தக் கதைக் களங்கள், கதாபாத்திரங்களை பார்க்கையில்தான் நமக்கென கலைப்பட இயக்கம் ஒன்று இல்லாததன் பெரும் குறையை உணர முடிகிறது. இன்றிருக்கும் இந்திய - தமிழ் மையப்போக்கு சினிமாவின் கட்டமைப்புக்குள் இந்தக் கதைக் கருக்கள் எதையுமே பேச முடியாது. இந்த மக்களை உண்மையாக காட்டவும் முடியாது. பார்வையாளர் அளிக்கும் நிதியை நம்பாமல் செயல்படும் கலைப்பட இயக்கம் மட்டுமே உண்மையான மனிதர்களின் முகங்கள் வழியாக உண்மையான வாழ்க்கையைக் காட்ட முடியும். அது நம்மிடம் இல்லை. அதற்கு எந்த நிதியாதாரமும் இங்கு உருவாகவில்லை.

இதற்கு நிகரான பல்லாயிரம் கதைக் களங்கள், கதைமாந்தர் நமக்குள்ளனர். ஜெயகாந்தனின் 'உன்னைப்போல் ஒருவன்' போன்று ஒரு சில சினிமாக்களை தவிர அவ்வாறு வாழ்க்கையைக் காட்டிய சினிமாக்கள் எவையும் நமக்கில்லை. அதை ரிஷான் ஷெரீஃப் இந் நூலில் சுட்டியிருக்கும் சினிமாக்களைக் கொண்டே நாம் அறியலாம். வீடு, சந்தியாராகம் முதல் பூ வரையிலான எல்லா தமிழ்சினிமாக்களும் வணிகசினிமா என்னும் சூத்திரத்திற்குள் அடங்குவனதான். கதைக்கருவை எப்படியோ 'கவர்ச்சிகரமாக' ஆக்குவது அதன் முதல் இயல்பு. தொடக்கம், முடிச்சு, முடிவு என்னும் கட்டமைப்புக்குள் கதையை அமைப்பது, கதாபாத்திரங்களை எதிரும் புதிருமாகக் கட்டமைப்பது, உணர்ச்சித் தருணங்களை செயற்கையாக உருவாக்குவது என அதில் பல 'கட்டுமானப்' பணிகள் உண்டு. ரிஷான் ஷெரீஃப் சுட்டும் சிங்கள கலைப்படங்களுடன் இவற்றை எவ்வகையிலும் ஒப்பிட முடியாது. ஏனென்றால் இவை காட்டும் வாழ்க்கையும், கதைமாந்தரும் எவ்வகையிலும் உண்மையானவர்கள் அல்ல. அவை ரசிகனின் கண்களுக்காக அமைக்கப்படும்போதே கலைக்குறைபாடு உருவாகி வந்துள்ளது. கலையம்சம் கொண்ட வணிகப் படங்கள் அவை, அவ்வளவுதான். சினிமா பல்லாயிரம்பேரால் பார்க்கப்படும் கேளிக்கை வடிவமாக

இருக்கும்வரை அந்த வேறுபாடு நீடிக்கும்.

ரிஷான் ஷெரீஃப் சுட்டும் சிங்களச் சினிமாக்களினூடாகச் செல்கையில் உருவாகும் இன்னொரு உளப்பதிவு நீதியுணர்ச்சியின் வெளிப்பாடாகவே பல திரைப்படங்கள் அமைந்திருப்பது. அரசின் ஆதிக்கத்திற்கு எதிராக நிலைகொள்ளும் பிரசன்ன விதானகேயின் 'நீதிமன்றத்தில் அமைதி' ஓர் உதாரணம் என்றால் பெரும்பான்மையின் உள நிலைக்கு எதிராகவே நின்றிருக்கும் 'புறநிழல்' இன்னொரு உதாரணம். எவ்வகையிலும் எதைச் சார்ந்தும் நின்றிருக்காதபோதுதான் இத்தகைய சினிமாக்கள் எழமுடியும். சினிமா ஒரு கலை என ஆவது இத்தகைய தருணங்களில்தான்.

ரிஷான் ஷெரீஃப் இந் நூலில் மலையாள சினிமாக்களைப் பற்றி எழுதியிருக்கும் கட்டுரைகளில் மலையாள சினிமாக்களுக்கும், இலக்கியத்திற்கும் இடையேயான ஊடாட்டத்தை விரிவாகவே பேசியிருக்கிறார். ஆனால் மலையாள சினிமா என இவர் இதில் குறிப்பிடும் படங்கள் பெரும்பாலும் வணிக சினிமாவின் கட்டமைப்புக்குள் சற்றே கலைத்தன்மையை கொண்ட நடுத்தரப் படங்கள்தான். மலையாளத்தில் கலையம்சம் கொண்ட படங்கள் பி. பாஸ்கரனின் நீலக்குயில் முதலே உருவாகி வந்துள்ளன. ஆனால் மலையாள கலைப்பட இயக்கம் அடூர், அரவிந்தன், பி.ஏ. பக்கர், யூ.கே. குமாரன், டி.வி.சந்திரன், எம்.டி.வாசுதேவன் நாயர், லெனின் ராஜேந்திரன், ஷாஜி என் கருண் போன்றவர்களால் ஆனது. கேரள வாழ்க்கையின் மெய்யான சித்திரம், கேரளப் பண்பாட்டின் ஆழ்ந்த சிக்கல்கள் வெளிப்படுவது இந்தப் படங்களில்தான்

இந் நூலை இதில் சிங்கள சினிமாக்களைப் பற்றி பேசப்பட்டுள்ள பகுதியைக் கொண்டே மீண்டும் மதிப்பிட விரும்புகிறேன். இந்த சினிமாக்கள் எல்லாமே மிகக் குறைவான செலவில் எடுக்கப்பட்டுள்ளன என்பதை உணர முடிகிறது. இன்று சினிமா எடுப்பதற்கு குறைவான நிதி போதும். விளக்குகள் குறைவாக

போதும். இன்றைய மின்னணுக் காமிரா எடையற்றது. வெளிப்பக்க ஒளியை நேரடியாகப் பயன்படுத்தலாம். ஆனால் அதனால் மட்டும் நல்ல படம் எடுத்துவிட முடியாது. கலைப்பட இயக்கம் ஒன்று இருந்தால்தான் நல்ல படங்களை எடுக்க முடியும். நடிகர்கள் தொழில்நுட்பக்கலைஞர்கள் என அதற்குரிய ஒரு தனி வட்டம் உருவாகி வரவேண்டும். அதை ரசிக்கும் ரசிகர்களும் அதை ஆராயும் விமர்சகர்களும் உருவாகி வரவேண்டும். மலையாளத்தில் எழுபதுகளில் தொடங்கி தொண்ணூறுகள் வரை அவ்வியக்கம் இருந்தது. தமிழில் அப்படியொன்று இன்னும் தொடங்கப்படவில்லை.

இந் நூலில் பேசப்படும் வெவ்வேறு சினிமாக்களினூடாகச் செல்லும்போது ஆற்றல்மிக்க ஒரு கலைப்பட இயக்கம் என்பது ஒரு பண்பாட்டுக்கு எத்தனை முக்கியமானது என்ற எண்ணம் மீண்டும் மீண்டும் உருவாகிறது. அப்படி ஒன்று இல்லையேல் அப் பண்பாட்டின் வாழ்க்கை பெரும்பாலும் காட்சிப்பதிவாக, திரை வடிவாக ஆகாமலேயே அழிந்து விடுகிறது. இந் நூலின் இறுதியில் அளிக்கப்பட்டிருக்கும் சிங்கள திரைப்பட இயக்குநர்களின் பேட்டிகள் ஆளுமை மிக்க திரைக்கலைஞர்களின் இடமென்ன என்பதை மீண்டும் உறுதி செய்கின்றன. அவை அகச் சான்றின் நேர்வெளிப்பாடுகளாகவே ஒலிக்கின்றன. கலை தொடங்குவது அங்கிருந்துதான், கலைஞனின் அகச் சான்று மட்டுமே அதற்கு ஆதாரம். அதை ஒரு பார்வையாளன்கூட பார்க்கவில்லை என்றாலும் அது ஒலிக்கவேண்டும். அப்போதுதான் அப் பண்பாட்டின் மெய்யான கலைவெளிப்பாடாக அது அமையும்.

ஜெயமோகன்

18.12.2018

மாயக் கண்ணாடி வழியே ஆழங்களினூடு...

திரைப்படங்கள் எப்போதும் நம் முன்னே ஒரு காலத்தை விரிக்கின்றன. அது ஒரு தனி உலகமாக திரையில் வியாபிக்கிறது. அதில் காட்டப்படும் காட்சிகளுக்குள், கதை மாந்தர்களோடு நாமும் சில மணித் துளிகள் வாழ்கிறோம். அந்த வாழ்க்கை நம்மை சிரிக்கவும், அழவும், ஆனந்தமடையவும், துயருறவும், உற்சாகப்படவும், சஞ்சலப்படவும் வைக்கிறது. இவ்வாறாக திரைப்படம் எனும் மாயக் கண்ணாடி, யதார்த்த வாழ்வில் ஒரு மனிதனது உணர்வுகளில் மாற்றங்களைக் கொண்டு வருவதைப் போலவே, ஓரோர் காலகட்டத்திலும் சமூக, கலை, அரசியல் கட்டமைப்புகளிலும் கூட மாற்றங்களை ஏற்படுத்தி விடுகிறது. எனவே திரைப்படம் எனப்படும் காண் ஊடகம் ஒரு வலிய ஊடகம் என்பதை எவராலும் மறுக்க முடியாது. திரைக் கலைஞர்கள் பலரதும் கூட்டு முயற்சியைக் கொண்டே திரைப்படம் எனும் ஊடகம் சாத்தியமாகிறது.

மொழிகள் கடந்து சர்வதேச ரீதியில் கொண்டாடப்படும் உலகத் திரைப்படங்கள், பல தேசங்களை, பல கலாசாரங்களை, பல வாழ்வியல்களை, பலவிதமான மனிதர்களை நமக்கு அறிமுகப்படுத்துகின்றன. அவற்றினூடாக நாம் பிரயாணம் செய்யும்

பயணமானது முடிவற்றது. ஒன்றின் முடிவில் மற்றுமொரு பாதையென பல வழிகள் நம் பயணத்தை மாற்றிக் கொண்டேயிருக்கும். நம் நிஜ வாழ்க்கையை சில மணி நேரத்துக்கு மறக்க வைத்து திரை வாழ்க்கையோடு நம்மை ஒன்றச் செய்யும் காணொளிப் பயணங்கள் அவை.

இந்த நூலில், சர்வதேச ரீதியில் பல விருதுகளை வென்ற, உலகளாவிய ரீதியில் பலராலும் கொண்டாடப்பட்ட திரைப்படங்களைப் பார்த்து, அவற்றுள் எனக்குப் பிடித்தவற்றை திறனாய்வு செய்து கட்டுரைகளாக எழுதியிருக்கிறேன். அவ்வாறான சிறந்த திரைப்படங்களில் பணியாற்றிய திரைக் கலைஞர்களை நேரடியாகவும், மின்னஞ்சல் வழியாகவும் சந்தித்து, கலந்துரையாடி நேர்காணல்களைச் செய்திருக்கிறேன். இக் கட்டுரைகளும், நேர்காணல்களும் இதழ்களில் பிரசுமான காலப்பகுதிகளில் பல வாசகர்களும் தொடர்புகொண்டு தமக்கு இந்த ஆக்கங்கள் எவ்வாறு பயனுள்ளவையாக அமைந்திருக்கின்றன என்பதைத் தெரிவித்திருந்தார்கள்.

அந்தப் பேராதரவோடு இன்று அந்த ஆக்கங்களையெல்லாம் ஒன்றாகத் தொகுத்து உங்கள் முன்னால் ஒரு முழு நூலாகத் தர முடிந்திருக்கிறது என்பதையிட்டும், உலகத்தின் சிறிய தீவொன்றில் மாத்திரம் பேசப்படும் தீவு மொழியான சிங்கள மொழியில் இலங்கையிலிருந்து வெளிவந்து சர்வதேச ரீதியில் சிறந்த விருதுகளை வென்றிருக்கும் திரைப்படங்களைக் குறித்த தகவல்களை இந்த நூல் மூலமாக உலகம் முழுவதிலுமிருக்கும் தமிழ் வாசகர்களிடம் கொண்டு சேர்க்க முடிவதிலும் மிகுந்த மகிழ்ச்சியடைகிறேன்.

இந் நூலுக்கென காத்திரமானதும், அருமையானதுமான முன்னுரையொன்றைத் தந்திருக்கும் எழுத்தாளர் ஜெயமோகனை மிகுந்த அன்போடும், நன்றியோடும் இக் கணத்திலும் நினைவுகூர்கிறேன். தமிழ் மற்றும் மலையாளத் திரையுலகில் தேசிய

விருதுகளை வென்றிருக்கும் திரைப்படங்களில் பணியாற்றியிருக்கும் எழுத்தாளர் ஜெயமோகன் அவர்கள், ஒரு திரைக் கலைஞராகவும் தன்னை நிலைப்படுத்திக் கொண்டிருப்பவர். தமிழ், மலையாளத் திரையுலகத்தோடு நெருங்கிப் பழக வாய்ப்பிருக்கும் அவர் இந் நூலின் முன்னுரையில் விரிவாகவும், தெளிவாகவும் குறிப்பிட்டிருக்கும் வணிக சினிமா மற்றும் கலைப்படத் தயாரிப்பு பற்றிய கருதுகோள்கள் அனைத்தும் மிகச் சரியானவை. வாழ்வியலோடு மிகவும் அணுக்கமான கலைப்படத் தயாரிப்புக்களின் சரிவை அக் கட்டுரை காத்திரமாக எடுத்துரைக்கிறது.

'ஆழங்களினூடு...' நூலை முழுமையாக வாசித்து முடிக்கையில் தனியொரு உலகில் சஞ்சரித்து மீண்டு வந்த அனுபவத்தை உணர்வீர்கள் என்று நம்புகிறேன்.

என்றும் அன்புடன்,
எம்.ரிஷான் ஷெரீப்
18.12.2018

எழுத்தாளர் பற்றிய குறிப்பு

எம். ரிஷான் ஷெரீப் இலங்கையைச் சேர்ந்த தமிழ் எழுத்தாளரும், கவிஞரும், ஊடகவியலாளரும் ஆவார். கவிதை, சிறுகதை, கட்டுரை, மொழிபெயர்ப்பு, புகைப்படம் ஆகிய துறைகளில் பங்களிப்பு செய்து வருகிறார்.

இவர் இதுவரை வெளியிட்டுள்ள தொகுப்புகள்

'வீழ்தலின் நிழல்' (கவிதைத் தொகுப்பு, காலச்சுவடு பதிப்பக வெளியீடு, முதற்பதிப்பு 2010, இரண்டாம் பதிப்பு 2013)

'அம்மாவின் ரகசியம்' (மொழிபெயர்ப்பு நாவல், காலச்சுவடு பதிப்பக வெளியீடு 2011) - இந் நாவல், 2011 இல் வெளிவந்த சிறந்த மொழிபெயர்ப்பு நாவலுக்கான இலங்கை அரச சாகித்திய இலக்கிய விருதினையும், பணப்பரிசினையும் வென்றது.

'தலைப்பற்ற தாய்நிலம்' (மொழிபெயர்ப்புக் கவிதைத் தொகுப்பு, எழுநா - நிகரி பதிப்பக வெளியீடு, 2013) - கவிஞர் ஃபஹீமாஜஹானுடன் இணைந்து மொழிபெயர்த்த, சிங்களக் கவிஞர் மஞ்சுள வெடிவர்தனவின் சிங்களக் கவிதைகளின் மொழிபெயர்ப்புத் தொகுப்பு.

'கறுப்பு ஜூன் 2014' - இலங்கை முஸ்லிம்கள் மீது நடத்தப்பட்ட வன்முறைகளும் அவற்றுக்கான பின்னணியும்! (FTE வெளியீடு, 2014)

'அடைக்கலப் பாம்புகள்' (சிறுகதைத் தொகுப்பு, வம்சி பதிப்பக வெளியீடு, 2016) இத் தொகுப்பு இலங்கை அரச சாகித்திய இலக்கிய விருது இறுதிச் சுற்றுக்குத் தெரிவானது.

'இறுதி மணித்தியாலம்' (சிங்களக் கவிதைகளின் தமிழ் மொழிபெயர்ப்புத் தொகுப்பு, வம்சி பதிப்பக வெளியீடு, 2016) - இத் தொகுப்பு இலங்கை அரச சாகித்திய இலக்கிய விருது இறுதிச் சுற்றுக்குத் தெரிவானதோடு, கனடா தமிழ் இலக்கியத் தோட்டம் வழங்கிய 2016 ஆம் ஆண்டின் சிறந்த மொழிபெயர்ப்புக்கான இயல் விருதையும், பணப்பரிசினையும் வென்றது.

'எனது தேசத்தை மீளப் பெறுகிறேன்' (ஆபிரிக்க உலகச் சிறுகதைகளின் தமிழ் மொழிபெயர்ப்புத் தொகுப்பு, வம்சி பதிப்பக வெளியீடு, 2017) - இத் தொகுப்பு 2017 ஆம் ஆண்டின் சிறந்த மொழிபெயர்ப்புக்கான இலங்கை அரச சாகித்திய இலக்கிய விருதையும், பணப்பரிசினையும் வென்றது.

தொடர்புக்கு:

mrishansha@gmail.com <mailto:mrishansha@gmail.com>

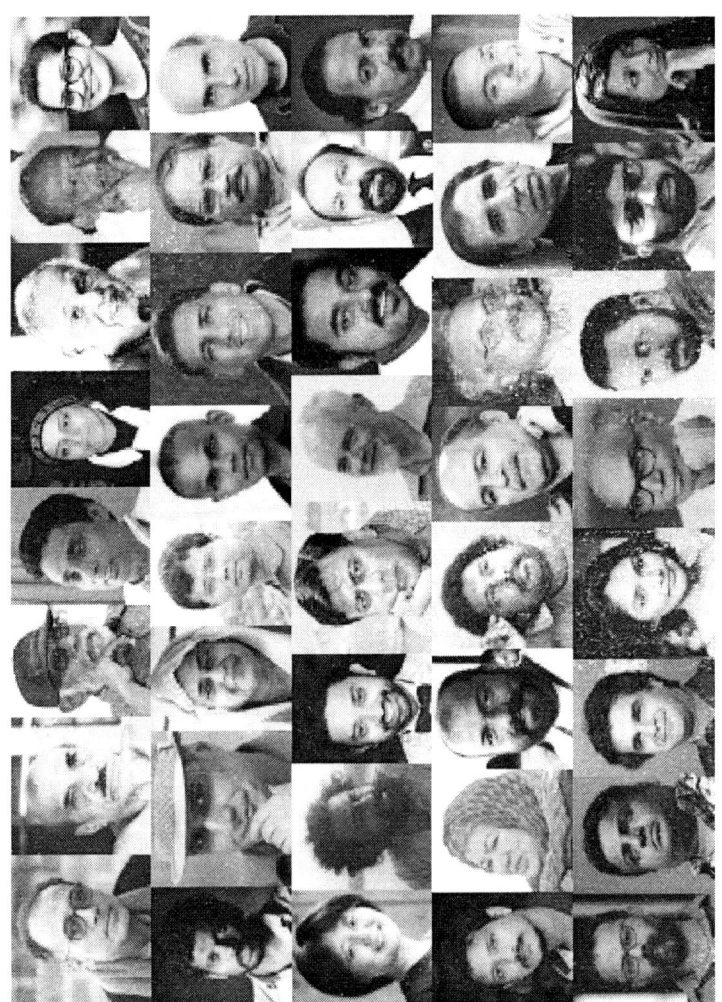

உள்ளே...

கட்டுரைகள்

1. நாம் காணத் தவறும் எமது பறவைகளின் மேகங்கள் 22
2. பிணங்களை அறுப்பவளின் கதை 29
3. மாசுற்ற தாமரைக் குளத்தின் வாசனை 37
4. ஆறிதழ் அரளிப் பூ 43
5. சின்னவனைச் சுழற்றியெடுக்கும் 'சுழிக் காற்று' 49
6. ஆர்ப்பரித்து ஒலிக்கும் 'நீதிமன்ற அமைதி' 60
7. புரட்சி காலத் திரை 64
8. 'வீடு' சொல்வது யாதெனில்... 79
9. ஒருபோதும் வாடாத 'முள்ளும் மலரும்' 86
10. கரிசல் காட்டு பூமியில் 'பூ' மலர்ந்த தருணம் 93
11. 1983' ஆம் வருடத்தோடு, 'ஸக்கரியாவின் கர்ப்பிணி'களும், தற்காலத் தமிழ்த் திரைப்படங்களின் போக்கும்! 100
12. மலையாளத் திரையின் இலக்கியமெனும் இரை 106
13. சுரையாவின் மீது கல்லெறியும் உதிரிப் பூக்கள் 129

14. அன்பைத் தேடி ஒரு தப்பித்தல் ... 140
15. ஹவ்வா, அஹூ, ஹூரா மற்றும் இன்ன பிற பெண்கள் ... 153
16. வெட்கத்தினால் உடைந்தழிந்து போனார் புத்தர் ... 165
17. தளிர்களுக்கான திரை ... 172
18. வீட்டிற்கான வழியிலொரு மூதாட்டியும், சிறுவனும்! ... 181
19. நாதிரும், ஸிமினும் இவர்களுக்கிடையிலான பிரிவும் ... 190
20. சிறைத் திரை ... 198
21. தூக்குக் கயிற்றிலிருந்து பிரகாசிக்கும் ஒளி ... 217

நேர்காணல்கள்

1. அரசியல், சமூக மாற்றங்களுக்கு வித்திட்டிருக்கும் 'ஆறிதழ் அரளிப் பூ' ... 230
2. சர்வதேச திரைவானில் பிரகாசிக்கும் இலங்கை நட்சத்திரம் ... 260
3. நீதிமன்ற அமைதியினூடு எழும் பேரோசை ... 281
4. பார்வதி எனும் திரைத் தீ! ... 293
5. நேர்காணல் எனும் தண்டனைக்குரிய குற்றம் ... 310
6. நிலவுக்குப் பின்னே சூரியன் ... 322
7. சினிமா எங்களை நாடுகடத்தியிருக்கிறது ... 328
8. ஒரு பணயக் கைதியாகி விடுகிறேன் ... 344

நாம் காணத் தவறும் எமது பறவைகளின் மேகங்கள்

எமது வாசலுக்கே வந்து வந்து போகும் நமது பட்சிகளை விடவும் அயல்நாடுகளிலிருந்து வரும் வலசைப் பறவைகள்தான் எம்மைப் பெரிதும் ஈர்க்கின்றன. பறவைகள் மாத்திரமன்றி, உயிரற்ற சடப்பொருட்களும், கலைப்படைப்புக்களும், கலைஞர்களும், நடிகர்களும் கூட அப்படித்தான். எதுவாயிருப்பினும், வெளிநாட்டுப் பூர்வீகம் என்றாலே மனம் ஈர்க்கப்பட்டுக் கொண்டாடித் தீர்க்கிறார்கள் நம்மவர்கள். திரைப்படங்களை எடுத்துக் கொண்டால்கூட நிலைமை அவ்வாறுதான் இருக்கிறது.

இலங்கையிலுள்ள கலாசாரங்களை, நடைமுறை வாழ்க்கையை, நாள்தோறும் ஒவ்வொருவரும் எதிர்கொள்ளும் சிக்கல்களை, மனிதர்களுக்கான சட்டங்களை, யதார்த்த வாழ்வியலைப் பிரதிபலிக்கும் திரைப்படங்களை நமது நாட்டு சிங்களத்

திரைப்படங்கள் காலத்துக்குக் காலம் மிகச் சிறப்பாக முன் வைத்துக் கொண்டேயிருக்கின்றன. எனினும், இந்தியத் தமிழ்த் திரைப்பட மற்றும் நாயக, நாயகிகள் மீது நாம் கொண்டுள்ள கண்மூடித்தனமான மோகத்தால், பல சர்வதேச விருதுகளை வென்றுள்ள நமது நாட்டின் சிறந்த திரைப்படங்களை நாம் கண்டுகொள்வதேயில்லை என்பது துரதிர்ஷ்டமான விடயம். அண்மையில் வெளிவந்து பல விருதுகளை வென்றுள்ள அவ்வாறான சில சிங்களத் திரைப்படங்கள், நமது நாட்டின் பெயரை உலகளவில் கொண்டு சென்றவை. அவற்றுள் சிலவற்றைக் குறித்துப் பார்க்கலாம்.

gaana pokuna - பாடும் தடாகம்

திரைப்பட இயக்குனர் இந்திக பெர்ணாண்டோவின் இயக்கத்தில் சிங்கள மொழியில் வெளியாகியுள்ள இந்தத் திரைப்படம், சிறுவர்களுக்கான சிறந்தவொரு திரைப்படம் என்பது குறிப்பிடத்தக்கது. எமது நாட்டைச் சூழவும் கடலிருப்பினும், கடலையே கண்டிராத பல சிறுவர்கள் இலங்கையில் இன்றும் கூட இருக்கிறார்கள் என்பதையும், அவர்களது ஆசைகளை, தேவைகளை நிறைவேற்றிக் கொடுக்க வேண்டியவர்கள் எப்பொழுதும் அவர்களை வழிநடத்துபவர்கள்தான் என்பதையும் தெளிவுறுத்தும் திரைப்படம் இது.

அனுராதபுர மாவட்டத்திலுள்ள ஒரு கஷ்டப்பிரதேசத்துக்கு, கொழும்பிலிருந்து ஆசிரியையாகச் செல்லும் ஒரு பெண், அங்குள்ள சிறிய பாடசாலையில் கல்வி பயிலும் வறிய மாணவ, மாணவிகளை எவ்வளவு சிரமத்துக்கு மத்தியில் கொழும்புக்கு கடல் பார்க்க அழைத்து வருகிறாள் என்பதுவும், அதற்கு அவளுக்கு எவையெல்லாம் சிக்கல்களாக அமைகின்றன என்பதுவுமே திரைப்படத்தின் கதையாக அமைந்திருக்கிறது. அதனைக் காட்சிப்படுத்தியிருப்பதுவும், கதைக்கான களமும், கதாபாத்திரத் தேர்வுகளும், நடிகர்களும், சிறந்த இயக்கமும் இத் திரைப்படத்துக்கும், இயக்குனருக்கும், நடிகர்களுக்கும்

சர்வதேச விருதுகளைப் பெற்றுக் கொடுத்திருக்கின்றன. அண்மையில் வெளிவந்து இலங்கைத் திரையரங்குகளில் கிட்டத்தட்ட 150 நாட்கள் வெற்றிகரமாகத் திரையிடப்பட்ட முக்கியமான திரைப்படங்களில் இதுவும் ஒன்று.

Bora diya pokuna - மாசுற்ற நீர்த் தடாகம்

'பாடும் தடாகம்' வறிய சிறுவர்களின் உலகைப் பற்றிப் பேசுகையில், 'மாசுற்ற நீர்த் தடாகம்', வறுமைக் கோட்டிலுள்ள வளர்ந்தவர்களைப் பற்றிப் பேசுகிறது. ஒரு பெண்ணின் அழகை வைத்துத்தான் காலம் காலமாக உலகெங்கும் அனைத்து நடவடிக்கைகளும் மேற்கொள்ளப்பட்டு வருகின்றன. ஒரு பெண்ணினது அக உணர்வுகளை விடவும் அழகுதான் அவளது இருப்பையும், நடைமுறை வாழ்க்கையையும், வாழ்வு மீதான புறத் தாக்கங்களையும் தீர்மானிக்கிறது. அவளது புறச்சூழலில் அவளைத் தாண்டிய எல்லைகளுக்குள் அடங்கும் சமூகத்தின் கோட்பாடுகள் மிகவும் வலிய கரங்களைக் கொண்டு அவள் மீதான வன்முறைகளைக் கட்டவிழ்த்து விடுகின்றன. அழகுடன் கூடிய பெண்ணினது மன உணர்வுகள், அவளது எண்ண வெளிப்பாடுகள், சமூகம் அவளுக்கிட்டிருக்கும் வேலிகள் எனப் பல்வேறான காரணிகள் அவளது வாழ்வைத் தீர்மானிக்கும் கூறுகளாக அமைகின்றன.

இவ்வாறாகப் பழக்கப்பட்டிருக்கும் சமூகத்தில் ஒரு பெண் அழகற்றவளாகப் பிறந்துவிட்டால் என்ன செய்வாள்? அதிலும் குறிப்பாக அவள் வறிய நிலைமையில் உள்ளவளாக இருப்பின் அவளது வாழ்வின் மீதான தாக்கங்கள் எவை? அவள் சமூகத்தில் எதிர்நோக்கும் பிரச்சினைகளும் சிக்கல்களும் அவளை என்னென்ன நிலைமைகளுக்குள் செலுத்திப் பார்க்கின்றன என்பதைக் குறித்துத்தான் இலங்கையின் திரைப்பட இயக்குனர்களில் ஒருவரான சத்யஜித் மாஇடிபேயின் முதல் திரைப்படமான 'பொர திய பொகுன (மாசுற்ற நீர்த் தடாகம்)' திரைப்படம் பேசுகிறது.

அழகற்ற சிறுமியாக உள்ளதனால் பாடசாலையின் நாடகப் போட்டியில் பிரதான கதாபாத்திரம் நிராகரிக்கப்படும் சிறுமி கோதமி, பின்னாட்களில் என்னவாகிறாள் என்பதனை அவளுடனேயே பயணிக்கச் செய்து அவளது ஜீவிதத்தை திரைப்படத்தின் மூலம் சித்தரித்து முடிக்கும்போது நம் மத்தியில் இவ்வாறான கோதமிகள் எத்தனை பேர் உள்ளனர் என்பது குறித்த கவலையும், வருத்தமும் மேலோங்கவே செய்கிறது. பொதுவாக திரைப்படங்களில் கதாநாயகி எனப்படுபவள் மிகவும் தூய்மையானவளாகவும், தீய எண்ணங்கள் எதுவுமற்றவளாகவும், மிக மிக நல்லவளாகவும், வானத்திலிருந்து குதித்த தேவதை போலவும் சித்தரிக்கப்படுகையில் அவை எல்லாவற்றுக்கும் நேர்மாறான ஒரு கதாநாயகியை இயக்குனர் சத்யஜித் மாஇடிபே தனது முதல் படத்தில் அறிமுகப்படுத்தியிருப்பது பாராட்டத்தக்கது.

Nikini Vessa - ஆகஸ்ட் மழைத் தூறல்

சத்யஜித்தைப் போலவே, அன்றாட வாழ்க்கையில் சமூகத்தால் கேவலமாகக் கருதப்படும், பிணங்களை அறுத்து அலங்கரிக்கும் பெண்ணொருத்தியைக் கதாநாயகியாக்கி, அவள் மூலமாக அநேகமான வறிய இலங்கைப் பெண்களின் அவல உலகை எடுத்துக் கூறியிருக்கும் மற்றுமொரு திரைப்படம் 'ஆகஸ்ட் மழைத் தூறல்'.

ஆஸ்பத்திரிகளில் சடலங்களாக ஒப்படைக்கப்படும் பிணங்களைப் பொறுப்பேற்று, அதன் உள்ளுடல் பாகங்களை அகற்றித் தைத்து, அலங்கரித்து, அதன் உறவினர்களிடம் ஒப்படைக்கும் தொழிலைச் செய்து வரும் ஒரு கிராமத்துப் பெண்ணைத் தனது திரைப்படத்தின் கதை நாயகியாக்கியிருக்கிறார் இயக்குனர். அவளுக்கு உதவியாளாகக் கடமையாற்றும் இருபது வயதுகளிலுள்ள ஒரு இளைஞன் மற்றும் மத்திம வயதிலுள்ள ஒரு கட்டிட வரைகலைஞர் ஆகிய மூவரும்தான் திரைப்படத்தின் பிரதான கதாபாத்திரங்கள்.

திரைப்படமானது, இலங்கையில் காடுகளை அண்மித்து இருக்கும் வறண்ட கிராமங்களில் வாழும் மக்கள் எதிர்நோக்கும் இன்னுமொரு பிரச்சினையான காட்டு யானைத் தாக்குதல்கள் குறித்தும் மௌனமாக தனது பார்வையை முன்வைத்திருக்கிறது எனலாம். திரைப்படத்தின் கதையம்சத்தோடு மேற்படி பிரச்சினையானது, தொடர்ச்சியாக திரைப்படம் முழுவதும் சித்தரிக்கப்பட்டுக் கொண்டேயிருக்கிறது. ஒரு யானை கூட இறுதி வரை திரையில் காட்டப்படவேயில்லை. எனினும் காட்டு யானைகளால் ஏற்படும் ஆபத்துக்களைச் சொல்லிக் கொண்டேயிருக்கிறது.

இவ்வாறாக மரணத்துக்கு மிகவும் நெருக்கமானவர்களுடனான கதையை எழுதி, அதனைத் திரைப்படமாக்கி வெற்றி கண்டிருக்கிறார் இலங்கையின் இளம் இயக்குனர்களில் ஒருவரான அருண ஜயவர்தன. சர்வதேசத் திரைப்பட விழாக்கள் பலவற்றிலும் திரையிடப்பட்ட இத் திரைப்படம், சிறந்த ஆசியத் திரைப்படத்துக்கான விருதையும் வென்றுள்ளமை குறிப்பிடத்தக்கது.

Bambara Walalla - சுழிக் காற்று

வாழ்க்கையானது விசித்திரமான பாதைகளைக் கொண்டது. இறுதி வரை செல்லவேண்டியிருக்கும் அப் பாதைகளில் சிலருக்கு மட்டும் அவை மென்மையானவையாகவும், சிலருக்கு அவ்வப்போது கரடுமுரடானதாகவும், இன்னும் சிலருக்கு முட்கள் மட்டுமே நிறைந்த பாதைகளாகவும் அமைந்து விடுகின்றது. அவர்களாகத் தேர்ந்தெடுக்கும் பாதைகள் முட்கள் தூவப்பட்டதாக அமையும் சாத்தியங்களும் ஆயிரம். ஆனால் பிறந்ததிலிருந்து ஏனென்றே அறியாது உயிரைக் கிழித்து வதைக்கும் முட்கள் நிரம்பிய பாதையொன்றில் பயணம் செய்ய வலுக்கட்டாயமாகத் தள்ளிவிடப்படும் ஒருவனின் கதையைச் சொல்கிறது 'பம்பர வலள்ள (whirlwind - சுழிக் காற்று)' இலங்கைத் திரைப்படம்.

சராசரிக்கும் கீழான, எவரினதும் பார்வை படாத மனிதர்களின் இருட்டு வாழ்க்கையின் நிகழ்வுகளை விவரிக்கிறது படம். படத்தின் காட்சியமைப்புக்களும், களங்களும், பின்னணியும் பார்வையாளர்களை ஒரு வலி மிகுந்த கவிதையைப் போல தானாக உணரச் செய்பவை. ஒரு கிராமத்திலிருந்து, நகரத்தின் சுயநலமான நடமாட்டத்துக்குள் கதைக்களம் தெளிவாகப் புகுந்துவிடுவதை காட்சிகள் விவரிக்கின்றன. அதிகமான திருப்பங்களைக் கொண்ட வாழ்க்கையின் விபரீதமான அந்தகாரப் பக்கத்தினை, நேரடியாக முகத்திலறைந்து திறந்து காட்டியிருக்கிறது இத் திரைப்படம்.

யாராலும் சிந்திக்கப்படாத அடித்தட்டு மக்களின், அடியாட்களின் வாழ்வானது எவ்வளவு துயரமும், உயிரச்சமும் நிறைந்ததென வெளிப்படுத்துகின்றன அதன் காட்சிகளும் பின்புலங்களும். இயக்குனரின் முதல் திரைப்படமாக, உண்மைச் சம்பவங்களை அடிப்படையாகக் கொண்டு எடுக்கப்பட்டுள்ள இத் திரைப்படத்திற்கான திரைக்கதையை எழுதி, இயக்கி, படத்தில் சின்னவன் எனும் பிரதான பாத்திரத்தையும் ஏற்று நடித்திருக்கிறார் இயக்குனர் திரு.அதுல லியனகே.

நான் மேலே குறிப்பிட்டுள்ள சிங்கள மொழித் திரைப்படங்கள் நான்குமே அண்மையில் வெளிவந்து பல சர்வதேச விருதுகளை வென்றெடுத்தவை. அத்தோடு இலங்கையின் திறமை வாய்ந்த இளம் இயக்குனர்களின் முதல் திரைப்படங்கள். சர்வதேச திரைப்பட விழாக்களில் திரையிடப்பட்டு பின்னர், இலங்கைத் திரையரங்குகளில் நூறு நாட்களுக்கும் மேலாக வெற்றிகரமாகத் திரையிடப்பட்டவை இவை.

எனினும் இலங்கையின் தமிழ் ரசிகர்களாகிய நாம் இவற்றில் எத்தனை திரைப்படங்களைப் பார்த்திருக்கிறோம்? இவ்வாறான திரைப்படங்களை ஏன் எம்மால் தமிழ் மொழியில் கொண்டு வர இயலாதுள்ளது? இந்திய மசாலா தமிழ்த் திரைப்படங்களும், தொடர்

நாடகங்களும் நமது மூளையை, திறமைகளை, மனப்பான்மைகளை முடங்கச் செய்வதை, செய்து கொண்டிருப்பதை எவ்வாறு தடுத்து, எமதேயான ஆற்றல்களைத் துளிர்விடச் செய்யப் போகிறோம்? சிந்திப்போம். நமது அடுத்த தலைமுறையாவது இலங்கைத் தமிழ் சினிமாவில் இவ்வாறான காத்திரமான, சிறந்த திரைப்படங்களைக் கொண்டு வர வாழ்த்துவோம். வரவேற்போம்.

மேலே குறிப்பிட்டிருக்கும் சில திரைப்படங்களைக் குறித்த விரிவான திறனாய்வுக் கட்டுரைகள் அடுத்த பக்கங்களில் தொடர்கின்றன.

பிணங்களை அறுப்பவளின் கதை

வெண்ணிற ஆடையை
அணிந்திருக்கும் ஆகாயம்
கறுப்பை உடுத்தும் நாளொன்று
மரணம் பரவியிருக்கும் பூமியில்
மழைத் துளி விழும் கணமொன்று

இந்த வாழ்க்கைப் பயணத்தின்
ஓரிடத்தில் தரிக்க நேர்ந்த
ஜீவிதங்களின் நகர்வில்

சுவாசிக்கும், விம்மும், சிரிக்கும்
ஓசை கேட்கும் எல்லைக்கு வா

ஒரு நாளில்
ஒரு காலைவேளையில்
அல்லது ஓரிரவில்
வந்து போக வா

வாழ்க்கை என்பது இன்னுமொரு மழைத் துளி மாத்திரமே
என உனக்குத் தோன்றும்
வறண்டு வெடித்த விசாலமான பூமி
கண்ணிமைக்காது முத்தமிடக் காத்திருக்கும்

எம்.ரிஷான்ஷெரீப் 29

மழைத் துளியொன்றுக்கான ஒரு நொடி
அது வாழ்க்கை

எந்த மனிதனும் செய்வதற்கு பிரியம் காட்டாத தொழில்களென, பல உலகத்தில் இருக்கின்றன. ஏமாற்றத் தேவையிராதது. சுய உழைப்பு அதிகமிருக்கக் கூடியது. உடனடி இலாபம் தரக் கூடியது. இப்படிப் பல காரணங்கள் இருந்தபோதிலும் சில தொழில்களை சமூகம் எளிதில் அங்கீகரிப்பதில்லை. எனினும், அவ்வாறான தொழில்களும் கூட யாராலாவது செய்யப்பட்டே ஆக வேண்டும். இல்லாவிடில் உலகம் நாறிப் போய்விடும் என்ற நிலைமை காணப்படுகின்ற போதிலும் சமூகத்தில் பலரால் இவ்வாறான தொழில்களைச் செய்வதன் காரணமாக வெறுக்கப்படுகின்றவர்கள் உலகில் இன்றும் இருந்துகொண்டுதான் இருக்கிறார்கள்.

அவ்வாறான தொழிலொன்றைச் செய்யுமொருத்தியின் கதைதான் 'நிகினி வெஸ்ஸ (ஆகஸ்ட் மழைத் தூறல்)' எனும் சிங்களத் திரைப்படமாகியிருக்கிறது. வறண்ட பிரதேசக் கிராமமொன்றில் வேறுவழியின்றி தந்தையின் தொழிலைப் பின்பற்றிச் செய்ய நிர்ப்பந்திக்கப்படும் முதிர்கன்னியொருத்தியின் நடைமுறை வாழ்க்கையை மிக யதார்த்தமாகச் சித்தரிக்க முற்பட்டிருக்கிறது 'ஒருபோதும் நிலத்தை முத்தமிடாத மழை' என பின்குறிப்பிடப்பட்டிருக்கும் இத் திரைப்படம்.

இரத்தக் கறைகளைக் கழுவிக் கழுவி அழுக்கடைந்திருக்கும் வெண்களிப் பாத்திரத்தில் சிந்தும் குழாய் நீரில், கழிவுகள் படிந்திருக்கும் கையுறைகளைக் கழுவும் காட்சியின் பின்னணியில் ஒரு பெண் விசித்தழும் ஓசையோடு படம் ஆரம்பிக்கிறது. அடுத்த காட்சியில் பிணமேற்றிச் செல்லும் பழைய வாகனத்தின் சாரதி ஆசனத்திலொரு பெண் அமர்ந்து வாகனத்தைச் செலுத்திக் கொண்டிருக்கிறாள். அருகில் அவளது வயது முதிர்ந்த தாய்.

வாகனத்தின் ஆசனங்கள் அகற்றப்பட்ட பிற்பகுதியில் பிணமாகக் கிடத்தப்பட்டிருக்கிறார் அவளது தந்தை. தந்தை இறந்த பிறகு அவரது உள்ளுடல்பாகங்களை அகற்றி அலங்கரிக்கும் நிலைமை எவருக்கும் வருவதை நாம் விரும்ப மாட்டோம். ஆனால், அதனை அவள் அழாமலே செய்கிறாள். எல்லாம் முடிந்த பிறகு அழுகிறாள். அவர் செய்து வந்த தொழிலைப் பொறுப்பேற்கிறாள்.

இவ்வாறாக ஆஸ்பத்திரிகளிலிருந்து சடலங்களாக ஒப்படைக்கப்படும் பிணங்களைப் பொறுப்பேற்று, அதன் உள்ளுடல் பாகங்களை அகற்றித் தைத்து, அலங்கரித்து, அதன் உறவினர்களிடம் ஒப்படைக்கும் தொழிலைச் செய்து வரும் ஒரு கிராமத்துப் பெண்ணைத் தனது திரைப்படத்தின் கதை நாயகியாக்கியிருக்கிறார் இயக்குனர். அவளுக்கு உதவியாளாகக் கடமையாற்றும் இருபது வயதுகளிலுள்ள ஒரு இளைஞன் மற்றும் மத்திம வயதிலுள்ள ஒரு கட்டிட வரைகலைஞர் ஆகிய மூவரும்தான் திரைப்படத்தின் பிரதான கதாபாத்திரங்கள்.

திருமண வயதைத் தாண்டிய தனது மகள் சோமலதாவுக்கு பத்திரிகை விளம்பரங்களில் வரன் தேடும் சராசரித் தாயின் நிலைப்பாடு, தனக்குப் பின் தனது மகளுக்குத் துணை யார் என்ற கேள்வியை எஞ்சச் செய்கிறது. தகுந்த வரன்களுக்கு அவள் விண்ணப்பிக்க, வரும் பதில் கடிதங்களை சோமலதா நிராகரிக்கிறாள். பிணங்களை அறுத்து அலங்கரிப்பதைத் தொழிலாகக்

கொண்டவளுக்குள்ளும், திருமணம் முடிக்க நேர்ந்தாலும் தான் தொழிலை விடப் போவதில்லையென உறுதியாகச் சொல்பவளுக்குள்ளும் ஒரு கனவு இருக்கிறது. அது, தனது கிராமத்து மக்களுக்காக மயானத்தில் மின்சாரம் மூலமாக பிணங்களை எரிக்கும் கட்டிடமொன்றைத் தனது செலவில் கட்டிக் கொடுப்பது. அதற்கான கட்டிடத்தை ஒரு கட்டிட வரைகலைஞர் வரைந்து கொடுக்கிறார். நோயாளியான அக் கட்டிட வரைகலைஞர் மீது அவளுக்குள் எழும் ஒரு தலைக் காதலை ஒரு மெல்லிய புகையென திரைப்படம் முழுவதும் ஊடாடிச் செல்ல வைத்து இறுதிக் காட்சியில் அக் காதலே எதிர்பாராத முடிவுக்கு அவளை இட்டுச் செல்வதை நேர்த்தியாக அணுகியிருக்கிறது திரைப்படம்.

இதற்கிடையில் யாருமற்ற அநாதையென நிற்கும் ஒரு இளம்பெண்ணைக் காதலிக்கும், உதவியாளான இளைஞன் குறித்துத் தெரிய வரும்போது, அவர்களுக்குத் திருமணம் செய்து வைக்கும் சோமலதா, பின்னர் அந்த இளம்பெண்ணினதும், அவளது குழந்தையினதும் பிணங்களை அறுத்து அலங்கரிப்பது அதிர்ச்சியுறச் செய்கிறது. அந்த இளைஞனுக்கும், சோமலதாவுக்குமிடையில் நேசமோ, நட்போ இருப்பதாக படத்தில் எந்தக் காட்சியிலும் காட்டப்படவில்லை. எனினும் படத்தின் இறுதிக் காட்சி திரையில் உறைந்து ஓயும்போது அந்த இளைஞன் அவளை யாருக்கும் சொல்லாமலேயே உள்ளூர நேசித்திருக்கும் விதம் திரைப்படத்தை நிமிர்த்தியிருக்கிறது எனலாம்.

வாழ்வின் சில கணங்களில் நாம் யாரையுமே நம்பாத, நம்ப முடியாத சூழ்நிலைகளைக் கடந்து வந்திருப்போம். நிர்ப்பந்தங்கள், நெருக்கடிகள், பலவந்தங்கள், வற்புறுத்தல்கள் மற்றும் ஏமாற்றங்கள் போன்றன இம்மாதியான நிலைப்பாடுகளுக்குள் எம்மைத் தள்ளிவிட்டிருக்கும். அவற்றோடு காலமும் நகர்ந்து கொண்டேயிருக்கும். காலம் தரும் முதிர்ச்சியான மனநிலை பல தீர்மானங்களுக்கு மனிதனை எளிதாகத் தள்ளி விடுகின்றது. அத்

தீர்மானங்கள் சம்பந்தப்பட்டவரது வாழ்க்கையை முற்றாக மாற்றியமைத்துவிடக் கூடியவை. அது அவரை உயர்த்தவும் கூடும். அதல பாதாளத்துக்கு வீழ்த்திவிடவும் கூடும். ஆனால் சில கட்டாயமான சந்தர்ப்பங்களில் அம் முடிவுகளை எடுக்கவே வேண்டியிருக்கும்.

வெறிபிடித்த காட்டு யானை வந்து தன்னைத் தாக்கிக் கொல்ல வேண்டுமென, பரந்து விரிந்த மாபெரும் குளக்கரைக்கு நள்ளிரவில் வந்து காத்திருககும் சோமலதாவுக்குள் ஆண்கள் மீது கடும் வெறுப்பும், ஆண்கள் எல்லோருமே மிகவும் மோசமானவர்கள் என்ற நிலைப்பாடும் ஆழமாக வேரூன்றியிருக்கிறது. தனது இலட்சியக் கட்டிடத்தை நேர்மையான முறையில் கட்டுவதற்காக அவள் அக் கிராமத்தில் சந்திக்க நேரும் ஆண்கள் அனைவருமே அவளிடமிருந்து ஏதேனுமொரு பிரதிபலனை எதிர்பார்ப்பது அவளை அம் முடிவுக்குள் தள்ளியிருக்கிறது. பிணங்களை அவளிடம் ஒப்படைக்க இலஞ்சமாகப் பணம் கேட்கும் வைத்தியசாலை சிற்றூழியன், வைத்தியர், கட்டிடம் கட்ட அனுமதிக்கும் கடிதமொன்றைத் தர அவளையே கேட்கும் கிராமத்துத் தலைவன், கட்டி முடிக்கப்படும் கட்டிடத்தைத் திறந்து வைப்பதோடு அதன் அடிக்கல்லில் தனது பெயரைப் போட வேண்டுமெனக் கூறும் அரசியல்வாதி, அவளை வாழ விட மாட்டேனென சதா மிரட்டிக் கொண்டேயிருக்கும் சக சவப்பெட்டிக் கடை முதலாளி என அவள் சார்ந்திருக்க நேரும் ஆண்களெல்லோருமே அவளது மனநிலையில், விரோதிகளாகவே இருக்கிறார்கள். இந் நிலையில்தான் கரப்பான்பூச்சி, சிறு கொசுவுக்குக் கூடப் பயந்து அலறும் கட்டிட வரைகலைஞன் மீது அவளுக்கு ஒருதலைக் காதல் வருகிறது. அவனால் அவளுக்கு மாத்திரமன்றி, எவருக்குமே எந்தப் பாதிப்பும் இல்லை எனும் அளவுக்கு அவன் நல்லவன் எனத் தெளிவாக அவள் உணரும் சந்தர்ப்பத்தில் தனது காதலை அவனிடம் சொல்லத் துணிகிறாள். அதனால் அவளுக்கு நிகழ்வதென்ன என்பதுதான் படத்தின் இறுதிக் காட்சி.

மிகவும் பிரபலமாக இருக்கும் எந்த நடிகையும் ஏற்கத் துணியாத கதாபாத்திரமான சோமலதா எனும் கதாபாத்திரத்தை ஏற்று மிகச் சிறப்பாக நடித்து அசத்தியிருக்கிறார் திரைப்படத்தின் கதாநாயகி சாந்தனி செனவிரத்ன. கிராமத்துப் பெண்களுக்கேயுரிய முக பாவனைகளும், தன்னம்பிக்கையும், தைரியமும் மிளிரும் உடல்மொழியுமாக திரைப்படம் முழுவதும் ஆக்கிரமித்திருக்கிறார். திரைப்படத்தில் இவர் வராத காட்சிகளை எண்ணிச் சொல்லிவிடலாம் எனும்படியாக படம் முழுவதும் முழுமையாக தனது நடிப்பை வெளிப்படுத்தியிருக்கிறார். இதுவரையில் இருபதுக்கும் மேற்பட்ட திரைப்படங்களில் நடித்திருக்கும் இவருக்கு, கடந்த வருடம் நடைபெற்ற 'துபாய் சர்வதேச திரைப்பட விழா'வில் இத் திரைப்படத்தில் நடித்தமைக்காக 'சிறந்த நடிகை'க்கான விருது கிடைத்தமை குறிப்பிடத்தக்கது.

கதாநாயகிக்கு நேர்மாறாக திரைப்படத்தின் கதாநாயகனாக நடித்திருக்கும் பிமல் ஜெயகொடி, படத்தின் சில காட்சிகளில் மாத்திரமே வருகிறார் எனினும் படத்தின் திசையைத் தீர்மானிப்பவர் இவர்தான் எனலாம். இன்னுமொரு பிரதான கதாபாத்திரத்தில் பிணத்தின் பாகங்களைப் புதைக்கும் இளைஞனாக நடித்திருக்கும் ஜகத் மனுவர்ணவின் பாத்திரப்படைப்பு மிகவும் யதார்த்தமானது. காட்டு யானைத் தாக்குதலில், தனது பிரியத்துக்குரிய கர்ப்பிணி மனைவி மரணமுறுகையில் இவரது ஓலமும், மௌனமும் கூட துயரத்தை உரைப்பது சிறப்பு.

திரைப்படமானது, இலங்கையில் காடுகளை அண்மித்து இருக்கும் வறண்ட கிராமங்களில் வாழும் மக்கள் எதிர்நோக்கும் இன்னுமொரு பிரச்சினையான காட்டு யானைத் தாக்குதல்கள் குறித்தும் மௌனமாக தனது பார்வையை முன்வைத்திருக்கிறது எனலாம். திரைப்படத்தின் கதையம்சத்தோடு மேற்படி பிரச்சினையானது, தொடர்ச்சியாக திரைப்படம் முழுவதும் சித்தரிக்கப்பட்டுக் கொண்டேயிருக்கிறது. காட்டு யானைகளால் ஏற்படும் ஆபத்துக்களைச் சொல்கிறது. எனினும்

ஒரு யானை கூட இறுதி வரை காட்டப்படவேயில்லை. இவ்வாறாக மரணத்துக்கு மிகவும் நெருக்கமானவர்களுடனான கதையை எழுதி, அதனைத் திரைப்படமாக்கி வெற்றி கண்டிருக்கிறார் இலங்கையின் இளம் இயக்குனர்களில் ஒருவரான அருண ஜயவர்தன. இலங்கை, களனி பல்கலைக்கழகப் பட்டதாரியான இவர் ஒரு தொலைக்காட்சி அலைவரிசையில் நிகழ்ச்சித் தயாரிப்பாளராகப் பணியாற்றியவர். இவரது முதலாவது திரைப்பட முயற்சியே இதுவாகும். தான் பார்த்துவந்த வேலையை விட்டுவிட்டு, 2011 ஆம் ஆண்டில் இத் திரைப்பட வேலைகளை ஆரம்பித்த இவர் 2012 ஆம் ஆண்டில் திரைப்படத்தைப் பூர்த்தி செய்து வெளியிட்டிருக்கிறார். 112 நிமிடங்கள் ஓடக் கூடிய இத் திரைப்படத்துக்கு மிகப் பொருத்தமாகவும் ஆழமாகவும் இசை வழங்கியிருக்கிறார் இசையமைப்பாளர் நதீக குருகே.

2012 ஆம் ஆண்டு சிங்கப்பூர், பூஸான், மும்பாய், கேரளா, துபாய் ஆகிய நகரங்களில் இடம்பெற்ற சர்வதேச திரைப்பட விழாக்களில் இத் திரைப்படமும் திரையிடப்பட்டதோடு, இத் திரைப்படத்துக்கு '2012 ஆம் ஆண்டுக்கான சிறந்த ஆசியத் திரைப்படம்' எனும் விருது பிரான்ஸில் நடைபெற்ற 'வெஸ்ஸோல் ஆசியத் திரைப்பட விழா'வில் கிடைத்தது. அத்தோடு அதே திரைப்பட விழாவில் 'NETPAC' விருதும் இத் திரைப்படத்துக்கே கிடைத்தமை குறிப்பிடத்தக்கது.

உலகில் மரணம் மாத்திரமே சிறந்த வியாபாரம் எனக் கூற முயலும் திரைப்படத்தின் முடிவானது எவருமே எதிர்பாராதது. இது ஏன் இவ்வாறு நடந்தது என்ற கேள்வியை கவலையோடு

பார்வையாளர்கள் மீது திணிக்கிறது. நாம் மிகவும் நேசித்த ஒருவரால் மாத்திரமே நமது வாழ்க்கையின் திருப்பங்களையும், முடிவுகளையும் தீர்மானிக்க முடியும். வஞ்சிக்கும் சினேகங்கள் உலகில் பல உள்ளன. ஒரு நேர்கோட்டில் செல்லும் நமது வாழ்க்கையில் குறுக்கிட்டு அதன் பாதையை மாற்றவும், திசை திருப்பவும் அவை முயலும். பலவீனமான இதயங்கள் அச் சாகசங்களினால் ஏமாந்து விடுகின்றன. வாழ்க்கையை இடைநடுவே நிறுத்திக் கொள்கின்றன வரண்டு வெடித்த நிலத்தில் விழும் ஒரு துளி மழை உடனடியாகக் காணாமல் போய்விடுவதைப் போல!

மாசுற்ற தாமரைக் குளத்தின் வாசனை

ஒரு பெண்ணின் அழகை வைத்துத்தான் காலம் காலமாக உலகெங்கும் அனைத்து நடவடிக்கைகளும் மேற்கொள்ளப்பட்டு வருகின்றன. ஒரு பெண்ணினது அக உணர்வுகளை விடவும் அழகுதான் அவளது இருப்பையும், நடைமுறை வாழ்க்கையையும், வாழ்வு மீதான புறத் தாக்கங்களையும் தீர்மானிக்கிறது. அவளது புறச்சூழலில் அவளைத் தாண்டிய எல்லைகளுக்குள் அடங்கும் சமூகத்தின் கோட்பாடுகள் மிகவும் வலிய கரங்களைக் கொண்டு அவள் மீதான வன்முறைகளைக் கட்டவிழ்த்து விடுகின்றன. அழகுடன் கூடிய பெண்ணினது மன உணர்வுகள், அவளது எண்ண வெளிப்பாடுகள், சமூகம் அவளுக்கிட்டிருக்கும் வேலிகள் எனப் பல்வேறான காரணிகள் அவளது வாழ்வைத் தீர்மானிக்கும் கூறுகளாக அமைகின்றன.

இவ்வாறாகப் பழக்கப்பட்டிருக்கும் சமூகத்தில் ஒரு பெண் அழகற்றவளாகப் பிறந்துவிட்டால் என்ன செய்வாள்? அதிலும் குறிப்பாக அவள் வறிய நிலைமையில் உள்ளவளாக இருப்பின் அவளது வாழ்வின் மீதான தாக்கங்கள் எவை? அவள் சமூகத்தில் எதிர்நோக்கும் பிரச்சினைகளும் சிக்கல்களும் அவளை என்னென்ன நிலைமைகளுக்குள் செலுத்திப் பார்க்கின்றன என்பதைக் குறித்துத்தான் இலங்கையின் திரைப்பட இயக்குனர்களில் ஒருவரான சத்யஜித் மாஇடிபேயின் முதல் திரைப்படமான 'பொர திய பொகுன(மாசுற்ற நீர்த் தடாகம்)' திரைப்படம் பேசுகிறது. அழகற்ற சிறுமியாக உள்ளதனால் பாடசாலையின் நாடகப் போட்டியில் பிரதான கதாபாத்திரம் நிராகரிக்கப்படும் சிறுமி கோதமி, பின்னாட்களில் என்னவாகிறாள் என்பதனை அவளுடனேயே பயணிக்கச் செய்து திரைப்படத்தின் மூலம் சித்தரித்து முடிக்கும்போது நம் மத்தியில் இவ்வாறான கோதமிகள் எத்தனை பேர் உள்ளனர் என்பது குறித்த கவலையும், வருத்தமும் மேலோங்கவே செய்கிறது.

சர்வதேச ரீதியில் கறுப்பாக உள்ளவர்கள் மீது பிரயோகிக்கப்படும் வன்முறைகள் அனைத்தும் அவர்கள் குற்றமிழைத்தவர்கள் என்பதற்காகவல்லாது, அவர்களது நிறத்தினைக் குறித்தே பிரயோகிக்கப்படுகின்றன என்பது நிதர்சனம். அவர்கள் நிரபராதிகளாக உள்ளபோதிலும், அவர்களது நிறமும், தோற்றமும் அவர்கள் மேல் சந்தேகங்களைக் கிளப்பிவிடப் போதுமாக உள்ளன. கோதமி ஒரு ஆடைத் தொழிற்சாலையில் பணிபுரியும் ஒரு யுவதி. அவள் தனது சக தோழிகள் இருவருடனும் ஒரு வீட்டின் ஒரு அறையை வாடகைக்கு எடுத்துத் தங்கியிருக்கிறாள். சக தோழிகளில் ஒருத்தி மிகவும் அழகானவள் என்பதோடு அவளுக்கு ஒரு காதலனும் இருக்கிறான். கோதமியின் அவலட்சணமான தோற்றம் அவளை, அழகி மங்களாவின் இலங்கை கடற்படையில் பணிபுரியும் காதலனுக்கு தூது கொண்டு செல்லுமொருத்தியாக மாற்றி விட்டிருக்கிறது. பொதுவாக படையினர் தங்கியிருக்கும் இராணுவ

முகாம்களுக்கு இளம்பெண்கள் தனியே செல்ல அச்சப்படும் நிலையில் கோதமி எவ்வித அச்சமுமின்றி எந் நேரத்திலும் சென்று வரக் கூடியவளாக இருக்கிறாள். மங்களாவின் காதலன் உயரமாகவும் கட்டுமஸ்தானவனாகவும் அழகி மீது பேரன்பு கொண்டவனாகவும் இருப்பதனால் அவன் மீது கோதமிக்கு ஒருதலைக் காதல் ஏற்படுகிறது.

தனது சக தோழிக்கும் அவளது காதலுக்கும் துரோகமிழைக்கும் கோதமி, அவளது காதலனுடன் பலவந்தமாக இணைவதன் மூலமாக ஒரு குழந்தைக்குத் தாயாகிறாள். மிகுந்த குற்றவுணர்ச்சிக்குள்ளாகும் அழகியின் காதலன் தற்கொலைக்கு முயல்கிறான். அவனது கவலையுணர்ந்த சக படையினர் கோதமியைக் கடத்திச் சென்று கருவைக் கலைத்து விடும்படி மிரட்டுகிறார்கள். மீண்டு வரும் கோதமி, இலங்கையில் வறள் பிரதேசக் காடொன்றுக்குள் வசிக்கும் தனது தூரத்து உறவினரைத் தேடிச் சென்று, மாதக் கணக்கில் அவர்களுடன் தங்கி சேனை விவசாயம் செய்து குழந்தையைப் பெற்றெடுக்கிறாள். அங்கிருந்து தனது ஊருக்கு வரும் வழியில் குழந்தையை புகையிரத நிலையத்தில் விட்டு வருகிறாள். தனது ஊருக்கு வந்தவள் பணிப்பெண் வேலைக்காக வெளிநாடு செல்கிறாள். ஆறு வருடங்களின் பின்னர் இலங்கை வரும் அவள் இன்னுமொருவரைத் திருமணம் முடித்து வாழ்கிறாள். இவர்களது வாழ்வில் திரும்பவும் மங்களாவும் அவளது காதலனும் நுழைகிறார்கள். காதலன் தனது குழந்தையைக் கேட்டு கோதமியிடம் வந்து நிற்கிறான். இதன் பிறகு என்னவாயிற்று என்பதைத்தான் திரைப்படம் சொல்கிறது.

சாதாரணமாக தெருவில் செல்லும் எந்த இளைஞர்களுமே திரும்பிக் கூடப் பார்க்காத கோதமிக்குள்ளும் உள்ள காதல்

உணர்வுகள் மிகவும் நுட்பமாக திரைப்படத்தில் சித்தரிக்கப் பட்டிருக்கின்றன. பொதுவாக திரைப்படங்களில் கதாநாயகி எனப்படுபவள் மிகவும் தூய்மையானவளாகவும், தீய எண்ணங்கள் எதுவுமற்றவளாகவும், மிக மிக நல்லவளாகவும், வானத்திலிருந்து குதித்த தேவதை போலவும் சித்தரிக்கப்படுகையில் அவை எல்லாவற்றுக்கும் நேர்மாறான ஒரு கதாநாயகியை இயக்குனர் சத்யஜித் மாஇடிபே தனது முதல் படத்தில் அறிமுகப் படுத்தியிருக்கிறார். தனது அவலட்சணமான தோற்றத்தின் காரணமாக எழும் சக சமூகத்தின் நடைமுறைகளால் தாழ்வு மனப்பான்மைக்கும், உள்மனக் குமைச்சலுக்கும் ஆளாகும் கோதமி மிக இரகசியமாகச் செய்யும் குற்றங்கள் எளிதில் மன்னிக்க முடியாதவையாக இருப்பினும், பார்வையாளர்களிடத்தில் அவை ஒரு நியாயத்தையும் சொல்பவையாக அமைந்திருக்கின்றன என்பதுதான் சிறப்பு.

இலங்கையில் பெரும்பான்மையான சமூகத்தினால் பின்பற்றப்படும் பௌத்த மதத்தின் அடிப்படைக் கொள்கைகளை மூன்று பெண்களைக் கொண்டு கேள்விக்குட்படுத்தியிருக்கிறார் இயக்குனர் சத்யஜித் மாஇடிபே. பாசம், காமம், வன்மம் ஆகிய மூன்று உணர்வுகளும் பெண்களிடத்திலும் ஆண்களிடத்திலும் வேறுபடும் புள்ளி எதுவென திரைப்படத்தின் மூலமாகக் காண முயற்சித்திருக்கிறார். இதனாலேயே 2003 ஆம் ஆண்டு திரையிடலுக்கான அனைத்து வேலைகளும் முடிந்த நிலையிலும், அதற்குப் பிறகு பன்னிரண்டு வருடங்கள் கழிந்த பிறகே இத் திரைப்படத்தினை இலங்கையில் திரையிட அரசு அனுமதியளித்தது. பன்னிரண்டு வருடங்களாக தனது படைப்பினை வெளிப்படுத்த இயலாது பிரசவ வேதனையை ஒத்த வலியை சுமந்தலைந்த இயக்குனரின் வலி மிகவும் வலியது. அது ஏனைய திரைப்படங்களை இயக்க அவருக்குத் தடையாக அமைந்திருக்கிறது.

திரைப்படத்தின் பிரதான கதாபாத்திரமான கோதமியின் கதாபாத்திரத்தை எந்தப் பிரதான நடிகையுமே ஏற்று நடிக்கத்

தயங்குவர் என்பதில் சந்தேகமில்லை. எனினும் கதையினைக் கேட்ட மாத்திரத்திலேயே அக் கதாபாத்திரத்தை ஏற்றுக் கொண்டு, திரைக்கதை எழுதுவதில் பங்கு கொண்டு அதனைச் செம்மைப்படுத்தி, மிகவும் நேர்த்தியான நடிப்பை வழங்கியிருக்கிறார் பல விருதுகளை வென்ற நடிகை கௌசல்யா பெர்ணாண்டோ. தற்பொழுது பல்கலைப்பழக பேராசிரியராகக் கடமையாற்றிவருமிவர் விருதுகள் பல வென்ற திரைப்படங்களிலும், மேடை நாடகங்களிலும் தனது பங்களிப்பை வழங்கியிருக்கிறார். மங்களா எனும் அழகியின் கதாபாத்திரத்தை பிரபல நடிகை டிலானி அபேவர்தனவும் அவளது காதலன் கதாபாத்திரத்தை இலங்கை ரக்பி அணியின் விளையாட்டு வீரர் துமிந்த டி சில்வாவும் ஏற்று நடித்திருக்கின்றனர். அத்தோடு திரைப்படத்தின் சிறிய கதாபாத்திரங்களிலும் கூட சிங்களத் திரையுலகில் மிகவும் பிரபலமான நடிகர், நடிகையர்களான தர்மசிறி பண்டாரநாயக்க, ஐராங்கனி சேரசிங்க, வீணா ஜயகொடி, சாந்தனி செனவிரத்ன, ப்ரியங்கா சமரவீர, சந்திரா களுஆரச்சி, லியோனி கொத்தலாவல போன்றோர் ஏற்று நடித்திருப்பது குறிப்பிடத்தக்கது.

இலங்கையில் பௌத்த சமூகத்திலுள்ள இளைய சமுதாயத்தினர் அக, புறச் சிக்கல்களைப் பேசும் இத் திரைப்படமானது ஜனவரி 21 முதல் பெப்ரவரி 02 ஆம் திகதி வரை நடைபெற்ற 33 ஆவது ரொட்டர்டம் சர்வதேசத் திரைப்பட விழாவில் திரையிடப்பட்டபோது, அது அங்கிருந்த பல்வேறு தேசங்களையும் சேர்ந்த திரையுலக முக்கியஸ்தர்களது கவனத்தை ஈர்த்திருக்கிறது. அத்தோடு விழாவின் கௌரவ விருதான டைகர் விருதிற்கும் இத் திரைப்படம் முன்மொழியப்பட்டிருக்கிறது. திரைப்படத்தின் பின்னணியானது இலங்கையின் கிராமப்புறங்களிலிருந்து வந்து சுதந்திர வர்த்தக வலயங்களில் பணிபுரியும் பெண்களது காதல், காமம், திருமணம் ஆகிய நிகழ்வுகளை பல சந்தர்ப்ப சூழ்நிலைச் சிக்கல்களோடு பொருத்தி, அரசியல், சமூகக் கோட்பாடுகளின் உண்மையான முகத்தைக் காட்டியிருக்கிறது. சமூகம், அரசியல் என இரு

மட்டங்களிலும் வகைப்படுத்தக் கூடுமான இத் திரைப்படத்தின் அத்திவாரம் பௌத்தவியலாக அமைந்திருக்கிறது.

பௌத்த நீதிக் கதைகளை அடிப்படையாகக் கொண்டு, அவற்றைக் கேள்விக்குட்படுத்தி எடுக்கப்பட்டிருக்கும் இத் திரைப்படமானது 2005 ஆம் ஆண்டு நடைபெற்ற 'ஹொனொலுலு' சர்வதேச திரைப்பட விழாவில் சிறந்த புனைவுத் திரைப்படத்துக்கான விருதினை வென்றது. இலங்கை அரசை பன்னிரண்டு வருடங்களாக அச்சுறுத்திக் கொண்டிருக்கும்படியாக, பல இன்னல்களுக்கு மத்தியில் ஒரு திரைப்படத்தையெடுத்து, அதனைத் தான் பிறந்த மண்ணில் திரையிட்டுக் காட்டமுடியாத மனவேதனையை அகத்தில் புதைத்தபடி பல்கலைக்கழகங்களில் வருகைதரு பேராசியராகக் கடமை புரியும் இயக்குனர் சத்யஜித் மாஇடிபே தனது திரைப்படம் குறித்து இவ்வாறு கூறுகிறார் 'தமது காதல் வாழ்க்கை நொறுங்கிப் போனதன் காரணமாக தீய வழியில் செல்லும் இளைஞர்களை நான் பார்த்திருக்கிறேன். அவர்களது கனவுலகம் சிதைந்த பின்னர் நிஜ வாழ்க்கையைச் சந்திக்கும் தைரியம் அவர்களிடமில்லை. ஒருவகையில் இத் திரைப்படம் அவர்களது நடைமுறை வாழ்க்கையையே பிரதிபலிக்கிறது. வாழ்க்கையானது எவ்வளவுதான் இன்னல்களுக்குள் உள்ளபோதிலும், எல்லாவற்றையும் விட மிகவும் பெறுமதியானது வாழ்வதுதான் என நான் இத் திரைப்படத்தின் மூலம் கூற விரும்புகிறேன்'.

ஆறிதழ் அரளிப் பூ

ஒரு திரைப்படத்தால், ஒரு நாட்டின் சட்ட திட்டங்களில் மாற்றங்களை ஏற்படுத்த இயலுமா? இயலும் என்று நிரூபித்திருக்கிறது இலங்கையில் ஒரு தமிழரால் எடுக்கப்பட்டுள்ள திரைப்படம். அந்த இயக்குனர், முனைவர் திரு.விஸாகேச சந்திரசேகரம். சட்டத்தரணியாக, அவுஸ்திரேலியாவில் டாக்டர் பட்டம் பெற்றவர், தமது நூல்களுக்காக சாகித்திய விருதுக்கு பரிந்துரைக்கப்பட்டவர் போன்ற நற்பெயருக்கான அடையாளங்கள் ஏற்கெனவே இவருக்கு சமூகத்தில் இருக்கின்றன.

இந்த நிலைமையில் தனது நற்பெயருக்கு களங்கம் ஏற்படும் என்று தெரிந்திருந்த போதிலும், இலங்கையில் பௌத்த மத கட்டமைப்பின் கீழும், பண்டைய சட்டக் கோவைகள் மூலமும் இலங்கையின்

சமூகத்தில் ஒதுக்கப்படும் மற்றும் ஒடுக்கப்படும் LGBT சமூகத்தினரை அந்த இக்கட்டிலிருந்தும், இறுக்கமான சட்டங்களிலிருந்தும் விடுவிக்க வேண்டும் என்பது இவரது நோக்கமாக இருந்தது. அதனை சமூகத்திடமும், அரசாங்கத்திடமும் முன்வைக்க அவர் தேர்ந்தெடுத்த ஊடகம், திரைப்படம். அவர் ஒரு திரைக்கதையை எழுதி, திரைப்படமாக எடுக்கிறார். அந்தத் திரைப்படம் சர்வதேசம் முழுவதும் வெற்றிவாகை சூடி, LGBT தொடர்பான சட்ட திட்டங்களை மாற்றுவது குறித்து இலங்கை பாராளுமன்றத்தில் கலந்துரையாடல்களைச் செய்ய வழி வகுக்கிறது.

இலங்கையின் அனைத்துப் பிரதேசங்களிலும் அண்மையில் திரையிடப்பட்டு வெற்றி கண்ட அந்த திரைப்படம் 'Frangipani' (ஆறிதழ் அரளிப் பூ). இத் திரைப்படமானது 2012 ஆம் ஆண்டே பூர்த்தியாகி விட்டிருந்த போதிலும் இலங்கை தணிக்கை சபையின் அனுமதியைப் பெற்று இலங்கையில் திரையிடப்பட மேலும் சில வருடங்களாகக் காத்துக் கிடந்தது. இந்த இடைப்பட்ட காலத்தில் இந்தத் திரைப்படமானது, பல சர்வதேச திரைப்பட விழாக்களில் பங்குகொண்டு பல விருதுகளையும் வென்றது குறிப்பிடத்தக்கது.

Canada International Film Festival, International Film Awards Berlin, World Film Awards ஆகியவற்றில் சிறந்த திரைப்படத்துக்கான விருதுகளும், The Indie Film Festival இல் இத் திரைப்படத்தில் நடித்தவர்களுக்கு சிறந்த நடிகர்களுக்கான விருதுகளும் கிடைத்தன. அத்தோடு பிரேசிலில் 2015 ஆம் ஆண்டு நடைபெற்ற LGBT திரைப்பட விழாவில் 'சிறந்த வெளிநாட்டுத் திரைப்படம்' எனும் விருதினை வென்றெடுத்த 'Frangipani' எனும் இந்தத் திரைப்படமானது, இதுவரையில் இருபத்து நான்குக்கும் மேற்பட்ட சர்வதேச திரைப்பட விழாக்களில் திரையிடப்பட்டுள்ளதோடு, விருதுகளை வென்றும், விருதுகளுக்காக பரிந்துரைக்கப்பட்டும் இலங்கையின் பெயரை சர்வதேசத்திடம் எடுத்துரைத்திருக்கிறது. எனினும் இலங்கை

தணிக்கை சபை, இந்தத் திரைப்படத்துக்கு அனுமதியை வழங்க வருடக்கணக்காக யோசித்தது. அதற்கு பிரதான காரணம், படத்தின் கருவும், பிரதான கதாபாத்திரங்களும் சமூகத்தில் ஒதுக்கப்படும் LGBT சமூகத்தினரைப் பற்றிக் குறிப்பிடுபவை.

இலங்கையில் ஒருபாலீர்ப்பு தொடர்பான திரைப்படங்கள் இதற்கு முன்பும் திரையிடப்பட்டிருக்கின்றன. 'Malata Noena Bambaru (1982) - பூவை நாடாத வண்டுகள்', 'Thani Thatuven Piyambanna (2002) - ஒரு சிறகால் பற' ஆகியவை அவற்றுள் பெரு வெற்றி கண்டவையும், குறிப்பிடத்தக்கவையும் ஆகும். 'பூவை நாடாத வண்டுகள்' ஒருபாலுறவில் ஈர்ப்புள்ள ஆண்கள், பெண்களைத் திருமணம் செய்துகொண்ட பின்னர் அவர்களுக்குள் எழும் உறவுச் சிக்கல்களையும், உள ரீதியான பிரச்சினைகளையும் வெளிப்படையாகப் பேசியது. இத் திரைப்படத்தில் அக் காலத்தில் முன்னணி நடிகராக விளங்கிய நடிகர் ஜோ அபேவிக்ரம உள்ளிட்ட பிரபல கலைஞர்கள் பலர் நடித்திருந்தமை குறிப்பிடத்தக்கது. அவ்வாறே 'ஒரு சிறகால் பற' திரைப்படமானது, ஒரு பெண் தன்னை உள ரீதியாக ஆணாக உணர்வதையும், நகரத்தில் ஆணாக வாழத் துணிவதுவும், அதனால் எதிர்கொள்ள நேரும் சிக்கல்களையும் மிக யதார்த்தமாக வெளிப்படுத்தியது. இந்தத் திரைப்படத்தை பிரபல இயக்குனர் அசோக ஹந்தகம இயக்க, சர்ச்சைக்குரிய பிரதான கதாநாயகி கதாபாத்திரத்தில் மிக தைரியமாக அவரது மனைவியான அனோமா ஜனாதரி நடித்திருந்தார். கதாநாயகி புகைபிடிக்கும் காட்சிகளும், நிர்வாணக் காட்சிகளும் திரைப்படத்தில் இருந்ததால் இலங்கையில் இத் திரைப்படம் சர்ச்சைக்குள்ளாகியிருந்தது. என்றபோதும் சர்வதேச திரைப்பட விழாக்கள் பலவற்றிலும் திரையிடப்பட்ட இந்தத் திரைப்படமானது, 15 ஆவது டோக்கியோ சர்வதேச திரைப்பட விழாவில் '2002 ஆம் ஆண்டிற்கான சிறந்த ஆசியத் திரைப்படம்' எனும் முக்கியமான விருதினை வென்றெடுத்தமை குறிப்பிடத்தக்கது.

மேற்குறிப்பிட்ட திரைப்படங்களில் ஒருபாலீர்ப்பு என்பது மையக் கருவாக இருந்த போதிலும், ஒருபாலீர்ப்பினரிடையே எழும் நேசத்தைக் குறித்தும், மனிதர்களிடையே அது இயல்பானதுதான் என்பதைக் குறித்தும், சமூகத்தில் ஒடுக்கப்படும் அவர்களுக்கு ஆதரவாக இருக்க வேண்டும் என்பதை வலியுறுத்தியும் எந்தக் கருத்துக்களும் இத் திரைப்படங்களில் முன்வைக்கப்படவில்லை. எனவே அவை இலங்கையில் திரையிடப்பட்ட போது பெரிதாக எவ்வித தணிக்கைச் சிக்கல்களையும் எதிர்கொள்ளவில்லை. மாறாக, 'Frangipani' திரைப்படமானது ஒருபாலீர்ப்பினர், இருபாலீர்ப்பினர், திருநங்கைகள் என நாம் சமூகத்தில் காணும் ஒவ்வொரு நபருக்குமான உரிமைகளுக்காகப் பேசியிருப்பதோடு, அவர்களுக்கான ஆதரவையும் கோருகிறது. இதனால் இலங்கை திரைப்பட வரலாற்றில் முதற்தடவையாக இவ்வாறானவர்களின் காதலைப் பற்றிப் பேசிய திரைப்படமும், காதலுக்கு ஆதரவாகப் பேசிய திரைப்படமும், காதலிப்பது உரிமை எனக் குறிப்பிட்ட திரைப்படமும் இதுதான் எனக் குறிப்பிடுகிறார் இத் திரைப்படத்தின் இயக்குனர் விஸாகேச சந்திரசேகரம்.

மனிதர்கள் எனும்போது ஒவ்வொரு நபர்களுக்கிடையிலும் எவரிடத்திலேனும் நேசமும், அன்பும் ஏற்பட்டு விடுகிறது. யாரை நேசிக்க வேண்டும் என்பது தனி மனித உரிமை ஆகும். நாட்டிலுள்ள ஓரோர் மனிதனதும் தனி மனித உரிமைகளைப் புறந்தள்ளி விட்டு, நாட்டின் ஜனநாயக உரிமைகளை முழுமையாக வென்றெடுத்து விட்டோமென எவரும் மார்தட்டிக் கொள்ள முடியாது. அந்த யதார்த்தத்தையே இத் திரைப்படத்தின் கதாபாத்திரங்கள் வழியாக இயக்குனர் இச் சமூகத்திடம் முன் வைத்திருக்கிறார். Frangipani எனும் வெண்ணரளிப் பூவானது, சாதாரணமாக ஐந்து இதழ்களையே கொண்டிருக்கும். எனினும் ஐந்து இதழ்களைக் கொண்ட பூக்களைப் பூக்கும் அதே மரத்தில் ஆறிதழ்களைக் கொண்ட அரளிப் பூவொன்று

பூத்தால் அது அசாதாரணமான நிகழ்வா? இயல்புப் பிறழ்வா? அதனை அசாதாரணமாகப் பார்ப்பதுவும், இயல்புப் பிறழ்வாகக் கணிப்பதுவும் நாம் அதனைப் பார்க்கும் கோணத்தில்தானே இருக்கிறது? அவ்வாறான கோணத்தில் பார்த்து, அசாதாரணமாகக் கணிப்பிட்டு ஒதுக்கி வைக்கப்பட்ட மனிதர்கள் இந்த உலகில் எல்லா இடங்களிலும் இருக்கிறார்கள்.

சமத் (தஸுன்) மற்றும் சரசி (யஷோதா) இருவரும் சம வயதுடைய, பால்ய கால சிநேகிதர்கள். இருபது வயதினை எட்டியதும் இருவரும் ஒருவரையொருவர் காதலிக்கிறார்கள். இருவரது குடும்பத்தினரும் இருவருக்கும் திருமணம் செய்து வைக்கத் தீர்மானிக்கிறார்கள். மணப் பெண் அலங்கார வகுப்புக்குச் செல்லும் இருவரும், அங்கு கலை நிர்மாண வேலைக்காக வரும் இளைஞன் நளினைச் சந்திக்க நேர்கிறது. மூவரும் நெருங்கிய நண்பர்களாக ஆகி விடுகிறார்கள். அநாதரவான இளைஞனான நளினுக்கு (ஜெஹான்), சமத் தனது வீட்டிலிருந்து உணவு கொண்டு வந்து கொடுத்து உதவுகிறான். நளினுக்கு, சமதின் மேல் ஈர்ப்பு வந்து விட, ஒரு கட்டத்தில் இருவருக்குமிடையே உடல் ரீதியான தொடர்பும் நிகழ்ந்து விடுகிறது. அதன் பிறகு சமத், சரசியிடமிருந்து மெதுமெதுவாக விலக ஆரம்பிக்கிறான். இதனால் சரசி கோபப்பட்டு சமத்திடம் பேசாதிருக்கிறாள். இந்த இடைப்பட்ட காலத்தில் சரசிக்கு அவளது வீட்டிலிருந்து கொடுக்கப்படவிருக்கும் சீதனம் குறித்து அறியும் நளின், அவளைத் திருமணம் செய்துகொள்ள முன்வருகிறான். உற்ற நட்புகள் இருவரதும் துரோகத்தை எதிர்கொள்ள நேரும் சமத், அவர்களது திருமணம் நிகழ்ந்ததும் அதே நாளன்று தற்கொலைக்கு முயற்சி செய்து ஊரவர்களால் காப்பாற்றப்படுகிறான். இதனால் அவர்களது அந்தரங்க உறவு குறித்த விபரங்களை அனைவரும் அறிந்து கொள்கின்றனர். தனது கிராமத்தைத் துறந்து உயர்கல்விக்காக தலைநகரத்துக்கு வரும் சமத்துக்கு அங்கிருக்கும் திருநங்கைகள் உதவி செய்கின்றனர். கல்வி கற்று உயர்நிலைக்கு

எட்டும் அவனது வாழ்வில் மீண்டும் நளினும், சரசியும் உள் நுழைகிறார்கள். அதன் தாக்கங்கள் என்னவென்பதையே இத் திரைப்படம் விரிவாக ஆராய்ந்திருக்கிறது.

அநாதையாக இருக்கும் தனக்கு, திருமணம் செய்து கொள்வதன் மூலம் கிடைக்கப் போகும் அந்தஸ்தும், ஒரு குடும்பமும், சொத்துக்களும் நளின் எனும் இளைஞனை நட்புக்குத் துரோகம் செய்ய வைக்கிறது. தனது நட்புக்கு துரோகம் செய்த சமத் எனும் இளைஞனுக்கு பாடம் புகட்டவென அவனது காதலனும், எதிரியுமான நளினையே திருமணம் செய்து கொள்கிறாள் சரசி எனும் இளம்பெண். இருவரினதும் துரோகங்களுக்கு ஆட்பட்டு தன்னையே தொலைக்கும் இளைஞன் சமத், பிற்காலத்தில் இருவரை விடவும் வாழ்வில் உயர்ந்து நிற்கிறான். அதற்காக அவனுக்கு உதவுபவர்கள், சமூகத்தில் புறக்கணிக்கப்பட்டு மிகுந்த தாழ்நிலைக்குத் தள்ளப்பட்டிருக்கும் திருநங்கைகள். யதார்த்த வாழ்வியல் இவ்வாறிருக்கையில், இங்கு யாரைக் குற்றம் கூறுதல் இயலும்?

இன்றும் கூட இலங்கை உள்ளிட்ட பல நாடுகள், இவ்வாறாக ஒடுக்கப்பட்டவர்களின் நேசத்தை பாரிய குற்றமாகவே கருதுகின்றன. இந்த நிலையில் ஒரு பாலீர்ப்பு, இரு பாலீர்ப்பு, பல பாலீர்ப்பு, திருநங்கைகள் என பல விதமான உடல் தேவைகளையும் கொண்டுள்ள சமூகத்தின் யதார்த்த வாழ்வியலை இந்தத் திரைப்படம் வெளிப்படையாக முன்வைக்கிறது. மனிதர்களுக்கிடையேயுள்ள மனிதாபிமானத் தொடர்பாடல்களுடையிலான மெல்லிய உணர்வுகளை நேசத்தினூடாக பரிணமிக்கச் செய்து சமூகத்தின் மத்தியில் ஒருபாலீர்ப்புடையவர்களுக்கும், இருபாலீர்ப் புடையவர்களுக்கும், திருநங்கைகளுக்கும் அங்கீகாரத்தைக் கோரும் ஒரு முக்கியமான திரைப்படமாக இது விளங்குகிறது. இந்தத் திரைப்படத்தின் இயக்குனருடனும், நடிகர்களுடனும் மேற்கொண்ட விரிவான நேர்காணல் இந்த நூலின் நேர்காணல்கள் பகுதியில் இடம்பெற்றிருக்கிறது. அந்த நேர்காணலானது மேலும் பல விடயங்களைத் தெளிவுபடுத்தும்.

சின்னவனைச் சுழற்றியெடுக்கும் 'சுழிக் காற்று'

அவனுக்கென்றொரு பெயர் இருக்கிறது. ஆனால் அவனது வீட்டில், கிராமத்தில் எல்லோரும் சிறு வயதிலிருந்து 'சின்னவனே' என்றுதான் அவனை அழைக்கிறார்கள். பலகைகளால் ஆன குடிசையொன்றில் அவனும், அவனது விதவைத் தாயும், சகோதரியும் வசிக்கிறார்கள். எழுதப் படிக்கத் தெரியாத சிறுவன் அக் குடிசையின் பலகைச் சுவரில் கரிக்கட்டியால் மூன்று + அடையாளங்களை இட்டு, அவை தானும், அக்காவும், அம்மாவும் என்கிறான். அச் சிறுவனால் சித்தப்பா என அழைக்கப்படும் ஒருவனால் அந்தக் குடும்பத்துக்கு அவ்வப்போது வீட்டுச் செலவுகளுக்கான பணம் கிடைக்கிறது. சித்தப்பா அக் கிராமத்தில் அவர்களது குடிசைக்கு அருகிலுள்ள காட்டில் கள்ளச் சாராயம் காய்ச்சுபவன். அதற்குத் தேவையான தண்ணீரை தொலைதூரத்திலிருந்த குளத்திலிருந்து பெரிய

கொள்கலனொன்றில் தோளில் வைத்துச் சுமந்து கொண்டு வந்து கொடுப்பது சின்னவனின் வேலை. மிகுந்த சிரமப்பட்டு அதை நாள்முழுவதும் செய்யும் அவனுக்கு, அங்கு ஒரு வேளை உணவு கிடைக்கிறது.

சித்தப்பாவின் மோசமான பார்வை அவனது சகோதரியின் மேல் விழுகிறது. அவள், தன்னை எங்கேயாவது பாதுகாப்பாக அனுப்பி வைக்கும்படி தனது தாயிடம் கெஞ்சுகிறாள். ஒரு நாள், வீட்டில் சிறுவன் இல்லாத நேரம், அவ் வீட்டுக்கு வரும் சித்தப்பா, அச் சிறிய வீட்டின் பூட்டப்பட்ட கதவினைத் தட்டித் தட்டி அழும் அம்மாவின் கதறலுக்கு மத்தியில் அக்காவை பாலியல் வல்லுறவுக்கு உட்படுத்துகையில், சிறுவன் அங்கு வந்துவிடுகிறான். அக்காவின் ஓலம் உள்ளிருந்து கேட்கிறது. எதுவும் புரியாமல் ஸ்தம்பித்து நிற்கும் சிறுவனோடு சேர்ந்தழுகிறாள் தாய். சிறுவனின் குரல் கேட்டு வீட்டினுள்ளேயிருந்து வெளியே வரும் சித்தப்பா முற்றத்திலிறங்க, கதவைப் பூட்டிக் கொண்டு அக்கா தூக்கு மாட்டித் தற்கொலை செய்து கொள்கிறாள். அம்மா மூர்ச்சையாகி விழ, சிறுவன் மண்வெட்டியொன்றால் கதவை உடைத்துக் கொண்டு சென்று, தூக்கில் தொங்கும் அக்காவின் கால்களைப் பிடித்துக் கொண்டு கதறி அழுகிறான். பின்னர் அதே மண்வெட்டியைக் கொண்டு போய் அகம்பாவத்தோடு வெளியே நிற்கும் சித்தப்பாவின் தலையிலடிக்கிறான். சித்தப்பா செத்து விழுகிறான்.

தாயின், சகோதரியின் பாசத்தில் திளைத்து நன்றாக வளர்ந்து வந்த ஒரு சிறுவனின் வாழ்க்கை இவ்வாறாக ஒரு இரவில் மாறிப் போகிறது. அது முட்கள் நிறைந்த பாதைக்கு அவனைத் திருப்பி விடுகிறது. அவனே அறியாமல் பல துயரங்களை அடுக்கடுக்காக அவனின் மேல் திணிக்கப் போகிறது காலம். அக்காவைப் புதைக்கும் வேளையில் தலைமுடியைப் பிய்த்துக் கொண்டு கதறும் அம்மா, சித்தம் பிசகிப் போய்விடுவதோடு பொலிஸ் ஜீப் அங்கு வருகிறது. சின்னவன்,

பொலிஸைக் கண்ட பயத்தில் நின்ற நிலையில் அணிந்திருக்கும் ஆடையோடே சிறுநீர் கழித்துவிடுகிறான்.

வாழ்க்கையானது விசித்திரமான பாதைகளைக் கொண்டது. இறுதி வரை செல்லவேண்டியிருக்கும் அப் பாதைகளில் சிலருக்கு மட்டும் அவை மென்மையானவையாகவும், சிலருக்கு அவ்வப்போது கரடுமுரடானதாகவும், இன்னும் சிலருக்கு முட்கள் மட்டுமே நிறைந்த பாதைகளாகவும் அமைந்து விடுகின்றது. அவர்களாகத் தேர்ந்தெடுக்கும் பாதைகள் முட்கள் தூவப்பட்டதாக அமையும் சாத்தியங்களும் ஆயிரம். ஆனால் பிறந்ததிலிருந்து ஏனென்றே அறியாது உயிரைக் கிழித்து வதைக்கும் முட்கள் நிரம்பிய பாதையொன்றில் பயணம் செய்ய வலுக்கட்டாயமாகத் தள்ளிவிடப்படும் ஒருவனின் கதையைச் சொல்கிறது 'பம்பர வலள்ள (whirlwind & சுழிக் காற்று)' இலங்கைத் திரைப்படம். இத் திரைப்படம் சர்வதேச திரைப்பட விழாக்களுக்கு தேர்வு செய்யப்பட்டிருந்ததோடு, அமெரிக்காவில் நடைபெற்ற 2010 ஆம் ஆண்டுக்கான World fest International Houston Film Festival சர்வதேச திரைப்பட விழாவில் சிறந்த திரைப்படத்துக்கான ரெமி விருதையும், சிறந்த ஒளிப்பதிவுக்கான விருதையும் (ஒளிப்பதிவாளர் திஷூல தீபா தம்பவிட்ட) பெற்றுள்ளது. இவ் விழாவில் உலகம் முழுவதிலிருந்தும் 2400 திரைப்படங்கள் கலந்துகொண்டமை குறிப்பிடத்தக்கது. மேலே சொல்லப்பட்டது இத் திரைப்படத்தின் ஆரம்பத்தில் வரும் ஒரு சில நிமிடக் காட்சிகள் மட்டுமே.

காட்சி மாறுகிறது. பதினேழு வருடங்களின் பிறகு ஒரு இளைஞனாக சிறையிலிருந்து விடுதலையாகிறான் சின்னவன். பேருந்தில் ஊருக்கு வரும் அவனுக்கு, அவனது அயல்வீட்டிலிருந்த குடும்பத்தினர் வயல்வேலைகளுக்காக வளர்க்கும் எருமை மாடுகளைப் பார்த்துக் கொள்ளும் வேலையும் அவர்களது வயலில் விவசாயம் செய்யும் வேலையும் கிடைக்கிறது. அவர்கள்தான்

அவ்வளவு காலமும், சித்தம் பிசகிப் போன நிலையிலிருக்கும் அவனது அம்மாவுக்கு உணவளித்துப் பராமரித்தவர்கள். சின்னவனை அவனது அம்மாவால் அடையாளம் கண்டுகொள்ள முடியவேயில்லை. அவள் எப்பொழுதும் கரித்துண்டுகளால் வீடு முழுவதும் + அடையாளத்தை வரைந்தபடியே இருக்கிறாள். ஒரு முறை வீதி வழியே + அடையாளம் இட்டபடி சென்று அயல் நகரம் வரை போய்விட்டிருந்தாள். இப்படியாக ஒரு நாள் காணாமலேயே போய்விட்டாள்.

எருமை மாடுகளைப் பார்த்துக் கொள்வதோடு வயல்வெளிகளில் வேலைசெய்யும் அவனுடன் அயல்வீட்டினரும், ஊராரும் பாசத்துடன் நடந்துகொள்கின்றனர். உண்ண உணவும், செலவுக்குப் பணமும் கொடுக்கிறார்கள். இந் நிலையில்தான் அவனது வாழ்க்கைப் பாதையின் மிக முக்கியமான திருப்பத்தை அவன் எதிர்கொள்ள நேரிடுகிறது. சிறுவயதிலிருந்து சிறைக்குள் முடங்கும்படி செய்த அவனது வாழ்க்கை, அவனை முன்கோபம் கொண்டவனாகவும், முரட்டு சுபாவம் உடையவனாகவும் மாற்றியிருக்கிறது. அவனுக்கு நேரத்துக்கு உணவளித்து அன்பாகக் கதைக்கும் அயல்வீட்டு இளம்பெண் மேல் அவனுக்குக் காதல் வருகிறது. அதை அவளிடம் சொல்கையில், அவள் கோபம் கொண்டு அவனது முகத்தின் மேல் எச்சிலை உமிழ்ந்து, 'நீ எங்கள் வீட்டு மாடுகளைப் பார்த்துக் கொள்பவன்' எனத் திட்டிவிடுகிறாள். கோபத்தில் அவளைப் பிடித்து, தன் வசமிருந்த கத்தியால் முழங்கால் வரை நீண்டிருந்த அவளது நீளமான கூந்தலை முழுவதுமாக வெட்டிக் கையோடு கொண்டு போய் அவளது வீட்டு வாசலில் போட்டுச் செல்கிறான். பெரும் அவமானத்துக்குள்ளாகும் அக் குடும்பத்தினர், சின்னவனின் குடிசை நோக்கிச் சாபமிட்டுவிட்டு, வீட்டுச் சாமான்களையெல்லாம் எடுத்துக் கொண்டு ஊரைவிட்டே சென்றுவிடுகின்றனர். கோபத்திற்குள்ளாகும் ஊர் இளைஞர்கள், சின்னவனது குடிசையை எரித்துவிடுவதோடு,

இரவில் வீதியில் வரும் அவனைத் தாக்கி, அவனது கால்களை உடைத்து, அவனை நடுவீதியில் போட்டுச் செல்கின்றனர்.

பிணங்களைப் பதப்படுத்தி, சவப்பெட்டிகளிலிட்டு அதனதன் வீடுகளுக்குக் கொண்டு போய்க் கொடுக்கும் வேலையைச் செய்யும் சவச்சாலை உரிமையாளனான மெல் என்பவனும், அவனது உதவியாளனான ஜெனி என்பவனும் வீதியில் கிடந்து உயிருக்குப் போராடிக் கொண்டிருக்கும் இவனைக் கண்டு ஆஸ்பத்திரியில் அனுமதிக்கிறார்கள். பாதி குணமானதும், சின்னவனுக்கு யாருமில்லையென்பதையறிந்து மெல் தனது சவச்சாலைக்கே அவனைக் கூட்டிக் கொண்டு போய் பராமரிக்கிறான். சவச்சாலையின் கணக்குவழக்குகளைப் பார்த்துக் கொண்டு, எவருடனும் பேசாமல் தன்பாட்டில் இருக்கும், இடுப்புக்குக் கீழே இரண்டு பாதங்களுமற்ற ராலஹாமி என்பவனை, மெல்லினது மகன் என சின்னவனிடம் சொல்கிறார்கள் அங்கிருப்பவர்கள்.

இப்படியாகக் காலங்கள் செல்கின்றன. சின்னவனுக்கு, அநாதரவாக நின்ற தனக்கு வாழ்வளித்த மெல்லின் மேல் மிகுந்த பாசமும் மரியாதையும் வருகிறது. மெல் எதைச் சொன்னாலும் அதைத் தட்டாமல் செய்யக் கூடிய ஒரு அடிமையைப் போல அவன் மாறிவிட்டிருக்கிறான். பிணங்களை வெட்டி, பதப்படுத்தி, பெட்டிகளிலிட்டு அனுப்பும் அந்த இடத்திலேயே தங்கி, தனது வேலைகளைச் செய்துகொண்டிருக்கிறான். மெல், சின்னவனுக்கு துப்பாக்கியொன்றை வாங்கிக் கொடுக்கிறான். நகரில் பிரதான வீதியிலிருக்கும் மெல்லுக்குச் சொந்தமான சவப்பெட்டிக் கடையை சரத் என்பவன் நடத்தி வருகிறான். தனது சவப்பெட்டிக் கடைக்குப் போட்டியாக புதிதாக ஒரு கடையைத் திறந்திருக்கும் இளைஞனையும், அவனது கடையிலிருந்த சேவகனையும் சரத்துடன் சென்று துப்பாக்கியால் சுட்டுக் கொல்கிறான் சின்னவன். மெல்லினது கட்டளையின் பேரில் செய்யப்படும் அக் கொலைகளுக்கான

கைதுகளிலிருந்து அவனைத் தப்ப வைக்க, கொலைகளுக்காக பொலிஸ் சின்னவனைத் தேடிவரும் வேளையில் சவப்பெட்டியொன்றுக்குள் பிணம் போல அவனைப் படுக்கவைத்துக் காப்பாற்றி அவனை மறைவாக ஒரு வீட்டுக்கு அழைத்துச் சென்று மறைத்து வைக்கிறான் ஜெனி.

தான் ஒளிந்திருக்கும் அவ் வீட்டின் மேல் தளத்தில் ஒரு இளம்பெண்ணும் இருப்பதை கொடியில் உலரும் அவளது ஆடைகள் மூலம் உணரும் சின்னவன், அவனைப் பார்க்க வரும் மெல்லிடமும், ஜெனியிடமும் ஒரு பெண் இருக்குமிடத்தில் தன்னால் இருக்கமுடியாதென அடம்பிடிக்கிறான். அவள் ஒரு செவிட்டூமைப் பெண் எனச் சொல்லி மெல் அவனைச் சமாதானப்படுத்தி அங்கேயே தங்க வைக்கிறான். அவனுக்கான உணவுகளைத் தயாரித்துக் கொடுக்கும் அவள், ஒரு நாள் கைத்தொலைபேசியில் மெல்லினைக் காரசாரமாகத் திட்டுவதை தற்செயலாகக் கேட்கிறான் சின்னவன். அவளை அங்கு சிறைப்படுத்தி வைத்து, அவளிடம் ஆட்களை அனுப்பி பணம் சம்பாதிக்கும் ஒரு இழிசெயலைச் செய்யும் ஒரு தரகராக மெல் இருப்பதை அவனிடம் அழுதழுது சொல்லும் அவளுடன், அங்கிருந்து தப்பித்து ஓடிவிடுகிறான் சின்னவன். செல்லும் இடமற்று அவளது தாய்வீட்டுக்கு இருவரும் செல்கையில் மெல் அங்கு அவர்களுக்காகக் காத்திருக்கிறான்.

இருவரையும் திரும்பவும் அவர்களை ஒளித்துவைத்திருந்த அதே வீட்டுக்குக் கூட்டிவரும் மெல், இருவரையும் சரமாரியாகத் திட்டி, அடிக்கிறான். பின்னர் அடுத்தநாள் காலையில் இருவரையும் தனது சவச்சாலைக்குக் கூட்டிச் சென்று பிணங்களை அறுக்கும் இடத்திலேயே அவ்விருவருக்கும் விவாகப்பதிவினைச் செய்கிறான். விவாகப்பதிவு முடிந்ததும், அதன் பிரதியை அவனிடம் கொடுக்கும் மெல்லும், ஜெனியும் அன்று பிற்பகல் வங்கிக்கு இலட்சக்கணக்கான பணத்துடன் செல்லும் ஒரு வாகனத்தைக் கொள்ளையடிக்கும்படி சின்னவனுக்கு கட்டளையிட்டுச் செல்கிறார்கள்.

விவாகப்பதிவு முடிந்த பின்னர், அப் பெண் அழுதுகொண்டே இருக்கிறாள். தன்னை நோக்கி நீட்டப்படும் விவாகப்பதிவுப் பிரதியைத் தட்டிவிடும் அவளிடம் தன்னைப் பிடிக்கவில்லையா எனக் கேட்கிறான் சின்னவன். அவள் தனது சட்டைக்குள் ஒளித்துவைத்திருந்த இன்னுமொரு விவாகப்பதிவுப் பிரதியை அவனிடம் நீட்டி, தனக்கு இது போல சவச்சாலைக்குள் ஏற்கெனவே மெல் திருமணம் செய்து வைத்திருக்கிறான் எனச் சொல்கிறாள். தான் விரும்பிய ராலஹாமிக்கே தன்னைத் திருமணம் செய்துவைத்து, பின் அன்றிரவே ஆட்களைக் கொண்டு அவனைத் தாக்கி, தொடைகளுக்கு மேலால் அவனது இரு கால்களையும் முழுமையாகத் துண்டித்து ஊனமாக்கி, சவச்சாலைக்குள் அவனையும், ஒரு வீட்டுக்குள் அவளையும் சிறை வைத்திருக்கும் கொடியவன் மெல் என்கிறாள். அந்தச் சவச்சாலைக்குள் தடயங்களெதுவுமின்றி மெல்லினால், கொன்று எரிக்கப்படும் உயிர்கள் அனேகமானவை என்றும், அன்று இரவு சின்னவனையும் கொன்று விடத் தீர்மானித்திருக்கிறானென்றும் அவள் சொல்லி அழுகிறாள். திடுக்கிட்டுப் போய் அழுகிறான் சின்னவன்.

அன்றைய தினம் பிற்பகலில் சரத்துடன் வீதியில் காத்திருக்கும் சின்னவன் அக் கொள்ளையைச் செய்து மோட்டார் சைக்கிளில் பணத்தினை எடுத்துக் கொண்டு வருகையில், பொலிஸ் அவனைத் துரத்துகிறது. பொலிஸாரின் குண்டு காலினைத் தாக்கியதால், சைக்கிளிலிருந்து கீழே விழும் சரத்தினை தனது துப்பாக்கியால் சுட்டுக் கொல்கிறான் சின்னவன். பின் தப்பித்து வந்து அப் பணத்தினை மெல்லிடம் சேர்த்து விடுகிறான். தனது நண்பனையே தன் கையால் கொல்ல நேர்ந்ததற்காக அவனது மனசாட்சி அவனை உறுத்துகிறது. ஜெனியிடம் வாய்விட்டுக் கதறிக் கதறி அழுகிறான். தன்னை அன்று மெல் கொல்லக் காத்திருப்பதைத் தான் அறிவேனென்று சொல்லி அழும் சின்னவன், அதனை வலிக்காமல் செய்து முடிக்கும்படி கதறுகிறான்.

அதே தினம் இரவில், ஜெனியிடம் தனது பிணங்களை எரிக்கும் இரகசிய இடத்தில் இரண்டு பிணங்களை எரிக்க ஏற்பாடு செய்யும்படி கட்டளையிடுகிறான் மெல். சின்னவனது பிணத்தோடும், இன்னுமொரு பிணத்தோடும் தான் நள்ளிரவில் வருவதாகவும் சொல்கிறான். ஜெனி போன பின்பு, கட்டிலில் தன்னை மறந்து உறங்கிக் கொண்டிருக்கும் சின்னவனின் முகத்தை போர்வையால் மூடுகிறான் மெல். பின் தனது கத்தியை எடுக்கிறான்.

படத்தின் இறுதிக் காட்சி இதன் பிறகுதான் ஆரம்பிக்கிறது. சராசரிக்கும் கீழான, எவரினதும் பார்வை படாத மனிதர்களின் இருட்டு வாழ்க்கையின் நிகழ்வுகளை விவரிக்கிறது படம். படத்தின் காட்சியமைப்புக்களும் களங்களும் பின்னணியும் பார்வையாளர்களை ஒரு வலி மிகுந்த கவிதையைப் போல தானாக உணரச் செய்பவை. ஒரு கிராமத்திலிருந்து, நகரத்தின் சுயநலமான நடமாட்டத்துக்குள் கதைக்களம் தெளிவாகப் புகுந்து விடுவதைக் காட்சிகள் சொல்கின்றன. ஒரு பெண் தன் கூந்தலை இழந்ததற்காக, அனுதாபத்தோடு அவளைப் பார்க்க, துக்கம் விசாரிக்கவென அவளது வீட்டுக்கு வரும் கிராமத்துச் சனக்கூட்டம், பட்டப்பகலில் பிரதான வீதியின் கடையொன்றுக்குள் கொலைகள் நிகழும் போதும், தெருவில் கொள்ளை நிகழும் போதும் தன் பாட்டிலிருக்கும் நகரத்துச் சனக் கூட்டமென இயக்குனரின் பார்வை கிராமம், நகரமென இரண்டு தளக் காட்சிகளையும் யதார்த்தமாகவும் தெளிவாகவும் விளக்குகிறது.

விவாகப்பதிவு நடைபெற்றுக் கொண்டிருக்கையில், அதன் அருகிலேயே ஒரு முதியவன், நிர்வாணமாகக் கிடத்தப்பட்டிருக்கும் ஒரு பிணத்தினைக் கழுவி அறுக்க முற்படும் காட்சியும், பதிவுக்குக் கையொப்பமிட அம் முதியவனையே அழைப்பதுவும், விவாகப்பதிவு முடிந்த பின்னர் இளம்பெண், சின்னவனிடம் மெல் பற்றிச் சொல்லியமுகையில் அறுக்கப்பட்ட பிணம், அலங்கரிங்கப்பட்டு அங்கு ஒரு மௌன சாட்சியாகக்

கிடத்தப்பட்டிருப்பதுவும் பார்வையாளனின் மனதுக்கு அக் களத்தின் தீவிரத்தையும் குரூரத்தையும் உணரச் செய்வன. தனது அடியாளை வைத்து ஆள் கொலை செய்யும் அதிகாரம் நிறைந்தவனுக்கு, குற்றவாளியையும் துப்பாக்கியையும் அதன் ரவையையும் சட்டத்தின் பிடியிலிருந்து ஒளித்து வைக்க ஒரு சவப்பெட்டியும், ஊனமுற்றவனும், தேனீர் நிறைந்த ஒரு கோப்பையுமே போதுமானதாக இருக்கிறது.

இவ்வாறாக அதிகமான திருப்பங்களைக் கொண்ட வாழ்க்கையின் விபரீதமான அந்தகாரப் பக்கத்தினை, நேரடியாக முகத்திலறைந்து திறந்து காட்டியிருக்கிறது இத் திரைப்படம். யாராலும் சிந்திக்கப்படாத அடித்தட்டு மக்களின், அடியாட்களின் வாழ்வானது எவ்வளவு துயரமும், உயிரச்சமும் நிறைந்ததென வெளிப்படுத்துகின்றன அதன் காட்சிகளும் பின்புலங்களும். நல்லவன் போலச் சித்தரிக்கப்படும் மெல் எனப்படுபவன், எவ்வளவு கொடியவனென சின்னவன் உணர்கையில் அவனுக்கு ஏற்படும் அதிர்ச்சி பார்வையாளர்களுக்கும் ஏற்படுவதைத் தவிர்க்க முடியாது. மெல்லினால் கால்கள் துண்டிக்கப்பட்டு, சக்கரநாற்காலியிலமர்ந்து, எவருடனும் கதைக்காமல் எப்பொழுதும் சவச்சாலைக்குள்ளேயே சுற்றிவரும் ராலஹாமி, படத்தின் இறுதியில் எவராலும் மறக்கமுடியாத பாத்திரமாக உருவெடுக்கிறார். இவ்வாறாக திரைப்படத்தில் வந்து செல்லும் எல்லாக் கதாபாத்திரங்களுக்குமே சமமான அளவு முக்கியத்துவம் வழங்கப்பட்டிருப்பது சிறப்பு.

இயக்குனரின் முதல் திரைப்படமாக, உண்மைச் சம்பவங்களை அடிப்படையாகக் கொண்டு எடுக்கப்பட்டுள்ள இத் திரைப்படத்திற்கான திரைக்கதையை எழுதி, இயக்கி, படத்தில் சின்னவன் எனும் பிரதான பாத்திரத்தையும் ஏற்று நடித்திருக்கிறார் இயக்குனர் திரு. அதுல லியனகே (Athula Liyanage). தற்பொழுது முப்பத்தேழு வயதான இவர், திரைப்படத் துறைக்கு வரும் முன் 15

வருடங்களுக்கும் மேலாக மேடை நாடக இயக்குனராகவும், மேடை நாடக நடிகராகவும் இருந்தவர். சிறந்த நடிகர், சிறந்த கதாசிரியர், சிறந்த இயக்குனர், சிறந்த ஒப்பனைக் கலைஞர், சிறந்த மேடை ஒளியமைப்பாளர், சிறந்த மேடையமைப்பாளர் எனத் தனது மேடை நாடகங்களுக்காக பல தேசிய விருதுகளை வென்றெடுத்த இளைஞர்.

கதாநாயகியாக படத்தின் இடைவேளைக்குப் பிறகு வரும் நடிகை தமிதா அபேரத்ன (Damitha Abeyratne), மிகச் சிறப்பாகத் தனது பங்களிப்பை ஆற்றியுள்ளார். இவர் இதற்கு முன்னர் நடித்த சுலங் கிரில்லி (காற்றுக் குருவி) திரைப்படத்துக்காக இலங்கையின் சிறந்த நடிகைக்கான சரசவி தேசிய விருதையும், SIGNIS விருதையும், பங்களாதேஷில் நடைபெற்ற எட்டாவது சர்வதேச திரைப்பட விழாவில் சிறந்த நடிகைக்கான விருதையும், இந்தியாவில் நடைபெற்ற சர்வதேச திரைப்பட விழாவில் சிறந்த நடிகைக்கான விருதையும் வென்றுள்ளமை குறிப்பிடத்தக்கது.

கசுன் கல்ஹார இசையமைத்திருக்கும் இத் திரைப்படத்தில் சின்னவனின் தாயாக, மனப் பிறழ்வுள்ள வயதான பெண் பாத்திரத்தையேற்று நடித்திருக்கிறார், படத்தின் தயாரிப்பாளர்களில் ஒருவரான நடிகை நீடா பெர்னாண்டோ. இவர் 1998 இல் சிங்கப்பூரில் நடைபெற்ற சர்வதேசத் திரைப்பட விழாவில் சிறந்த நடிகைக்கான விருதையும், 1999 இல் சிறந்த நடிகைக்கான ஜனாதிபதி விருதையும் வென்றெடுத்தவர். மெல், ஜெனி, அயல்வீட்டுத் தலைவர் என எல்லோருமே இவ்வாறாக சர்வதேச அளவில் பல விருதுகளை வென்றெடுத்த நடிகர்கள். இத் திரைப்படத்தில் இவர்கள் சிறு கதாபாத்திரங்களைக் கூட ஏற்று சிறப்பாக நடித்திருப்பது பாராட்டத்தக்கது.

கோவணத்திலிருந்து காற்சட்டைக்கும், வெற்றுக் கால்களிலிருந்து மோட்டார் சைக்கிளுக்கும் மாற்றமுறும் ஒரு கிராமத்துச் சிறுவனின் கதையை தனது முதலாவது படத்தின் கருவாக எடுத்து, திறமையான

இயக்கம், நடிகர்கள் மற்றும் ஒளிப்பதிவுடன் கோர்த்து, சர்வதேச அளவில் சிறந்த திரைப்படத்தைத் தந்திருக்கும் இத் திரைப்பட இயக்குனரும் நடிகருமான திரு. அதுல லியனகேயைச் சுற்றி அனேகரது பார்வையும் தற்பொழுது குவிந்திருக்கிறது. மேடை நாடகக் கலைஞராக இருந்தவரொருவர் தான் இயக்கி, நடித்த முதல் திரைப்படத்திலேயே இவ்வாறானதொரு பெரு வெற்றியைச் சூடிக் கொள்வதென்பது இலகுவானதொன்றல்ல. எனினும் அவ் வெற்றிகளைத் தனது அடுத்து வரும் படைப்புக்களுக்கும் கொண்டு செல்வதில்தான் இந்த இளைஞரின் திறமை இனி தங்கியிருக்கிறது.

ஆர்ப்பரித்து ஒலிக்கும் 'நீதிமன்ற அமைதி'

இலங்கையின் பிரபல திரைப்பட இயக்குனர் பிரசன்ன விதானகேயின் அண்மைய திரைப்படமான 'உஸாவிய நிஹண்டய் (Silence in the court - நீதிமன்றத்தில் அமைதி) தற்போது இலங்கையின் திரையரங்குகளில் திரையிடப்பட்டுக் கொண்டிருக்கிறது. இந்தத் திரைப்படமானது, இலங்கையின் நீதிமன்றங்களில் சர்ச்சையைக் கிளப்பி, இலங்கை அரசால் திரையிடத் தடை செய்யப்பட்டிருந்தது.

கைது செய்யப்பட்டிருக்கும் தனது கணவனைக் காணவென, இலங்கையின் வறிய கிராமமொன்றிலிருந்து கைக் குழந்தையோடு, நீதிமன்றத்துக்கு வரும் ஒரு ஏழை இளம்பெண்ணை, நீதிபதி ஒருவர் வாக்குமூலம் தர அழைத்துச் செல்வதாகக் கூறி அழைத்துச் சென்று பாலியல் வன்முறைக்குள்ளாக்கி விடுகிறார். அந்தப் பெண் தனக்கு இழைக்கப்பட்ட அநீதிக்கு நீதி கேட்டு நீதி மன்ற ஆணையகம், மனித உரிமைகள் திணைக்களம், பத்திரிகைகள் எனப் பலவற்றில்

முறையிடுகிறாள். அனைத்தும் பலனற்றுப் போக இறுதியில் 'ராவய' எனும் புலனாய்வுப் பத்திரிகை நிறுவனத்துக்கு வருகை தந்து தனக்கு நிகழ்த்தப்பட்ட வன்முறைகள் குறித்து விரிவாக வாக்குமூலம் தருகிறாள். அப் பெண்ணுக்கு நீதி வேண்டி இதனை தலைப்புச் செய்தியாக்கிய அந்தப் பத்திரிகை, தாம் புலனாய்வு செய்த அந் நீதிபதியின் ஏனைய குற்றச் செயல்களையும் அந் நீதிபதியின் பெயரோடு சமூகத்தின் முன் வைத்து நீதி கேட்கிறது. பத்திரிகையில் வெளிவந்த செய்தியை வாசித்துவிட்டு, இன்னுமொரு பெண்ணும் தனக்கு அந் நீதிபதியால் இழைக்கப்பட்ட பாலியல் வன்முறை குறித்து முறையிட முன்வருகிறாள். நீதிபதி, தனது நற்பெயருக்கு களங்கம் ஏற்படுத்தியதாக பத்திரிகையின் மீதும், அதன் ஆசிரியர் மீதும் வழக்கு தொடர்கிறார். இதனால் ராவய எனும் பத்திரிகையும், அந்தப் பத்திரிகையின் ஆசிரியர் திரு. விக்டர் ஐவனும் இலங்கை அரசின் பலத்த எதிர்ப்புக்களை தொடர்ச்சியாக எதிர்கொள்ள வேண்டி வந்தது.

இவ்வாறாக, நீதிமன்றத்தால் நீதி வழங்கப்படுவதற்குப் பதிலாக, மூடி மறைக்கப்பட்டிருந்த ஒரு மாபெரும் அநீதத்தை மக்கள் தெரிந்து கொள்வதற்காக, சமூகத்தின் மத்தியில் விவரணத் திரைப்படமாக முன் வைத்திருக்கிறார் இயக்குனர் பிரசன்ன விதானகே. திரைப்படத்தின் கருவும், கதைக் களமும், கதாபாத்திரங்களும் கற்பனையில் உருவானவையல்ல. நீதிமன்றங்களில், காவல் நிலையங்களில் அதிகாரம் படைத்தவர்கள், எளியவர்கள் மீது அநீதமாக நிகழ்த்தும் வன்முறைகள் மற்றும் அதிகாரமும், பணபலமும் இருப்பதாலேயே குற்றவாளிகள் தப்பித்துக் கொள்ளும் நிதர்சனம் ஆகியன மிக யதார்த்தமாக இத் திரைப்படத்தில் காட்சிப்படுத்தப்பட்டிருக்கின்றன.

நீதிமன்றத்துக்கு வருகை தரும் ஏழை இளம்பெண்கள் இருவர், நீதிபதியாலேயே பாலியல் வன்முறைக்குள்ளாக்கப்படுகின்றனர். அவர்கள் தமக்கு இழைக்கப்பட்ட அநீதிக்கு நீதி கேட்டுச் செல்ல, அதை ராவய பத்திரிகை பிரசுரிக்கிறது. அதைக் கண்டும் காணாததுபோல

அப்போதைய ஜனாதிபதி சந்திரிக்கா பண்டாரநாயக்க குமாரதுங்க அதே நீதிபதிக்கு, நீதியரசர் பட்டம் வழங்கி கௌரவிக்கிறார். இதற்கு எதிர்ப்புத் தெரிவிக்கும் விதமாக அடுத்து வெளிவந்த ராவய பத்திரிகை கறுப்புப் பிரதிகளாக வெளிவந்ததோடு, அதில் ஜனாதிபதி, நீதிபதிக்கு பட்டம் வழங்கும் புகைப்படம் தலைகீழாகப் பிரசுரிக்கப்பட்டிருந்தது.

1990 களின் இறுதிப் பகுதியில் இடம்பெற்ற மேற்படி சம்பவத்தின் நீட்சிகளை அப்படியே சம்பந்தப்பட்டவர்களின் வாக்குமூலங்களோடு, நேரடியாக தனது திரைப்படத்தில் முன் வைத்திருக்கிறார் இயக்குனர் பிரசன்ன விதானகே. சர்வ நீதியும், அதிகாரம் மற்றும் பணபலம் படைத்தவர்களிடம் மாத்திரமே தங்கியிருக்கும் இலங்கை போன்ற நாட்டில் இவ்வாறான முயற்சிகள் தற்கொலைக்குச் சமமானவை. பத்திரிகை ஆசிரியரைப் போலவே, மூடி மறைக்கப்படவிருந்த அநீதங்களை தனது சுயாதீன சினிமா மூலம் வெளிக் கொண்டு வந்த இயக்குனரும் பாராட்டுக்குரியவர்.

இயக்குனராக மாத்திரமல்லாது, திரு. எச்.டீ. பிரேமஸ்ரீயுடன் இணைந்து இந்தத் திரைப்படத்தைத் தயாரித்தும் இருக்கிறார் பிரசன்ன விதானகே. இவரது ஆஸ்தான ஒளிப்பதிவாளர் எம்.டீ. மஹிந்தபாலவோடு, இந்தியக் கலைஞர்கள் ஸ்ரீகர் ப்ரஸாத், தபஸ் நாயக், இசையமைப்பாளர் கே ஆகியோரும் இத் திரைப்படத்தில் பிரசன்னவோடு கை கோர்த்திருக்கிறார்கள் என்பது குறிப்பிடத்தக்கது. 2015 ஆம் ஆண்டு பூரணப்படுத்தப்பட்ட இந்தத் திரைப்படமானது, 2016 ஆம் ஆண்டு ஒக்டோபர் மாத ஆரம்பத்தில் இலங்கையில் திரையிடப்படக் காத்திருந்தது. எனினும், இத் திரைப்படத்துக்கு எதிராகத் தொடுக்கப்பட்ட வழக்கின் காரணமாக, இத் திரைப்படத்தைத் திரையிட அனுமதிக்கப்பட மாட்டாதென ஒக்டோபர் மாதம் 6 ஆம் திகதி நீதிமன்றம் ஆணையிட்டது. எனினும் கலைஞர்கள் ஒன்றிணைந்து தொடர்ச்சியாக மேற்கொண்ட ஆர்ப்பாட்டங்களின்

காரணமாக ஒக்டோபர் மாதம் 21 ஆம் திகதி, திரைப்படத்தின் மீது சுமத்தப்பட்டிருந்த தடையை நீக்கி, திரையரங்குகளில் திரையிட அனுமதியளித்தது நீதிமன்றம். இந்த நூலில் 'நேர்காணல்கள்' பகுதியில் இடம்பெற்றிருக்கும் இயக்குனர் பிரசன்ன விதானகேயின் நேர்காணலானது, இத் திரைப்படம் குறித்த பல விடயங்களைத் தெளிவு படுத்தும்.

புரட்சி காலத் திரை

சுற்றுச்சூழல், சுகாதாரம் குறித்த விழிப்புணர்வுக் கூட்டம் கிராமத்துப் பள்ளிக்கூடத்தில் நடைபெற்றுக் கொண்டிருக்கிறது. பள்ளிக்கூட ஆசிரியர், ஊருக்கு புதிதாக சேவை செய்ய வந்திருக்கும் வைத்தியர் மனோகரன், ஊரிலுள்ள புரட்சியை விரும்பும் இளைஞர்கள், ஊர்வாசிகள் எனப் பலரும் கூடியிருக்கும் கூட்டத்தில் ஒரு காடையர் குழு நுழைந்து அனைவரையும் தாக்குகிறது. அப் பிரதேசத்துக்கான பாராளுமன்ற உறுப்பினரும், ஊரின் செல்வந்தரும் இணைந்து இளைஞர்களின் அந்தக் கூட்டத்தை இடையூறு செய்வதற்காக காடையர் கூட்டத்தை ஏவி விட்டிருக்கிறார்கள்.

ஊரில் பொதுவுடமைவாதக் கருத்துகள் பரவி வருவதையோ, ஏழைகள் தலையுயர்த்தி தம் முன்னே நடப்பதையோ விரும்பாத

மேற்குறிப்பிட்ட தலைவர்கள் இருவருக்கும் இளைஞர்களையும், அவர்களை வழி நடத்தும் பள்ளிக்கூட ஆசிரியரையும், மக்களுக்கு சேவை செய்யும் வைத்தியர் மனோகரனையும் ஒடுக்கி விடுவதே தேவையாக இருக்கிறது. அதற்கு ஜனநாயக அரசாங்கமும், காவல்துறையும் கூட துணை செல்கின்றன.

இளைஞர்களையும், பள்ளிக்கூட ஆசிரியரையும் கைது செய்ய நடவடிக்கை எடுத்தாயிற்று. எனில், மக்களுக்கு சேவை செய்வதையே தனது குறிக்கோளாகக் கொண்ட நேர்மையான வைத்தியர் மனோகரனை எவ்வாறு கைது செய்யலாம்? அவர் மீது ஒரு குற்றச்சாட்டைக் கிளப்பி விட வேண்டும். அது இலேசானதல்ல. ஊர் மக்கள் அவரை விசுவாசிக்கிறார்கள். அவர் மீது நல்ல மரியாதை செலுத்துகிறார்கள். நாட்டின் பல பாகங்களிலும் முப்பது வருடங்கள் சேவையாற்றிய அவர் ஒரு கை தேர்ந்த வைத்தியர் என்ற பெயரைப் பெற்றவர். இவ்வாறான ஒரு நிலையில், அப் பிரதேச பாராளுமன்ற உறுப்பினரும், ஊர் செல்வந்தரும் ஒரு சிறிய சம்பவத்தினை ஊதிப் பெரிதாக்கி, எவ்வாறு வைத்தியர் மனோகரனைக் குற்றவாளியாக்குகின்றனர் என்பதையே 2008 ஆம் ஆண்டு இலங்கையில் வெளியான 'புற நிழல் (Walapatala)' எனும் சிங்களத் திரைப்படம் விவரிக்கிறது.

ஊரிலிருக்கும் ஒரு வறிய இளம் தாய் தனது கைக்குழந்தையின் தொப்புளைச் சுற்றியிருக்கும் புண்ணை, வைத்தியர் மனோகரனிடம் காண்பிக்க வருகிறாள். வைத்தியர் அக் குழந்தையை அந்தக் கிராமத்தின் சிறிய மருத்துவமனையில் அனுமதித்து, வைத்தியம் பார்க்க ஆரம்பிக்கிறார். அவருக்கு உதவியாக தாதி ஷீலாவும் குழந்தையுடன் இருக்கிறாள். அம் மருத்துவமனையில் சத்திரசிகிச்சை அறை இல்லாத காரணத்தால் குழந்தையின் தாயை வெளியே அனுப்பி விட்டு, குழந்தையை ஆஸ்பத்திரிக் கட்டிலில் கிடத்தி, சுற்றிவர திரையிட்டு மறைத்து சிகிச்சையை ஆரம்பிக்கிறார் வைத்தியர் மனோகரன்.

பாராளுமன்ற உறுப்பினரின் வீட்டுத் தோட்டத்தில் தென்னை மரங்களுக்கு உரமிட்டுக் கொண்டிருக்கும் கூலித் தொழிலாளியான அக் குழந்தையின் தந்தைக்கு குழந்தை வைத்தியசாலையில் அனுமதிக்கப்பட்ட விபரம் தெரிய வருகிறது. அவன் சைக்கிளில் வைத்தியசாலைக்கு வேகமாக வரும்வழியில் ஊர் பணக்காரரின் காரில் மோதப் பார்க்கிறான். விவரமறியும் ஊர்ப் பணக்காரரின் கார் பாராளுமன்ற உறுப்பினரைத் தேடிச் செல்கிறது.

கல்வியறிவற்ற ஏழைத் தாயும், தந்தையும் வைத்தியசாலை வளாகத்தில் காத்திருக்கும்போது உள்ளே குழந்தையின் காயத்துக்கு மருந்திட்டுக் கொண்டிருக்கிறார் வைத்தியர். பாராளுமன்ற உறுப்பினரினதும், ஊர் செல்வந்தரினதும் வாகனங்கள் வைத்தியசாலைக்கு வருகின்றன. 'ஆஸ்பத்திரிக் கட்டிலில் வைத்து எவ்வாறு ஒரு குழந்தையின் புண்ணைக் கிழித்து மருந்திடலாம்? அதற்கு தகுந்த சத்திரசிகிச்சை

செய்ய வேண்டும். குழந்தையை பெரிய ஆஸ்பத்திரிக்கு அனுப்ப வேண்டும். அதற்கு ஆம்ப்யூலன்ஸ் வேண்டும். வைத்தியர் எவ்வாறு தானாகவே தீர்மானித்து வைத்தியம் செய்யலாம்? இது தண்டனைக்குரிய ஒரு பெரிய குற்றம்' என அவர்கள் ஆர்ப்பரிக்கிறார்கள். சர்ச்சை செய்கிறார்கள். சிகிச்சை ஏறத்தாழ முடிந்து விட்டது. குழந்தையின் காயத்தை மூட தையல் மாத்திரமே இட வேண்டியிருக்கும் நிலையில் காவல்துறையும், ஆம்ப்யூலன்ஸும் வருகிறது. திறந்த காயத்துடன் கைக்குழந்தை தொலைதூரத்திலிருக்கும் பெரியாஸ்பத்திரிக்கு பலவந்தமாக அனுப்பப்படுகிறது. அங்கு கொண்டு செல்லப்படும் அக் குழந்தை செத்துப் போகிறது. வைத்தியர் மனோகரன் குற்றவாளியாகிறார்.

1970 ஆம் ஆண்டுகளில் நடைபெற்ற ஒரு உண்மைச் சம்பவத்தை அடிப்படையாகக் கொண்டு எடுக்கப்பட்ட 'புற நிழல் (Walapatala)' எனும் இச் சிங்களத் திரைப்படம், இயக்குனர் விஜித குணரத்னவின் இயக்கத்தில் வெளிவந்து 2008 ஆம் ஆண்டுக்கான சிறந்த இயக்குனர், சிறந்த துணை நடிகர், சிறந்த கலை இயக்கம் ஆகிய பிரிவுகளில் விருதுகளை வென்ற திரைப்படமாகும். இலங்கையில் பொதுவுடமைவாத

கருத்துக்களும், புரட்சி இயக்கங்களும் பெரும்பான்மையாகப் பரவியிருந்த இரு தசாப்த காலப் பகுதியில் இவ்வாறும், இதற்கு மேலதிமாகவும் பல வன்முறைச் சம்பவங்கள் பதிவாகியிருக்கின்றன. இச் சம்பவங்கள் சார்ந்து இலங்கையில் பல புத்தகங்களும், படைப்புக்களும், நாவல்களும், தொலைக்காட்சி நாடகங்களும், ஆவணத் திரைப்படங்களும், முழு நீளத் திரைப்படங்களும் இன்று வரையில் எடுக்கப்பட்டுக் கொண்டேயிருக்கின்றன. அவற்றுள் மேற்கூறப்பட்டுள்ள திரைப்படமும், "Mahagedara', "Saagarayak Meda', "Yugaanthaya' ஆகிய சிங்களத் திரைப்படங்களும் குறிப்பிடத் தகுந்தவை.

எழுத்தாளர் மார்ட்டின் விக்கிரமசிங்கவின் "Yugaanthaya (ஊழியின் முடிவு)' நாவலை அடிப்படையாகக் கொண்டு எடுக்கப்பட்டு திரையிடப்பட்ட சிங்களத் திரைப்படம் "Yugaanthaya', முதலாளித்துவத்தில் ஊறிய தந்தைக்கும், மார்க்ஸிய லெனினிய தத்துவங்களைப் பின்பற்றும் பொதுவுடமைவாத புரட்சிக்கார மகனுக்கும் இடையிலான மோதலைச் சித்தரித்தது. இலங்கையின் சிரேஷ்ட திரைப்பட இயக்குனர்களில் ஒருவரான திரு.லெஸ்டர் ஜேம்ஸ் பீரிஸினால் இயக்கப்பட்டு 1983 ஆம் ஆண்டு வெளியான இந்தத் திரைப்படமானது, பதினான்காவது மொஸ்கோ சர்வதேச திரைப்பட விழாவில் திரையிடப்பட்டதோடு, அந்த வருடத்தின் சிறந்த இயக்குனருக்கான ஜனாதிபதி விருதையும் வென்றது.

இலங்கை சுதந்திரம் பெற முன்பிருந்தே இலங்கையில் பொதுவுடமைவாத கருத்துக்களைக் கொண்ட அரசியல் கட்சிகள் பல இருந்து வந்திருக்கின்றன. பிற்காலத்தில் அவை பிளவுபட்டு, பல புதுப் புதுக் கட்சிகள் புதுப் பெயர்களில் தோற்றம் பெற்றன. இவற்றுள் ஐக்கிய சோஷலிஸ்ட் கட்சி, இலங்கை கம்யூனிஸ்ட் கட்சி, ஐக்கிய இடதுசாரிக் கூட்டணி, மக்கள் விடுதலை முன்னணி, இலங்கை கம்யூனிஸ்ட் கட்சி (மாவோயிஸ்ட்), இலங்கை கம்யூனிஸ்ட் கட்சி (இடது), ட்ரொட்ஸ்கியவாதத்தை அடிப்படையாகக் கொண்டு

இயங்கிய இடதுசாரி அரசியல் கட்சியான இலங்கை புரட்சிகர சமசமாஜக் கட்சி, லங்கா சமசமாஜக் கட்சி, ஈரோஸ், நவ சமசமாஜக் கட்சி, புதிய ஜனநாயக மார்க்ஸிஸ-லெனினிஸக் கட்சி ஆகியவை குறிப்பிடத்தகுந்தவை.

மேற்கூறப்பட்ட பொதுவுடமைவாத கட்சிகளுள் வெகுகாலத்துக்கு இலங்கை அரசைத் தலையிடிக்குள் தள்ளிய கட்சி, மக்கள் விடுதலை முன்னனி (JVP) இயக்கமாகும். இருபத்திரண்டு வயதுடைய ஒரு துடிப்புமிக்க இளைஞனால் 1965 ஆம் ஆண்டு ஆரம்பிக்கப்பட்ட இந்த இயக்கமானது, 1970 தொடக்கம் 1990 ஆம் ஆண்டுகளின் ஆரம்பம் வரை இரண்டு தசாப்தங்களாக இலங்கை அரசை ஸ்தம்பிக்க வைத்தது. 1971 ஆம் ஆண்டு இந்த இயக்கத்தைச் சேர்ந்த கிளர்ச்சியாளர்களும், சாதாரண பொதுமக்களும் கூட ஆயுதங்களேந்தி, சில நகரங்களையும், பல கிராமப் பிரதேசங்களையும் தமது கட்டுப்பாட்டுக்குள் கொண்டு வந்து, தொடர்ச்சியாக அரசுக்கெதிரான ஆயுதப் புரட்சியை மேற்கொண்டனர். இது இலங்கை அரசுக்கெதிரான முதலாவது ஆயுதப் புரட்சியாக வரலாற்றில் பதிவாகிறது.

இதே இயக்கத்தினரின் இரண்டாவது ஆயுதப் புரட்சியானது தொடர்ச்சியாக இரண்டு வருடங்களுக்கு அதாவது 1987 தொடக்கம் 1989 வரை நடைபெற்றது. அப்போதைய இலங்கை அரசாங்கமானது, இக் கிளர்ச்சியாளர்களை ஒடுக்க மிகுந்த வன்முறையைப் பாவித்தது. எங்கெல்லாம் இக் கிளர்ச்சியாளர்களின் அசைவு காணப்படுகிறதோ, எங்கெல்லாம் பொதுவுடமைவாதக் கருத்துக்களின் சாயல் தென்படுகிறதோ, எங்கெல்லாம் சேகுவேராவும், சிவப்பின் புரட்சிகரக் கருத்துக்களும் பரவுகிறதோ அங்கெல்லாம் நுழைந்த அரசு படை இரத்த வேட்டையாடித் திரிந்தது. இதற்கு இலங்கையின் கிராமப் புறங்கள், பல்கலைக்கழகங்கள், பள்ளிக்கூடங்கள் என எவையுமே தப்பவில்லை.

நான் இக் கட்டுரையின் ஆரம்பத்தில் குறிப்பிட்ட 'புற நிழல்' சிங்களத் திரைப்படத்தின் கதையும் 1970 களில் நடைபெற்ற ஒரு உண்மைச் சம்பவத்தின் பதிவாகும். மக்களுக்கு சேவை செய்யும் வைத்தியர் மனோகரனும், இளைஞர்களுக்கு புரட்சிகரக் கருத்துக்களைப் போதிக்கும் பள்ளிக்கூட ஆசிரியரும், இடதுசாரி இளைஞர்களும் ஏன் ஊர் தலைமைக்கும், அரச பாராளுமன்ற உறுப்பினருக்கும் தலைவலியாகிறார்கள் என்பது இப்போது உங்களுக்குப் புலப்படும். நல்லவர்களை மதிக்கும் சமூகத்திலிருந்து, அவர்களை தந்திரமாக அகற்றிவிட, அரசின் கையாட்களுக்கு ஒரு ஏழைக் கைக் குழந்தையின் தொப்புள் புண் போதுமானதாக இருக்கிறது.

முதலாளித்துவக் கொள்கைகளைக் கொண்ட இலங்கை அரசாங்கத்தை இரண்டு தசாப்தங்களாக இடையூறுக்குள்ளாக்கிய ஒரு இளைஞரைப் பற்றிக் குறிப்பிட்டிருந்தேன். இலங்கையின் தென்மாகாண மீன்பிடிக் கிராமமொன்றில் பிரெஞ்சுப் புரட்சி நினைவு தினமொன்றில் (1943.07.14) பிறந்தவர் ரோஹண விஜேவீர. இவரின் தந்தையும் கூட இலங்கை கம்யூனிஸ்ட் கட்சியின் உறுப்பினர்களில் ஒருவர். மருத்துவக் கல்விக்காக மொஸ்கோ சென்ற ரோஹண, அங்கு மார்க்ஸியக் கருத்துக்களைத் தீவிரமாகக் கற்று, அக் காலத்தில் சோவியத் ஒன்றியத்தில் நிலவிய சோசலிஸமானது, உண்மையான பொதுவுடமைக் கொள்கைகளுக்கு ஏற்பானதாக இல்லை என்பதை உணர்ந்து அதற்காக குரலெழுப்ப ஆரம்பித்தார். அதனால் 1964 ஆம் ஆண்டு ரஷ்யாவிலிருந்து வெளியேற்றப்பட்டார்.

நாடு திரும்பிய மார்க்ஸிய புரட்சியாளர்களுள் ஒருவரான இளைஞர் ரோஹண விஜேவீர ஆரம்பத்தில் இலங்கை கம்யூனிஸ்ட் கட்சியில் இணைந்து பின்னர் அதிலிருந்து விலகி தனது இருபத்திரண்டாவது வயதில் 1965 ஆம் ஆண்டு 'மக்கள் விடுதலை முன்னணி' கட்சியை ஆரம்பித்து அதன் தலைவராகவும் இருந்தார்.

இக் கட்சியானது சோசலிஸ சமத்துவத்திற்காகப் பாடுபடப் போவதாக அறிவித்ததோடு, அது சம்பந்தமான அரசியல் வகுப்புக்கள் பலவற்றையும் நடத்தியது. இதனால் கவரப்பட்ட அனைத்து மதங்களையும் சேர்ந்த இளைஞர்கள், மாணவர்கள், கற்றவர்கள் எனப் பலரும் இந்தக் கட்சியில் தாமாகவே விரும்பி இணைந்தனர். இக் கட்சியில் சாதி பேதமோ, இன, மத பேதமோ எதுவும் இருக்கவில்லை. கொள்கை ஒன்றுக்காகவே அனைவரும் ஒன்றிணைந்தனர். பொலிவியாவின் புரட்சியாளரான சேகுவேராவின் வழிமுறைகள் இந்தக் கட்சியினரால் தீவிரமாகப் பின்பற்றப்பட்டன. ரோஹண விஜேவீரவின் கம்யூனிஸக் கொள்கைகள் இலங்கையின் அனைத்துப் பாகங்களிலுமிருந்த இளைஞர்கள், வறிய மக்களிடையே பாரிய வரவேற்பைப் பெற்றன. இக் கட்சியினர் ஆயுதப் புரட்சிக்கான பயிற்சிகளையும், ஆயுதங்களையும் இரகசியமாக பெற்றுக் கொண்டனர்.

1971 ஆண்டு மார்ச் மாதமளவில், இக் கட்சியின் இரகசிய ஆயுதக் கிடங்கு பற்றிய தகவல் அப்போது ஆட்சியிலிருந்த சிறிமாவோ பண்டாரநாயக்க அரசுக்குத் தெரிய வந்ததும், அவர் உடனடியாக கட்சித் தலைவர் ரோஹண விஜேவீரவைக் கைது செய்ய உத்தரவிடுகிறார். தொடர்ந்து கைது செய்யப்பட்ட ரோஹண யாழ்ப்பாண சிறைச்சாலையில் அடைக்கப்படுகிறார். இதனால் கொந்தளித்துப் போகும் இக் கட்சியினர் ஏப்ரல் மாதம் நாடு முழுவதும் பல பாகங்களிலும் ஆயுதம் தாங்கிய கிளர்ச்சிகளில் ஈடுபடுகின்றனர். இந்தக் கிளர்ச்சிகளை தனியாளாக இலங்கை அரசாங்கத்தால் கட்டுப்படுத்த முடியவில்லை. எனவே இலங்கை அரசு சர்வதேச உதவியை நாட உடனடியாக இந்தியா, சீனா உள்ளிட்ட நாடுகள் இலங்கை அரசுக்கு உதவ முன்வந்து நிலைமையைக் கட்டுப்பாட்டுக்குள் கொண்டு வந்தன. இந்த உள்நாட்டுக் கிளர்ச்சியில் பல்லாயிரக்கணக்கான கட்சி உறுப்பினர்கள் கொல்லப்பட்டனர்.

தொடர்ந்து ரோஹண விஜேவீரவின் 'மக்கள் விடுதலை முன்னணி கட்சி'யை இலங்கை அரசு தடை செய்தது.

இதனைத் தொடர்ந்து 1977 ஆம் ஆண்டு ஆட்சி மாறியதோடு, ரோஹண விஜேவீர சிறையிலிருந்து விடுதலை செய்யப்பட்டதும், அவரது கட்சி மீது விதிக்கப்பட்டிருந்த தடை நீக்கப்பட்டதும் நிகழ்ந்தது. 1982 ஆம் ஆண்டு நடைபெற்ற ஜனாதிபதித் தேர்தலில் ரோஹண போட்டியிட்டு, இரண்டு லட்சத்து எழுபத்தைந்தாயிரம் வாக்குகளைப் பெற்றதும் மீண்டும் இலங்கை அரசு அச்சம் கொள்ளத் தொடங்கியது. எனவே மீண்டும் அக் கட்சியைத் தடை செய்ய ஒரு காரணத்தைத் தேடிக் கொண்டிருந்தது இலங்கை அரசு. இந் நிலையில் 1983 ஆம் ஆண்டு ஜூலையில் இலங்கையில் தமிழர்கள் மீது குரூரமான வன்முறை நிகழ்த்தப்பட்டது. இந்த இனக் கலவரத்தை நிகழ்த்தியதாக ரோஹண விஜேவீரவின் கட்சியின் மீது பழி சுமத்தி அக் கட்சியை மீண்டும் தடை செய்தது அரசு.

இதனால் தலைமறைவாக வாழ நேர்ந்த ரோஹணவும், அவரது கட்சி உறுப்பினர்களும் ஒளிந்து மறைந்திருந்தவாறே தமது கொள்கைகளைப் பரப்பத் தொடங்கினர். 1987-1989 காலப் பகுதியில், தொடர்ச்சியாக இரண்டு வருடங்கள் தமது இரண்டாவது ஆயுதக் கிளர்ச்சியை நாட்டின் பல பாகங்களிலும் உண்டாக்கி முதலாளித்துவ அரசுக்கு நெருக்கடியைக் கொடுத்தனர். இதனால் மீண்டும் இலங்கை முழுவதும் அரச படைகள் வன்முறைகளைக் கையிலெடுத்து புரட்சியாளர்களை வேட்டையாடினர்.

இலங்கையின் மலையகப் பகுதியில் வைத்து, 1989 ஆம் ஆண்டின் நவம்பர் மாதத்தில் ஓர் நாள் கைது செய்யப்பட்ட ரோஹண விஜேவீர, அரச ஆதரவோடு ஒரு நாள் முழுவதும் சித்திரவதை செய்யப்பட்டு, மறு நாள் சுட்டுக் கொல்லப்பட்டார். தனது மரணத்தை கண்முன்னே பார்த்தவாறு இவர் வழங்கிய வாக்குமூலம் மிக நீண்டது. இறுதி வாக்குமூலம் எனத் தெரிந்ததால், பொதுவுடமைவாதம், உலக

அரசியல் எனப் பலவற்றைக் குறித்தும் விரிவாகவும், தெளிவாகவும் அதில் விவரித்திருக்கிறார். இவ்வாறாக ஒரு வீர இளைஞனின் வாழ்க்கை முடிவுக்கு வந்தது.

இந்த இளைஞனின் வாழ்க்கைச் சரிதம் முதன்முறையாக தற்போது இலங்கையில் ஒரு திரைப்படமாக உருவாகி வருகிறது. இலங்கையின் முன்னணிக் கலைஞர்கள் பலரும் பங்கெடுக்க, இயக்குனர் அனுருத்த ஜயசிங்கவின் இயக்கத்தில் 'தீயில் பிறந்த குளிர்' (Ginnen Upan Seethala & Chill out of fire) எனும் தலைப்பில் திரைப்படமாக எடுக்கப்பட்டு வருகிறது ஒரு காலத்தில் இலங்கை அரசையே ஆட்டிப் படைத்த வீர இளைஞனின் வாழ்க்கைச் சரிதம்.

ரோஹண விஜேவீர, புரட்சியாளர்களுக்கென ஒரு ஒழுங்கை உருவாக்கினார். தனியாக ஒரு கட்சியைத் தொடங்கி, களத்துக்கு இளைஞர்களைக் கூட்டிக் கொண்டு வந்தார். சமூகப் பிரிவுகளினூடாக பொதுவுடமைவாதத்தை சிங்கள, தமிழ், முஸ்லிம் மக்களிடம் கொண்டு சென்றார். ரோஹண விஜேவீர மீது மிலேச்சத்தனமான படுகொலையை அரசு மேற்கொண்டது. அதற்கு முதலாளித்துவ ஆட்சியாளர்களும் துணை சென்றனர்.

விடுதலைப் புலிகளின் தலைவர் பிரபாகரன் உள்ளிட்ட விடுதலைப் புலி உறுப்பினர்கள், பொதுவுடமைவாதக் கட்சி புரட்சியாளர்கள் அல்லாத போதும், தமது இன மக்களுக்கு விதிக்கப்பட்டிருந்த கொடுமைகளுக்கெதிராக ஆயுதம் ஏந்தியதால் இவ்வாறே கொல்லப்பட்டனர். இலங்கை அரசும், ஆட்சியாளர்களும் நிகழ்த்திய இவ்வாறான படுகொலைகளை மனசாட்சியுள்ள எவராலும் ஏற்றுக் கொள்ள முடியாது. இலங்கையில் நாட்டு மக்களையும், மக்கள் போராட்டங்களையும் எதிர்த்து, அழித்து அரசாங்கத்தைப் பாதுகாப்பதற்காகவே அரச பாதுகாப்புப் பிரிவு இருக்கிறது. அது பொதுமக்களைப் பாதுகாக்கவென்றே உருவாக்கப்பட்ட போதும், மக்களை அப் பிரிவு ஒருபோதும் பாதுகாப்பதில்லை.

உலக வரலாற்றைப் பார்க்கும்போது, அரச தரப்புக்கு எதிராக ஆயுதமேந்தியதால் வரலாற்றில் பல நல்ல மாற்றங்களைக் கொண்டுவர பொதுமக்களால் முடிந்திருக்கிறது. உதாரணமாக அமெரிக்க சுதந்திரப் போராட்டத்தின் போது மக்கள் ஒன்றிணைந்து அரச படையை எதிர்த்து வென்றிருக்கிறார்கள். பிரெஞ்சுப் போராட்டத்திலும் மக்கள் ஆயுதமேந்தி வென்றிருக்கிறார்கள். ஆயுதங்களேந்த வேண்டிய கட்டத்தில் மக்கள் ஆயுதங்களைக் கையிலெடுக்க வேண்டும். புரட்சி எனப்படுவது ஆயுதங்களைக் கையிலேந்துவது மாத்திரமல்ல. கையிலேந்த வேண்டிய இடத்தில், தக்க சமயத்தில் ஆயுதங்களைக் கையிலெடுப்பதுமாகும்.

பங்களாதேஷில் 1970 களில் இடம்பெற்ற புரட்சியைக் குறிக்கும் திரைப்படமான "Matir Moina' (The Clay Bird - களிமண் பட்சி) குறிப்பிடத்தக்க ஒரு திரைப்படமாகும். இயக்குனர் தாரிக் மசூதின் இயக்கத்தில் வெளிவந்த இந்தத் திரைப்படமானது, 2002 ஆம் ஆண்டு சர்வதேச கேன்ஸ் திரைப்பட விழாவில் FIPRESCI விருதினை வென்றது. புரட்சி காலத்தில் நிகழ்ந்த உண்மைச் சம்பவங்களை அடிப்படையாகக் கொண்டு எடுக்கப்பட்ட இத் திரைப்படத்துக்கான திரைக்கதையை இயக்குனரோடு இணைந்து எழுதித் தயாரித்தவர் அவரது மனைவி கேத்தரின் மசூத். இருவருக்கும் சர்வதேச திரைப்பட விழாவில் சிறந்த திரைக்கதையாசிரியருக்கான விருதும் கிடைத்தது.

அன்வர் எனும் சிறுவன், மார்க்கக் கல்விக்காக பள்ளிக்கூடமொன்றுக்கு அனுப்பப்படுகிறான். அம் மதக் கல்விக் கூடத்தில் ருகூன் எனும் சிறுவன் அன்வருக்கு சிநேகிதனாகிறான். ருகூனுக்கு இருக்கும் இடது கையால் எழுதும் பழக்கம் மத நிந்தனையானது என போதகரால் கூறப்பட்டு வலது கையால் எழுத நிர்ப்பந்திக்கப்படுகிறான். எனவே அவன் மனதளவில் பாதிக்கப்படுகிறான். கிராமத்தில் வசிக்கும் அன்வரின் தந்தையான காஸி, மத அடிப்படையிலான வைத்திய முறையை முயற்சித்துப்

பார்ப்பவர். அன்வரின் தங்கை அஸ்மா தீராக் காய்ச்சலால் அவதியுறும் ஒரு சிறுமி. அவளிடம் தனது மருந்துகளைப் பரிசீலித்துப் பார்க்கிறார் காஸி. அவள் குணமடைவதேயில்லை.

காஸியின் தம்பி மிலான் ஒரு பொதுவுடமைவாத இயக்கத்திலிருக்கும் புரட்சிகர இளைஞன். இக் காலகட்டத்தில் பாகிஸ்தான் இராணுவத்தால் பங்களாதேஷ் ஆக்கிரமிக்கப்படுகிறது. பாகிஸ்தான் இராணுவத்திடமிருந்து தனது தாய்நாட்டைக் காக்கப் போராடும் இளைஞன் மிலான், மத அடிப்படைவாதத்தால் மூழ்கிய காஸியினால் ஒரு முட்டாளாகவே கணிக்கப்படுகிறான்.

அவன் தனது சகோதரனுக்குத் தெரியாமல் ஆங்கில மருந்துகளை வழங்கும் ஒரு வைத்தியரிடம் சென்று சிறுமியின் காய்ச்சலுக்குத் தேவையான மருந்தினை வாங்கிக் கொண்டு வந்து சிறுமியின் தாயிடம் கொடுக்கிறான். இதனை அறியும் காஸி அம் மருந்தினை எடுத்து தூர எறிகிறார். சிறுமி அஸ்மா இறந்து விடுகிறாள்.

பங்களாதேஷில் (அப்போதைய கிழக்கு பாகிஸ்தானில்) 1960 களில் ஏற்பட்ட விடுதலை புரட்சி போராட்டத்தின் விளைவுகள் எவ்வாறெல்லாம்

கிராமத்து மக்களைப் பாதித்தன என்பதை காஸியின் குடும்பத்தினூடாக திரையில் சித்தரித்திருக்கிறார் இயக்குனர் தாரிக் மசூத். இயக்குனரின் சுய அனுபவங்களைக் கொண்ட இத் திரைப்படமானது, சர்வதேச விருது வென்ற முதல் பங்களாதேஷ் திரைப்படமாக புகழ்பெற்ற போதிலும், பங்களாதேஷ் அரசாங்கமானது, இத் திரைப்படத்துக்கு தடை விதித்திருந்தது. நாட்டின் புரட்சி சம்பந்தமான விபரங்களும், மதச் சம்பிரதாயங்களுக்கு நிந்தனை செய்யும் விடயங்களும் திரைப்படத்தில் நிறைந்திருப்பதாகக் கூறி தடை செய்த இத் திரைப்படமானது, இயக்குனரின் முதலாவது திரைப்படமல்ல.

பங்களாதேஷின் சுயாதீன திரைப்பட இயக்குனரான தாரிக் மசூத் ஏற்கனவே 1995 ஆம் ஆண்டு "Muktir Gaan' (விடுதலை கானம்) எனும் முழு நீளத் திரைப்படத்தை எடுத்து வெற்றி பெற்றவர். Muktir Kotha (விடுதலை வார்த்தைகள், 1999), Narir Kotha (பெண்களும் போரும், 2000) ஆகிய இவரது முந்தைய திரைப்படங்களும் புரட்சிப் போராட்டத்தை அடிப்படையாகக் கொண்டவையே. இந்தத் திரைப்படத்தின் தடைக்குப் பின்னரும் கூட 2011 ஆம் ஆண்டு இவர் விபத்தில் கொல்லப்படும்வரை திரைப்படங்களை இயக்கி வெளியிட்டிருக்கிறார்.

பொதுவுடமைவாத புரட்சிகள் பலவும் இருபதாம் நூற்றாண்டில் நாடுகள் பலவற்றிலும் நடைபெற்றிருப்பதை வரலாறு குறிப்பிடுகிறது. சம்பந்தப்பட்ட நாடுகள் அப் புரட்சிகளை திரைப்படங்களாக பதிந்து வைத்திருப்பதையும் காணக் கூடியதாக இருக்கிறது. இந்தியாவில், கேரள மாநிலத்திலிருந்து வெளிவரும் மலையாளத் திரைப்படங்கள் பலவும், இன்றுவரை புரட்சிகர கருத்துக்களோடும், பொதுவுடமைவாத கொள்கைகளை விமர்சிப்பதாகவும் வெளிவந்து கொண்டிருப்பதைக் காணலாம். இவற்றுள் Lal Salam, Sandesham, Vellanakalude Nadu, Rakthasakhshikal Zindabad, Pathram ஆகியவை Times of India

ஊடகத்தினால் பொதுவுடமைவாதம், அரசியல் பின்புலத்தில் எடுக்கப்பட்டுள்ள மலையாளத் திரைப்படங்களுள் சிறந்த ஐந்து என பட்டியலிடப்பட்டுள்ளன. அண்மையில் 2017 ஆம் வருடத்தின் ஆரம்பத்தில் வெளிவந்திருக்கும் "Oru Mexican Aparatha', "Sakhavu' ஆகிய மலையாளத் திரைப்படங்களும் கூட பொதுவுடமைவாத புரட்சியை பின்னணியாகக் கொண்ட திரைப்படங்கள்தான். கேரள அரசியலின் முக்கியமான காலகட்டங்களை இத் திரைப்படங்கள் பிரதிபலிக்கின்றன.

இலங்கையில் ரோஹண விஜேவீரவின் வாழ்க்கை வரலாற்றைத் திரைப்படமாக்க பல திரைப்பட இயக்குனர்களும் கடந்த மூன்று தசாப்தங்களாக முயற்சித்து வந்த போதிலும், அதற்கான அனுமதியை கடந்த அரசாங்கங்கள் வழங்கவேயில்லை. இந்த ஆட்சியில் அதற்கான அனுமதி கிடைத்து, கடந்த ஜனவரி முதல் படப்பிடிப்பு வேலைகள் ஆரம்பிக்கப்பட்டிருக்கின்றன. இலங்கை அரசு, ரோஹணவைப் போலவே தனக்கு இடையூறானவர் எனக் கருதியதால் கொல்லப்பட்ட விடுதலைப் புலிகளின் தலைவர் வேலுப்பிள்ளை பிரபாகரனது வாழ்க்கைச் சரிதமும் இவ்வாறாக ஒரு திரைப்படமாக வேண்டும். இலங்கையில் அதற்கு அனுமதி கிடைக்க சாத்தியமில்லை.

தமிழ்நாட்டின் அரசியலும், திரையுலகமும், சில ஊடகங்களும் ஈழப் போராட்டத்தை தமக்கு தங்க முட்டையிடும் வாத்தாகவே கருதி வருகின்றன. தேர்தல்கள் நெருங்கும் போதும், ஈழத் தமிழர் புலம்பெயர்ந்து வாழும் நாடுகளில் தமது திரைப்படங்கள் திரையிடப்படும் போதும், அனைத்து மேடைகளிலும் பேச்சு ஈழம் பற்றியும், ஈழப் போராட்டம் பற்றியுமேயிருக்கும். அவற்றைக் கடந்து விட்டால் அடுத்த தேர்தல் வரும் வரைக்கும், அடுத்த திரைப்படம் திரையிடப்படும் வரைக்கும் ஈழம் குறித்து கனத்த மௌனமே எங்கும் பரவியிருக்கும்.

இந்த வஞ்சகத்தைத் தாண்டி, ஈழத்திலிருந்து புலம்பெயர்ந்து அநாதரவாக தமிழ்நாட்டில் தஞ்சம் புகுந்திருக்கும் அனைத்து ஏழை அகதி மக்களுக்கும் தேவையான வசதிகளை ஏற்படுத்திக் கொடுக்கவும், அவர்களையும் மனிதர்களாக மதிக்க வைக்கவுமான நல்ல மாற்றங்களை ஏற்படுத்த நேர்மையான ஊடகங்களால் முடியும். திரைப்படம் என்பது அம் மாற்றங்களை மக்கள் மத்தியில் எளிதில் விதைக்க முடியுமான ஒரு சிறப்பான ஊடகம்.

பொதுவுடமைவாதம் எதனைப் போதித்ததோ, அதனைப் பின்பற்ற வைக்கும் நல்ல திரைப்படங்கள் தமிழ் திரையுலகிலும் வர வேண்டும். அத் திரைப்படங்கள் சமூகத்தில் நல்ல பல மாற்றங்களை ஏற்படுத்தும். அவ்வாறே, மக்களுக்காக போராடி மரித்த விடுதலைப் புலிகளின் தலைவர் வேலுப்பிள்ளை பிரபாகரனின் வாழ்க்கைச் சரிதத்தைத் திரைப்படமாக்க இந்திய தமிழ் திரையுலகம் முன் வந்தால், அச் சரிதம் நேர்மையாகத் திரைப்படமாக்கப்பட்டால் பல நூற்றாண்டுகள் கழிந்த பிறகும் கூட மக்களுக்கான ஈழப் போராட்டம் எதிர்கால சந்ததியினரின் மனங்களிலும் காலமெல்லாம் நிலைத்திருக்கும்.

வரலாற்று ஆவணங்கள் போராட்ட காலங்களின், போராட்ட வீரர்களின் புரட்சிகரமான வேதனையும், வெற்றிக் களிப்பும் நிறைந்த காலங்களைப் பிரதிபலிக்காமல் ஒருபோதும் பூரணமாகாது. திரைப்படங்கள் அக் காலங்களை மீண்டும் வாழும்படி செய்கின்றன. இறந்த காலங்களுக்கு உயிர் கொடுக்கின்றன. மக்களுக்காகப் போராடி மரித்த உயிர்களுக்கும், ஜீவிதங்களுக்கும் காலாகாலத்துக்கும் நாம் செய்யும் மரியாதை, அந்த உயிர்களையும், ஜீவிதங்களையும் எமது வருங்கால சந்ததிகளிடத்தில் எவ்வித கலப்படங்களுமின்றி உயிரோட்டமாகக் கொண்டு சேர்ப்பதுதான். தற்கால இளந்தலைமுறையினரையும், நவீன தொழில்நுட்ப வசதிகளையும் பார்க்கும்போது, தடைகளைத் தாண்டி அதைச் செய்யக் கூடிய திறமையும், தைரியமுமிக்க திரையுலகமொன்று நம் முன்னே காத்திருக்கிறது என்பது தெளிவாகிறது.

'வீடு' சொல்வது யாதெனில்...

வீடுகள் எப்பொழுதும் அழைத்துக் கொண்டேயிருக்கின்றன. மலைக்காடுகளிலுள்ள கருங்குகைகள் குடையப்பட்டு இருப்பிடங்களாகத் தோற்றம் பெற்ற காலத்திலிருந்தே மனிதன் தனது உறைவிடம் குறித்து சிந்திக்கத் தொடங்கி விட்டான். பறவைகளுக்கு இருப்பிடம் பற்றிய பிரச்சினைகள் எவையும் இல்லை. அவைக்கு மரங்களே கூடு. பறத்தலே தேடல். மனிதன் எப்பொழுதுமே தேடலைத் தொடர்ந்தபடி அலைபவன். பெருவிருட்சங்களைப் போல அவனது பாதங்கள் ஓரிடத்தில் மாத்திரம் தரித்து நின்று விடுவதில்லை. அவன் தனது வாழ்வாதாரத்தைத் தேடிக் கொண்டே இருக்கிறான். அத் தேடல்களின் பின்னே அவனது வாழ்வு குறித்த ஒரு ஏக்கம் சுமையென அழுத்திக் கொண்டேயிருக்கிறது. அந்த ஏக்கம் அவனைத் துரத்துகிறது. அவனை ஒரு நதியென மாற்றிச் சுழல விடுகிறது. நதி கணத்துக்குக் கணம் மாறிக் கொண்டே இருக்கிறது. மனிதனும் அவ்வாறேதான். உணவிற்கான

பசியும், கௌரவத்தைக் காப்பாற்றிக் கொள்ளத் தேவையான ஆடையும் கணத்துக்குக் கணம் மனிதனை இயங்கச் செய்துகொண்டேயிருக்கிறது. எல்லாவற்றுக்கும் அத்திவாரமாக அமைதியாக அமர்ந்திருக்கிறது வீடு. அது மாயக் கரம் கொண்டு தன் பக்கம் ஈர்த்துக் கொண்டே இருக்கிறது. உலகம் முழுவதும் மனிதன் அலைந்து திரிந்தாலும் அவனது இறுதி இலக்காக அவனது வீடே அமைகிறது. ஒரு மனிதன் எங்கு பயணித்தாலும், அவன் மீளத் திரும்புவது தனது இருப்பிடத்துக்கேயாகும்.

இயக்குனர் பாலுமகேந்திராவின் 'வீடு' மூன்று தசாப்தங்களைக் கடந்து வந்திருக்கிறது. அந்த வீட்டில் வாழும் மனிதர்கள் எல்லாக் காலத்து மனிதர்களையும் மிகவும் கூர்மையாகப் பிரதிபலிக்கிறார்கள். எல்லா மனிதர்களுக்குள்ளும் குடியிருக்கும் உள்மன ஆசைகளிலொன்று 'சொந்தமாக தனக்கென ஒரு வீடு' என்பதுதான். அவ்வாறான ஒரு வீட்டைத் தனக்கென சொந்தமாக்கிக் கொள்வதில் எழும் நடைமுறைப் பிரச்சினைகள்தான் 'வீடு' திரைப்படத்தின் கதைக் களமாக அமைந்திருக்கிறது. சொந்தமாக ஒரு வீடு இல்லாமல் வாடகைக்குக் குடியேற வேண்டிய நிர்ப்பந்தங்களுள்ள மூவரும், அவர்களுக்கு உதவும் உள்ளங்களுமென படம் முழுவதும் நாம் அடிக்கடி அயலில் பார்க்கும் மனிதர்களே நிறைந்திருக்கிறார்கள். அம் மக்களுக்குள் எம்மைக் காண முடிகிறது. நமது உணர்வுகளைக் கொண்டு வாழும் மனிதர்களை 'வீடு' திரைப்படம் மூலம் காட்சிப்படுத்தியிருக்கிறார் இயக்குனர் பாலுமகேந்திரா.

வாடகைக்குக் குடியிருக்கும் மனிதர்களுக்குள் எப்பொழுதும் ஒரு துரும்பு உள்ளத்தில் இடறிக் கொண்டேயிருக்கும். என்னதான் வாடகையை ஒழுங்காகச் செலுத்தியபோதும், எல்லாவிதத்திலும் ஒரு நிரந்தரமற்ற தன்மை அவர்களுக்குள் உருத்திக் கொண்டேயிருக்கும். மனம், சொந்தமாக ஒரு இருப்பிடத்தை எப்பொழுதும் கற்பனை பண்ணிக் கொண்டேயிருக்கும். வீட்டின் சொந்தக்காரன் எப்பொழுது

வெளியேறச் சொல்வானோ? தனது செயற்பாடுகள் வீட்டை இழக்கச் செய்துவிடுமோ? என்பன போன்ற ஐயங்கள் மனதின் மூலையிலிருந்து கிளர்ந்து கொண்டேயிருக்கும். ஒரு நிலையில், வாடகைக்குக் குடியிருக்கும் வீட்டை விட்டு, இன்னுமொரு வாடகை வீட்டுக்கு மாற வேண்டிய நிலைமை ஏற்படும்போது உள்ளுக்குள் ஏற்படும் சங்கடங்கள் மிகவும் ஆழமாகத் தாக்கங்களை ஏற்படுத்தக் கூடியன. தனக்குப் பொருத்தமான வீட்டினை வாடகைக்குத் தேடியலைவது, வீட்டுக்கான வாடகை தனது எண்ணத்திற்கேற்ப அமைவது, வீட்டின் அமைவும், உள்ளக வசதிகளும் தனக்குப் பிடித்த வகையில் அமைவது என எல்லாச் சிந்தனைகளும் வாடகை வீடு எனும் மையத்தினை நோக்கியே குவிந்திருக்கும்.

அவ்வாறான சிந்தனைச் சுழலின் அலைகள் வீடெங்கும் பரவ ஆரம்பிக்கும் நிலையினைச் சித்தரிக்கும் திரைப்படத்தின் தொடக்கக் காட்சிகள் பார்வையாளனைத் திரைப்படத்திற்குள் இழுத்துச் சென்று விடுகின்றன. குடும்பத்துக்கு ஆதாரமாக இருக்கும் வேலைக்குப் போகும் பெண்ணானவள், இச் சிக்கலில் என்ன செய்யப் போகிறாள் என்பது குறித்த எண்ணத்தையும், இப்படிச் செய்தால் என்ன? என அவளுக்குக் கருத்துக் கூற வைக்கும் தன்மையையும் பார்வையாளன் அக் காட்சிகளின் மூலம் ஒருங்கே பெற்றுவிடுகிறான்.

கதாநாயகியின் உள்ளுக்குள் புதைந்திருக்கும் சொந்த வீடு குறித்த ஆசையைக் கிளறிவிடுகிறார் சக அலுவலகர். அதற்கான

வழிகளையும் அவர் விவரித்துச் சொல்கையில் கதையின் நாயகிக்குள் கிளர்ந்தெழும் சொந்த வீடு குறித்த ஆசை பார்வையாளனுக்குள்ளும் எழுகிறது. சொந்த வீடு கட்டுவதற்கு எழும் பணம் குறித்தான நடைமுறைச் சிக்கல்களைத் தீர்க்கும் விதங்களை அவர் விவரிக்கையில் நமக்குள்ளும் 'அப்படியொரு வீடு கட்டிப் பார்த்தாலென்ன?' என எழும் கேள்வியைத் தவிர்க்க முடியாதுள்ளது. அவரது உரையைச் செவிமடுக்கும் அர்ச்சனாவின் முகத்தில் தோன்றும் மாற்றங்களை நோக்கி கேமரா நகர்வதானது பார்வையாளனின் மனநிலையையே சித்தரிக்கிறது. 'அவள் இங்கு என்ன சொல்லப் போகிறாள்?', 'அவளது முடிவு என்னவாக இருக்கும்?' போன்ற கேள்விகளோடு, அவள் இதற்கு சம்மதிக்க வேண்டுமேயென்ற எண்ணமும் நமக்குள் எழுகிறது.

காணியைப் பார்க்கச் செல்லும் மழைநாளும், நிலத்தின் குழிகளில் தேங்கியிருக்கும் சேற்றுநீரும் அந்தக் காலநிலையை அற்புதமாகப் பிரதிபலிக்கிறது. இயக்குனர் அந்தக் காலநிலையைத் தேர்ந்தெடுத்தற்கு கதை மாந்தர்களுக்குள் அவ்வாறான நிலைமையில் எழுந்திருக்கக் கூடிய மனச் சஞ்சலங்களும் காரணமாக இருந்திருக்கக் கூடும்.

திரைப்படத்தின் மையக் காட்சிகள் எல்லாமே வீட்டினைச் சுற்றியே நகர்கிறது. படத்தில் நடித்திருக்கும் எந்த நடிகர்களுமே வீணாக வந்து செல்லவில்லை. எல்லாக் கதாபாத்திரங்களும் படத்தினை நகர்த்திச் செல்ல மிகவும் இன்றியமையாதவையாக உள்ளன. திரைப்படத்தின் ஒரு காட்சியில் அந்த வீட்டினைக் கட்ட வைக்க வேண்டி, மேல்மாடியில் குடியிருப்பவர் தாத்தாவுக்குத் தெரியாமல், அதிகாரிக்கு லஞ்சம் கொடுக்கிறார். சக வாடகை வீட்டார்களிடத்தில் அரிதாக இருக்கும் 'தனக்கு இல்லாவிட்டாலும் அவர்களாவது சொந்த வீட்டில் குடியிருக்க வேண்டும்' என்ற நல்லெண்ணத்தை இயக்குனர் கையாண்டிருக்கும் விதம் போற்றத்தக்கது. அவ்வாறே வீட்டு மனைக் கிணற்றில் தண்ணீரெடுக்க வரும் பெண்களை ஒப்பந்தக்காரர் திட்டி விரட்டுகையில் அவரது குணநலன்களையும், அதனைத் தடுக்கும் கதை

நாயகனின் குணநலன்களையும் ஒரே காட்சியில் இயக்குனர் தெளிவுபடுத்தியிருப்பது குறிப்பிடத்தக்கது. ஒப்பந்தக்காரர் ஏமாற்றிய பிற்பாடு, வீடு கட்டும் பொறுப்பை ஏற்றுச் செவ்வனே கட்டி முடித்திடும் மேஸ்திரியும், சித்தாளும் சமூகத்தில் நமது கவனத்துக்குள் வந்து செல்லாதவர்கள். அவர்களது இருப்பும், செயற்பாடுகளும் குறித்து எவ்விதக் கவலைகளுமற்று நாகரீக மனிதர்களாக உலவும் சமூகத்தைக் கிண்டலடிக்கும் விதமாக, அவர்களுக்குள் வாழும் நல்ல மனிதர்களை சமூகத்தின் பார்வைக்கு முன்வைத்திருப்பது சிறப்பு.

வீடு கட்டும் தேவைக்காக கடன் கேட்டுப் போகையில் நவீன மனிதர்களாகக் காட்டிக் கொள்ளும் தோழியின் வீட்டில் கிடைக்கப் பெறும் அவளது கணவனது வசையும், தான் இரகசியமாகச் சேர்த்து வரும் பணத்தை பேத்தியிடமே கையளித்துவிட்டு அமைதியுறும் நோயாளித் தாத்தாவின் இயல்பும் என முரண்களைச் சித்தரிப்பதன் மூலம் தற்கால சமூகத்தின் நிலைப்பாடுகளைத் தெளிவாகச் சொல்லியிருக்கிறார் இயக்குனர். பணம் படைத்தவர்களின், மேலும் மேலும் பணம் சம்பாதிக்கும் ஆசையையும், பணத் தேவையுள்ளவனின் சொத்துக்களை மிகக் குறைந்தளவில் வாங்குவதற்கான ஆர்வத்தையும் படத்தின் ஒரு காட்சி சொல்கிறது.

வளசரவாக்கத்திலிருக்கும் தமக்குச் சொந்தமான நிலம் குறித்த உரையாடலோடு, பார்க்கச் செல்லும் வாடகை வீடானது தமது கனவு வீட்டோடு மிகவும் பொருந்திப் போகும்போதும் வீட்டுக்காரர் மிகவும் நல்லவராக இருப்பதாலும் ஏற்படும் மகிழ்வானது, தொடர்ந்து வரும் காட்சிகளில் சித்தரிக்கப்படும் பண நெருக்கடி சம்பந்தமான பிரச்சினைகளால் துயரமாக மாறுகிறது. வீடு மறுதலிக்கப்பட்டுத் திரும்பும் தாத்தாவின் சோகம் ததும்பிய முகமும், 'கொளுத்துதில்ல... குடையைத்தான் விரியுங்களேன்' என யாரென்றே அறியாத போதும் பாசத்துடனும் உரிமையுடனும் தாத்தாவிடம் கூறும் தெருவோர காய்கறிக்காரரின் மனப்பான்மையுமென படத்தின் நகர்வு மனிதர்களால் பூரணமடைந்திருக்கிறது.

'வீடு' திரைப்படத்தின் பிரதான கதைக் கருவாக 'வீடு' அமைந்திருந்தபோதிலும், படத்தில் எக் காலத்திலும் மாற்றமுறாத மிகவும் முக்கியமான விடயங்களும் காட்சிகளில் சித்தரிக்கப்பட்டுள்ளன. தனது சொந்த நிலத்தில் வீடொன்றைக் கட்டுவதற்காகப் பாடுபடும் பெண்ணிடம் லஞ்சமாக உடலையும், பணத்தையும் எதிர்பார்க்கும் நிலைமை இன்றும் எங்கும் வியாபித்துள்ளது. காலத்தின் ஓட்டத்தில் எவ்விடயத்திலும் மாற்றமுறாத திரைப்படமாக 'வீடு' எனும் இந்த அற்புதமான திரைப்படத்தைக் குறிப்பிடலாம். ஒரு வீடு கட்டுவதிலுள்ள அத்தனை சிரமங்களையும், எதிர்கொள்ளும் இடர்களையும் மிகவும் தெளிவாக திரைக்காட்சியாக ஆக்கியுள்ளார் இயக்குனர்.

படத்தின் பின்னணி இசையும் படத்திற்கு வலுச் சேர்த்திருக்கிறது. அர்ச்சனாவும் குடும்பத்தினரும் வாடகைக்கு வீடு தேடியலையும் போதும், வீடு சம்பந்தமான ஆவணங்களுக்கு, உரிய அதிகாரிகளிடம் கையெழுத்துக்களை வேண்டி நிற்கும்போதும், சிறு மனஸ்தாபத்துக்குப் பிறகு பேருந்துக்குள் நாயகனதும், நாயகியினதும் பாசப் பரிமாற்றத்தைச் சித்தரிக்கும் காட்சியிலும், வீடு சிறிது சிறிதாக கட்டியெழுப்பப்படும் காட்சிகளிலும், படத்தின் இறுதிக் காட்சியில் புது வீட்டினை தாத்தா பார்க்கச் செல்லும் காட்சியிலும், தாத்தாவின் மரணத்திற்குப் பிறகு வரும் காட்சிகளிலும் என படத்தின் நகர்வுக்கு இளையராஜாவின் இசையும் மிகவும் பிரதானமாகவும் அருமையாகவும் அமைந்துள்ளது. அத்தோடு ஆழமான அன்பு கொண்ட காதலர்களுக்கிடையிலான யதார்த்தம் மிகுந்த உரையாடல்களாக அமையும் பானுசந்தருக்கும், அர்ச்சனாவுக்குமிடையிலான காட்சிகள் மிகவும் இயல்பாகவும் யதார்த்தமானதாகவும் இருப்பது கவனத்திற்குரியது.

'வீடு' திரைப்படத்துக்கான நடிகர்கள் தேர்வும், அவர்களது நடிப்பும் கதாபாத்திரங்களை உச்ச அளவுக்கு உயிரூட்டியுள்ளதைக் குறிப்பிட்டே ஆகவேண்டும். திரைப்படத்தின் கதாநாயகி

அர்ச்சனாவின் நடிப்பு மிகவும் அருமை. அத்தோடு இத் திரைப்படத்தின் மூலம் மேலும் இருவர் எப்பொழுதும் மனதில் தரித்திருக்கின்றனர். தாத்தாவாக நடித்திருக்கும் K.A சொக்கலிங்க பாகவதரின் பாத்திரப் படைப்பு மிகவும் நேர்த்தியானது. தனது முக பாவனைகளாலேயே கதையின் ஆழத்தை உணர்த்துகிறார் அவர். தனது பேத்தி புதிதாகக் கட்டியிருக்கும் வீட்டினைப் பார்க்கச் செல்கையில் அவரில் தென்படும் சோர்வும், பார்க்கும்போது எழும் பூரிப்பும் பார்வையாளனையும் தனக்குள் உணரச் செய்வன. அடுத்ததாக குறிப்பிட்டுச் சொல்ல வேண்டிய நடிப்பு சத்யாவினுடையது. தமிழ் சினிமாவில் அதிகம் கண்டுகொள்ளப்படாத திறமை மிக்க நடிகையான சத்யா, சித்தாளாக வந்து சென்னைத் தமிழில் தனது தேர்ந்த நடிப்பை வெளிப்படுத்தியிருக்கிறார்.

திரைக்கதை, வசனம், எடிட்டிங், ஒளிப்பதிவு, இயக்கம் என ஒரு திரைப்படத்துக்குத் தேவையான அனைத்து அம்சங்களையும் சிறப்பாகக் கையாண்டிருக்கும் இயக்குனர் பாலுமகேந்திராவின் மிகவும் தைரியமான முயற்சி இத் திரைப்படம் என்பதனைக் குறிப்பிட வேண்டும். டிஸ்கோ ஆட்டங்களும், கவர்ச்சி நடனங்களும், சண்டைக் காட்சிகளோடு வீர வசனங்கள் பேசி பழிக்குப் பழி வாங்கும் கதைகளும் செறிந்திருந்த தமிழ் சினிமாவின் ஒரு காலப் பகுதியில், இவ்வாறான யதார்த்த வாழ்வியலையும், நடைமுறைச் சிக்கல்களையும் சித்தரிக்கும் ஒரு அருமையான திரைப்படத்தினைத் தந்திருக்கும் இயக்குனர் பாலுமகேந்திராவைப் பாராட்டியே ஆகவேண்டும். பார்வையாளர்கள் ஏற்றுக் கொள்வார்களா? திரைப்படத்துக்கெனச் செலவாகும் பணத்தினை மீளப் பெற்றுக் கொள்ள முடியுமாக இருக்குமா? போன்ற திரைப்படத்துறை அச்சங்களைப் புறந்தள்ளி சிறந்த கதை இருந்தால் திரைப்படம் காலத்தை வென்று வாழும் என்பதை நிரூபித்துள்ளார் இயக்குனர் பாலுமகேந்திரா.

ஒருபோதும் வாடாத 'முள்ளும் மலரும்'

'எவன் தயவும் எனக்கு வேண்டாம். சாகுற வரைக்கும் உங்களையெல்லாம் வச்சு நான் சோறு போடுவேன்டா. கை போனா என்னடா? என்ன செத்தா போயிட்டேன்? ஒப்பாரி வைக்கிறாங்க, ஒப்பாரி. போங்கடா...போங்க.'

இந்தளவு தன்னம்பிக்கை மிகுந்த வசனங்களை அண்மைக்கால தமிழ்த் திரைப்படம் எதிலும் நான் பார்க்கவில்லை. ஒரு விபத்து. கதாநாயகனின் ஒரு கை முற்றுமுழுதாக அகற்றப்படுகிறது. அதுவரைக்கும் அவனது குடும்பத்தின் வாழ்வாதாரம் அவன் மட்டும்தான். ஊராரின் பாசம் அவனுக்கு ஆறுதல் சொல்லத் தூண்டுகிறது. அந்த ஆறுதலை அவன் மனது ஏற்க மறுக்கிறது. சிறு வயது முதலிருக்கும் முரட்டுத்தனமும், போலியான நடிப்பின்றிய பாசமும், சுயத்தை இழக்கத் துணியாத தைரியமும், தன்னம்பிக்கையும் இந்த வசனங்களில் மிகத் தெளிவாகத் தெரிகின்றன. இவ்வாறாக மனித வாழ்வின் ஏற்ற இறக்கங்கள், பாமரனொருவனுக்கும் படித்தவனுக்குமிடையிலான பிறிதொரு மனப்பான்மை மற்றும் தாழ்வுச் சிக்கல்கள் போன்றவை எவ்வாறு ஒருவனின் வாழ்க்கைப் பாதையை முழுவதுமாக மாற்றியமைக்கிறது என்பதைச் சொல்ல

முயல்கிறது 'முள்ளும் மலரும்' திரைப்படம். தெருவோர வித்தை காண்பிப்பவன் உயர்த்திப் பிடித்திருக்கும் கழியில் ஊசலாடிக் கொண்டிருக்கும் சிறுமியையும், கொட்டடித்து பார்வையாளர்களை தம் பக்கம் வரவழைத்துக் கொண்டிருக்கும் சிறுவனையும் திரைப்படத்தின் ஆரம்பக் காட்சியில் காணலாம். அநாதையாக நிற்கும் தமக்கு ஆதரவளிக்க எவருமற்ற வாழ்வின் துயர்களை, தொடர்ந்து வரும் பாடல் விளக்குகிறது.

உலகில் மனிதர்கள் எவ்வளவு விசித்திரமான மனம் படைத்தவர்களாக இருக்கிறார்கள்? ஒவ்வொருவருக்குள்ளும் எத்தனையெத்தனையோ முகங்கள். ஒருவன், ஒருவரிடம் காட்டும் முகம் பிறிதொருவரிடத்தில் காட்ட மாட்டான். தனது தேவைகளுக்காக மாத்திரமே அடுத்தவனைப் பயன்படுத்திக் கொள்ளும் சந்தர்ப்பவாதியாக அவன் இருக்கிறான். தேவை பூர்த்தியானதும், கழற்றி விடும் சுயநலமும், பச்சோந்தித்தனமும், அதுவரையில் உதவியவர்களை கறிவேப்பிலையெனத் தூக்கிப் போடும் பாசாங்குத்தனமுமாக வாழும் போலி மனிதர்களுக்கு மத்தியில் நாம் வாழ வேண்டியவர்களாக விதிக்கப்பட்டிருக்கிறோம். அவ்வாறான நிலையில் உண்மையான பாசங்களையும், எந்தவித எதிர்பார்ப்புமற்ற பரிவினையும், நேசத்தையும், வெள்ளந்தித்தனத்தையும் இத் திரைப்படத்தில் காட்டப்படும் கிராமம் போன்ற பிரதேசங்களில்தான் காணக்கூடியதாக இருக்கும். மலையும், மலை சார்ந்த பிரதேசங்களும் சூழ உள்ள அக் கிராமம் அங்கு வாழும் மனிதர்களிடத்திலும் பாசத்தினை மட்டுமே விதைத்திருக்கிறது எனலாம்.

ஊர் மக்களுக்கு உதவுவதற்காக வேண்டி, தான் பொறுப்பாக இருந்து இயக்கி வரும் ட்ராலி வண்டியில் ஊர் மக்களில் சிலரை ஏற்றி அனுப்ப எத்தனிக்கும் காளியை தடுத்து நிறுத்தி எச்சரிக்கிறார் அங்கு புதிதாக வந்திருக்கும் எஞ்சினியர். அதற்குப் பழி வாங்க எஞ்சினியர் பயணிக்கும் ட்ராலி வண்டியை இடைவழியில் நிறுத்தி மீதித் தூரத்தை நடந்து செல்லும்படி பணிக்கிறான் காளி. அதனைப் புன்னகையோடு

ஏற்கும் எஞ்சினியரினதும், காளியினதும் மனநிலை வேறுபாட்டை மிக இலாவகமாக சித்தரிக்கிறது அக் காட்சியமைப்பு. கிராமத்துக்குள் அதிகமாக வந்துபோயிராத ஜீப் வண்டியொன்றைக் கண்டதும் அதில் ஏறி விளையாடும் கிராமத்துப் பெண்கள் மிக யதார்த்தமான கதாபாத்திரச் சித்தரிப்புக்கள். காளியைப் பற்றி எஞ்சினியர் தனது அலுவலக ஊழியரிடம் விசாரிக்கும்போது பதிலாகக் கிடைக்கும் அந்த ஊழியரின் பொய்யான மறுமொழிகளும், தொடர்ச்சியான நிஜ காட்சியமைப்புக்களும் ஹாஸ்யத்தன்மை வாய்ந்தவையாக அமைந்துள்ளன. அக் காலம் தொட்டு எல்லாப் பணியிடங்களிலும் இப்படித்தான் போலும். வெகு இயல்பான வசனங்களோடு

சுயநலமும், சந்தர்ப்பவாதமும் மிகைத்திருக்கும் காளியினது பணிச் சூழலை முகத்தில் அறைந்து உணர்த்துகிறது அக் காட்சியமைப்பு. அவ்வாறே எஞ்சினியரின் தொடர்ச்சியான எச்சரிப்புக்களால் சினமுற்றிருக்கும் காளி, விடயம் தெரியாமல் உணவு ஊட்டி விடப் பார்க்கும் தங்கை வள்ளியிடம் கோபித்துக் கொள்வதும், உணவைத் தட்டிவிடுவதும் அதனைத் தொடர்ந்த காட்சிகளும் திரைப்படத்தின் நகர்வுக்கும், கதாபாத்திரங்களின் இயல்பான நடைமுறைகளைச் சித்தரிப்பதற்கும், சகோதர பாசத்தின் நெருக்கத்தை விவரிப்பதற்கும் பெரிதும் உதவியிருக்கின்றன எனலாம்.

வாழ்வில் முதல் வலி எப்பொழுதுமே மறக்க முடியாதது. உடற்காயம் கூட ஆறி விடலாம். ஆனால் நாம் உண்மையாகவே நேசிக்கும் ஒரு ஜீவனால் ஏற்படுத்தப்படும் உள்ளக் காயங்கள் ஒருபோதும் மறக்கப்பட முடியாதவை. அவை கீறப்பட்டுக் கீறப்பட்டு வலியைத் தொடர்ந்தும் தந்தபடியே இருக்கும். அவ்வாறான வலியை உணரும் காளி, வீட்டுக்குக் குடித்துவிட்டு வந்து தனது தங்கை வள்ளியிடம் அழுகிறான்.

'பொறந்ததிலிருந்து எங்கம்மாவை நான் அடிச்சதேயில்ல. வலிச்சுதாப்பா? என்னிக்குமில்லாம இன்னிக்கு... என்னை நல்லா

அடிச்சிடுப்பா, என்னை நல்லா அடிச்சிடுப்பா... நல்லா அடிச்சிடு...'

'இப்படியெல்லாம் பேசினா நான் திட்டுவேன்,'

'நீ என்னை நல்லாத் திட்டு..நீ திட்டாம என்னை வேறு யார் திட்டுறது? எந்தெந்த நாயெல்லாமோ என்னைத் திட்டுது'

எனத் தொடர்ந்து செல்லும் உரையாடல்களும், காளியின் தங்கை வள்ளி, மங்காவிடம் தனது அண்ணனைத் திருமணம் செய்துகொள்ளும்படி வேண்டும்போது இடம்பெறும் உரையாடல்களும் சகோதரத்துவத்தின் நிஜமான பாசத்தினை வெளிப்படுத்துகின்றன. காளியின் மீது மங்காவுக்கு இருக்கும் அன்பும் இவ்வாறே பல காட்சிகளில் வெளிப்படுகிறது. திரைப்படத்தில் மங்காவின் பாத்திரப் படைப்பு வித்தியாசமானது. ஆரம்பத்தில் உணவுப் பண்டங்கள் மீது தீவிர ப்ரியம் காட்டுபவளாகவும், வேலைகள் எதையும் செய்ய உடல் வணங்காதவளாகவும், திமிர் பிடித்தவளாகவும், குறும்புத்தனம் மிக்கவளாகவும் காட்டப்படும் மங்கா, படத்தின் இறுதிக் காட்சிகளில் தனது கணவனின் தங்கையின் மீதுள்ள பேரன்பையும் அவளது எதிர்காலம் குறித்த கரிசனையையும் கூட கோபத்தின் மூலமே காட்டவிழைவது வெகு இயல்பானது. தனக்கு இருப்பிடம் கொடுத்து, வாழ வழியமைத்துக் கொடுத்தவளது எதிர்கால நலனுக்காக, தனது உயிரையும் கூடக் கொடுக்கத் துணிவது மிக யதார்த்தமாகக் காட்டப்பட்டிருக்கிறது.

அற்புதமான நடிகர்கள் தேர்வு திரைப்படத்தின் வெற்றிக்கும் முதல் காரணமெனத் தயங்காது கூறலாம். எல்லோரும் போற்றும் சூப்பர் ஸ்டார் ரஜினிகாந்தினுடைய நடிப்பின் முழுப் பரிமாணத்தையும் இத் திரைப்படத்தில் காணக் கூடியதாக உள்ளது. ரஜினிகாந்த் நடித்த திரைப்படங்களிலேயே எனக்கு மிகவும் பிடித்த திரைப்படம் இதுதான் என நான் இத் திரைப்படத்தை உறுதியாகக் கூறலாம். இந்த நடிப்பெல்லாம் இப்பொழுதும் கூட இவருக்குள்ளேதானே உள்ளது. ஏன் தமிழ் திரைப்படத் துறையினர் இப்பொழுதெல்லாம்

இவரிடமிருந்து இந்த நடிப்பை வாங்க மறுக்கின்றனர்? என்ற கேள்வி எழாமலில்லை.

நடிகை ஷோபா நடித்து நான் பார்த்த முதல் திரைப்படம் இது. பாசம், பரிவு, ஏமாற்றம், துயரம், மகிழ்ச்சி என எல்லா உணர்வுகளையும் ஒரே வதனத்தில் சில கணங்களுக்குள் கொண்டு வந்து நடித்த அற்புதமான நடிகையாக அவரை இத் திரைப்படத்தில் பார்க்கக் கூடியதாக இருக்கிறது. ஜெயலட்சுமியின் கதாபாத்திரம் முற்றுமுழுதாக ஷோபாவிடமிருந்து வேறுபடுகிறது. அதீத உணவுப் பிரியையாகவும், குறும்புத்தனம் செய்து கொண்டு எவருக்கும் கட்டுப்பட்டு நடக்க விரும்பாத பெண்ணாகவும் திரைப்படத்தின் முதல்பாதியில் சித்தரிக்கப்படும் அவர் திரைப்படத்தின் பிற்பாதியில் தனக்குத் தரப்பட்ட முழுப் பொறுப்பையும் செவ்வனே நிறைவேற்றியிருக்கிறார். தமிழ் சினிமாவில் நல்ல நடிகைகளாக வலம் வந்திருக்க வேண்டியவர்களாக, இன்றும் பேசப்படுபவர்களாக இவர்கள் இருவரும் இருப்பதற்கு இத் திரைப்படம் கூட ஒரு காரணமாக இருக்கலாம்.

திரைப்படத்தின் வெற்றிக்கு இன்னும் பல காரணங்கள் கை கோர்த்திருக்கின்றன. திரைக்கதை, இயக்கத்தோடு, இசை, ஒளிப்பதிவு, பாடல்கள் என எல்லாவற்றையும் மிக அருமையாகத் தருவதற்கு உழைத்த அனைவருமே இங்கு நினைவுகூறப்பட வேண்டியவர்களாக இருக்கின்றனர். மனதை வருடும் இளையராஜாவின் அற்புதமான இசையில் வெளிவந்த 'செந்தாழம்பூவில் வந்தாடும் தென்றல்', 'அடி பெண்ணே பொன்னூஞ்சலாடும் இளமை', 'ராமன் ஆண்டாலும் ராவணன் ஆண்டாலும் எனக்கொரு கவலையில்ல', 'நித்தம் நித்தம் நெல்லுச் சோறு' ஆகிய பாடல்கள் காலத்தால் அழியாத கானங்கள். 'பள்ளம் சிலர் உள்ளம் என ஏன் படைத்தான் ஆண்டவன்' என இயற்கையோடு, மனித மனங்களையும் வர்ணித்து எழுதியிருக்கும் கவிஞர் கண்ணதாசனின் வரிகளை உணர்வோடு வெளிப்படுத்தியிருக்கிறார் பாடகர் கே.ஜே.ஜேசுதாஸ். அதே போல

பாடலாசிரியர் பஞ்சு அருணாசலத்தின் 'அடி பெண்ணே' பாடலைத் தனது அற்புதமான குரலில் மிக மென்மையாக வெளிப்படுத்தி அசத்தியிருக்கிறார் பாடகி ஜென்சி.

இயக்குனர் மகேந்திரனின் முதல் திரைப்படம் இது. தமிழ் சினிமாவின் வழமையான பாணிகளை மாற்றியமைத்த திரைப்படமாகவும் இதனைச் சொல்லலாம். எழுத்தாளர் உமா சந்திரன் எழுதி, கல்கி வெள்ளிவிழா மலரில் பரிசு பெற்ற கதையானது, இயக்குனர் மகேந்திரனின் இயக்கத்தில், இயக்குனர் பாலு மகேந்திராவின் ஒளிப்பதிவோடு மிகவும் கச்சிதமாக காட்சிப்படுத்தப்பட்டு வெளிவந்திருப்பது குறிப்பிடத்தக்கது. ஆபாசத்தை வலிந்து புகுத்த முடியுமான வெண்ணிற ஆடை மூர்த்தியின் காதல் காட்சிகளில் கூட அது வலிந்து தவிர்க்கப்பட்டிருப்பதானது பாராட்டுதற்குரியது. இவ்வாறான திரைப்படங்கள் இக் காலத்தின் தேவையாக இருக்கின்றன என்பது மறுப்பதற்கில்லை. இயக்குனர் மகேந்திரனும், இயக்குனர் பாலு மகேந்திராவும் தமிழ் சினிமாவுக்குக் கிடைத்த வரங்களெனச் சொல்லலாம். இவர்களது பங்களிப்பு தமிழ் சினிமாவுக்கு தொடர்ச்சியாகத் தேவைப்படும் இக் காலத்தில் இவர்கள் அமைதியாக இருப்பது ஏற்றுக் கொள்ளத்தக்கதல்ல.

திரைப்படத்தின் இறுதிக் காட்சியை அன்பின் உன்னதத்தை விளக்கும் ஓரிடமாகக் கொள்ளலாம். ஒருவர் மேல் உண்மையாக வைக்கும் அன்பும், பாசமும் அவருக்காக எதையும் செய்யத் தூண்டும். அவர் மேல் அதிகமாக அக்கறை செலுத்த வைக்கும். அவர் மீது அதிகளவு நம்பிக்கையை வைத்திருக்கச் செய்யும். உண்மையான அன்பும் நேசமும் எந்தப் பிரதிபலனையும் எதிர்பாராது எனப் பொதுவாகச் சொல்லப்படுகிறது. எனினும், உண்மையில் அந்த அன்பும் கூட அதற்குப் பிரதிபலனாக அன்பையும் ஆதரவையுமே எதிர்பார்த்திருக்கும். பிரதிபலனை எதிர்பார்க்காத அன்பும், வாழ்வின் மீது பற்றற்ற இருப்பும் இருப்பதென்பதே மிகவும் பொய்யானது. அது

போலியான வாழ்க்கையைத்தான் வாழத் தூண்டும். ஒப்பனையையும், அரிதாரத்தையும், வேடத்தையும் வெறும் உடலுக்கு மட்டும் சூடிக்கொண்டு, நிஜத்தில் நேர்மையாக வாழும் மனிதர்களை மிக அரிதாகவே காணலாம்.

எனினும் வாழ்வின் மீது பற்றற்றவனென்றும் தானொரு துறவியென்றும் தன்னைக் குறித்தான விம்பங்களை உயர்த்திப் பிடித்துக் கொண்டு ஊருக்கு மாத்திரம் உபதேசித்துத் திரிபவர்களை தினந்தோறும் அதிகளவில் பார்க்கக் கூடியதாக இருக்கிறது. அவர்களது போலி விம்பங்கள் உடைந்து சிதறும் நாளில், எவரும் அவருடன் இருக்க மாட்டார்கள் என்பதே நிதர்சனம். 'முள்ளும் மலரும்' இதனையே உணர்த்துகிறது. பலருக்கும் பாடம் கற்பித்துச் செல்லும் திரைப்படம், சாகாவரம் பெற்றதெனச் சொல்லலாம். இந்த மலரோடு முள்ளும் கூட ஒருபோதும் வாடாது.

கரிசல் காட்டு பூமியில் 'பூ' மலர்ந்த தருணம்

திருமணம் ஆனால் என்ன? நாம் மனதார விரும்பியவரை அதன் பிறகு வெறுத்துவிட வேண்டுமா என்ன? அவரை சபித்துவிட வேண்டுமா என்ன? ஒருவரை உண்மையாகவே நேசித்திருந்தால் அவ்வாறு அவருக்கு ஒருபோதும் கெடுதல் நினைக்க முடியாது. அவர் எங்கே, யாருடன் வாழ்ந்தாலும் மிகச் சிறப்பாக வாழ வேண்டுமென பிரார்த்திக் கொண்டேயிருக்கும் மனம்.

எழுத்தாளர் கி.ராஜநாராயணன் தொகுத்திருந்த 'கரிசல்காட்டு சிறுகதைகள்' எனும் தொகுப்பின் முதல் சிறுகதையாக, எழுத்தாளர் ச. தமிழ்ச்செல்வனின் 'வெயிலோடு போய்' சிறுகதை அமைந்திருந்தது.

மகிழ்வான திருமண வாழ்க்கை தனக்கு வாய்த்திருந்த போதிலும், தான் மிகவும் நேசித்த, சிறு வயது முதலாக திருமணம் செய்யக் காத்திருந்த ஒருவன், அவனது திருமணத்தின் பின்னர் அவனது மனைவியுடன் மகிழ்ச்சியாக இல்லை என உணர்ந்து வேதனையுறும் ஒரு கிராமத்துப் பெண்ணின் உணர்வுகளை மையமாக வைத்து எழுதப்பட்ட சிறுகதை அது.

அதுவரையில் 'சொல்லாமலே', 'ரோஜாக்கூட்டம்', 'டிஷ்யூம்' ஆகிய திரைப்படங்களையெடுத்து இந்தியத் தமிழ்த் திரைப்பட வரலாற்றில் முன்னணி இயக்குனர்களிலொருவராக தனது பெயரைப் பதித்துக் கொண்ட இயக்குனர் சசி, இச் சிறுகதையைத் தனது அடுத்த திரைப்படமாக்கினார். வெற்றிப்பாதையில் இருக்கும் எந்தவொரு இயக்குனரும் தனது அடுத்த திரைப்படமும் வணிக ரீதியில் வெற்றியடைய வேண்டுமென்றே விரும்புவார். அதற்குப் பொருத்தமான கதையையே அவர் அடுத்த திரைப்படத்துக்காகத் தேர்ந்தெடுப்பார். ஆனால் இங்கு இயக்குனர் சசி வித்தியாசமானவராகத் தெரிகிறார்.

திரைப்படமானது, உச்ச நட்சத்திரங்களாலும், குத்துப் பாடல்களாலும், சண்டைக்காட்சிகளாலும் பூரணப்படுத்தப்பட்டு, ரசிகர்களின் ஆரவாரங்களாலும், பணத்துக்கு விலைபோகும் தொலைக்காட்சி நிகழ்ச்சிகளாலும் வெற்றியடைந்ததாகக் காண்பிக்கப்பட்டு, வெற்றித் திரைப்பட இயக்குனராகக் கொண்டாடப்படும் இந்தியத் தமிழ்த் திரைப்படச் சூழலில், இயக்குனர் சசியின் கதையினதும், நடிகர்களினதும் தேர்வினைப் பார்க்கும்போது பணத்தை, புகழை விடவும் அவர் தனது ஆற்றலை வெளிப்படுத்தவே முன் நின்றிருக்கிறார் என்பது தெளிவாகிறது.

'வெயிலோடு போய்' சிறுகதையை, திரைப்படத்தைப் பார்க்கும் முன்பு நான் வாசித்திருக்கவுமில்லை. அறிந்திருக்கவுமில்லை. 'பூ' திரைப்படத்தைப் பார்த்தவர்கள் எல்லோருமே அதனைக் கொண்டாடும்போது, அப்படி என்னதான் அதில் இருக்கிறது என நான்

ஆவலுற்றுப் பார்த்த திரைப்படம் அது. அதன் பிறகு பல தடவைகள் பார்த்து விட்டேன். திரைப்படமும், அதில் வந்த மாரியும் ஒருபோதும் என்னை ஏமாற்றவேயில்லை. பிறகுதான் அச் சிறுகதையை வாசிக்க வேண்டும் என்ற எண்ணம் உந்தித் தள்ளிக் கொண்டேயிருந்தது.

இணையத்தில் தேடியும் கிடைக்கவேயில்லை. சென்னை நண்பர் கிருஷ்ணபிரபு எனக்காக அச் சிறுகதையைத் தொகுப்பிலிருந்து பார்த்துப் பார்த்து தட்டச்சு செய்து அனுப்பியிருந்தார். வாசித்துப் பார்த்தேன். சிறுகதைக்கும், அதில் வரும் மாரிக்கும், ஏனைய கதாபாத்திரங்களுக்கும், கதைக் கருவுக்கும் எவ்விதப் பாதிப்புமில்லாமல் முழுமையான நேர்த்தியோடு திரைப்படமாக்க வேண்டியிருந்த சவாலை மிகச் சரியாக நிறைவேற்றி, இயக்குனர் சசி வெற்றி பெற்றிருந்தார்.

'வெயிலோடு போய்' சிறுகதையின் முதல்வரிகள் இப்படி ஆரம்பிக்கின்றன.

மாரியம்மாளின் ஆத்தாளுக்கு முதலில் திகைப்பாயிருந்தது. இந்த வேகாத வெயில்ல இந்தக் கழுத ஏன் இப்படி தவிச்சிப்போயி ஓடியாந்திருக்கு என்று புரியவில்லை. 'ஓம் மாப்பிள்ளை வல்லியாடி' என்று கேட்டதுக்கு 'பொறு பொறு'ங்கிற மாதிரி கையைக் காமிச்சிட்டு விறு விறுன்னு உள்ள போயி ரெண்டு செம்பு தண்ணியை கடக்குக் கடக்குன்னு குடிச்சிட்டு 'ஸ்... ஆத்தாடி'-ன்னு உட்கார்ந்தாள்.

'ஓம் மாப்பிள்ளை வல்லியாடி?'

'அவரு... ராத்திரி பொங்க வைக்கிற நேரத்துக்கு வருவாராம். இந்நியேரம் வந்தா அவிக யாவாரம் கெட்டுப்போயிருமாம்'.

'சரி... அப்பன்னா நீ சித்த வெயில் தாழக் கிளம்பி வாறது... தீயாப் பொசுக்குற இந்த வெயில்ல ஓடியாராட்டா என்ன...'

'ஆமா... அது சரி... பொங்கலுக்கு மச்சான் அவுக வந்திருக்காகளாமில்ல...'

'பூ' திரைப்படமும் சிறுகதையை அப்படியே அச்சொற்றியெடுத்தது போல காட்சிகளாக்கப்பட்டிருக்கிறது. இயக்குனர் சசி இச் சிறுகதையைத் திரைப்படமாக்குவதற்கு ஏறத்தாழ 15 வருடங்களுக்கு முன்பு, கல்லூரிப் படிப்பை முடித்து விட்டு கிராமங்களில் வேலை பார்த்துக் கொண்டிருக்கும் போதுதான் நான் மேற்கூறிய சிறுகதைத் தொகுப்பில் இச் சிறுகதையை வாசித்திருக்கிறார். சிறுகதையும், அதில் வந்த மாரியும் அவரை மிகவும் பாதித்திருக்கிறது; பாதித்திருக்கிறாள். அதன் பிறகு வேலையை விட்டுவிட்டு வந்து, பல போராட்டங்களுக்குப் பின்னர் திரைப்பட இயக்குனராகி என பல வருடங்கள் கடந்தபிறகும் கூட அச் சிறுகதையினதும், மாரியினதும் பாதிப்பு அவருள் குறைந்திருக்கவேயில்லை. கதை, கதாபாத்திரங்களுக்குப் பொருத்தமான நடிகர்கள், கதைக்களமும் அதற்கான இடங்களும் என எல்லாமும் பூரணமாகப் பொருந்தும்விதமாக படமாக்கி முடித்து வெளியிட்டு வெற்றி கண்டதன் பிறகுதான் அவரால் நிம்மதியாக உறங்க முடியுமானதாக இருந்திருக்கும்.

இயக்குனர் சசி தேர்ந்தெடுத்த கதையில் மாத்திரமல்ல; அவரது நடிகர்கள் தேர்வும் தைரியமானதுதான். திரைப்படத்தின் கதாநாயகன் ஸ்ரீகாந்த் மாத்திரம்தான் திரைப்படத்தில் எல்லோரும் அறிந்த ஒரு பிரபல நடிகர். ஏனைய கதாபாத்திரங்கள் அனைவருமே புதியவர்கள், கதாநாயகி உட்பட. கதாநாயகன், கதாநாயகி தவிர்த்த ஏனைய

அனைவருமே கிராமத்தவர்கள். அவர்களுக்கு இதுதான் முதல் திரைப்பட அனுபவமாக இருந்திருக்கக் கூடும். ஆனால் புதியவர்களின் மிரட்சியோ, அலட்சியமோ திரைப்படத்தின் ஓரிடத்தில் கூடத் தென்படவேயில்லை. மாரி, மாரியின் அம்மா, மாரியின் கணவன், மாரியின் சகோதரன், தங்கராசு, அவனின் மனைவி, அவனின் தந்தை, தாய், சீனியம்மாள், சிறுவர்கள் என எல்லோருமே மனதுக்குள் ஊடுருவுகிறார்கள். நம்மை ஈர்க்கிறார்கள். ஒருபோதும் பார்வையாளர்கள் தம்மை மறக்க முடியாதபடி நடித்திருக்கிறார்கள்.

இலக்கியங்களை திரைப்படமாக்கும் முயற்சி பல தசாப்தங்களுக்கு முன்பிருந்தே ஆரம்பித்தாயிற்று. இயக்குனர்கள் சத்யஜித்ரே, மகேந்திரன், அடூர் கோபாலகிருஷ்ணன், ஞான ராஜசேகரன், தங்கர்பச்சான் எனப் பலர் நாவல்களையும், குறுநாவல்களையும் திரைப்படமாக்கி வெற்றி கண்டவர்கள். சிறுகதைகளைத் திரைப்படமாக்கியதில் கவனம் பெற்றவர்களாக இயக்குனர் சத்யஜித்ரே, இயக்குனர் அடூர் கோபாலகிருஷ்ணன், இயக்குனர் சுசீந்திரன் ஆகியோரைக் குறிப்பிட்டுச் சொல்லலாம். அந்த வரிசையில் தவிர்க்கப்பட முடியாதவர் இயக்குனர் சசி.

இயக்குனர் சசியின் இயக்கத்துக்கு ஒளிப்பதிவும் வலுச் சேர்த்திருக்கிறது. ஒளிப்பதிவாளராக, தான் அறிமுகமான முதல் திரைப்படத்திலேயே பலரதும் பாராட்டுக்களை வென்றெடுப்பதென்பது இலகுவான ஒன்றல்ல. ஒளிப்பதிவாளர் பி.ஜி.முத்தையாவுக்கு இதுதான் முதல் திரைப்படம். கிராமமும், இரட்டைப் பனைகளும், வெயிலும், செம்மண்ணும் என ஒரு கரிசல் பூமியை மறக்க முடியாதபடி கண்முன்னே கொண்டு வந்து நிறுத்தியிருக்கிறார் ஒளிப்பதிவாளர்.

திரைப்படத்துக்கு வலுச் சேர்க்கும் இசையைத் தந்த இசையமைப்பாளர் எஸ்.எஸ்.குமரனுக்கும் இதுதான் முதல்

திரைப்படம். பின்னணி இசையும், பாடல்களும் மேலதிக இரைச்சல்கள் ஏதுமின்றி திரைப்படத்தோடு ஒன்றி வரும்படி அமைத்து திரைப்படத்தை வாகை சூட வைத்திருக்கிறார் இசையமைப்பாளர். 'சூ சூ மாரி' இளம்பிராயத்தை நம் கண் முன்னே கொண்டு வரும் பாடல். 'ஆவாரம் பூ' இளம்பெண்ணின் காதலனுக்கான பாசத்தையும், காத்திருப்பையும் வெளிப்படுத்தும் பாடல். பொருத்தமான வரிகளுக்கேற்ற இசை, பாடல்களை மெருகூட்டி பார்ப்பவர்கள் மனதில் நிலைத்திருக்கச் செய்திருக்கிறது. இதற்காக இம் முதல் திரைப்படத்திலேயே இசையமைப்பாளருக்கு 'சிறந்த அறிமுக இசையமைப்பாளருக்கான மக்கள் விருது' கிடைத்ததை இங்கு குறிப்பிட்டே ஆக வேண்டும்.

இங்கு ஸ்ரீகாந்தையும் பாராட்ட வேண்டும். இத் திரைப்படம் தயாராகும் காலகட்டத்தில் அவர் ஒரு உச்ச நட்சத்திரம். காதல் நாயகனாகக் கொண்டாடப்பட்டவர். 'பூ' திரைப்படத்தில் அவரது கதாபாத்திரம் சிறியது. தன்னை திரையுலகில் அறிமுகப்படுத்திய இயக்குனர் சசிக்கான நன்றிக் கடனாக அவர் இத் திரைப்படத்தில் நடித்திருக்கக் கூடும். ஆனால் இத் திரைப்படத்தில் ஆண்மையை நிரூபிக்க சண்டைக் காட்சிகளோ, முத்தக் காட்சிகளோ இல்லை. 'பஞ்ச்' வசனங்கள் இல்லை. எல்லாவற்றையும் ஏற்றுக்கொண்டு நடித்த அவரது பெருந்தன்மையைத் தவிர்க்க முடியாது. திரைப்படத்தைப் பார்த்த எல்லோருமே மாரியைக் கொண்டாடுகையில், அப் பாத்திரத்தில் நடித்த பார்வதியை தனியாக எதைச் சொல்லிப் பாராட்டுவது? தற்காலத்திலும் திறமை மிகுந்த திரைக் கலைஞராக பிரகாசித்துக் கொண்டிருக்கும் நடிகை பார்வதியின் விரிவான நேர்காணல் இந்த நூலின் நேர்காணல்கள் பகுதியில் இடம்பெற்றிருக்கிறது.

சிறுகதையில் விரிவாகச் சொல்லப்படாதவற்றையும் திரைப்படத்தில் பொருத்தமாகக் காட்டியிருக்கிறார் இயக்குனர் சசி.

மாரியினதும் தங்கராசுவினதும் சிறுபிராயம், குறிசொல்லி மீதான அச்சம், தோசை முத்தம், கைத்தொலைபேசியெண் மனனம், தீப்பெட்டி ஆபிஸரின் ஒருதலைக் காதல், சீனியம்மாளின் சிறு தீனி விருப்பம், எழுத்துப் பிழையுடனான காதல் கடிதம், கள்ளிப்பழ ஓட்டம் எனப் பலதையும் கதையோட்டத்தினூடே சுவாரஸ்யமாகத் திணித்து மண்வாசனையைத் திரை முழுதும் பரப்பியிருக்கிறார் இயக்குனர். ஆனால் ஓரிடத்திலும் கூட அவரது திணிப்புக்கள் எவையும் சிறுகதையை விட்டும் சறுக்கவில்லை; அலுப்பூட்டவில்லை. காட்சிகளெல்லாமுமே திரைப்படத்துக்கு வலுச் சேர்த்திருக்கின்றன.

இலக்கியப் படைப்பான ஒரு காவியத்தை அல்லது நாவலைத் திரைப்படமாக்குவதை விடவும், சிறுகதையொன்றைத் திரைப்படமாக்குவது என்பது சவால் மிக்கது. குறிப்பிட்ட சில பக்கங்களில் எழுதப்படும் சிறுகதையின் நேர்த்தியையும், அது மனதைத் தொடும் உச்சத்தையும், அது ஏற்படுத்தும் பாதிப்பையும் திரைப்படத்தின் மூலமாகக் கொண்டுவருவதில் பாரிய உழைப்பும் சிந்தனையும் வேண்டியிருக்கிறது. அது இயக்குனரால் மாத்திரம் செய்யக் கூடிய ஒன்றல்ல. திரைப்படத்தில் பணியாற்றும் அனைத்துக் கலைஞர்களினதும் கூட்டுமுயற்சியின் மூலமே அதனை செவ்வனே நிறைவேற்றலாம். 'பூ'வில் எல்லாமுமே கூடி வந்திருக்கிறது. குறையென்று சொல்ல ஏதுமற்ற மாரி எப்பொழுதுமே மனதில் நிற்கிறாள்.

'1983' ஆம் வருடத்தோடு, 'ஸக்கரியாவின் கர்ப்பிணி'களும் தற்காலத் தமிழ்த் திரைப்படங்களின் போக்கும்!

1983 ஆம் ஆண்டு இந்தியா தேசமானது, கிரிக்கெட்டுக்கான முதலாவது உலகக் கிண்ணத்தை சுவீகரித்துக் கொண்டது. ரமேஷுக்கு அப்பொழுது பத்து வயது. எல்லாச் சிறுவர்களையும் போலவே கிரிக்கட்டின் மீது மோகித்துத் திரிகிறான். கிரிக்கெட் விளையாட்டின் மீதுள்ள பேராவலால் கல்வியை, காதலை, எதிர்காலத்தையே இழப்பவன் என்னவாகிறான்?

நன்றாகப் படிக்கும் மாணவனாக அபாரமான கண்டுபிடிப்புக்களைச் செய்யும் சிறுவனை ஆசிரியர்கள் பாராட்டுவதைக் கேள்வியுற்று அவனை ஒரு இயந்திரவியல் பொறியிலாளராக கல்வி கற்கச் செய்ய வேண்டுமெனப் பாடுபடுகிறார் ஏழைத் தந்தை. சிறு வயது முதற்கொண்டே நட்பாகி, ஒன்றாகக் கல்வி கற்ற தோழி, தான் பட்டதாரியான பின்பும் அவனையே திருமணம் செய்து, அவனுடன் வாழ்நாள் முழுவதும் ஒன்றாக இருக்க விரும்புகிறாள். அவர்களது விருப்பங்கள் என்னவாகின்றன?

எப்பொழுதும் கிரிக்கெட் விளையாட்டிலேயே காலம் கடத்தி, கல்வியில் கோட்டை விட்ட மகனின் கிரிக்கெட் மட்டையை கோபத்தில் கத்தியால் வெட்டும் தந்தை, கிரிக்கெட் உட்பட உலகப் புகழ்பெற்ற சச்சின் டென்டுல்கரையே அறிந்திராத மனைவி, ஏழ்மையோடு போராடும் குடும்பம். இவர்களுக்கு மத்தியில் ஒருவன், தனது மகனை இந்தியக் கிரிக்கெட் அணியில் இடம்பெறச் செய்வது எவ்வாறு?

மலையாளத் திரைப்படமான '1983' இதைத்தான் சொல்கிறது. தன்னம்பிக்கையும், முயற்சியும், திறமையும் இருந்தால் எவ்வளவுதான் எதிர்ப்பு வந்தாலும் எவரும் சாதிக்கலாம் என எடுத்துக் கூறும் ஒரு நல்ல திரைப்படம். குடும்பத்துடன் பார்க்கக் கூடிய, பார்க்க வேண்டிய திரைப்படமாக எடுத்துக் காட்டக் கூடிய ஒரு நல்ல படம். யதார்த்தமான கதை. யாரையும் இம்சிக்காத நகைச்சுவை. திறம்பட்ட நடிப்பு. தேவையான இடங்களில் இசை. வேறென்ன வேண்டும் இத் திரைப்படத்தின் வெற்றிக்கு?

வெற்றித் திரைப்படங்களைத் தந்துகொண்டிருக்கும் இள வயது கதாநாயக நடிகர் நிவின் பாலி, நாற்பது வயதினனாக நடித்திருக்கும் படம். நடிப்பு அனுபவமோ, எந்த சினிமா பின்புலமுமோ அற்ற நிவின் பாலிக்கு 2010 ஆம் ஆண்டு ஒரு மலையாளத் திரைப்படத்தில் நடிக்க தற்செயலாக ஒரு வாய்ப்புக் கிடைத்தது. பற்றிப் பிடித்துக் கொண்டார். நல்ல நடிப்பின் மூலமாக தொடர்ச்சியாக வெற்றிகள். 2014 ஆம் வருடத்தின் ஆரம்பத்தில் இத் திரைப்படமும் இன்னுமொரு வெற்றி. கதாநாயகிகளாக இருவர். அதிலும் மனைவியாக வரும் ஷ்ரிந்தாவுக்கு நல்ல வாய்ப்பு. அனேகமாக மலையாளத்தில் வெற்றி பெற்றுள்ள எல்லாத் திரைப்படங்களிலும் இந்தப் பெண் சிறிய கதாபாத்திரத்திலேனும் இருப்பார். திறமை மிக்கவர்.

புகைப்படக் கலைஞரான இயக்குனர் அப்ரித் ஷைனின் முதல் திரைப்படம் இது. இவ்வாறான திரைப்படத்தை ஆரம்பத்

திரைப்படமாக முயற்சித்துப் பார்க்கவே தைரியம் வேண்டும். இத் திரைப்படத்தைத் தமிழில் நேரடியாக மொழிமாற்றம் செய்து வெளியிடப் போவதாக அறிகிறேன். அப்படியே வரட்டும். தமிழில் வெற்றி பெற்ற நடிகர்கள் யாரும் நடிக்கத் தயங்கும் கதாபாத்திரம் இது. டூயட் பாடல்கள், சண்டைக்காட்சிகள், குத்துப்பாடல்கள் இல்லை. வயதான கதாநாயகன். இவ்வாறான கதாபாத்திரத்தைத் தமிழில் எவர் ஏற்று நடிப்பர்? நடிகர் விஜய் சேதுபதியைத் தவிர வேறெவரும் மனதில் தோன்றவில்லை.

02.

இங்கு இன்னுமொரு மலையாளத் திரைப்படத்தைப் பற்றியும் சொல்லவேண்டும். படத்தின் பெயர் 'ஸக்கரியாயுடே கர்ப்பிணிகள்'. படத்தின் தலைப்பைப் பார்த்தவுடனேயே ஸக்கரியா எனும் ஒருவனால் கர்ப்பிணியானவர்களின் கதையென நீங்கள் நினைத்தால் அது தவறு. இதுவும் ஒரு குடும்பச் சித்திரம். இதிலும் கதாநாயகன் நாற்பது வயதுகளைத் தாண்டியவர். முன் சொன்னது போல குத்துப் பாடல்களோ, சண்டைக்காட்சிகளோ இல்லை. ஆனால் நம் இந்திய, இலங்கை சமூகங்கள் ஏற்றுக் கொள்ள மறுக்கும் நான்கு கர்ப்பிணிகளைப் பற்றிய கதை இது. திரைப்படமாக எடுக்கக் கடும் துணிவு வேண்டும். நான்கு கர்ப்பிணிகளையும் பாருங்கள்.

1. ஆண்களுடன் எந்தத் தொடர்புமற்ற ஒரு கிறிஸ்தவக் கன்னியாஸ்திரி
2. ஒரு பள்ளிக்கூடச் சிறுமி
3. வருடக் கணக்கில் கோமாவிலிருக்கும் ஒரு புகழ்பெற்ற விளையாட்டு வீரரின் மனைவி
4. காதலனுமில்லாத, திருமணமுமாகாத ஒரு இளம் முஸ்லிம் பெண்

இந் நான்கு கதாநாயகிகளோடு திரைப்படத்தில் இன்னுமொரு கதாநாயகியும் இருக்கிறார். அவர் திருமணமாகியும் பல

வருடங்களாகக் குழந்தையில்லாத ஒரு பெண். எனில் கதாநாயகன் ஸக்கரியா யார்? அவருக்கும் இப் பெண்களுக்கும் என்ன தொடர்பு?

ஒரு துளி ஆபாசம் கூட இல்லாது, நல்லதொரு திரைப்படத்தைத் தந்திருக்கிறார் இயக்குனர் அனீஸ் அன்வர். கதாநாயகிகளாக ரீமா கலிங்கல், ஆஷா சரத், சான்ட்ரா தோமஸ் இவர்களோடு நமது தமிழ் நடிகைகள் கீதா, சனுஜாவிற்கு வாழ்நாள் முழுவதும் மெச்சத் தகுந்த கதாபாத்திரங்கள்.

தமிழ்த் திரைப்படங்களில் வில்லன்களில் ஒருவராகப் பயன்படுத்தப்படும், தேசிய விருது பெற்ற நடிகரும் இயக்குனருமான லால் இத் திரைப்படத்தில் ஸக்கரியாவாக அசத்தியிருக்கிறார். இத் திரைப்படத்தில் நடித்தமைக்காக கடந்த வருடத்தில் சிறந்த நடிகருக்கான கேரள மாநில விருதும் இவருக்குக் கிடைத்திருக்கிறது. இவர் நடித்து கடந்த 2013 ஆம் ஆண்டு வெளிவந்த 14 திரைப்படங்களில் 'ஷட்டர்' திரைப்படத்தோடு, இன்னும் பெயர் வாங்கித் தந்த திரைப்படமாக இதனையும் குறிப்பிடலாம்.

03.

தமிழில் அண்மைய வருடங்களில் வெற்றி பெற்ற திரைப்படங்களின் எண்ணிக்கையே சராசரியாக 14 ஆகத்தான்

இருக்கக் கூடும். அதிலும் ஒரே நடிகரின் 14 படங்கள் என்பது தமிழில் நினைத்துப் பார்க்கக் கூடச் சாத்தியமற்றது. தமிழோடு ஒப்பிடுகையில் அண்மைக் காலமாக மலையாளத் திரைப்படங்கள் நாம் எல்லோரும் கொண்டாடும் உலகத் திரைப்படங்களுக்கு ஈடான கதையம்சங்களுடன் வெளிவரத் தொடங்கியிருப்பது நல்ல முன்னேற்றத்தைக் காட்டுகிறது. மலையாள சினிமா ரசிகர்களும் நல்ல கதையம்சத்துடன் கூடிய திரைப்படங்களையே கொண்டாடுகிறார்கள். மலையாள முன்னணி நடிகர், நடிகைகளும் கூட தமது வயதையும், உடல் மொழியையும் உணர்ந்து அதற்கேற்றவாறான கதாபாத்திரங்களையே தேர்ந்தெடுத்து நடித்து வெற்றி பெறுகின்றனர். தமிழில் இவ்வாறு எதிர்பார்ப்பது இப்போதைக்கு சாத்தியமில்லை எனத் தோன்றுகிறது.

ஒரு நடிகராக மட்டும் பார்க்கப்பட வேண்டிய ரஜினிகாந்தின் அண்மைய திரைப்பட வெளியீட்டுக்குக் கூட, குடம் குடமாகப் பாலூற்றி அபிஷேகம் செய்யச் செலவாகும் பணத்தைச் சேகரித்தால் கூட ஒரு மலையாளப் படத்தினை எடுத்துவிடலாம். மலையாள நடிகர் மம்முட்டியின் மகனும், நடிகருமான துல்கர் சல்மானும் அதைத்தான் சொல்கிறார். மலையாளப் படங்கள் குறைந்த பட்ஜெட்டில், குறைந்த நாட்களில் எடுக்கப்பட்டு முடித்துவிடுவதால், ஒரு வருடத்தில் ஒரு புகழ்பெற்ற நடிகருக்குக் கூட நான்கு, ஐந்து எனப் பல படங்களில் நடித்து வெற்றிகரமாக வெளியிட்டு விட முடிகிறது. தமிழில் ஒரு நடிகருக்கு, ஒரு படத்தை நடித்து வெளியிடவே இரண்டு வருடங்களுக்கும் மேலாகிறது என்றால் தமிழ் சினிமாவின் போக்கு நல்ல நிலையிலில்லை என்பதைத்தானே இது காட்டுகிறது?

மிகைத்த ஹீரோயிசம் இல்லாத படங்களில் நம் தமிழ் கதாநாயக நடிகர்கள் நடிக்க மாட்டார்கள். எண்ணிக் குறிப்பிட்டுச் சொல்லக் கூடிய ஓரிரு நடிகர்கள் தவிர, தமிழ் கதாநாயக நடிகர்கள் எல்லோருக்குமே அறிமுகப் பாடல்கள், பஞ்ச் வசனங்கள், குத்துப் பாடல்கள், அதிபல சூரத்தைக் காட்டும் வீரச் சண்டைக்காட்சிகள், அடுத்தவர் குறையைச்

சுட்டிக் காட்டிச் சிரிக்க வைக்கும் அபத்தமான நகைச்சுவைக் காட்சிகள் எனப் பலதும் அவசியமாகின்றன. யதார்த்தத்தைத் தாண்டிய சினிமாக்களைக் காட்டி மக்களை ஏமாற்றுவதில் வல்லமை பெற்றதாக தமிழ் சினிமா ஆகிக் கொண்டிருக்கிறது.

நல்ல கதையம்சத்தோடு, யதார்த்தமான படங்களைக் கொடுத்தால் தமிழ் சினிமா ரசிகர்கள் வேண்டாமெனச் சொல்லமாட்டார்கள். தமிழ் சினிமா பெருந்தலைகள் எல்லோருமே ஒரு கற்பிதத்தை வைத்துக் கொண்டு அதனைத் தமிழ் சினிமா ரசிகர்கள் மேல் சுமத்தியிருக்கிறார்கள். அது 'பஞ்ச் வசனங்களோ, பாடலோ, சண்டைக்காட்சிகளோ இல்லாமல் படமெடுத்தால் யாரும் பார்க்க மாட்டார்கள்' என்பது. தம் மேல் திணிக்கப்பட்டுள்ள அக் குற்றச்சாட்டையும் ஏற்றுக் கொண்டபடி தொடர்ந்தும் 'இதுதான் நல்ல சினிமா' என உச்ச நடிகர்களுக்காக தற்கொலை வரை போகும் தீவிர ரசிகர்களாக ஆகிக் கொண்டிருக்கிறார்கள் மக்கள்.

நல்ல தமிழ் சினிமாவை நோக்கிய, நல்ல மாற்றங்களைக் கொண்டு வர முதலில் தமிழ் சினிமா பெருந்தலைகள் முன் வரவேண்டும். சில வருடங்களுக்கு முன்பு வரை கூட, மலையாளத் திரைப்படங்க ளென்றாலே மூன்றாந்தர காமத்தைத் தூண்டும் படங்கள் என்ற கருதுகோளை அண்மையில் மலையாளத்தில் வெளிவந்த பல வெற்றித் திரைப்படங்கள் முறியடிக்கவில்லையா என்ன? நடிகருக்கான திரைப்படங்கள் என்பதைத் தவிர்த்து, நல்ல திரைப்படத்துக்குப் பொருத்தமான நடிகர் எனத் தேர்ந்தெடுக்கப் பட்டால் மாத்திரமே தமிழ் சினிமாவின் நிலைமை நல்லவிதமாக மாறும். தயாரிப்பாளர்கள், இயக்குனர்கள், நடிகர்கள் இதை உணர்ந்து மாற வேண்டும். அவர்கள் மாத்திரமல்லாது, நடிகர், நடிகைகளை உச்சாணிக் கொம்பில் தூக்கி வைத்துக் கொண்டாடி பணமீட்டும் தமிழ் சினிமா ஊடகங்களும் மாறவேண்டும். அப்போதுதான் அந்த ஊடகங்களைப் பின்பற்றும், நம்பும் தமிழ் சினிமா ரசிகர்களிடத்திலும் நல்ல சினிமாவை நோக்கிய மாற்றத்தைக் கொண்டு வரலாம்.

மலையாளத் திரையின் இலக்கியமெனும் இரை

சந்ததி, சந்ததியாகப் பேசப்படும் சங்க கால இலக்கியங்கள், திரைப்படங்களாக வெளிவந்தும் மக்கள் மத்தியில் நிலைநிற்பதென்பது அண்மையில் நிகழ்ந்த மாற்றமொன்றல்ல. உலகெங்கும், ஒவ்வொரு நாட்டிலும் திரைப்படங்கள் உருவாக ஆரம்பித்தபோது, அங்கு திரைக்கதைக்கு இலக்காகக் கொள்ளப்பட்டவை அந் நாடுகளுக்கே உரித்தான, மக்கள் மத்தியில் செல்வாக்குப் பெற்றிருந்த பழங்கால இலக்கியங்களும், வாய்மொழிக் கதைகளும்தான்.

இலக்கியங்களில் சொல்லப்பட்ட காவிய நாயகர்களையும், நாயகிகளையும் மக்கள் திரையில், உயிருள்ள சக மனிதர்களாகக் கண்டார்கள். தொழில்நுட்பங்களில் அதிகளவு ஞானத்தைக்

கொண்டிராத மக்கள் அவற்றை வழிபட்டார்கள். சினிமாவை நிஜமெனக் கண்டு, திரைக்குப் பின்னால் தம் காவிய நாயகர்கள் உண்மையிலேயே வாழ்கிறார்கள் என நம்பித் தோற்ற மக்களும் இருந்திருக்கிறார்கள் எனும் போது சினிமாவை முதன்முதலில் வெண் திரையில் கண்ட மனிதனின் உளப்பாங்கை அறியக் கூடியதாக இருக்கிறது.

பழங்கால இலக்கியங்கள், சிறுகதைகள், நாவல்கள், நாட்டுப்புறக் கதைகள் திரைப்படங்களாக உருவாகி வெற்றி கண்டுள்ளதை இலங்கை சிங்கள மொழித் திரைப்படங்களின் வரலாறினைப் பார்க்கும் போதும் அறியக் கூடியதாக இருக்கிறது. அண்மையில் திரைக்கு வந்து வெற்றிகரமாக ஓடிக் கொண்டிருக்கும், இந்திய நடிகை பூஜா உமாஷங்கர் கதாநாயகியாக நடித்துள்ள 'பத்தினி' சிங்கள மொழித் திரைப்படம் கூட, தமிழின் சங்க இலக்கியமான சிலப்பதிகாரத்தின் 'கண்ணகி' கதையைக் கொண்டு வடிவமைக்கப்பட்ட இலக்கியத் திரைப்படம்தான். இலங்கையில் கண்ணகியை 'பத்தினித் தெய்வம்' என சிங்கள மக்கள் வழிபடுகிறார்கள். முன்னோரின் வழிபாட்டு முறையைப் பின்பற்றி வரும் நவீன தலைமுறை சிங்கள இளைஞர்கள் அநேகருக்கு கண்ணகியைத் தெரியாது. அவர்களுக்கு மத்தியில், திரைப்படமாக்கப்பட்ட மாபெரும் காவியம், கண்ணகியைக் கொண்டு செல்கிறது. தாம் தொன்றுதொட்டு வழிபட்டு வரும் பத்தினித் தெய்வத்தின் உண்மையான கதையை, திரைப்படம் மூலமாக நவீன தலைமுறை தெரிந்து கொள்கிறது. சங்க இலக்கியங்கள், திரைப்படமாக்கப்பட வேண்டியதன் அவசியத்தைத் தெளிவுபடுத்த இந்த ஒரு உதாரணம் போதுமாக இருக்கும்.

இந்தியத் திரைப்படங்களில் மலையாள சினிமா, இலக்கியங்களைத் திரைப்படமாக்கி வெற்றி கண்டதில் முன்னணி வகிக்கிறது எனலாம். மலையாள சினிமாவைப் பொறுத்தவரையில், பெருவெற்றி கண்ட மலையாளத் திரைப்படங்கள் பல, மலையாள இலக்கியப்

படைப்புக்களிலிருந்து உருவானவைதான். வெற்றித் திரைப்படமான எழுத்தாளர் பி.பத்மராஜனின் 'இதா இவிட வர' முதற்கொண்டு அண்மையில் வெளிவந்து பலராலும் பேசப்படக் கூடிய எழுத்தாளர் உண்ணி. ஆரின் 'லீலா' வரை, திரைப்பட ரசிகர்களுக்கு முன்பே கதை தெரிந்திருந்த போதிலும் திரையிலும் கண்டு பாராட்டிய படைப்புகள் ஆகும். இவ்வாறான பல திரைப்படங்கள் முன்னரே சிறுகதைகளாகவும், நாவல்களாகவும் வெளிவந்த இலக்கியப் படைப்புகள்தான்.

மலையாள சினிமா வரலாற்றை எடுத்துப் பார்க்கும்போது, அதிலிருந்து இலக்கியவாதிகளை தனியே பிரித்துப் பார்க்க முடியாதவாறு, அவர்களது பங்களிப்பே மலையாள சினிமாவுக்கு அத்திவாரமாக அமைந்துள்ளதைக் காணலாம். மலையாள சினிமா உருவாகியும், வளர்ந்தும் வந்த ஒவ்வொரு காலகட்டத்திலும், மலையாள இலக்கியவாதிகள், திரைக்கதை ஆசிரியர்களாகவும், வசனகர்த்தாக்களாகவும், இயக்குனர்களாகவும் பரிணமித்து, மலையாள சினிமாவின் வளர்ச்சிக்கு முக்கியக் காரணகர்த்தாக்களாக இருந்திருக்கிறார்கள்.

இலக்கியத் துறையிலிருந்து, திரைப்படத்துறைக்கு வந்து வெற்றி கண்ட மூத்த இலக்கியவாதிகளில் ஒருவராக இயக்குனர் பி. பத்மராஜனைக் குறிப்பிடலாம். 1972 ஆம் ஆண்டு 'நக்ஷத்திரங்களே காவல்' எனும் தனது நாவலுக்கு கேரள சாகித்திய விருதினை வென்ற அவரது சிறுகதைகளும், நாவல்களுமான 36 படைப்புகள் இதுவரை திரைப்படங்களாக வெளிவந்திருக்கின்றன. தேசிய அளவிலும், சர்வதேச ரீதியிலும் விருதுகள் வாங்கி மலையாளத் திரைப்படங்களுக்கு ஒரு புதிய பாதையைத் திறந்து காட்டிய பத்மராஜனின் திரைப்படைப்புகளும் கூட இன்றளவும் பேசப்படுபவை. அவரது தெளிவானதும், விளக்கமானதுமான திரைக்கதைகள், பார்வையாளர்களைக் கவர்ந்தீர்க்கும்விதமான இயக்கம் ஆகியன நவீன தலைமுறை திரைப்பட மாணவர்களுக்கு இன்றும் கூட போதிக்கப்படுபவை. மலையாள சினிமாவில் புகழ்பெற்ற பல படைப்புகள் அவரது இலக்கியப் படைப்புகளிலிருந்தும், திரைக்கதைகளிலிருந்தும் உருவானவைதான். அது மாத்திரமல்லாது அசோகன், ரஹ்மான், ஜெயராம், அஜயன், நிதீஷ், சுஹாசினி, ஷாரி என திறமைமிக்க பல நடிகர்களை மலையாள சினிமாவுக்கு அறிமுகப்படுத்தியவர் அவர்.

மலையாள சினிமாவில் முதன்முதலில் வணிக ரீதியில் பெருவெற்றியடைந்த, 1977 ஆம் ஆண்டு வெளிவந்த 'இதா இவிடெ வரெ' திரைப்படம், அவரது அதே தலைப்பிலான நாவல் சினிமாவானதுதான். இயக்குனர் ஐ.வி சசியின் இயக்கத்தில் வெளிவந்து வெற்றி கண்ட அந்தத் திரைப்படமானது, அதில்

நாயகனாக நடித்த நடிகர் எம்.ஜி.சோமனுக்கு, சூப்பர் ஸ்டார் அந்தஸ்தைப் பெற்றுக் கொடுத்தது. அத்தோடு பல திரைப்பட விழாக்களில் சிறந்த திரைக்கதைக்கான விருதும், அத் திரைப்படத்துக்குக் கிடைத்தது.

தனது பெற்றோர் கொலை செய்யப்படுவதை நேரில் கண்டு பயந்து, ஊரை விட்டோடும் சிறுவனொருவன், இருபது வருடங்களின் பின்னர் அதே ஊருக்கு வந்து கொலைகாரர்களைப் பழி வாங்குவதுதான் 'இதா இவிடெ வரெ' (இதோ இங்கு வரை) திரைப்படத்தின் கதை. கால மாற்றத்தில், இளைஞனான நாயகன் தனது சித்தி வீட்டிலேயே விலைமாதுவை அடைவதுவும், கொலைகாரனுடனேயே சிநேகம் வளர்ப்பதுவும், தனது சகோதரி முறையுள்ள பெண்ணைக் காதலிப்பதுவும் என மிகச் சிக்கலான கதையை, தெளிவான திரைக்கதையாக்கவும், திரைப்படமாக்கவும் பெரும் துணிச்சல் வேண்டும்.

....

'எங்கே போறாப்ல?'

'இதோ இங்கு வரை...'

அந்த ஊரில் ஏன் எல்லோரும் அவனைப் பார்த்து எங்கு போகிறான் என்பதைக் கேட்க வேடும்? எதற்காகவும் இல்லை. வெறுமனே கேட்டார்கள். அவ்வளவுதான். யாரிடமாவது உண்மையைச் சொன்னானா? அதுவும் இல்லை.

'இதோ... இங்கு வரை...' - இதுதான் அவன் சொன்னது.

'எங்கு வரை?' - யாரும் கேட்கவில்லை. கேட்கக் கூடிய ஆளுக்கு அதைத் தெரிந்துகொள்ள வேண்டிய தேவையும் இல்லை. எனினும், விசாரிக்கிறார்கள்.

'எங்கே போறாப்ல?'

மீண்டும் அதே பதில்தான்.

'இங்கு வரை... இங்கு வரை...'

இங்கு என்பது மிகவும் ரகசியமானது. யாரும் யாருக்கும் அதை விட்டுக் கொடுக்க மாட்டார்கள். அருகிலுள்ள வீட்டுக்குப் போகிறபோது கூட, விசாரிக்கக் கூடிய ஆளிடம் கூறும் பதில் 'இங்கு வரை' என்பதாகத்தான் இருக்கும். ஒவ்வொரு மனிதனிடமும் அவனுக்கென்றே இருக்கும் தனிப்பட்ட சில நோக்கங்கள் உள்ளன. அதைத் தெரிந்து கொள்வதற்கான ஆர்வம் பொதுவாக யாருக்கும் இல்லை. எனினும், வெறுமனே அவர்கள் அதைப் பற்றி விசாரிக்கிறார்கள். ஒரு நழுவல்தனமான பதிலில் அவர்கள் நிறைவடையவும் செய்கிறார்கள்.

....

என நாவலின் பத்தியொன்றில், நாயகனினூடாக தலைப்புக்குரிய காரணத்தைத் தெளிவாகக் குறிப்பிடும் எழுத்தாளர் பத்மராஜன், திரைக்கதையிலும் அதை விரிவாகக் குறிப்பிட்டுக் காட்டியிருக்கிறார். இலக்கியங்களைத் திரைப்படமாக்கும்போது, இவ்வாறான தனிப்பட்ட மன உணர்வுகளைக் காட்சிப்படுத்தும்போது பொதுவாக பல சிக்கல்கள் தோன்றும். அச் சிக்கல்களைத் தாண்டி, திரைப்படமாக்கி வெற்றி பெறுவதே சாதனையாகும். இலக்கியத்திலிருந்து சினிமாவுக்கு வந்ததனால், பத்மராஜன் அவ்வாறான பல சோதனைகளில் அசாத்தியத் திறமையோடு வெற்றிபெற்றிருக்கிறார்.

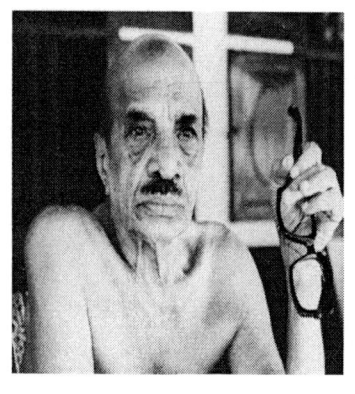

இதைப் போலவே, 1982 ஆம் ஆண்டு, நடிகர் நெடுமுடி வேணு கதாநாயகனாக நடித்து வெளி வந்து, மக்களது பாரிய வரவேற்பைப் பெற்ற திரைப்படமான 'கள்ளன் பவித்ரன்' திரைப்படம் கூட பத்மராஜனின், 'கள்ளன் பவித்ரன்' நாவலை அடிப்படையாகக் கொண்டு எடுக்கப்பட்ட திரைப்படம்தான். ஒரு வியாபாரியின் பொருளைத் திருடி, அவருக்கே விற்று, பெரும் பணக்காரனாகி மக்களின் புகழுக்குள்ளாகும் பவித்ரன் எனும் திருடன், எவ்வாறு ஒரு விலைமாதுவினால் திரும்பவும் கெட்ட பெயரைச் சம்பாதித்து சிறைக்குச் செல்கிறான் என்பதை கதையில் சொல்லியிருப்பார் பத்மராஜன்.

இலக்கியவாதியும், இயக்குனருமான திரு.பி.பத்மராஜன் தற்போது உயிருடன் இல்லை என்றபோதிலும், அவரது பெயரில் இரண்டு விருதுகளும், பண முடிப்பும் வருடந் தோறும் வழங்கப்பட்டு வருகின்றன. சிறந்த சிறுகதைக்கான பத்மராஜன் விருது, சிறந்த திரைப்படத்துக்கான பத்மராஜன் விருது என இரண்டு பிரிவுகளில் வழங்கப்படும் அவ் விருதுகளும் கூட இலக்கியத்தையும், சினிமாவையும் முடிச்சிடுகின்றன.

பத்மராஜனைப் போலவே, மலையாள சினிமா மறக்காத மற்றுமொரு மூத்த படைப்பாளி

இலக்கியவாதியும், திரைப்பட இயக்குனருமான திரு. எம்.டி. வாசுதேவன் நாயர். அவரது நாவல்களும், சிறுகதைகளும் பல விருதுகளை அவருக்குப் பெற்றுக் கொடுத்துள்ளதோடு, அவை மலையாள சினிமாவிற்கான பாதையை அவருக்குத் திறந்து கொடுத்தன. தனது இயக்கத்தில் வெளிவந்த முதல் திரைப்படத்துக்கே சிறந்த திரைப்படத்துக்கான தேசிய விருதையும், சிறந்த திரைக்கதைக்காக இதுவரை நான்கு தடவைகள் தேசிய விருதினையும் வென்றுள்ள அவர், ஏழு திரைப்படங்களை இயக்கியுள்ளதோடு, 54 திரைப்படங்களுக்கு திரைக்கதை, வசனங்களையும் எழுதியிருக்கிறார்.

மலையாள இலக்கிய உலகின் மும்மூர்த்திகள் எனக் கருதப்படும் வைக்கம் முஹம்மது பஷீர், தகழி சிவசங்கரப்பிள்ளை, எம்.டி.வாசுதேவன் நாயர் ஆகிய மூவரிலிருந்தும் எம்.டி. வாசுதேவன் நாயர் இலக்கியத்திலிருந்து சினிமாவுக்கு வந்து கௌரவ டாக்டர் பட்டங்கள், பத்ம பூஷண் விருது, ஞான பீட விருது, சாகித்திய விருதுகள் என மலையாள சினிமாவை சர்வதேசம் முழுவதும் பேச வைத்ததில் பெரும்பங்கு ஆற்றியிருக்கிறார். அவரது இலக்கியப் படைப்புகள், திரைப்படங்களாக்கப்பட்டு வெற்றி கண்டிருப்பதைப் போலவே, அவர் பிற இலக்கியவாதிகளின் படைப்புக்களையும் திரைப்படங்களாக்கி, அப் படைப்புக்கள் பேசப்படச் செய்திருக்கிறார். அவரது சிறுகதையோடு, வைக்கம் முஹம்மது பஷீர், கமலா சுரையா போன்ற சிறந்த இலக்கியவாதிகளின் சிறுகதைகளையும் சேர்த்து திரைக்கதையெழுதி திரைப்படமாக்கிய 'கத வீடு' 2013 ஆம் ஆண்டு வெளிவந்து வெற்றி கண்டது குறிப்பிடத்தக்கது.

அதில் மாதவிக்குட்டி என்ற பெயரில் எழுதிப் பிரபலமான, சிறந்த பெண் இலக்கியவாதியான கமலா சுரையாவின் 'நெய் பாயசம்' சிறுகதை, ஒரு குடும்பத்தலைவியின் மரணத்தை அடிப்படையாகக் கொண்ட படைப்பு. காதல் திருமணம் மூலம் உறவுகள் இல்லாமல் போன ஒரு குடும்பத்தில், மூன்று சிறு குழந்தைகளின் தாய் அவள்.

திடீரென மரணித்துப் போகிறாள். அவளது கணவனுக்கு அன்று காலையும் உணவைக் கட்டிக் கொடுத்து அலுவலகத்துக்கு அனுப்பி வைத்தவள் அவள். அலுவலகத்திலிருந்து கணவன் திரும்பி வந்து பார்த்தால், வீட்டினுள் தரையில் விழுந்து கிடக்கிறாள். மாரடைப்பால் இறந்து ஒன்றரை மணி நேரம் ஆகிவிட்டது என மருத்துவர் சொல்கிறார். கணவன், தனியாக அவளது உடலை வாடகைக் காரில் கொண்டு சென்று அடக்கம் செய்து விட்டு வருகிறான்.

....

அவர் சமையலறையின் திண்ணையின் மீது அடைத்து வைக்கப்பட்டிருந்த பாத்திரங்களின் மூடிகளைத் திறந்து பார்த்தார். அவள் தயார் பண்ணி வைத்திருந்த உணவுப் பொருட்கள் - சப்பாத்தி, சாதம், உருளைக் கிழங்கு குழம்பு, சிப்ஸ், தயிர், ஒரு கண்ணாடிப் பாத்திரத்தில் பிள்ளைகளுக்காக இடையில் அவ்வப்போது தயாரிக்கக் கூடிய நெய் பாயசம்...

மரணத்தின் கரம் தொட்ட உணவுப் பொருட்கள்! வேண்டாம்... அவை எதையும் சாப்பிடக் கூடாது.

'நான் கொஞ்சம் உப்புமா தயாரித்துத் தர்றேன். இதெல்லாம் ஆறிப் போயிருக்கு' அவர் சொன்னார்.

'அப்பா!' உண்ணி அழைத்தான்.

'ம்....'

'அம்மா எப்ப வருவாங்க? அம்மாவுக்கு உடம்பு சரியாயிடுச்சா?'

உண்மைக்கு ஒரு நாள் காத்திருக்கக் கூடிய பொறுமை உண்டாகட்டும் - அவர் நினைத்தார். இப்போது இந்த இரவுப் பொழுதில் பிள்ளைகளைக் கவலைக்குள்ளாக்கி என்ன கிடைக்கப் போகிறது?

'அம்மா வருவாங்க'

அவர் சொன்னார். அவர் கிண்ணங்களைக் கழுவி தரையில் வைத்தார். இரண்டு கிண்ணங்கள்.

'பாலனை எழுப்ப வேண்டாம். தூங்கட்டும்' அவர் சொன்னார்.

'அப்பா..நெய் பாயசம்'

ராஜன் சொன்னான். அந்தப் பாத்திரத்தில் தன்னுடைய சுட்டு விரலைத் தாழ்த்தினான்.

அவர்கள் சாப்பிடட்டும். இனி எந்தக் காலத்திலும் அவள் தயாரித்த உணவு அவர்களுக்குக் கிடைக்கப் போவதில்லையே!

....

சிறிய சிறுகதைதான். ஆனால், சிறுகதையாக வாசிக்கும்போது, வாசிப்பவரின் மனது உணரும் வலியை, திரைப்படமும் தருகிறது. எம்.டி. வாசுதேவன் நாயர் எனும் திரைப்படைப்பாளியின் திறமை அங்கும் வெளிப்படுகிறது.

பிற இயக்குனர்களால் இயக்கப்பட்டு, மலையாள சினிமா உலகில் திரைப்படங்களாக வெளிவந்து வெற்றிகண்ட எழுத்தாளர் வைக்கம் முஹம்மது பஷீரின் இலக்கியப் படைப்புகளான மதிலுகள், பால்யகால சகி, பார்கவி நிலையம் எனப் பல உள்ளமை குறிப்பிடத்தக்கது. மலையாள இலக்கிய உலக இமயம், கேரளத்து சுல்தான் பஷீர் என மலையாள மக்களால் கொண்டாடப்படும் இலக்கியவாதியான வைக்கம் முஹம்மது பஷீர், தற்காலத்திலுள்ள பல எழுத்தாளர்களின் ஆதர்ச இலக்கியவாதி. அவரது படைப்புக்களில் பெரும்பாலும் தனது

வாழ்க்கையை, தான் நேரில் கண்டு அனுபவித்த சமூகத்தை மையப்படுத்தி நகைச்சுவையும், காதலும், பாச உணர்வுகளும் எழுத்துக்களில் மிதந்தோட விட்டிருப்பார். அது அனைத்து மக்களையும் இலகுவாகக் கவர்ந்தது.

பஷீர், தன்னையே கதாநாயகனாகக் கொண்டு, 1965 ஆம் ஆண்டு எழுதிய காதல் காவியமான 'மதிலுகள்' இன்றளவும் சிறந்த படைப்புக்களில் ஒன்றாகக் கொண்டாடப்பட்டு வருகிறது. சிறைச்சாலைக்குள் ஒருவரையொருவர் காதலிக்கும் பஷீரும், நாராயணியும் ஒருவரையொருவர் நேரில் பார்த்ததேயில்லை. இருவருக்கும் இடையில் பெரும் மதிலொன்று குறுக்கே நிற்கிறது. குரல்களினூடே மாத்திரம் இருவரும் ஒருவரையொருவர் காதலிக்கிறார்கள். ஆவலுடன் நேரில் சந்திக்கக் காத்திருக்கிறார்கள். ஆனால் அதற்கு முன்னரே பஷீர் சிறையை விட்டும் விடுதலை செய்யப்படுகிறார். விடுதலையை எண்ணி எப்போதும் காத்திருக்கும் சிறைக்கைதிகளுக்கு மத்தியில், அவர் அந்த விடுதலையை விரும்பவேயில்லை.

மதிலுகள்' என்ற இந்த நாவலும், அதே தலைப்பில் இயக்குனர் அடூர் பாலகிருஷ்ணனின் இயக்கத்தில், பஷீராக நடிகர் மம்மூட்டி நடிக்க 1989 ஆம் ஆண்டு திரைப்படமாக வெளிவந்தது. நாராயணியாக, பிரபல நடிகை K.P.A.C லலிதா குரல் மாத்திரம் கொடுத்து மிகப் பெரிய வெற்றித் திரைப்படமாக அமைந்த அத் திரைப்படம் இந்தியாவிலும், சர்வதேச திரைப்பட விழாக்களிலும் பல விருதுகளை வாங்கிக் குவித்தது. அக் காலத்தில் கதாநாயகியைத் திரையில் காண்பிக்காமலேயே வெற்றியீட்டிய இத் திரைப்படத்துக்காக சிறந்த நடிகருக்கான தேசிய விருது மம்மூட்டிக்குக் கிடைத்ததோடு, மேலும் மூன்று தேசிய விருதுகள் கிடைத்தமை குறிப்பிடத்தக்கது.

வைக்கம் முஹம்மது பஷீரின் மற்றுமொரு நாவல் இரண்டாவது தடவையாக திரைப்படமாக்கப்பட்ட போது கூட, அதில் நாயகனாக

நடிக்கும் வாய்ப்பு, மீண்டும் நடிகர் மம்மூட்டிக்கு வந்தது. அந் நாவல் 'பால்ய கால சகி'. திரைப்படங்களும் கூட அதே தலைப்பிலேயே வெளிவந்தன. பஷீர், 1944 ஆம் ஆண்டு எழுதி வெளி வந்த அந் நாவலும் கூட பஷீரின் வாழ்க்கையையே பிரதிபலித்தது. பால்ய காலத்தில் தன்னுடனேயே வளர்ந்த சொஹ்ரா எனும் சினேகிதியை, மஜீத் இரண்டு தடவை பிரிய நேரிடுகிறது. சொஹ்ரா அவனுக்காகவே காத்திருக்க, மஜீத் வீடு துறந்து சென்று வாழ்க்கையைக் கட்டமைக்கப் போராடிக் கொண்டிருக்கிறான். அவன் வீடு திரும்பும் நாளில், சொஹ்ரா காத்திருந்து காத்திருந்தே காலமாகி விட்டிருக்கிறாள்.

இந் நாவல், இரண்டு தடவைகள் திரைப்படமாக்கப்பட்டமை குறிப்பிடத் தக்கது. முதல் திரைப்படம் 1967 ஆம் ஆண்டு இயக்குனர் சசிகுமாரின் இயக்கத்தில் நடிகர்கள் பிரேம் நஸீர், ஷீலா நடிக்க வெளிவந்து வெற்றி பெற்றது. இத் திரைப்படத்துக்கு வைக்கம் முஹம்மது பஷீரே திரைக்கதை, வசனங்களை எழுதியிருந்தார். இத் திரைப்படத்துக்கும், திரைப்படமாக்கப்பட்ட அவரது மற்றுமொரு நாவலான 'பார்கவி நிலையம்' எனும் திரைப்படத்துக்கும் மாத்திரமே அவர் திரைக்கதை, வசனங்களை எழுதியிருக்கிறார் என்பது குறிப்பிடத்தக்கது.

'பால்ய கால சகி'யின் இரண்டாவது திரைப்படம் கடந்த 2014 ஆம் ஆண்டு வெளிவந்து வெற்றி பெற்றது. இயக்குனர் ப்ரமோத் பையன்னூரின் இயக்கத்தில் வெளிவந்த இத் திரைப்படத்தில் நடிகர்கள் மம்மூட்டி, இஷா தல்வார், மீனா, சீமா பிஸ்வாஸ், K.P.A.C லலிதா எனப் பலரும் முக்கியமான கதாபாத்திரங்களில் நடித்திருந்தார்கள். காஷ்மீர் சர்வதேசத் திரைப்பட விழாவில் இத் திரைப்படம் திரையிடப்பட்டதோடு, அவ் விழாவில் நடிகர் மம்மூட்டிக்கு, வாழ்நாள் சாதனையாளர் விருதும், இயக்குனர் ப்ரமோத் பையன்னூர்க்கு சிறப்பு ஜூரி விருதும் வழங்கி கௌரவித்தார்கள்.

ஒருவர் வாழும்போதே, அவரது கதாபாத்திரத்தைத் திரையில்

நடித்துக் காட்ட பெரும்துணிச்சல் வேண்டும். நடிகர் மம்மூட்டி, வைக்கம் முஹம்மது பஷீரின் கதாபாத்திரத்தை மிகச் சிறப்பாக உள்வாங்கி நடித்திருக்கிறார். இந்திய சினிமா குறித்து Forbes ஊடகமானது, 2013 ஆம் ஆண்டு ஏப்ரலில் வெளியிட்டிருந்த ஆய்வுக் கட்டுரையில், 'இந்திய சினிமாவில் சிறந்த நடிப்பாற்றலை வெளிப்படுத்திய 25 நபர்கள்' எனும் பட்டியலில், 'மதிலுகள்' திரைப்படத்தில் பஷீராக நடித்த மம்மூட்டியையும் குறிப்பிட்டிருக்கிறது என்பது அதற்குச் சான்று.

அவ்வாறே மலையாள இலக்கிய உலகின் பீஷ்மர் என அழைக்கப்படும் மூத்த இலக்கியவாதியான தகழி சிவசங்கரப்பிள்ளையின் 'செம்மீன்' எனும் படைப்பானது, திரைப்படமாகவும் வெளிவந்து வெற்றி பெற்று இன்றும் கூட மக்கள் மத்தியில் கொண்டாடப்படும் காவியமாக வீற்றிருக்கிறது. செம்மீனைப் போலவே, திரைப்படங்களாக்கப்பட்டும் வெற்றி கண்ட, எழுத்தாளர் தகழி சிவசங்கரப்பிள்ளையின் இலக்கியப்படைப்புகள் பல உள்ளன. றெண்டிடங்கழி, ஏணிப்படிகள், அனுபவங்கள் பாளிச்சகள், சுக்கு ஆகிய நாவல்கள் அவற்றுள் குறிப்பிடத்தக்கவை.

மலையாளத்தில் மட்டுமல்லாது அக் காலத்தில் நல்ல மலையாள இலக்கியப் படைப்பு ஒன்று தமிழிலும் திரைப்படமாக வெளிவந்து வெற்றி பெற்றிருக்கிறது. மலையாள எழுத்துலக மேதையாகவும், புரட்சிக்காரராகவும் அறியப்படும் இலக்கியவாதி எழுத்தாளர் பி.கேசவதேவ் எழுதிய 'ஓடையில் நின்னு' என்ற நாவல் மலையாளத்திலும், தமிழிலும் திரைப்படங்களாகவும் வெளிவந்து வெற்றி பெற்றது. தமிழில் நடிகர் திலகம் சிவாஜி கணேசனின் உருக்கமான நடிப்பில், 'பாபு' என்ற தலைப்பில் திரைப்படமாக வெளிவந்த அவரது நாவல், கை ரிக்ஷா இழுக்கும் மனிதனை மையமாகக் கொண்டு எழுதப்பட்டிருந்தது.

1971 ஆம் ஆண்டில் இயக்குனர் ஏ.சி. திருலோகச்சந்தரின்

இயக்கத்தில் வெளிவந்த அத் திரைப்படத்தில் கை ரிக்ஷாக்காரராக வாழ்ந்து காட்டியிருப்பார் நடிகர் திலகம் சிவாஜி கணேசன். நடிகை ஸ்ரீதேவி குழந்தை நட்சத்திரமாக நடித்திருக்கும் அத் திரைப்படத்தைப் பற்றி நினைவு கூறும் இன்றைய முதியவர்கள், அதிலுள்ள 'இதோ எந்தன் தெய்வம் முன்னாலே' எனும் பாடலை இன்றும் கூட மறக்க முடியாது என்கின்றனர். அவர்கள் அப் பாடலினூடே இன்றும் கூட கை ரிக்ஷாக்காரரின் வாழ்க்கைக்குள் நுழைந்து, கேசவதேவ்வின் நாவலுக்குள் பிரவேசிக்கின்றனர் எனலாம். அத் திரைப்படத்தின் வெற்றியைத் தொடர்ந்து, எழுத்தாளர் பி.பத்மராஜனின் திரைக்கதையில் முதன்முதலில் 1975 ஆம் ஆண்டு வெளிவந்த மலையாளத் திரைப்படமான 'பிரயாணம்' கூட தமிழில் 'சாவித்திரி' எனும் தலைப்பில் எடுக்கப்பட்டு வெளிவந்தது.

மலையாள சினிமாவின் திரைக்கதைகளும் கூட பின்னாட்களில் இந்தியாவிலும், பிற நாடுகளிலும் திரைப்படங்களாக வெளிவந்துள்ளமை மலையாள சினிமாவின் அபாரமான திரைக்கதையாற்றலையே எடுத்துரைக்கிறது. உதாரணமாக, மலையாளத் திரைப்படமாக வந்த பின்னர், ஆங்கில நாவலாகவும், ஆங்கிலத் திரைப்படமாகவும் வெளிவந்த ஒரு திரைப்படத்தைக் குறிப்பிடலாம். இயக்குனர் ஃபாஸிலுக்கு மலையாளத் திரையுலகில் மிக முக்கியமான இடத்தைப் பெற்றுத் தந்ததும், நடிகர் மோகன்லாலுக்கு அறிமுகத்தைத் தந்ததுமான அத் திரைப்படம், 1980 ஆம் ஆண்டு, 'மஞ்ஜில் விரிஞ்ச பூக்கள்' எனும் தலைப்பில் வெளிவந்தது. திரைக்கதை வசனங்களை ஃபாஸிலே எழுதி, ஏழு லட்ச ரூபாய் செலவில் தயாரிக்கப்பட்ட அத் திரைப்படம், 98 லட்ச ரூபாய் வருமானத்தைப் பெற்றுத் தந்து அவ் வருடத்தின் சிறந்த வெற்றித் திரைப்படமாகக் கொண்டாடப்பட்டது. அத் திரைப்படத்தில் நடிக்க நடிகர்கள் கமல்ஹாசனும், சுகுமாரனும் தவற விட்ட வாய்ப்புக்கள் ஷங்கருக்கும், மோகன்லாலுக்கும் வழங்கப்பட்டிருந்ததோடு,

கதாநாயகியாக நடித்திருந்த நடிகை பூர்ணிமா ஜெயராமுக்கு, சிறந்த நடிகைக்கான விருதும் வழங்கப்பட்டது.

அத் திரைப்படத்தின் கதையை அடிப்படையாகக் கொண்டு, 1987 ஆம் ஆண்டு 'Sleeping with the enemy' எனும் நாவல் வெளிவந்தது. அந் நாவல், ஹாலிவுட்டில் அதே தலைப்பில் 1991 ஆம் ஆண்டு திரைப்படமாகி வெற்றி கண்டது. பின்னர் அந்த ஆங்கிலத் திரைப்படம், ஹிந்தியில் 'Yaraana' (1995), 'Daraar' (1996), 'Agni Sakshi' (1996), 'Koi Mere Dil Se Poochhe' (2002) என நான்கு திரைப்படங்களாகவும், தமிழில் நடிகர்கள் அஜித் குமார், சிம்ரன், சுஜாதா, பிருத்விராஜ் நடிக்க 'அவள் வருவாளா' (1998) திரைப்படமாகவும், தெலுங்கில் 'Pelli' (1997), கன்னடத்தில் 'Maduve' (1997) திரைப்படங்களாகவும், ஒரிய மொழியில் இரு தடவைகள் 'Mu Sapanara Soundagar' (2008), 'Luchakali' (2012) ஆகிய திரைப்படங்களாகவும், பெங்காலியில் 'Sagorika' (1997), Ranga ஆணித ஆகிய திரைப்படங்களாகவும், பாகிஸ்தானில் 'Khilona' (1997) எனும் திரைப்படமாகவும் வெளிவந்தது. ஒரு சிறப்பான திரைக்கதை, பல மொழிச் சமூகத்துக்கும், வெவ்வேறு நாடுகளுக்கும் கூட எப்போதும் பொருத்தமாக அமையும் என்பதற்கு இத் திரைப்படமும் ஒரு முக்கியமான ஒரு சான்றாகும்.

நாவல்கள் திரைப்படமானதன் வரிசையில், நடிகர்கள் கமல்ஹாசன், லக்ஷ்மி ஆகியோர் பிரதான கதாபாத்திரங்களில் நடித்து பிரபலமான 'பொன்னி' எனும் திரைப்படத்தையும் குறிப்பிட்டே ஆக வேண்டும். இத் திரைப்படமும் கூட, மூத்த இலக்கியவாதியான மலயாற்றூர் ராமகிருஷ்ணன் 'பொன்னி' எனும் தலைப்பில் 1967 ஆம் ஆண்டு எழுதிய நாவலை அடிப்படையாகக் கொண்டு எடுக்கப்பட்ட திரைப்படம் ஆகும். மல்லேஸ்வரம் மலைத் தொடரிலுள்ள அட்டப்பாடி பிரதேசத்தைச் சேர்ந்த ஆதிவாசிகளின் வாழ்க்கைமுறையைப் பற்றிய கதையது. சேனைப்

பயிர்ச்செய்கையையும், விவசாயத்தையும் ஜீவனோபாயமாகக் கொண்டு வாழ்ந்து வரும் மக்களுக்கு, அவற்றையெல்லாம் நிறுத்திவிட்டு வேறு புதிய வேலைகளைத் தேடிக் கொள்ளுமாறு திடீரென்று அரசாங்கம் கட்டளையிடுகிறது. அதனால் அவர்களது வாழ்வாதாரம் எப்படியெல்லாம் பாதிக்கப்படுகிறது என்பதை நாவலும், திரைப்படமும் தெளிவாகக் குறிப்பிட்டிருக்கின்றன.

இக் கதையை எழுதிய எழுத்தாளர் மலயாற்றூர் ராமகிருஷ்ணன், வழக்கறிஞர், ஐ.ஏ.எஸ் ஆஃபிஸர், கலெக்டர், கமிஷனர் என சமூகத்தில் பிரதான உத்தியோகங்களில் பணியாற்றியவர். எனினும், இலக்கியத்தின் மீது கொண்ட ஈடுபாட்டால், தான் வகித்துக் கொண்டிருந்த உயர் பதவிகளைத் துறந்து விட்டு, ஒரு நாள் இலக்கியத்தில் முழுமையாகத் தன்னை ஈடுபடுத்திக் கொண்டார். அதிசயம் தரும் இம் முடிவையொட்டி, அந் நாட்களில் மலையாளப் பத்திரிகைகள் பத்தி பத்தியாகக் கட்டுரைகளும் எழுதியிருக்கின்றன என்பது, சமூகத்தில் அவர் எவ்வளவு தூரம் மதிக்கப்பட்டிருக்கிறார் என்பதை எடுத்துரைக்கிறது.

'பொன்னி'யைப் போலவே சாகித்திய விருதினை வென்ற அவரது 'வேர்கள்' நாவலும் கூட சமூக ஏற்றத் தாழ்வுகளையே சித்தரித்திருக்கிறது. முழு நேர இலக்கியவாதியாகவும், கார்ட்டூனிஸ்டாகவும், ஓவியராகவும் அவர் ஆனதற்குப் பிற்பாடு, மலையாள சினிமாவும் கூட அவரை அப்படியே சுவீகரித்துக் கொண்டது. அவரது ஏனைய நாவல்களும் திரைப்படங்களாகி வெற்றி கண்டதோடு, பல திரைப்படங்களுக்கு திரைக்கதைகளையும் எழுதியிருக்கிறார். நடிகர் மம்மூட்டி நடித்த 'ஐயர் தி கிரேட்', நடிகர் மது நடித்த 'செம்பருத்தி', நடிகர் சத்யன் நடித்த 'யக்ஷி' ஆகியன அவற்றுள் முக்கியமானவை.

மலையாள சினிமாவானது, மக்கள் வாசித்து பிரபலமான இலக்கியப் படைப்புக்களை திரைப்படங்களாக்குவதில் பெரிதும்

ஆர்வம் காட்டியிருக்கிறது என்பதை திரைப்படங்களாகியிருக்கும் இலக்கியப் படைப்புக்களின் மூலம் கண்டுகொள்ளலாம். 1952 ஆம் ஆண்டு, வெட்டூர் ராமன் நாயரால் எழுதப்பட்ட பெண்ணிய நாவலான 'வாழ மறந்த பெண்' என்ற புதினமானது, ஏறத்தாழ 22 வருடங்கள் கழித்து, 1974 ஆம் ஆண்டில் இயக்குனர் கே.எஸ்.சேதுமாதவனால் திரைப்படமாக்கப்பட்டு வெளியானது இங்கு குறிப்பிடத்தக்கது. அவ்வாறே கே.ஈ. மத்தாய் என்ற இயற்பெயர் கொண்ட எழுத்தாளர் பி. பாறப்புறத்தின் பல நாவல்கள் பின்னாட்களில் திரைப்படங்களாகவும் பரிணமித்திருக்கின்றன. ஓமனா, அர நாழிக நேரம், ஆத்யகிரணங்கள், பணி தீராத வீடு, மகனே நினக்கு வேண்டி, நிணமணிஞ்ஞ கால்ப்பாடுகள், அந்வேசிச்சு கண்டெத்தியில்லா ஆகிய நாவல்கள் திரைப்படங்களாக்கப்பட்டு வெற்றி கண்டவற்றுள் முக்கியமானவை. எழுத்தாளர் பாறப்புறத்து, திரைப்படங்களாக்கப்பட்ட தனது நாவல்களுக்கும், இன்னும் பிற திரைப்படங்களுக்கும் திரைக்கதைகளையும், வசனங்களையும் எழுதியிருக்கிறார். அத்தோடு தனது நாவலின் ஒரு கதாபாத்திரமாக, 'அர நாழிக நேரம்' திரைப்படத்தில் நடித்தும் தனது திறமையைக் காட்டியிருக்கிறார்.

அவ்வாறே மூத்த இலக்கியவாதியும், சமூகப் பணியாளரும், நாவலாசிரியருமான எம்.முகுந்தனின் நாவல்களும், திரைப்படங்களாக்கப்பட்டு வெற்றி கண்டிருக்கின்றன. அவற்றுக்கு திரைக்கதை, வசனங்களை அவரே எழுதியிருந்ததோடு, அவற்றுள் ஒரு திரைப்படத்துக்கு சிறந்த திரைப்படத்துக்கான கேரள மாநில விருது கிடைத்தமையும் குறிப்பிடத்தக்கது. அத் திரைப்படம் 'தெய்வத்தின்டெ விகுர்திகள்'. பிரபல நடிகர்கள் ரகுவரன், திலகன், ஸ்ரீவித்யா, வினீத், மாளவிகா அவினாஷ் எனப் பலரும் நடித்து, 1992 ஆம் ஆண்டு வெளிவந்த அத் திரைப்படமானது, எம்.முகுந்தன் 1989 ஆம் ஆண்டு எழுதி, சாகித்திய விருதினை வென்ற 'தெய்வத்தின்டெ விகுர்திகள்'

எனும் நாவலை அடிப்படையாகக் கொண்டு எடுக்கப்பட்ட திரைப்படம் ஆகும்.

பிரான்ஸ் ஆதிக்கம் நிறைவு பெற்ற 1954 ஆம் ஆண்டு, கேரளத்தின் மையழிப் பிரதேசக் கடற்கரையில் வசித்து வரும், பிரான்ஸ் வம்சாவளியைச் சேர்ந்த மேஜிக் கலைஞரான அல்ஃபோன்ஸோ, பிரான்ஸுக்குச் செல்ல மறுத்து, தனது மனைவி, மகளுடன் கேரளாவிலேயே தங்கி விடுகிறார். மாயாஜால வித்தையையே நம்பி நின்ற அவரதும், குடும்பத்தினரதும் வாழ்க்கையானது, தமக்குச் சொந்தமில்லாத மண்ணில் எவ்வாறெல்லாம் சீரழிகிறது என்பதை தெளிவாக சித்தரித்திருக்கிறார் எழுத்தாளர் எம்.முகுந்தன். இயக்குனர் லெனின் ராஜேந்திரனின் இயக்கத்தில் வெளிவந்த அத் திரைப்படத்தில், அநாவசிய சண்டைக் காட்சிகளோ, குத்துப் பாடல்களோ கூட இல்லை. திரைப்படம் ஒரு மணித்தியாலமும், நாற்பது நிமிடங்களும் மாத்திரமே ஓடுகிறது. அதிரடி சண்டைக்காட்சிகளும், அட்டகாசமான பாடல்களும் கொண்டு மூன்று மணித்தியாலங்களாவது ஓடிய தொண்ணூறுகளின் திரைப்பட வரலாற்றில், இவ் வெற்றித் திரைப்படம் ஒரு அதிசயம்தான். மக்கள், அக் காலத்திலும் இச் சிறிய படத்தை வரவேற்றிருக்கிறார்கள். விருதுகளை வழங்கியிருக்கிறார்கள். காரணம் அதன் கதை.

இலக்கியத்தை, சிறுகதையை, நாவலை திரைப்படமாக்கும்போது, அத் திரைப்படங்களில் கதைக்கு முக்கியத்துவம் கொடுக்கப்பட்டிருப்பது, பொதுவாகக் காணக் கிடைக்கும் பிரதான அம்சம். அக் கதையைத் தாண்டி குத்துப் பாடல்களையோ, பத்து பேரை ஒரே அடியில் சாய்க்கும் கதாநாயகனின் வீரச் சண்டையையோ நுழைக்க முடியாது. நுழைப்பதை, கதைப் பிரதியை வாசித்து வரவேற்ற மக்கள் அனுமதிக்க மாட்டார்கள். எனவே இலக்கியப் பிரதியும், அதற்குரிய திரைப்படமும் அவற்றிலிருந்து தப்பித்து, வெற்றி பெற்று விடுகின்றன.

இவையனைத்தும் மலையாள திரையுலகம், காத்திரமான இலக்கியவாதிகளை இலக்கியத்தோடு மாத்திரம் நின்று விட அனுமதிப்பதில்லை என்பதை நிரூபிக்கின்றன. அது, சினிமாவுக்கும் அவர்களை இழுத்துக் கொண்டு வந்து, அவர்களது திறமைகளை வெளிக் கொண்டு வரச் செய்யும் என்பதற்கு, அண்மைக்காலமாக மலையாளத் திரைப்படங்களில் தனது கதை, திரைக்கதை, வசனங்களால் பலரையும் ஈர்த்துக் கொண்டிருக்கும் எழுத்தாளர் உண்ணி. ஆரையும் ஒரு உதாரணமாகக் கொள்ளலாம்.

இயக்குனர் சணல் குமார் சசிதரனால் இயக்கப்பட்டு, 46 ஆவது கேரள மாநில விருது விழாவில் சிறந்த திரைப்படத்துக்கான விருதினை வென்ற 'ஒழிவு திவசத்தெ களி' திரைப்படம், எழுத்தாளர் உண்ணி.ஆரின் அதே தலைப்பிலான சிறுகதைத் தொகுப்பிலிருந்து எடுக்கப்பட்ட கதையாகும். அந்த சிறுகதைத் தொகுப்பும் கூட கேரளா சாகித்திய விருதினை வென்ற தொகுப்பு. அவ்வாறே சிறந்த திரைக்கதைக்காக கேரள மாநில விருதினை, 2015 ஆம் ஆண்டு வெளிவந்த 'சார்லி' திரைப்படத்துக்காக வென்றுள்ளார் எழுத்தாளர் உண்ணி.ஆர்.

லீலா, களிநாடகம், பஹுஜீவிதம் போன்ற அவருடைய சிறுகதைகள், மலையாள இலக்கிய உலகில் அவரை முக்கியமானவராக அடையாளம் காட்டியிருப்பதோடு, பிக் பி, கேரளா க·ஃபே, அன்வர், சாப்பா குரிஷு, பேச்சுலர் பார்ட்டி, ஐந்து சுந்தரிகள், முன்னறியிப்பு, ஒழிவு திவசத்தெ களி, சார்லி, லீலா ஆகிய பிரபலமான திரைப்படங்களினூடு, 2007 ஆம் ஆண்டு தொடக்கம் இப்போது வரையில், மலையாளத் திரையுலகிலும், கதை, திரைக்கதை, வசனம் என எழுத்தாளர் உண்ணி. ஆரின் பங்களிப்பு வியாபித்திருக்கிறது.

எழுத்தாளர் உண்ணி. ஆர். எழுதிய சர்ச்சைக்குரிய சிறுகதையாகக் கருதப்படும் 'லீலா' மாத்ருபூமி வாராந்த இதழில் வெளிவந்த மிக நீண்ட சிறுகதைகளில் ஒன்று. பன்னிரண்டு, பதின்மூன்று

வயதுகளேயான ஒரு பதின்ம வயது இளம்பெண்ணை, யானையினுடைய தும்பிக்கையில் சாய்த்து வைத்து சம்போகிக்க விரும்பும் ஒரு பணக்காரனைப் பற்றிய கதை அது. தமிழில் அதனை எழுத்தாளர் சுகுமாரன் நாராயணன் மிகச் சிறப்பாக மொழிபெயர்த்திருக்கிறார். சிறுகதையாக வெற்றி கண்ட அப் படைப்பும் கூட, அண்மையில் இயக்குனர் ரஞ்சித்தின் இயக்கத்தில் 2016 ஆம் ஆண்டு திரைப்படமாகவும் வெளிவந்து வெற்றி கண்டிருக்கிறது.

சிறுகதை முழுவதிலும் ஒவ்வொரு பருவத்திலுமான விலைமாதர்களே மாறி மாறி வருகிறார்கள். சிறுகதையை வாசித்து விட்டு, திரைப்படமாக 'லீலா' உருவாகும்பட்சத்தில் அது ஆபாசத் திரைப்படமாகவே அமையும் எனப் பலரும் அப் படைப்பை திரைப்படமாக்குவதைத் தவிர்த்திருக்கிறார்கள். ஆனால், நடிகர் மம்மூட்டி முதற்கொண்டு பலரும் ஏற்று நடிக்க மறுத்த கதாநாயகனின் கதாபாத்திரத்தில் நடிகர் பிஜூ மேனனும், பல கதாநாயகிகள் நடிக்க மறுத்த 'லீலா' எனும் பிரதான கதாபாத்திரத்தில் நடிகை பார்வதி நம்பியாரும் துளியும் ஆபாசமற்று சிறப்பாக நடித்து இலக்கியப் படைப்பை, திரைப்படமாக உயிர் பெறச் செய்திருக்கிறார்கள்.

'லீலா' சிறுகதையானது, பிள்ளைச்சன் எனும் கதாபாத்திரம் கூறும் குட்டியப்பன், லீலாவின் கதையாக விரியும். திரைக்கதையில் அது மாற்றம் பெற்றிருக்கிறது. சிறுகதையில் தட்டையாக நாம் காணும் பல கதாபாத்திரங்களும், திரையில் பெரும் ஈர்ப்பை ஏற்படுத்தியபடி உயிர் பெறுகிறார்கள். லீலாவுடனேயே பயணிக்கும் பார்வையாளர்கள் மனதில், முகம், உடல் முழுவதும் பரிதாபத்தைச் சுமந்தபடி, லீலா இறக்கி வைக்கும் பாரம் சுமக்கத் தாளாதது.

....

குட்டியப்பனும், லீலாவும் நிர்வாணிகளாக யானைக்குப் பக்கமாகப்

போவதைப் பார்த்தேன். தேவஸ்ஸி யானையின் தும்பிக்கையைத் தொட்டான். குட்டியப்பனும் யானையைத் தொட்டான். தேவஸ்ஸி யானையின் இடது கால் பக்கமாக நகர்ந்தான். குட்டியப்பன் லீலாவின் இரண்டு தோள்களையும் பற்றிக் கொண்டு பின்பக்கமாக அவளை நடக்க வைத்தான். பிறகு யானையின் கொம்புகளுக்கிடையிலாக தும்பிக்கையோடு சேர்த்து நிறுத்தினான். அவளுடைய தோள்களிலிருந்து கையை எடுத்தான். கொஞ்சம் பின்னால் தள்ளி வந்து யானையின் கொம்பில் இரண்டு கைகளாலும் இறுகப் பிடித்தான்.

நான் லீலாவைப் பார்த்தேன். தன்னுடைய உடல் சாய்ந்து நிற்பது எதன் மேல் என்று அவளுக்குத் தெரியாதா? தும்பிக்கையின் கூர்மையான ரோமங்கள் அந்த சின்ன சரீரத்தை இப்போது நோகச் செய்யத் தொடங்கியிருக்கும். யானையின் வாடை அவளுடைய உடல் முழுவதும் நொதிக்கத் தொடங்கியிருக்கும். இருட்டு பெரிய யானையின் உருவத்துடன் என்னைச் சூழ்ந்து வளர்வதுபோலத் தோன்றியது.

குட்டியப்பன் இப்போது தன்னுடைய பைத்தியத்தின் சிகரத்தில் முதல் அடியை வைத்திருப்பான். என்னுடைய கண்கள் குட்டியப்பனுக்கும், யானைக்கும் இடையிலிருக்கும் லீலாவின் மீது பதிந்து நின்றன. ஒவ்வொரு நொடியின் ஓசையற்ற நடுக்கம் என்னுடைய கட்டை விரலிலிருந்து வளரத் தொடங்கி யிருந்தது. ஆனால் குட்டியப்பனின் சரீரம் அசையக் கூட இல்லை. அது லீலாவின் சரீரத்துக்கு எதிரில் நிற்க மட்டுமே செய்திருந்தது. பிறகு குட்டியப்பனின் கைகள் லீலாவின் கைகளோடு கோர்த்துக் கொண்டன. தும்பிக்கையிலிருந்து லீலாவை மெதுவாக பிரித்து கொம்புகளுக்கிடையிலாக அவளை வெளியே நடக்க விட்டு, ஒரு குழந்தை மீதான பாசம்போல அவளுடைய உச்சந்தலையில் முத்தமிட்டான். பிறகு குட்டியப்பன் திரும்பி நடந்தான். பின்னால் லீலாவும். பரிணாம எல்லையில் விசித்திரமான சித்திரம்போல

முன்னால் அம்மணமான குட்டியப்பன், அம்மணமான லீலா. அதற்குப் பின்னால் பூமியில் மிகப் பெரிய மிருகம். நடப்பதற்கு இடையில் திடீரென்றுதான் லீலா திரும்பி நின்றாள்.

....

மேலே குறிப்பிட்டுள்ளது 'லீலா' சிறுகதையின் இறுதிப் பந்தியின் ஒரு பாகம். திரைப்படத்திலும் இதுவே இறுதிக் காட்சி. ஆனால் திரும்பி நிற்கும் லீலாவின் யானையுடனான பார்வை. அது பரிமாற்றிக் கொள்ளும் சேதிகள். எழுத்தில் விவரிக்க முடியாததை, திரைப்படத்தின் கண நேரக் காட்சி விளங்கப்படுத்துவது அவ்வாறுதான். லீலா எனும் பார்வதி நாயரின் விழிகளும், அப் பார்வையும் பார்வையாளனை எக் காலத்திலும் மறக்கச் செய்யாதவை. மூதாதையரின் சொத்துக்களில் உல்லாசம் அனுபவித்து வாழும் நாயகன் குட்டியப்பனின் செயற்பாடுகளும், உரையாடல்களும் கூட பார்வையாளர்களை அவன் பால் ஈர்க்கின்றனவே தவிர, அவனை வெறுக்கச் செய்யவில்லை.

இலக்கியங்கள் வரலாற்றைப் பிரதிபலிப்பவை. அவை ஒரு தேசத்தின், அக் காலகட்டத்துக்குரிய மாற்றங்களை தம்முள் பதிந்து வைத்திருப்பவை. மனிதன் அன்றாடம் எழுதும் தினக் குறிப்பு போல, ஒவ்வொரு காலகட்டத்திலும் தோன்றும் சமூக நடைமுறைச் சிக்கல்கள், ஏற்றத் தாழ்வுகள், சாதி மதச் சண்டைகள், பெண்ணிய விழிப்புணர்வுகள், வறுமை, பஞ்சம், தொற்றுநோய்கள், அரச ஆதிக்கங்கள், ஜீவனோபாய மாற்றங்கள், அரசியல் பிரச்சினைகள், இடதுசாரிக் கொள்கைகள், பிரதான தொழில் மாற்றங்கள், போர்கள் மற்றும் ஜமீன்தார் வழிபாடும் ஆதிக்கமும் எனப் பலவற்றையும் இலக்கியவாதிகள் நாவலாகவோ, சிறுகதையாகவோ, இலக்கியமாகவோ அந்தந்த காலகட்டங்களில் பதிந்து வைத்து விடுகிறார்கள். அப் படைப்புகள் எக் காலத்துக்கும், எச் சமூகத்துக்கும், எல்லாத் தலைமுறைகளுக்கும் மிகவும் முக்கியமானவை. அவையே பிற்காலத்தில் வரலாறாகி விடுகின்றன.

இலக்கிய வாசகர்கள், காலப்போக்கில் இவ்வாறான சிறுகதைகளை, நாவல்களை மறந்து விட்டாலும் கூட, இலக்கியப் பிரதிகள் திரைப்படங்களாக்கப்படும்போது, அவற்றின் சிறு சிறு காட்சியமைப்புக்களினூடாகவோ, நடிகர்கள் மூலமாகவோ இலக்கியப் படைப்புக்களையும் நினைவில் வைத்திருப்பர். 'செம்மீன்' ஷீலா முதற்கொண்டு, 'லீலா' பார்வதி நாயர் வரை தமது காத்திரமான இலக்கியப் படைப்புகளுக்கு திரையில் உயிர் கொடுத்த கலைஞர்களை மலையாள மக்கள் காலம் முழுவதும் கொண்டாடுவதானது, இதனை நிரூபிக்கிறது.

இன்றும் கூட, சிறந்த கதைகளை பார்வையாளர்கள் மத்தியில் கொண்டு வருவதாக இந்திய சினிமா பெரிதும் மதிக்கும் மலையாளத் திரையுலகம், நல்ல இலக்கியப் படைப்புகளுக்காகக் காத்திருக்கிறது. அது சிறுகதையாகவோ, நாவலாகவோ வெளிவரும் காத்திரமான இலக்கியப் பிரதியை உடன் திரைப்படமாக்கவெனக் கொத்திக் கொண்டு போகப் பார்த்திருக்கிறது. இது கலை, இலக்கிய, திரைப்பட சூழலின் மிகவும் ஆரோக்கியமான நிலைமையையே எடுத்தியம்புகிறது. அனைத்து மலையாள இலக்கியவாதிகளின் அடுத்த இலக்கு சினிமாவல்ல என்ற போதிலும், அனைத்து மலையாள சினிமா இயக்குனர்களினதும் பிரதான இலக்கு எப்போதும் இலக்கியப் பிரதிகளே என்பதை இங்கே குறிப்பிட்டேயாக வேண்டும்.

சுரையாவின் மீது கல்லெறியும் உதிரிப் பூக்கள்

சம்பவம் - 01

பால்ய வயதில் தனது தந்தையால் பார்த்து திருமணம் செய்து வைக்கப்பட்ட சுரையா, கணவனுடனும் குழந்தைகளுடனும் தனி வீட்டில் வாழ்ந்து வருகிறாள். கணவன் சிறைக் காவலனாக இருப்பதனால், அவன் மீது முழு ஊராருக்கும் ஒரு அச்சமிருக்கிறது. அவன் ஒரு பதினான்கு வயது சிறுமியைத் திருமணம் செய்து கொள்ள

ஆசைப்படுகிறான். சுரையா அதனைத் தீவிரமாக எதிர்க்கிறாள். கணவன் அவளைச் சித்திரவதைப்படுத்துகிறான். அவள் தனது தாய் வீட்டுக்குச் செல்ல நிர்ப்பந்திக்கப்படுகிறாள். கணவனாலும், அவனை எப்பொழுதும் உசுப்பி விட்டுக் கொண்டேயிருக்கும் அவனது நண்பனாலும் சுரையாவின் மீது ஒழுக்கக் குற்றச்சாட்டு ஏவப்படுகிறது. ஊர்ப் பெரியவர்கள் விசாரிக்கிறார்கள். ஊர்ப் பெரியவர்களின் தீர்ப்பு சுரையா உயிருடன் வாழத் தகுதியற்றவள் என்கிறது. கணவன் திருமணம் முடிக்கக் காத்திருந்த சிறுமி அவனைத் திருமணம் முடிக்க மறுத்து விடுகிறாள். நிரபராதியான சுரையா ஊரரால் கல்லெறிந்து கொல்லப்படுகிறாள். குழந்தைகள் அநாதைகளாகின்றனர்.

சம்பவம் - 02

தனது தந்தையால் பார்த்து திருமணம் செய்து வைக்கப்பட்ட லக்ஷ்மி, கணவனுடனும் குழந்தைகளுடனும் தனி வீட்டில் வாழ்ந்து வருகிறாள். கணவன் அந்த ஊர்ப் பள்ளியின் மேலதிகாரியாக இருப்பதனால், அவன் மீது மொத்த ஊராருக்கும் ஒரு அச்சமிருக்கிறது. அவன் லக்ஷ்மியின் தங்கையைத் திருமணம் செய்து கொள்ள ஆசைப்படுகிறான். லக்ஷ்மி அதனைத் தீவிரமாக எதிர்க்கிறாள் . கணவன் அவளைச் சித்திரவதைப்படுத்துகிறான். அவள் தனது தாய் வீட்டுக்குச் செல்ல நிர்ப்பந்திக்கப்படுகிறாள். கணவனாலும், அவனை எப்பொழுதும் உசுப்பி விட்டுக் கொண்டேயிருக்கும் அவனது நண்பனாலும் லக்ஷ்மியின் மீது ஒழுக்கக் குற்றச்சாட்டு ஏவப்படுகிறது. ஊர்ப் பெரியவர்கள் விசாரிக்கிறார்கள். மன உளைச்சலுடனான உடல்நலக் குறைவின் காரணமாக லக்ஷ்மி இறந்து விடுகிறாள். கணவன் இன்னுமொரு பெண்ணைத் திருமணம் செய்கிறான். கணவனின் இன்னுமொரு கொடூர முகம் முழு ஊருக்குமே தெரியவரும் பொழுது, ஊர்ப் பெரியவர்களின் தீர்ப்பு கணவன் உயிருடன் வாழத் தகுதியற்றவன் என்கிறது. கணவன் திருமணம்

முடித்திருந்த பெண் அவனை விட்டுப் போய் விடுகிறாள். குற்றவாளியான கணவன் ஊராரால் ஆற்றில் மூழ்கிச் சாக நிர்ப்பந்திக்கப்படுகிறான். குழந்தைகள் அநாதைகளாகின்றனர்.

நமது இந்தியத் தமிழ்த் திரைப்படங்களை விமர்சிப்பவர்கள், ஒரு தமிழ்த் திரைப்படத்தை விமர்சிக்கும் முன்பு, அத் திரைப்படத்தின் மூலத் தழுவல் எங்கிருந்து பெறப்பட்டிருக்கிறது எனத் தேடத் தொடங்கி விடுவார்கள். அவ்வாறான தேடலின் போது ஏதேனும் ஓரிரு ஒற்றுமைகளோடு வேற்று நாட்டுப் படமொன்று, அத் தமிழ்த் திரைப்படத்தோடு ஒத்துப் போகும் எனில, அந்தத் தமிழ்த் திரைப்பட இயக்குனர் அவ்வளவுதான். அத்தோடு அவர் பாடு முடிந்தது. உலகத் திரைப்படத்தை அடியொற்றி, தமிழ்த் திரைப்படத்தை எடுத்திருக்கிறார் இயக்குனர் என்ற குற்றச்சாட்டை மிகப் பலமாக இயக்குனர் மீது ஏவுவார்கள் விமர்சகர்கள். இ து இந்தியத் தமிழ்த் திரைப்பட விமர்சகர்களினதும், இயக்குனர்களினதும் இன்றைய நிலை.

நான் இக் கட்டுரையின் தொடக்கத்தில் குறிப்பிட்டுள்ள இரண்டு சம்பவங்களும் இரண்டு புகழ்பெற்ற திரைப்படங்களின் மூலக் கதைகள். முதலாவது சம்பவம் சர்வதேச விருதுகள் பலவற்றை வென்ற 'The Stoning of Soraya M.' எனும் ஈரானியத் திரைப்படத்தின் மூலக் கதை. இரண்டாவது சம்பவம் 'உதிரிப் பூக்கள்' திரைப்படத்தின் மூலக் கதை. இரண்டு திரைப்படங்களுமே முழுமையாக ஒன்றுடனொன்று ஒத்துப் போகின்றன. தாய்க்கு, குழந்தைகள் மீதுள்ள பாசமும் கூட இரண்டு திரைப்படங்களிலும் சொல்லி வைத்ததுபோல பூங்காங்களில் பூக்களோடு சேர்த்து படமாக்கப்பட்டிருக்கின்றது. ஆனால், ஈரானியத் திரைப்படமானது, ஒரு உண்மைச் சம்பவத்தை அடிப்படையாகக் கொண்டு உருவாக்கப்பட்டிருக்கிறது. 'உதிரிப்பூக்கள்' திரைப்படம் எழுத்தாளர் புதுமைப்பித்தனின் 'சிற்றன்னை' எனும் நாவலைத் தழுவி எடுக்கப்பட்டிருக்கிறது. எனினும் இரண்டுக்கும் பொதுவான அம்சங்கள் பல உள்ளன.

1. கதை

2. கதை நிகழும் பின் தங்கிய கிராமம்

3. ஊரார் கணவன் மீது வைத்திருக்கும் அச்சம்

4. கையறு நிலையிலிருக்கும் உத்தமியான மனைவி

5. கணவனின் இரண்டாம் திருமணம் மீதுள்ள மோகம்

6. கணவனின் இரண்டாம் திருமணத்துக்கு தடையாக இருக்கும் மனைவி

7. கணவனை உசுப்பி விடும் நண்பன்

8. கணவன் தனது மனைவி மீது ஊர் முழுவதுமாகக் கிளப்பி விடும் அவளது ஒழுக்கம் குறித்தான அவதூறு

9. ஊராரின் தீர்ப்பு, ஊரார் இணைந்து பிரச்சினையை முடிவுக்குக் கொண்டு வருதல்

10. பிரதான கதாபாத்திரத்தின் மரணம்

11. கதாநாயகியின் மரணத்தின் பின்னர் வெளிவரும் உண்மை

12. உதிரிப் பூக்களாகும் குழந்தைகள்

'உதிரிப் பூக்கள்' திரைப்படமானது இக் காலத்தில் எடுக்கப்பட்டு திரைக்கு வந்திருந்தால், நான் மேலே கூறியுள்ள ஒப்பிடல்களோடு இன்னும் பொதுவான பலவற்றைக் கூறி, இயக்குனர் மகேந்திரனின் இத் திரைப்படமானது, ஒரு உலகத் திரைப்படத்தின் தழுவல் எனப் பல விமர்சனங்களும், சர்ச்சைகளும் பலராலும் எழுப்பப்பட்டிருக்கும். நல்ல வேளை, அவ்வாறான சர்ச்சைகளுக்கு இடமளிக்காத வகையில் 'உதிரிப் பூக்கள்' 1979 இல் வெளிவந்திருக்கிறது. ஈரானியத் திரைப்படம் 2008 இல் வெளிவந்திருக்கிறது.

விடிகாலையிலேயே சுரையாவின் சிற்றன்னை ஸஹ்ரா தனது வீட்டை விட்டு வெளியே கிளம்புகிறார். வறண்ட

பாறைகளினிடையே அவர் செல்லும் பிரதானப் பாதையில் ஒரு கார் விரைவாகச் செல்கிறது. வனத்தின் எல்லையில் ஓடிக் கொண்டிருக்கும் நதியின் கரையில் ஓநாயொன்று எதையோ சாப்பிட்டுக் கொண்டிருக்கிறது. சிற்றன்னை அதனைக் கல்லெறிந்து துரத்துகிறார். ஓநாய் சாப்பிட்டுக் கொண்டிருந்த எலும்புகளை எடுத்து ஓடும் நீரில் கழுவுகிறார். பின்னர் தனது கரங்களினாலேயே குழியொன்றைத் தோண்டி அதற்குள் எச்சங்களையிட்டு மூடுகிறார். அதன் மீது அடையாளமிட்டு விட்டுப் பிரார்த்திக்கிறார். அவை முன் தினம் படுகொலை செய்யப்பட்ட சுரையாவின் எலும்புகள்.

வேகமாகச் சென்ற கார் இடைவழியில் பழுதடைந்து நின்று விடுகிறது. அந்தக் காரைத் திருத்துவதற்காக இன்னுமொரு வாகனத்தின் உதவியோடு அருகிலிருக்கும் கிராமத்துக்கு எடுத்துவருகிறார் அதனைச் செலுத்தி வந்த பிரான்ஸ் நாட்டு ஊடகவியலாளர். அது சுரையாவின் கிராமம். அந்த அந்நியர் பிற தேசத்து ஊடகவியலாளர் என அறியும் சுரையாவின் சிற்றன்னை இரகசியமாக தனது சகோதரியின் மகளான சுரையாவின் கதையை அவரிடம் கூறி அதனை ஒலிப்பதிவு செய்து முழு உலகுக்கும் தெரியப்படுத்தும்படி வேண்டுகிறார். அதனைச் செய்கிறார் ஊடகவியலாளர். சிற்றன்னை கூறுவதன் வழியாக சுரையா சம்பந்தப்பட்ட காட்சிகள் விரிகின்றன.

அந்த பிரான்ஸ் நாட்டு ஊடகவியலாளர்தான் Freidoune Sahebjam என்பவர். 1990 இல் வெளிவந்த அவரது 'La Femme Lapidée' எனும் தொகுப்பில் இடம்பெற்றிருந்த ஒரு உண்மைக் கதையை அடிப்படையாகக் கொண்டு 2008 ஆம் ஆண்டு இயக்குனர் Cyrus Nowrasteh எடுத்த திரைப்படம்தான் 'The Stoning of Soraya M.' இந்தத் தொகுப்பும், திரைப்படமும் ஈரானில் தடை செய்யப்பட்டிருப்பது, அங்கு இன்றும் கூட இவ்வாறான கொடுமைகள் நடைபெற்றுக் கொண்டிருப்பதைத்தான் உணர்த்துகிறது.

முப்பது வயதுகளில் இருக்கும் சுரையா நான்கு குழந்தைகளின் தாய். இலஞ்சம் வாங்கிக் கொண்டு சிறைக்கைதிகளைத் தப்பிச் செல்ல வைக்கும் சிறைக்காவலனான அவளது கணவனுக்கு ஊரில் எல்லோரும் அஞ்சுகின்றனர். சிறைக்கைதியாக இருக்கும் தனது தந்தையைப் பார்வையிட வரும் ஒரு பதினான்கு வயதுச் சிறுமியின் மீது அவனது பார்வை விழுகிறது. அவளைத் திருமணம் செய்துகொள்ள விரும்புகிறான். அதற்கு சுரையாவின் அனுமதி தேவைப்படுகிறது. அவள் தனது குழந்தைகளின் நலனை மனதிற் கொண்டு அதற்கு உடன்பட மறுக்கிறாள். தெருவழியே அவளை அடித்து உதைக்கிறான் கணவன். சுரையாவின் சிற்றன்னை ஸஹ்ரா அவளைக் காப்பாற்றி தனது வீட்டுக்கு அழைத்துச் செல்கிறாள்.

தனது குழந்தைகளின் உணவுத் தேவைகளுக்காக வேண்டி அயல்வீடொன்றில் வீட்டு வேலைகள் செய்து வருகிறாள் சுரையா. அந்த வீட்டில் மூளை வளர்ச்சியற்ற ஒரு சிறுவனும், அவனது வயது முதிர்ந்த தந்தையும் மாத்திரமே வாழ்ந்து வருகிறார்கள். சிறுவனைப் பார்த்துக் கொள்வதும், உணவு சமைத்துக் கொடுப்பதும் அவளது தினசரி வேலைகளாக இருக்கின்றன. தினந்தோறும் பகலில் அதனைச் செய்து வரும் சுரையா மீதான அவதூறுகளைக் கிளப்பி விடுகிறான் அவளது கணவன். அத்தோடு சுரையாவின் மீது அபாண்டமாகப் பழி சுமத்துவதற்காக, அம் முதியவனை மிரட்டிப் பணிய வைக்கிறான். ஊரார் அந்தப் படுதூறுகளை நம்புகிறது. சுரையா மீது கல்லெறிந்து கொல்லப்பட தீர்ப்பாகிறது. வெண்ணிற ஆடை அணிவிக்கப்பட்ட சுரையா, சுற்றிவர ஆண்கள் சூழ்ந்திருக்கும் மைதானத்தின் நடுவே அழைத்து வரப்படுகிறாள். பின்புறமாகக் கைகள் கட்டப்பட்ட பின், ஒரு குழிக்குள் இறக்கப்பட்டு, இடுப்பு வரை மண்ணால் மூடப்படுகிறாள். முதல் கல்லை எறிய சுரையாவின் தந்தை நிர்ப்பந்திக்கப்படுகிறார். இரண்டாவதை கணவனும், மூன்றாவதாக அவளது சிறு வயது மகன்களும் கற்களை எறிகின்றனர். தொடர்ந்து

வரும் அந்த ஊர் ஆண்கள் எறியும் கற்கள் அப்பாவியான அவளைக் கொன்று விடுகின்றன.

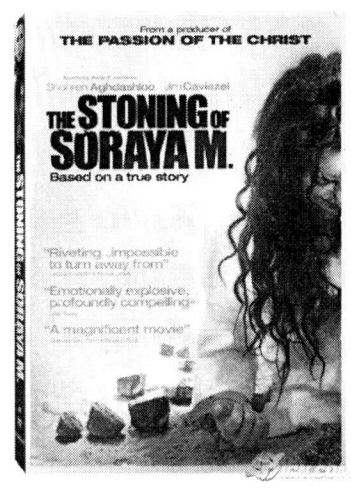

இவ்வாறான கொடுமைகளுக்கும், அநீதங்களுக்கும் எதிராக முன்னாள் ஈரானியத் தூதுவரின் மகனான ஊடகவியலாளர் Freidoune Sahebjam குரல்கொடுத்து வருகிறார். இவர், சுரையாவின் சிற்றன்னையிடம் கேட்டறிந்து கொண்ட இந்த உண்மைச் சம்பவத்தை தனது தொகுப்பின் மூலம் உலகறியச் செய்ததைத் தொடர்ந்து இவ்வாறான தண்டனைகளுக்கெதிரான கோஷங்கள் வலுப்பெற்றிருக்கின்றன. எனவே ஈரானிய அரசு அத் தொகுப்பை தடை செய்திருககிறது. ஈரானில் இடம்பெற்று வரும் பழமைவாத தண்டனைகளை உலகுக்கு வெளிக் கொண்டுவந்த முதல் ஊடகவியலாளராக அறியப்படும் இவர், ஈரான் - ஈராக் யுத்தத்தின் போது எட்டு வயது சிறுவர்கள் யுத்தத்தில் ஈடுபடுத்தப்பட்டார்கள் என்பதை ஆதாரங்களோடு நிரூபித்ததன் காரணமாக ஈரானின் கறுப்புப் பட்டியலில் இடம்பெற்றிருக்கிறார்.

இத் திரைப்படத்தில் பிரபல அமெரிக்க நடிகர் Jim caviezel ஊடகவியலாளராகவும், நடிகை Mozhan marnò சுரையாவாகவும், நடிகை Shohreh aghdashloo சிற்றன்னை ஸஹ்ராவாகவும், நடிகர் Navid negahban சுரையாவின் கணவனாகவும் நடித்திருக்கின்றனர். இயக்குனர் Cyrus Nowrasteh இன் இத் திரைப்படம் பல்வேறு சர்வதேச

விருதுகளை வென்று உலகின் கவனத்தை ஈர்த்திருக்கிறது.

தமது இலாபங்களுக்காக வேண்டி பெண்களின் மீது குற்றங்களைச் சுமத்துவது ஆண்களுக்கு இலகுவாகவே உள்ளது. அது உலகில் எப்பாகத்தில் இருந்தாலும் சரி. எந்தச் சமூகத்தில் இருந்தாலும் சரி. பெண்ணின் மீது, அவளது ஒழுக்கத்தைக் குறிப்பிட்டு அவதூறுகளைக் கிளப்புவதன் மூலம் அவளை நிந்தனைக்குள்ளாக்கி ஆண் வெற்றியடைந்து விடுகிறான். தனது விருப்பத்துக்கு மாற்றமாக பெண் எழுந்து நிற்கையில், அவளை அடக்கி விடவும், பணிய வைக்கவும் ஆண், அவளது ஒழுக்கம் குறித்தான சந்தேகங்களைக் கிளப்பி விடுகிறான். ஒரு பெண்ணுக்கு எவ்வாறான மன உளைச்சல்களை அவை ஏற்படுத்துமென அவனுக்கு நன்றாகத் தெரியும்.

இயக்குனர் மகேந்திரனின் 'உதிரிப் பூக்கள்' திரைப்படத்திலும் இது துல்லியமாகக் காட்டப்பட்டிருக்கிறது. லக்ஷ்மியின் கணவன் சுந்தர வடிவேலு, அவளது ஒழுக்கத்தின் மீது அவதூறுகளைக் கிளப்புவதும், சுந்தர வடிவேலின் தாய், தனது மகனுக்கு இரண்டாவதாக மணமுடித்து வைக்கப் பெண் பார்க்கச் சென்றிருக்கையில் அந்தப் பெண்ணைப் பற்றி அவளது தந்தையிடமே கூறி, அவர்களைச் சம்மதிக்க வைப்பதுவும் இதனை வெளிப்படுத்துகிறது.

1979 ஆம் ஆண்டில் வெளிவந்துள்ள மிகச் சிறந்த திரைப்படங்களிலொன்றாக 'உதிரிப் பூக்கள்' திரைப்படத்தையும் தயங்காது வகைப்படுத்தலாம். இந்தியத் தமிழ்த் திரைப்படங்களைப் பொறுத்தவரையில், கதாபாத்திரங்கள் எனும்போது கதாநாயகனும், கதாநாயகியும் மிக மிக நல்லவர்களாகவும், வில்லன் மிகக் கொடியவனாகவும் வலம் வருவர். அவர்கள் நாம் தினந்தோறும்

சந்திக்க நேரும் நிஜமான மனிதர்களுக்கு எல்லாவிதத்திலும் அப்பாற்பட்டு நிற்பர்.

ஆனால் 'உதிரிப் பூக்களை'ப் பொறுத்தவரையில், இயக்குனர் மகேந்திரனின் பாத்திரப் படைப்புக்கள் அனைத்துமே யதார்த்தமானவை. அக் காலகட்டத்தில் வெளிவந்த பல திரைப்படங்களில் உள்ளதுபோல போலியான மச்சங்களை ஒட்ட வைத்து வில்லத்தனத்தை முகத்திலும், தோற்றத்திலும் காட்ட வைக்காமல், தனது நடவடிக்கைகளில் மறைத்து வைத்திருக்கும் கதாநாயகனைப் பார்க்கும்போது பெரிதாக நமக்கு அவர் மீது கோபம் எழுவதில்லை. ஏனெனில், நாம் அவ்வாறானவர்களை தினந்தோறும் நேரில் பார்க்கிறோம்; சந்திக்கிறோம். முகத்தையும், புன்னகையையும், நடை உடை பாவனைகளையும் பார்க்கும்போது மிக நல்லவர்களாகத் தெரிபவர்கள், மறைவில் என்னென்ன மோசமான செயல்களைச் செய்து வருகிறார்களென பார்த்திருக்கிறோம்; கேள்விப்பட்டிருக்கிறோம். அவ்வாறானாவர்களுள் ஒருவராகவே சுந்தர வடிவேலைப் பார்க்க முடிகிறது. கதாநாயகி லக்ஷ்மியும் கூட சாதாரணமானவள்தான். 'குழந்தைகள் மட்டும் இல்லைன்னா, நான் எப்பவோ ஓடிப் போயிருப்பேன்' என அவள் தனது கணவனிடம் கூறுவது யதார்த்தமானது. கணவனின்

நெருக்கடியிலிருந்து தப்பிச் செல்லவிழையும் சாதாரணப் பெண்ணாக அங்கு அவள் தோற்றம் கொள்கிறாள்.

வில்லத்தனம் கலந்த பாத்திரப் படைப்பு என்ற போதிலும், அதி தீவிர நடிப்பை வெளிப்படுத்தாமல் மிக இயல்பாக அதனை பார்வையாலும், புன்னகையாலும் வெளிப்படுத்துவது சிரமமானது. அதனை மிகச் சிறப்பாகச் செய்திருக்கிறார் சுந்தர வடிவேலுவாக நடித்திருக்கும் நடிகர் விஜயன். லக்ஷ்மியின் கதாபாத்திரத்தை ஏற்று நடித்திருக்கும் அஸ்வினியின் முகத் தோற்றமே அவர் மேல் அனுதாபத்தை ஏற்படுத்தி விடுகிறது. இயக்குனர் மகேந்திரன் திரைக்கதையை எழுதும்போதே இவ்வாறான உருவத்தைத்தான் கற்பனை செய்திருக்கக் கூடும். ஒரு குடும்பப் பெண்ணுக்குரிய சர்வ இலட்சணங்களும் பொருந்தியுள்ள அஸ்வினியின் முகத்திலேயே தோன்றும் ஒரு வித சாந்தம், கவலை, ஆழ்ந்த யோசனை ஆகியன அந்தக் கதாபாத்திரத்துக்கு மிகவும் வலுச் சேர்த்திருக்கிறது.

அவரைப் போலவே அவரது தங்கையாக நடித்திருக்கும் மதுமாலினி, சாருஹாசன், சரத்பாபு, பிரேமி, இரண்டாவது மனைவியாக நடித்திருக்கும் பெண், குழந்தை நட்சத்திரங்கள் என திரையில் தோன்றியிருக்கும் அனைவருமே தமது பங்கை உணர்ந்து நடித்திருக்கிறார்கள் எனும்போது, இவர்களை இவ்வாறு நடிக்க வைத்த இயக்குனர் மகேந்திரனைத்தான் முதலில் பாராட்டத் தோன்றுகிறது. அவ்வாறே ஒளிப்பதிவும், பின்னணி இசையும் திரைப்படத்தை உச்சத்துக்குக் கொண்டு சென்றிருக்கிறது.

'உதிரிப் பூக்கள்' திரைப்படம் வெளிவந்து இப்பொழுது மூன்று தசாப்தங்கள் கடந்துவிட்டன. பலரது வாழ்க்கைக்கும் பாடங்களைப் புகட்டும் விதமாக உலகம் முழுவதிலும் இவ்வாறான ஏராளமான திரைப்படங்கள் வெளிவந்துவிட்டன; வந்துகொண்டிருக்கின்றன. ஆனாலும் நான் மேற்சொன்ன இரண்டு திரைப்படங்களிலும் இயக்குனர் சுட்டிக் காட்டியிருக்கும் அநீதங்கள் இன்றும் கூட

இரகசியமாகவும், வெளிப்படையாகவும், உலகம் முழுவதிலும், எல்லாச் சமூகங்களிலும் நடைபெற்றுக் கொண்டுதான் இருக்கின்றன. பெற்றோரின் தவறுகளாலும், பொடுபோக்கான நடத்தைகளாலும், தப்பான ஆசைகளாலும் பாதிக்கப்படுவதெல்லாம் அவர்களிலிருந்து உதிர்ந்துகிடக்கும் அவர்களது குழந்தைப் பூக்கள்தான். அந்த உதிரிப் பூக்கள்தான் தனது தாய் மீது கற்களையும் எறிகின்றன. தந்தையை நீராட அனுப்பி விட்டு அநாதையாக வழிதவறிப் பார்த்துக் கொண்டுமிருக்கின்றன.

அன்பைத் தேடி ஒரு தப்பித்தல்

'ஒவ்வொரு தடவையும் நாம் எமது வாழ்க்கையைப் பற்றிக் கதைக்க முற்படும்போதும், ஒரு தொலைபேசி அழைப்பு வருகிறது. உடனே அவர் கலவரமடைந்து விடுகிறார்'

திருமணம் முடிப்பதற்காகப் பேசி வைத்திருக்கும் மணப்பெண்ணான நெகாருடன் தமது வாழ்க்கை பற்றிக் கலந்துரையாட முற்படும்போதெல்லாம் மணமகன் இமானை ஒரு தொலைபேசி அழைப்பு குறுக்கிடுகிறது. அதனைத் தொடர்ந்து அவன்

கலவரமடைந்து உடனே அவளை விட்டுவிட்டுப் புறப்பட்டுச் சென்று விடுகிறான். அவள் அவனைச் சந்திக்கும் போதெல்லாம் அவளைப் புதிருக்குள்ளும், குழப்பத்துக்குள்ளும் ஆழ்த்தும் அத் தொலைபேசி அழைப்பு பற்றி வினவுகிறாள். தனது கணவனாகப் போகிறவன் ஏதோ ஒரு பெருந் துயரத்துக்குள் சிக்கியிருப்பதை அவள் உணர்கிறாள். அவளது தொடர்ச்சியான கேள்விகளின் பிறகு அவன், வாழ்நாள் முழுவதும் தான் கூடவே இருந்து கவனித்துக் கொள்ள வேண்டிய இன்னுமொரு நபர் தனது வாழ்வில் இருப்பதாகக் கூறுவதைக் கேட்டு அதிர்ச்சிக்குள்ளாகிறாள். இத் திருமணத்தை அந் நபர் விரும்பவில்லை என்றும் இத் திருமணத்தின் மூலம் அவர் மிகுந்த கவலைக்காளாவார் எனவும் கூறுவது அவளை மென்மேலும் குழப்பத்துக்குள் தள்ளி விடுகிறது.

இமான், தனது வீட்டுக்கு அவளை அழைத்துச் செல்கிறான். அவ் வீட்டுக்கு முதன்முதலாக வருகை தந்திருக்கும் நெகாரிடம், இமானின் தாய் அவளுக்குள்ள முக்கிய பொறுப்பினை மிகுந்த பரிதவிப்புடனும் அன்புடனும் விளக்குகிறார். அன்பளிப்பாக ஆபரணங்களை வழங்குகிறார். பின்னர் இமான், அவன் குறிப்பிட்ட அந் நபரைச் சந்திக்க அவளை அழைத்துச் செல்கிறான். அவள் அதிர்ச்சியடைகிறாள். தனது வீட்டுக்குக் கவலையோடு திரும்பும் அவள், அவர்களது திருமணம் குறித்த எந்த முடிவையும் எடுக்க முடியாமல் திணறுகிறாள்.

ஒரு உள்ளத்தை மட்டுமே உயரிய இடத்தில் வைத்து நேசித்து வரும் இன்னுமொரு உள்ளத்திடம் மட்டுமே அன்பும், பாசமும், சம்பந்தப்பட்டவரது எதிர்காலம் குறித்த கவலைகளும் மிகைத்திருக்கும். அவரது எதிர்கால நலனுக்காகவும், அவரது நல்வாழ்வுக்காகவும் பல அர்ப்பணிப்புக்களை அவர் செய்யத் துணிவார். சம்பந்தப்பட்டவர் அதனை உணராவிட்டாலும் கூட, அன்பை எந்தத் தன்னலமும் பாராது வழங்கிவருபவருக்குள் தொடர்ந்தும் அன்பானது, ஒரு நீர்வீழ்ச்சியைப் போல வழிந்து

கொண்டேயிருக்கும். அது என்றும் வற்றாத நீரூற்று. அவ்வாறான அன்பு தொடர்ந்தும் தேவைப்படக் கூடிய, வளர்ந்த பிறகும் குழந்தைப் பருவத்தை இன்னுமின்னும் வாழ்ந்து கொண்டிருப்பவர்களுக்காக அர்ப்பணம் செய்யப்பட்ட திரைப்படம் என்ற குறிப்போடு ஆரம்பிக்கிறது 'நித்திய குழந்தைகள்' 'Eternal Children' எனும் ஈரானியத் திரைப்படம்.

வாக்குறுதிகளும், சத்தியங்களும் இக் காலத்திலெல்லாம் மதிப்பிழந்து போயுள்ளன. ஒருவரிடம் ஏதேனுமொரு தேவையை நிறைவேற்றிக் கொள்ளும்பொருட்டு பொய்ச் சத்தியங்களும், போலி வாக்குறுதிகளும் மலிந்துள்ள காலமொன்று நம்மைச் சூழ்ந்திருக்கிறது. சத்தியங்களால் ஏமாற்றப்படுகிறோம். வாக்குறுதிகளால் மோசடி செய்யப்படுகிறோம். அனைத்தையும் தாண்டி இக் கணத்திலும் கூட எவரேனும் வாக்குறுதிகளை அளித்துக் கொண்டிருக்கலாம். சத்தியங்களால் அடுத்தவரை நம்ப வைத்துக் கொண்டிருக்கலாம். ஆனால் அவற்றுள் எத்தனை சத்தியங்கள் காப்பாற்றப்படப் போகின்றன என்பதை காலம் மட்டுமே அறியும்.

அவ்வாறாக, எதுவும் உரைக்க முடியாமல் மரணத் தருவாயிலிருந்த தனது தந்தையினது பார்வை பாஷையைப் புரிந்துகொண்டு, அவருக்களித்த வாக்குறுதியை இறுதி வரை காப்பாற்றப் போராடும் ஒரு இளைஞனின் வாழ்க்கையில் அவ் வாக்குறுதிக்காகவும், அன்புக்காகவும் அவன் சந்திக்க நேரும் சிக்கல்களை தொட்டுச் செல்கிறது திரைப்படம். அவனது வாழ்விலுள்ள இன்னுமொரு நபரைப் பற்றித் தெரிந்து கொண்டதன் பிற்பாடு, 'தமது திருமணம் குறித்த தனது முடிவு எதுவாக இருப்பினும், அதனை அவன் ஏற்றுக் கொள்ள வேண்டும்' என சத்தியம் பண்ணக் கூறும், தான் மிகவும் நேசிக்கும் பெண்ணை இயலாமையுடன் பார்க்கிறான் இமான்.

அவர்களது திருமணத்துக்குக் குறுக்கீடாகவிருக்கும் அந்த மர்ம

நபர் யார்? அந்த நபர் ஏன் இந்தத் திருமணத்தை வெறுக்கிறார்? அவருக்கும் இமானுக்குமான உறவு என்ன? போன்ற பல கேள்விகளை திரைப்படத்தின் ஆரம்பக் காட்சிகளில் புதிருடன் தந்திருக்கிறார் திரைப்படத்தின் இயக்குனர் பௌரான் தெரக்ஷந்தே.

பிறக்கும்போதே டௌன் நோய்க்கூட்டறிகுறி (Down Syndrome)யுடன் பிறந்த அலியைப் பராமரிக்கும் பொறுப்பு, அவனது தந்தை இறந்ததன் பிறகு, சகோதரன் இமானிடம் வருகிறது. அவர்களது தாயுடன் இணைந்து இமான், அலியை மிகவும் அன்பாகப் பார்த்துக் கொள்கிறான். இமானுடன் மிகவும் நெருங்கிப் பழகும் அலிக்கு, அவர்களது வாழ்வினூடாக இன்னுமொரு பெண் நுழைவது மிகவும் வருத்தத்தைத் தருகிறது. அவன் அதனை வெறுக்கிறான். தனது சகோதரன்

தனக்கு மட்டுமே சொந்தமானவன் எனச் சிந்திக்கும் அவனது குழந்தை மனம், இமான் இன்னுமொருவர் மீது அன்பு செலுத்துவதைத் தாங்கிக் கொள்வதில்லை.இது ஒரு புறமிருக்க இமானின் நேசத்துக்குரிய காதலி நெகார், இவ்வாறான சிறுவர்கள் குறித்த தனது ஐயங்களை வைத்தியரைச் சந்திப்பதன் மூலமும், இவ்வாறான சிறுவர்களின் தாய்மாரை சந்திப்பதன் மூலமும் தெளிவுபடுத்திக் கொள்கிறாள். பின்னர் திருமணத்துக்கு மறுப்பினைத் தெரிவித்த தனது பெற்றோருக்கும் நிலைமையினை விளக்கி அவர்களையும் சம்மதிக்க வைக்கிறாள். தொடர்ந்து அலியுடன் தனக்கு மிகவும் அன்பு உள்ளதை, அலிக்கு புரிய வைப்பதற்காக அலிக்கான பரிசுப் பொருட்களோடு

இமானின் வீட்டுக்குச் செல்கிறாள். இமானையும், தாயையும் தவிர வேறெவரையும் தன் பக்கம் அனுமதிக்காத அலி, அவனது அறைக்கு வரும் அவளை நோக்கி துப்பாக்கியால் குறி வைக்கிறான்.

குழந்தைகளின் அகவுலகம் விசித்திரமானது. யாருமற்ற வெளியிலும் கூட அவர்களால் எல்லாவித உணர்வுகளையும் வெளிப்படுத்தி விட முடியும். நாகரீகம் கருதி, வளர்ந்த மனிதர்கள் மறைக்கப் பார்க்கும் விதவிதமான உள்ளக் கிடக்கைகளை குழந்தைகள் சட்டென்று வெளிப்படுத்தி விடுகின்றன. நாம் இரு விழிகளால் பார்க்கும் ஒரு காட்சியினை, குழந்தைகள் பல்வேறு விழிகளால் பார்த்துக் கேள்விகளை எழுப்புகின்றன. கேள்விகள் எல்லாவற்றுக்குமான பதில்கள் நம்மிடம் இருப்பதில்லை. குழந்தைகளின் முன்னிலையில் நாம் அறியாமையுடையவர்களாக ஆகி விடுகிறோம். நம் அளவுக்கு வளர குழந்தைகளுக்கு காலம் இருப்பதால், அங்கு நாம் குழந்தைகளாகி விடுகிறோம். அவர்களது மொழி, அவர்களது நடவடிக்கைகள் என எல்லாவற்றையும் அவர்களிடமே கற்றுக் கொண்டு, அவர்களிடமே ஒப்புவித்து அவர்களுக்கு நெருக்கமாகி விடுகிறோம்.

நெகார் இதனைத்தான் செய்கிறாள். தன்னால் இயன்ற நேரங்களிலெல்லாம் இமானின் வீட்டுக்கு வந்து, அலியுடன் இணைந்து விளையாடுகிறாள். அவனை அவன் விரும்பிய இடங்களுக்கு அழைத்துச் செல்கிறாள். அவளது மனதைத் துன்புறுத்தும் விதமாக நடந்துகொள்ளும் அலியின் செய்கைகள் அவளை நோகடித்தபோதிலும் பொறுத்துக் கொள்கிறாள். அவனுக்கு கரண்டியைக் கொண்டு நாகரிகமாக உணவருந்தும் முறையைக் கற்றுத் தருகிறாள். ஒரு நாள், இமானது வீட்டுக்கு வருகை தரும் அவளது பெற்றோரின் முன்னிலையில், அலி அவளது கரங்களைப் பற்றிக் கொண்டு 'எனது அன்புக்குரிய நெகார், என் தோழி' என்கிறான். அதிர்ச்சியடைகின்றனர் பெற்றோர்.

தாயாகவோ, சகோதரியாகவோ, தாதியாகவோ, ஆசிரியையாகவோ இல்லாத ஒரு பெண், இன்னுமொரு இளைஞனுடன் தனித்திருத்தல் என்பதுவோ, அவனுடன் விளையாடுவதோ, பயணங்கள் செல்வதோ, தொட்டுப் பேசுவதோ ஆகுமாக்கப்படாத ஒரு சமூகத்தில், குழந்தை மனதுடனும், வளர்ச்சியடையாத மூளையுடனும் கூடிய ஒருவன் என்றபோதிலும், இளைஞனான அவனது இவ்வாறான நடவடிக்கைகள் அதிர்ச்சியைக் கிளப்பிவிடப் போதுமாகி விடுகின்றன. அவனது நடவடிக்கைகளிலும், உள்ளத்திலும் கள்ளமோ, கபடமோ இல்லையென்ற போதிலும், அவனது உருவத்தையும் தோற்றத்தையும் வைத்தே அனைத்தும் அளவிடப்படுகின்றன. இமானினதும், நெகாரினதும் திருமணத்தை நிறுத்த, அவளது பெற்றோருக்கு இது போதுமாக இருக்கிறது. திருமணம் நிறுத்தப்பட்டது குறித்து அறிந்த இமானின் தாய் அதிர்ச்சியுறுகிறார். மாரடைப்பு வந்து வைத்தியசாலையில் அவர் அனுமதிக்கப்படுகிறார். அலியை சிறுவர் பராமரிப்பு நிலையமொன்றில் சேர்த்தால் மாத்திரமே இத் திருமணம் நடைபெறுமென நெகாரின் தந்தை நிபந்தனை விதிக்கிறார். இமான், அலியை அழைத்துச் சென்று ஒரு சிறுவர் பராமரிப்பு இல்லத்தில் சேர்த்து விடுகிறான். பிறகு இமான், தான் கூட இருந்து பார்த்துப் பார்த்து வளர்த்த அலியைப் பிரிந்த துக்கத்தில் இரவெல்லாம் கண்ணயராது அழுதபடி தவிக்கிறான். சிறுவர் பராமரிப்பு நிலையத்தில் அலியும், தனது உறவுகளை எண்ணி இரவெல்லாம் உறக்கம் வராமல் அழுகிறான். பிரார்த்திக்கிறான். தனது சகோதரனைத் தேடிப் பிதற்றுகிறான். புதிய சூழல் அவனைப் பெரிதும் அச்சுறுத்துகிறது.

பிரிவினை குழந்தைகளும் உணருகின்றன என்பதனை, அவை உறவுகளைத் தேடிக் கதறும்போது உணர்ந்து கொள்ளலாம். பிரிவு என்பது இலகுவானதல்ல. அது உயிருருக்கும் வலி. உயிருடனே ஒரு ஜீவனின் தோலை உரிப்பதை விடவும் மிகுந்த வேதனையைத் தரும் கொடூரம் அது. பிரிவினை எவராலுமே எளிதாகத் தாங்கிக் கொள்ள

இயலுமாக இருப்பதில்லை. பிரிவின் காரணமாக உறவுகள் பிரிந்துவிட்ட போதிலும், நினைவுகள் என்றும் தொடர்ந்து கொண்டேயிருக்கும். சேர்ந்திருந்த காலத்தில் சென்ற பயணங்கள், பாவித்த பொருட்கள், ஒன்றாக நடந்த தெருக்கள், இணைந்து கழித்த இன்பமான கணங்கள் என எல்லாமும் ஞாபகத்தில் வந்துகொண்டேயிருக்கும். அவை பிரிவின் முந்தைய கணத்தில், பிரியாதிருக்க ஏதேனும் செய்திருக்கக் கூடாதா என்ற ஏக்கத்தையும் இயலாமையையும் ஒன்றாகத் தந்தபடியிருக்கும். பிரிவிற்கு முன்னரான காலப்பகுதியில் எவ்வளவு தூரம் அன்பாக இருந்தோம்... ஒருவருக்கொருவர் இரகசியங்களேதுமின்றி எவ்வளவு வெளிப்படையாக இருந்தோம்... என்பதையெல்லாம் பிரிந்ததன் பின்னரே மனங்கள் உணருகின்றன. சிலவேளைகளில் இன்னுமொருவரது உயர்வுக்காக, எதிர்கால நலனுக்காக கௌரவமான பிரிவுகள் தேவையாக இருக்கின்றன. என்றபோதிலும் பிரிந்ததன் பிற்பாடு, பிரிவுக்கு முன்பு ஒருவர் மற்றவரோடு பகிர்ந்துகொண்ட இரகசியங்களை, கனவுகளை, வாழ்க்கையை மற்றவர் எல்லோரிடமும் பகிரங்கப்படுத்தி அவரைக் கேவலப்படுத்துவதன் மூலம், சம்பந்தப்பட்டவருடன் நேசம் வைத்து வீணாகக் கழிந்த காலத்தினைக் குறித்து அடுத்தவர் வேதனையும், வருத்தமும் அடையச் செய்வது தவிர்க்கப்பட வேண்டிய ஒன்று. நீங்கள் ஒருவரை உண்மையாகவே நேசித்து, பிரிந்திருப்பீர்களானால் உங்களால் ஒருபோதும் அவருக்கெதிராக இதனைச் செய்ய முடியாது.

ஒரு பிரிவின் பின்னர் சமூகத்தில் அவர்களைக் குறித்து நிறையக் கேள்விகள் எழும் என்பது யதார்த்தம். சமூகத்தின் எல்லாக் கேள்விகளுக்கும் எம்மால் பதில் சொல்லிக் கொண்டிருக்க இயலாது. அது நமது பதில்களுக்காகக் காத்துக் கொண்டிருப்பதுமில்லை. அதற்குத் தேவை ஊர் வம்பு மாத்திரமேயன்றி உங்களதும், எனதும் நலனல்ல. நீங்கள் நேர்மையாகவே உண்மையான பதில்களை அளித்தபோதிலும் கூட, சமூகத்தில் நுழைந்து அவை

வெளிப்படும்போது பல அங்கங்கள் மேலும் மேலும் அவற்றில் புதிதாகத் தோன்றியிருக்கும். எனவே என்னைப் பொறுத்தவரையில் பிரிவின் பின்னர் ஒருவரைப் பற்றி மற்றவர் இன்னுமொருவரிடத்தில் பேசுவது கூடத் தவறானது. பழகிய காலங்கள் இனியவை எனில், பிரிவில் நான் சம்பந்தப்பட்டிருப்பேன் எனில், எனது வாழ்வில் அதன் பிறகு அவருக்கு இடமில்லையெனில், பிரிவின் பின்னர் என் மீது முன்வைக்கப்படும் கேள்விகளுக்கு எனது மௌனமும், புன்னகையும் மாத்திரமே பதிலாக இருக்கும். ஆனால் அம் மௌனத்தினதும், புன்னகைக்கும் பின்னால் எனக்குள், கேள்விகளை முன்வைக்கும் உங்களைப் பற்றிய முகத்திரை பயங்கரமாகக் கிழிந்து தொங்கிக் கொண்டிருக்கும். அதைத் தவிர்த்து, என்னால் ஒரு காலத்தில் நேசிக்கப்பட்ட ஒரு ஜீவனை ஒருபோதும் காட்டிக் கொடுக்கவோ, கீழ்த்தரமாகச் சித்தரிக்கவோ மாட்டேன். உங்கள் வாழ்க்கை உங்கள் கையில், எனது வாழ்க்கை எனது கையில் எனப் போய்க் கொண்டே இருப்பது எனது இயல்பாக இருக்கும்.

அவ்வாறானதொரு முடிவை இமானும் எடுக்கிறான். தனது தம்பியின்றி தன்னால் வாழ முடியாது என உறுதியாக உணர்ந்த பிற்பாடு, அவன் மறுநாளே போய் நெகாரின் தந்தையைச் சந்திக்கிறான். தனது உடன்பிறப்பினைத் தன்னால் பிரிந்து இருக்க முடியாதெனவும், இதற்கும் மேலே அவளது தந்தை அவனைப் பிரிந்தால்தான் இந்தத் திருமணம் நடக்குமென உறுதியாக இருப்பாரானால், தனக்கு இந்தத் திருமணம் மட்டுமல்ல, இனி திருமணமே வேண்டாம் எனவும் நெகாரின் தந்தையிடம், கலங்கிய விழிகளோடு உறுதியாகக் கூறுகிறான். தொடர்ந்து அவன் தனது தம்பியை மீட்டு வரச் செல்லும்போது வரும் தொலைபேசி அழைப்பு, சிறுவர் பராமரிப்பு இல்லத்திலிருந்து தம்பி அலி காணாமல் போய்விட்ட தகவலைச் சொல்கிறது.

நம் மனதுக்கு நெருக்கமானவர்கள் தொலைந்துபோவது

கொடுமையான ஒன்று. நீண்ட நாள் நம்மால் பாவிக்கப்பட்ட சடப்பொருளொன்றையே, அது அதனுடைய பயன்பாட்டை இழந்துபோன பிற்பாடும் கூட ஏதாவது நினைவுக்காக, சந்தோஷத்துக்காக சேர்த்து வைத்திருப்போம். அதைத் தொலைத்தால் மிகவும் வருத்தப்படுவோம். ஆனால், தினந்தோறும் தினசரிகளில், காணாமல் போனவர்கள் தொடர்பான எத்தனையோ விளம்பரங்களை மேலோட்டமாக வாசித்துவிட்டுத் தவிர்த்துச் செல்கிறோம். ஒட்டப்பட்டிருக்கும் சுவரொட்டிகளில் காணாமல் போனவர்கள் எப்பொழுதோ புன்னகைத்துக் கொண்டிருந்தபோது எடுத்த புகைப்படத்தைப் பார்த்தும் பார்க்காமலும் கடந்து செல்கிறோம். புகைப்படங்களிலிருக்கும் அந்த மனிதர்களும் கூட யாருக்கோ நெருக்கமானவர்கள் என்பதை உணர மறுக்கிறோம். தங்களைப் பற்றிய பூரண விபரங்களை எவரிடமும் தெளிவாகக் கூற முடியுமான வளர்ந்தவர்கள் காணாமல் போகும்போதே இந் நிலையென்றால், தன்னைப் பற்றியோ தன் குடும்பத்தைப் பற்றியோ எதுவுமே கூறத் தெரியாத குழந்தை மனதுடனுள்ள ஒருவர் காணாமல் போய்விட்டால் அவரது நிலைமை என்னவாகும்? சிறுவர் பராமரிப்பு நிலையத்திலிருந்து தனது அண்ணனைத் தேடித் தப்பிச் சென்ற அலியைக் கண்டுபிடிக்க காவல்துறையினதும், பத்திரிகைகளினதும் உதவியை நாடுகிறான் இமான். விடயம் தெரியாத அவர்களது தாய், அலியை தான் பார்க்க வேண்டும் என்கிறார். அலி எங்கே? அவனுக்கு என்னவாகிறது?

ஸெதாரா போதைப் பொருட்களை விற்பனை செய்யும் பெண். காவல்துறைக்குத் தெரியாமல், பூங்காக்களிலும், கடைத் தெருக்களிலும் போதைப் பொருட்களை விற்றுவருகிறாள். சட்டவிரோதமான காரியங்களைச் செய்துவரும் கணவனோடு அவள் ஒரு ஒடுங்கிய, சிறிய, ஒதுக்குப்புறமான வீடொன்றில் வாழ்ந்து வருகிறாள். தற்செயலாக பூங்காவில் சந்திக்க நேரும் அலியை, அவள் தனது வீட்டுக்கு அழைத்து வருகிறாள். தமது தொழிலுக்கு உதவியாக

இருக்குமென கணவனும் அதனை விரும்புகிறான். ஸெதாரா போதைப் பொருட்களை விற்க அவனையும் அழைத்துச் செல்கிறாள். வீடு திரும்பியதும் உணவு சமைத்துப் பரிமாறுகிறாள். அவளுக்கு கரண்டியைக் கொண்டு நாகரிகமாக உணவருந்தும் முறையைக் கற்றுத் தருகிறான் அலி. அவனை அன்புடன் பராமரிக்கிறாள் ஸெதாரா.

எளிதில் ஏமாந்துவிடக் கூடிய, நம்பிக்கையும், நேர்மையும் உடையவர்களை ஏமாற்றுவதற்காகவே உலகில் பலர் இருக்கின்றனர் என்பது மறுப்பதற்கில்லை. அவர்கள் பணத்திலும், அந்தஸ்திலும், தகுதியிலும் மேலே வந்து விடுவதற்கான ஏணியாக இவ்வாறான குழந்தை மனம் கொண்டவர்களைப் பயன்படுத்திக் கொள்கின்றனர். ஏற்றிவிட்ட ஏணியை பின்னர் எளிதில் மறந்து விடுகின்றனர் அல்லது தள்ளி உதாசீனப்படுத்தி விடுகின்றனர். ஏமாறுபவர்கள் இதனை உடனே உணர்வதில்லை. ஏமாற்றப்பட்டதன் பிறகே வலியுடன் கூடிய ஒரு நிரந்தரமான தழும்பு அவர்களுக்குப் பாடம் கற்பித்துக் கொடுக்கிறது. ஆனாலும், தொடர்ந்தும் அவர்களுக்கு இருக்கும் குழந்தை மனமும், நேர்மையும், மன்னிக்கும் மனப்பான்மையும் திரும்பத் திரும்ப அவர்களை ஏமாறச் செய்கின்றன. ஏமாற்றுபவர்களுக்கு இதுவே பெரும் உதவியாக அமைந்து விடுகிறது.

மோசமான ஒருவனிடம் வந்து சிக்கிக் கொண்ட ஸெதாராவின் நிலைமையும் இவ்வாறேதான் இருக்கிறது. அவள் அறிந்தே இம் மோசமான தொழிலைச் செய்து வந்த போதிலும் கூட, அவளுக்குள்ளும் ஈரமான மனது உள்ளதென்பதை அலியுடனான உறவு சித்தரிக்கிறது. குழந்தைகளேதுமற்ற அவளுக்கு, அவன் தனது குழந்தையாகத் தென்படுகிறான். தனது கணவன், அலிக்கு போதை மருந்து ஊசியை ஏற்ற முயற்சிப்பதைக் கண்டு பதறிப் போய் காப்பாற்றுகிறாள் அவள். தனது சகோதரனைத் தேடி அவளிடம் அழுகிறான் அலி. அவனது சகோதரன் அவனைத் தேடி வர மாட்டானெனக் கூறும் அவள், தன்னை அங்கு விற்றுப் போன தனது

சகோதரன் பற்றிய துயரக் கதையை அவனிடம் கூறி அழுகிறாள். அவளை அழ வேண்டாமெனக் கூறி ஆறுதல்படுத்துகிறான் அலி. பின்னர் அலியை தனது கணவன் இன்னுமொருவனுக்கு பணத்துக்காக விற்று விட்டதைக் கேட்டு அதிரும் அவள், அந்த நள்ளிரவில் அலிக்கு உணவு கொடுத்து அவனை வீட்டைவிட்டு அனுப்பி வைக்க முயல்கிறாள். செல்ல மறுக்கும் அலியை இருளிலும், குளிரிலும் பலவந்தமாக வெளியே தள்ளி கதவைச் சாத்துகிறாள் ஸெதாரா. நாய்களின் குரைப்பொலியைக் கேட்டு அச்சமுறும் அலி திரும்பத் திரும்ப கதவினைத் தட்டுகிறான். அவனைக் கல்லாலெறிந்து துரத்தி விடுகிறாள் அவள். பின்னர் கதவருகே அமர்ந்து கேவிக் கேவி அழுகிறாள். நடந்து நடந்து பெருந்தெருவுக்குள் நுழையும் அலி ஒரு வாகனம் மோதி கீழே விழுகிறான். குருதி வழிய கீழே கிடக்கும் அவனுடலைத் தாண்டிச் செல்கிறது வாகனம். அலிக்கு என்னவாயிற்று?

திரைப்படத்தை இயக்கியிருக்கிறார் ஈரானியத் திரைப்பட உலகில் தவிர்க்கவும், மறக்கவும் முடியாத பெண் இயக்குனர்களில் ஒருவரான பௌரான் தெரக்ஷந்தே (Pouran Derakhshandeh). தற்பொழுது இன்னுமொரு திரைப்படத்தை இயக்கி வரும் இவர், 2006 ஆம் ஆண்டு இயக்கி வெளியிட்ட திரைப்படம் தான் இந்த 'நித்திய குழந்தைகள்' (Eternal Children) எனும் திரைப்படமாகும். திரைப்பட இயக்குனர், தயாரிப்பாளர், திரைக்கதையாசிரியர், ஆய்வாளர் போன்ற பல முகங்களைக் கொண்ட இயக்குனர் பௌரானின் எட்டாவது திரைப்படமான இத் திரைப்படமானது, பல சர்வதேச திரைப்பட விழாக்களில், விருதுகளுக்காக முன்மொழியப்பட்டு இவரை ஒரு சிறந்த திரைப்பட இயக்குனராக உலகறியச் செய்தது. இத் திரைப்படம், 37 ஆவது ROSHD சர்வதேச திரைப்பட விழாவில், சிறந்த திரைப்படத்துக்கான விருதுக்காக தேர்வு செய்யப்பட்டதோடு, 21 ஆவது குழந்தைகள் மற்றும் இளைஞர்களுக்கான சர்வதேச திரைப்பட

விழாவான 'Golden Butterfly' விருது வழங்கும் விழாவில் மேலும் 6 விருதுகளைத் தனதாக்கிக் கொண்டது.

எப்பொழுதும் குடும்பங்களையும், குழந்தைகளையும் மையப்படுத்தியே திரைப்படங்களை எடுத்து வரும் இந்த இயக்குனரின் இத் திரைப்படத்தின் கதாநாயகனாக, உண்மையிலேயே டௌன் நோய்க்கூட்டறிகுறி (Down Syndrome) நோயினால் பாதிக்கப்பட்ட நித்தியக் குழந்தையான அலி அஹ்மத் இஃபார் நடித்திருக்கிறார். சிறந்த நடிகருக்கான விருது இதற்காக இவருக்குக் கிடைத்திருக்கிறது. இவ்வாறான குழந்தைகளை ஓரிடத்தில் ஒரு கணம் அமைதியாக உட்கார வைத்திருப்பதே மிகவும் சிரமமான காரியமாக இருக்கையில், முழு திரைப்படத்தையும் இவரே கொண்டு செல்லும்விதமாக கதையை அமைத்திருப்பதுவும், இவரை மிக மிகச் சிறப்பாக நடிக்க வைத்திருப்பதுவும் இயக்குனரின் திறமையைப் பறைசாற்றுகிறது. அலியின் சகோதரன் இமானாக பிரபல ஈரானிய நடிகர் ஷாஹப் ஹுசைனியும், நெகாராக பிரபல ஈரானிய நடிகை இல்ஹாம் ஹமீதியும் நடித்திருக்கின்றனர். திரைப்படத்தின் பிற்பாதியில் சொற்பமாகவே வந்தாலும் போதைப் பொருள் விற்கும் பெண் ஸெதாராவாக நடித்து அசத்தியிருக்கிறார் நடிகை பேந்தே பஹ்ரம். அநாயாசமாக புகைப்பிடிப்பதுவும், கணவனை நோக்கிப் புறுபுறுத்துக் கொண்டும் திட்டிக் கொண்டும் இருப்பதுவும், அலியிடம் மிகவும் பாசத்தோடும், பண்பாகவும் நடந்துகொள்வதுவும், அலியைப் பிரிந்து அழுவதுமென பல முகங்களை வெளிப்படுத்தி நடிக்க வேண்டியிருந்ததை மிகச் சிறப்பாகச் செய்து தனது திறமையை வெளிப்படுத்தியிருக்கிறார்.

திரைப்படமானது, ஒரு குழந்தையை மையப்படுத்தி நகர்ந்தபோதிலும், ஆங்காங்கே காணப்படும் பல காட்சிகள் ஈரானிய அரசியலையும், உலக நிலைப்பாடுகளையும், சர்வதேச அளவில் மனித மனப்பாங்குகளையும் வெளிப்படுத்துவதாக அமைந்துள்ளன. நெகார்

தன்னைச் சுட வேண்டாமென அலியிடம் கெஞ்சும்போதும், காப்பாற்றச் சொல்லி அழும்போதும் வல்லரசுகளிடம் மாட்டிக் கொண்டு விளையாட்டு போல கொல்லப்படும் அப்பாவிகளை நினைவுறுத்துகிறார். பூங்காவில் அலி சுதந்திரமாக தென்றலை அனுபவிப்பதுவும், பூக்களிடம் கதைப்பதுவும் அவனுக்கு மறுக்கப்பட்ட சுதந்திரத்திற்கான வேட்கையை அடையாளப் படுத்துகிறது. வீதியில் அநாதரவோடு பட்டினியாகக் கிடக்கும் அலிக்கு ஒரு ஏழைப் பெண் தனது ரொட்டியில் பாதியை வழங்குவதுவும், ஒரு செல்வந்தக் கோமகன், தனது வாகனத்தைத் தொட்டதற்காக அலியைத் திட்டித் துரத்துவதுவும் சமூகத்தின் ஏற்றத் தாழ்வுகளையும், அதிகார மனப்பாங்குகளையும் சித்தரிக்கின்றன. இவ்வாறான பல காட்சிகளை மிக நேர்த்தியாகக் கோர்த்திருக்கிறார் இயக்குனர்.

எப்பொழுதுமே அன்பும், பராமரிப்பும், கருணையும் தேவைப்படும் குழந்தை மனம் கொண்டவர்களுக்கு, வளர்ந்தவர்களே இடையூறாக இருக்கின்றனர். பலரும் இதனைப் பற்றிச் சிந்திப்பதேயில்லை. உடல் அளவில் பூரணமாக வளர்ந்திருப்பதைக் கொண்டு அவர்களை வழிநடத்துவதும், அவர்களது உள வளர்ச்சியைப் பற்றி சிறிதும் கவலையுறாது நடந்துகொள்வதும் பெரியவர்களிடையே விரவியிருக்கும் மனப்பாங்குகளெனச் சொல்லலாம். குழந்தை மனம் கொண்டவர்களது அக உலகுக்குள் நுழைந்து அவர்களை அன்பால் கொஞ்சம் கொஞ்சமாக முதிர்ந்த மனநிலைக்குக் கொண்டு வருவதே மிகத் தேவையானதாக இருக்கிறது. குழந்தை மனம் கொண்டவர்களது நேசத்தில் ஒருபோதும் வஞ்சங்களில்லை. அன்பு மட்டுமே பிரதானம். அன்புதான் எல்லாமும். இத் திரைப்படம் சொல்லும் பாடமும் அதுதான்.

ஹவ்வா, அஹூ, ஹூரா மற்றும் இன்ன பிற பெண்கள்

ஹவ்வா -

வழமையாக வீட்டினைச் சுற்றி வர உள்ள வெளியெங்கும் விளையாடச் செல்லும் சிறுமி ஹவ்வாவுக்கு அன்றைய தினம் ஒன்பது வயது பூர்த்தியாகப் போகிறது. அதனால் அவளுக்கு வெளியே விளையாடச் செல்ல அனுமதி மறுக்கப்படுகிறது. அவளுக்கு ஒன்பது வயது பூர்த்தியாவதை முன்னிட்டு, முழுமையாக உடலைப் போர்த்தும்

ஃபர்தாவை அணிய அவள் நிர்ப்பந்திக்கப்படுகிறாள். அவள் இனிமேல் வளர்ந்த பெண் எனவும், அவளை பிற ஆண்கள் பார்க்க நேர்ந்தால், அவள் நரகத்துக்கு இட்டுச் செல்லப்படுவாள் என்றும் பாட்டியால் போதிக்கப்படுகிறாள். சற்று நேரம் வெளியே சென்று விளையாடிவிட்டு வர அனுமதிகோரி சிறுமி ஹவ்வா கெஞ்சுகிறாள். ஒன்பது வருடங்களுக்கு முன்பு இதேநாளில் மத்தியானம்தான் அவள் பிறந்தாள் என பாட்டி கூறியதும், அப்படியானால் தனக்கு இன்னும் ஒன்பது வயது ஆகவில்லை அல்லவா? மத்தியானம் பன்னிரண்டு மணியாகும்போது விளையாடிவிட்டு வந்துவிடுவேன், ஃபர்தாவையும் அணிந்துகொள்கிறேன் எனக் கூறுகிறாள் சிறுமி. பன்னிரண்டு மணியானதை எப்படி அறிந்துகொள்வாய் எனக் கேட்ட பாட்டி ஒரு வழிமுறையை சொல்லிக் கொடுக்கிறாள். ஒரு குச்சியை செங்குத்தாக நட்டு, அதன் நிழல் இல்லாமல் போனால் அப்பொழுதுதான் சரியாக பன்னிரண்டு மணி. அதைத் தாண்டியும் நீ முக்காடு அணியாமல், பிற ஆண்களுடன் விளையாடிக் கொண்டிருந்தால் நீ நரகத்துக்குச் செல்லும் பாவி ஆகிவிடுவாய் எனக் கூறும் பாட்டி அவளை விளையாடச் செல்ல அனுமதிக்கிறாள்.

கையில் ஒரு குச்சியையும் எடுத்துக் கொண்டு சிறுமி ஹவ்வா வழமையாக அவளுடன் விளையாடும் ஹசனைத் தேடி அவனது வீட்டுக்குச் செல்கிறாள். அவன் வீட்டுப்பாடங்களை முழுமையாகச் செய்து முடித்த பிறகுதான் அவனை வீட்டை விட்டும் வெளியே விளையாட அனுப்புவதாகக் கூறி அவனது மூத்த சகோதரி வீட்டைப் பூட்டிவிட்டு வெளியே செல்கிறாள். வெளியே வர வழியில்லையாதலால் சிறுவன் ஜன்னலினூடாக அவளுடன் கதைக்கிறான். ஹவ்வாவின் நேரமோ போய்க் கொண்டிருக்கிறது. தான் கடற்கரைக்குச் செல்வதாகவும் ஹசனை அங்கே வரும்படியும் கூறிவிட்டு ஹவ்வா அங்கே செல்கிறாள்.

அங்கு சிறுவர்கள் தகர பீப்பாய்களை இணைத்து, சிறு பாய்க்கப்பல்

செய்து கொண்டிருக்கிறார்கள். அவள் அங்கும் குச்சியை நட்டு நிழலை அளந்து பார்த்துக் கொண்டேயிருக்கிறாள். நிழல் சிறிதாகிக் கொண்டே வருகிறது. பாய்மரக்கப்பலை கட்டிக் கொண்டிருந்த சிறுவர்களுக்கு, தம் சிறு கப்பலில் கட்டுவதற்காக துணி தேவைப்படுகிறது. எனவே அச் சிறுமிக்கு ஒரு விளையாட்டுப் பொருளைக் கொடுத்துவிட்டு, அவளது தலையை மூடியிருந்த துணியை வாங்கிக் கொள்கிறார்கள்.

அவள் மீண்டும் ஹசனிடம் வருகிறாள். ஹசனுக்கும் இன்னும் வெளியே வந்துகொள்ள வழியில்லை. கையிலிருந்த குச்சியை அங்கு நடுகிறாள். நிழல் குறுகிக் கொண்டே வருகிறது. இன்னும் சில கணங்களில் அவள், அவனிடமிருந்து நிரந்தரமாக பிரியாவிடை பெற்றுச் செல்ல வேண்டியிருக்கிறது. அவனுக்கு அவனது தோழியின் முகத்தை இனி என்றென்றைக்கும் பார்க்க முடியாது. எனவே அவன் அவளிடம் பணம் கொடுத்து தமக்கு ஐஸ்கிறீம் வாங்கி வரும்படி கேட்கிறான். அவள் சென்று ஐஸ்கிறீம் இல்லையெனக் கூறி தான் வாங்கி வந்த புளிப்பு மிட்டாயையும், லொலிபப்பையும் அவனுக்கு ஊட்டி விடுகிறாள். இருவரும் மாறி மாறி ஒரு லொலிபப்பைச் சுவைக்கிறார்கள். குச்சியின் நிழல் காணாமல் போகிறது. ஹவ்வாவைத் தேடிக் கொண்டு அவளது தாய் வந்து நீண்ட ஃபர்தாவை அவள் மீது போர்த்தி, அவளை அழைத்துச் செல்கிறாள். சொற்ப நேரத்துக்கு வீட்டுச் சிறையில் அவன். வாழ்நாள்

முழுவதற்குமான நிரந்தரமான முக்காட்டுச் சிறையில் இனி அவள்.

அஹூ

கடற்கரையை ஒட்டிச் செல்லும் ஒரு பாதையில் பெங்குயின்களைப் போன்ற கறுப்பு உருவங்கள் வேகமாக நகர்ந்து கொண்டிருக்கின்றன. அவர்கள் எல்லோருமே கறுப்பு நிற முக்காடிட்டுப் போர்த்திய இளம் பெண்கள். சைக்கிள்களின் மீதமர்ந்து மிக வேகமாக மிதித்தபடி சென்றுகொண்டேயிருக்கிறார்கள். அவர்களுக்கிடையே சைக்கிள் போட்டியொன்று நடைபெற்றுக் கொண்டிருக்கிறது. அவர்களுள் ஒருத்தியாக அஹூவும் இருக்கிறாள். அவள் சக பெண்களை விடவும் சைக்கிளோடுவதில் முன்னணியில் இருக்கிறாள். திடீரென குதிரையொன்றில் ஏறி அங்கு வரும் அஹூவின் கணவன், பெண்கள் சைக்கிளோட்டுவது கூடாதெனவும், அவள் உடனடியாக அதை நிறுத்திவிட்டு அவனுடன் வர வேண்டுமெனவும் பணிக்கிறான். அவள் சைக்கிளை நிறுத்துவதுமில்லை. இறங்குவதுமில்லை. தன்பாட்டில் வேகமாகப் பயணித்துக் கொண்டேயிருக்கிறாள்.

கணவன் சென்று இன்னுமொரு குதிரையில் அவர்களுக்குத் திருமணம் செய்து வைத்த முல்லாவை அழைத்து வந்து அவளுக்கு போதிக்கச் செய்கிறான். அவரும் அவளை சைக்கிளை நிறுத்திவிட்டு, அவர்களுடன் வருமாறு அழைக்கிறார். நீ கணவன் பேச்சைக் கேட்காவிட்டால் அவன் உன்னை விவாகரத்து செய்துவிடுவான் என அவர் அச்சுறுத்துகிறார். எனினும் அவள் கேட்பதாயில்லை. தொடர்ந்தும் பயணித்துக் கொண்டேயிருக்கிறாள். அவர்கள் போய் விடுகிறார்கள். அவர்களின் குறுக்கீடால் தோழிகளை விடவும் சைக்கிளோட்டத்தில் பின் தங்கி விட்ட அவள், மீண்டும் வேகமாக மிதித்து முதலாவதாக பயணித்துக் கொண்டேயிருக்கிறாள்.

திரும்பவும் குதிரைகளின் குழம்படிச் சத்தம். அவளின் இருபுறத்திலும் அவளது தந்தையும், உறவினர்களான முதிய

ஆண்களும் அவளை சைக்கிளை விட்டும் இறங்கி கணவனிடம் உடனே செல்லும்படி கூறுகிறார்கள். அவள் நிற்பதாயில்லை. அவளது கணவன் அவளை விவாகரத்து செய்து விட்டானெனக் கூறுகிறார்கள். அவள் அவர்களது குடும்பத்துக்கு இழுக்கைத் தேடித் தந்துவிட்டதாகவும், இனி அவளது அண்ணன்கள் வந்தால் அவளை உயிருடன் விட மாட்டார்கள் எனவும் கூறி அவளை எச்சரிக்கிறார்கள். அவள் சலனமுறுவதாயில்லை. அவளது பயணம் தொடர்கிறது. மீண்டும் வேகமாக சைக்கிள் மிதித்து எல்லோருக்கும் முன்பாகப் பயணிக்கிறாள்.

தூரத்தே வழியில் குறுக்காக நின்று கொண்டிருக்கும் இரண்டு குதிரைகளையும், அவளது சகோதரர்களையும் கண்டதும் சைக்கிளின் வேகத்தை மட்டுப்படுத்துகிறாள். அவளைத் தொடர்ந்து வந்துகொண்டிருந்த பெண் அவளைத் தாண்டிச் செல்கிறாள். அந்தப் பெண் திரும்பிப் பார்க்கும்போது தூரத்தே அஹூவையும் அவளது சைக்கிளையும் அந்த ஆண்கள் தாக்குவதும், சேதப்படுத்துவதும் தெரிகிறது.

ஹூரா

விமான நிலையத்தில் ஏழைச் சிறுவர்கள் தள்ளுவண்டிகளோடு அமர்ந்திருக்கிறார்கள். விமானங்களில் வரும் பயணிகளது பொதிகளை அவர்கள் கூறும் இடங்களுக்குக் கொண்டு சென்று கொடுப்பது அவர்களது வேலை ஒரு விமானம் வருகிறது. எல்லாச் சிறுவர்களும் வாயிலுக்குப் பயணிக்கிறார்கள். ஒரு சிறுவன் ஒரு மூதாட்டியைத் தள்ளுவண்டியில் வைத்துத் தள்ளி வருகிறான். ஹூரா எனப் பெயர் கொண்ட அம் மூதாட்டியின் கைவிரல்கள் ஒவ்வொன்றிலும் வித விதமான வர்ணங்களில் துணித் துண்டுகள் மோதிரங்கள் போல அணிவிக்கப்பட்டிருக்கின்றன.

அவளை எங்கே கூட்டிச் செல்ல வேண்டுமெனச் சிறுவன் கேட்டதும் தனக்கு நிறைய பொருட்கள் வாங்க வேண்டியிருப்பதாகக் கூறி கடைத்தெருவுக்கு அழைத்துச் செல்லும்படி கேட்கிறாள். தான் வாங்க வேண்டிய பொருட்கள் ஒவ்வொன்றையும் நினைவில் வைத்துக் கொள்வதற்காக தான் ஒவ்வொரு விரலிலும் ஒவ்வொரு நிறத் துணியை அணிந்திருப்பதாகவும், பொருட்களை வாங்கிய பிற்பாடு அவற்றை அகற்றி விடுவதாகவும் கூறுகிறாள். அவனைக் கூட்டிக் கொண்டு சென்று குளிர்சாதனப்பெட்டி, தளபாடங்கள், சமையலறைப் பொருட்கள், மணப் பெண் ஆடை, ஒப்பனை சாதனங்கள், குளியலறைப் பொருட்கள், துணி கழுவும் இயந்திரம், மேசை, கதிரைகள் என எல்லாமும் வாங்குகிறாள். இவ்வளவு பொருட்களும் வாங்க மூதாட்டிக்குப் பணம் ஏது எனக் கேட்கும் சிறுவர்களுக்கு அவள் பதிலளிப்பதில்லை.

அந்தச் சிறுவன் அவளைத் தன் தள்ளுவண்டியில் அமர்த்தித் தள்ளிக் கொண்டு வர, ஏனைய சிறுவர்கள் அவளை அப் பொருட்களை ஏற்றிய தம் தள்ளுவண்டிகளோடு பின் தொடர்கிறார்கள். அவளுக்குத் தேவையான எல்லாப் பொருட்களும் வாங்கியாகிவிட்டது. அவளது சுண்டு விரலில் மட்டும் ஒரு துணி மிஞ்சுகிறது. அது எந்தப் பொருளை ஞாபகப்படுத்த வேண்டிக் கட்டியது என அவளுக்கு மறந்துவிட்டிருக்கிறது. சிறுவர்களிடம் கேட்கிறாள். அவர்களுக்கும் தெரியவில்லை. கடற்கரைக்கு அப்பாலுள்ள பிரதேசத்துக்கு தான் செல்லவேண்டுமெனக் கூறும் மூதாட்டியை, சிறுவர்கள் கடற்கரைக்குக் கூட்டி வருகிறார்கள். அங்கு அவளது பொருட்கள் எல்லாம் பரத்தி வைக்கப்படுகின்றன.

மூதாட்டி ஹிரா தனக்கு தேநீர் ஊற்றித் தரும்படி ஒரு சிறுவனைக் கோருகிறாள். அவன் தேநீர் ஊற்ற முற்படும்போது, அப் பாத்திரத்தைக் கண்டு அது சரியில்லை எனவும், அதனை மாற்றி வர வேண்டுமெனவும் கூறும் மூதாட்டி திரும்பவும் அவனை அழைத்துக் கொண்டு கடைக்கு வருகிறாள். மூதாட்டி கடற்கரையை விட்டு

அகன்றதும், சிறுவர்கள் கூத்தாடுகிறார்கள். சத்தமாக வானொலியை ஒலிக்கச் செய்து, சலவை இயந்திரத்தில் துணிகளைக் கழுவி உலர்த்தியெடுத்து, கட்டிலில் உருண்டு, ஒப்பனைச் சாதனங்களைப் பூசி அழகுபடுத்திப் பார்த்து, மணப்பெண் உடையை உடுத்திப் பார்த்து விளையாடி என இஷ்டம் போல அப் பொருட்களை உபயோகித்துப் பார்க்கிறார்கள்.

கடைக்குச் செல்லும் மூதாட்டி திரும்பி வரும் வழியில், இந்தப் பொருட்களையெல்லாம் அனுபவிக்க தனக்குப் பிள்ளைகள் இல்லையெனவும், அவனை மகனாகத் தத்தெடுத்துக் கொள்ளட்டுமா எனவும் கேட்கிறாள். அவனுக்குப் பெற்றோர்கள் இருப்பதாகக் கூறி அவன் மறுத்துவிடுகிறான். அவள் திரும்பவும் கடற்கரைக்கு வருவதைக் கண்ட சிறுவர்கள், சாமான்களையெல்லாம் மீண்டும் ஒழுங்காக வைத்து விடுகிறார்கள். மூதாட்டி வந்து புதிய தேநீர்ப் பாத்திரத்தில் தேநீர் ஊற்றித் தரும்படி இன்னுமொரு சிறுவனைப் பணிக்கிறாள். அவனிடமும் தனது மகனாக அவனைத் தத்தெடுத்துக் கொள்ளட்டுமா எனக் கேட்கிறாள். தனக்குப் பெற்றோர்கள் இருப்பதாகக் கூறி அவனும் மறுத்து விடுகிறான்.

வீட்டுப்பாவனைப் பொருட்கள் எல்லாம் கடற்கரையில் பரத்தப்பட்டிருப்பதைக் காணும் இளம்பெண்கள் இருவர், மூதாட்டியிடம் வந்து விசாரிக்கிறார்கள். ஒரு பெண்ணாக, தான் சிறு வயது முதல் அனுபவிக்க வேண்டுமென ஆசைப்பட்ட பொருட்கள் எல்லாவற்றையும், தான் இவ்வளவு காலமும் சேமித்த பணத்திலிருந்து இன்று வாங்கியிருப்பதாகக் கூறும் மூதாட்டியிடம், இவ்வாறான பொருட்கள் தமக்கு இருந்தால், தாமும் மணம் முடித்து குடும்ப வாழ்க்கைக்குள் நுழைந்திருப்போம் என அந்த இளம்பெண்கள் கூறுகிறார்கள். மூதாட்டி அவர்களுக்கு தேநீர்ப் பாத்திரங்களைப் பரிசளிக்கிறாள்.

பின்னர் பல சிறு பாய்மரக்கப்பல்களில் அப் பொருட்களையும்

மூதாட்டியையும் சிறுவர்கள் ஏற்றிவிடுகிறார்கள். மூதாட்டியோடு, அப் பொருட்களும் கடலின் ஆழத்தை நோக்கிப் பயணித்துக் கொண்டேயிருக்கின்றன.

மேற்சொன்ன மூன்று கதைகளும் ஒரு ஈரான் திரைப்படத்திலுள்ளவை. மூன்று கதைகளும் ஒரு புள்ளியில் இணைந்து ஒரு முழுத் திரைப்படமாக உருவாகியிருக்கிறது. அவ்வாறு உருவாக்கியவர் பெண் இயக்குனர் மர்ஸியா மெக்மல்பஃப். ஹவா, அஹூ, ஹூரா என ஒன்றோடொன்று தொடர்புபட்ட பெயர்களுடைய மூன்று வெவ்வேறான வயதுகளுடைய பெண்களின் கதாபாத்திரங்களைக் கொண்டு இந் நூற்றாண்டின் துவக்கத்தில் வெளிவந்து பல உலக விருதுகளை வென்ற திரைப்படம் இது. ஈரானிய சட்ட திட்டங்களுக்கும், கொள்கைகளுக்கும், சித்தாந்தங்களுக்கும் அடங்கிப் போக நிர்ப்பந்திக்கப்படும் ஒரு பெண்ணின் மூன்று முக்கியமான கால கட்டங்களைச் சித்தரிக்கும் இத் திரைப்படத்தின் பெயர் The Day I Became a Woman (நான் பெண்ணான நாள்).

பெண்ணானவள் சிறு பிராயத்திலிருந்து பழி பாவங்களுக்கு அஞ்சப்பட வேண்டியவளாகிறாள். அவளது பார்வை தாழ்த்தப்பட வேண்டியிருக்கிறது. அழகும், அலங்காரங்களும் மறைக்கப்பட வேண்டியன. பெண்ணாகப் பிறந்த கணம் முதல் அவளுக்குள் இருக்கும் இயல்பான திறமை முதற்கொண்டு சடப் பொருட்களின் மீதான ஆசைகள் கூட பூர்த்தி செய்யப்படுவதில்லை. அவள் சட்ட திட்டங்களுக்குக் கட்டுப்பட வேண்டியவளாகிறாள். அவற்றை மீறினால் தண்டிக்கப்பட வேண்டிவள். சுயமாகத் தீர்மானிக்கும் உரிமையோ, தானாக எதையும் செய்யும் உரிமையோ அவளுக்கு இல்லை. தேவையான போது அலங்கரித்துப் பார்க்கப்படும் பொம்மை அவள். அவளைத் தீண்டினால் தீட்டு. அவள் வாழ்நாள் முழுவதற்குமான அடிமை.

இந்தக் கோட்பாடுகள் ஈரானுக்கு மாத்திரம் சொந்தமானதல்ல.

எல்லா நாடுகளிலும், எல்லாச் சமூகப் பெண்களினதும் நிலைப்பாடு இதுதான். எழுத்தாளர் அம்பையின் 'வீட்டின் மூலையில் ஒரு சமையலறை', 'வெளிப்பாடு' ஆகிய சிறுகதைகள் இந் நிலைமையைத் தெளிவாக விளக்குகின்றன.

பதினான்கு வயது ஜீஜிக்கு திருமணம் செய்து வைக்கப்படும்போது அவளது தாயாரால் இவ்வாறு அவளுக்கு போதிக்கப்படுகிறது.

'சமையலறையை ஆக்கிரமித்துக் கொள். அலங்காரம் செய்து கொள்ள மறக்காதே... இரண்டும்தான் உன் பலம். அதிலிருந்துதான் அதிகாரம்...'

ஒரு பெரிய குடும்பத்துக்கு மருமகளாகி பல தசாப்தங்களாக சமையலறையை ஆண்ட இந்த ஜீஜி, முதியவளாகி படுக்கையில் கிடக்கும்போது அவளது காதில் 'அதிகாரம் அதிலிருந்து வருவதில்லை' என மருமகள் மீனாட்சி விளக்குகிறாள். அங்கிருந்து தொடங்கி பல தலைமுறைகள், பல வருடங்கள் கடந்து 'வெளிப்பாடு' சிறுகதையில் வரும் இளம்பெண் சந்திராவுக்கும் இதே சமையலறை அடிமை நிலைமைதான் எனும்போது இந் நிலைப்பாடு இன்றும் கூட மாறவில்லை என்பதே புலனாகிறது.

பெண்கள் எங்கு பயணப்பட்டாலும், வீட்டின் மூலையிலுள்ள சமையலறையைப் பற்றியும், செய்யப்பட வேண்டிய சமையல் பற்றியுமே அவர்களது சிந்தனைகள் சுழன்றபடியிருக்கும். அவர்கள் வெங்காயத்தையும், பூண்டு வாசனையையும், மசாலாக்களையும் சுவாசித்துக் கொண்டே இருக்கக் கடமைப்பட்டவர்கள். இன்னும் குழந்தைகளைப் பிரசவிப்பதிலும், அவர்களது அழுக்கு கழுவி வளர்த்து ஆளாக்குவதிலும் பாடுபட்டு உழைக்க வேண்டியவர்கள். சுய சிந்தனையற்றவர்கள். அவர்கள் பெண்கள். இவ்வாறாக அவர்கள் மீது வலிந்து போர்த்தப்பட்டுள்ள இந் நிலைமையானது ஈரானிலும் ஒன்றுதான். நம் நாடுகளிலும் ஒன்றுதான்.

நம் நாடுகளிலாவது பரவாயில்லை எனும்படியாக, ஈரான் மற்றும் அரபு நாடுகளில் பெண்களின் மீது ஒழுக்கத்தின் பெயரால் திணிக்கப்படும் வன்முறைகள் அதிகமானவை. திரைப்படங்கள் என்று வரும்போது ஈரானை இங்கு குறிப்பாக எடுத்துக் காட்டவேண்டியது ஏனெனில், அங்கு பெண்களும் தரமான படங்களையெடுத்து உலகத்துக்கு வழங்கிக் கொண்டேயிருக்கிறார்கள். தாம் சார்ந்திருக்கும் சமூகம் தரும் அழுத்தங்களும், தமக்கு விதிக்கப்படும் கட்டுப்பாடுகளும், தம் திரைப்படங்களின் மீதான தணிக்கைகளும் அவர்களது முயற்சிகளை நிறுத்துவதாக இல்லை.

திரைப்படத்துக்கு அவசியமாயினும் கூட ஆண்-பெண் ஒருவரையொருவர் தொட்டு நடிக்கக் கூடாது. திரையில் வரும் பெண்கள் தமது முகம், கைகள் தவிர்த்து, தம்மை முழுமையாகப் போர்த்தியவாறு நடிக்க வேண்டும். அரசாங்கத்தையோ, மதத்தையோ நிந்தனை செய்யும் வசனங்களை எவரும் பேசக் கூடாது. திரைப்படங்களில் வரும் மனிதர்களோ, காட்சிகளோ வன்முறைகளைத் தூண்டுவதாக இருக்கக் கூடாது போன்ற பல கட்டுப்பாடுகள் ஈரானியத் திரைப்படங்களுக்கு பொதுவாக விதிக்கப்பட்டுள்ளவை. இக் கட்டுப்பாடுகளுக்கு இணங்கி, யதார்த்தமான படங்களையெடுத்து உலக விருதுகளை வென்றெடுப்பதென்பது சாதாரணமான ஒரு விடயமல்ல.

இவ்வாறாக அடக்குமுறைக்கும், தணிக்கைக்கும் ஆளாகிக் கொண்டேயிருக்கும் மண்ணிலிருந்து கொண்டு, தொடர்ச்சியாகத் தமக்கு இழைக்கப்படும் அநீதங்களை திரைப்படங்கள் மூலமாக உலகுக்குச் சொல்வது மிகவும் பாராட்டத்தக்கது. The Day I Became a Woman (நான் பெண்ணான நாள்) எனும் இத் திரைப்படமும் கூட வழமை போலவே ஈரானில் தடை செய்யப்பட்டது. ஈரானைச் சேர்ந்த ஒரு பெண்ணின் மூன்று முக்கியமான பருவங்களிலும், அவள் எப்படி அடுத்தவருக்குக் கட்டுப்பட்டு வாழ நிர்ப்பந்திக்கப்பட்டுள்ளாள்

என்பதைச் சித்தரிப்பதாக இத் திரைப்படம் எடுக்கப்பட்டுள்ளது.

பொதுவாகவே ஈரானியத் திரைப்படங்கள் மென்மையானவை. ஆனால் மனிதனுக்குள் உறங்கும் மனிதாபிமான உணர்வுகளை வெளிக் கொண்டு வருபவை. அங்குள்ள மனிதர்கள் படும் வேதனையை மனித நேய உணர்வுகள் மூலமாக முழு உலகுக்குமே சொல்பவை. The Day I Became a Woman (நான் பெண்ணான நாள்) எனும் இத் திரைப்படத்தின் இயக்குனர் மர்ஸியா மெக்மல்பஃப்பின் முதல் திரைப்படம் இது. அதற்கு முன்பதாக ஒளிப்பதிவாளராகவும், எழுத்தாளராகவும் ஈரானியத் திரையுலகில் அறியப்பட்டவர். இத் திரைப்படத்துக்கான திரைக்கதையை இவரது கணவரான இயக்குனர் மூஸின் மெக்மல்பஃப் எழுதிக் கொடுத்தார்.

மர்ஸியா மெக்மல்பஃப்பின் திரைப்படங்களைப் போலவே கணவரும், இயக்குனருமான மூஸின் மெக்மல்பஃப்பின் அனைத்துத் திரைப்படங்களும், இவர்களது புதல்விகளான ஸமீரா மெக்மல்பஃப், ஹனா மெக்மல்பஃப் ஆகியோரது திரைப்படங்களும் கூட பெண்கள் மீதான வன்முறைகளையும், அவர்கள் மீது திணிக்கப்படும் அடக்குமுறைகளையும் பற்றியே அதிகம் பேசுகின்றன. தாலிபானின் அடிப்படைவாதக் கொள்கைகளும், சித்தாந்தங்களும் முழு சமூகத்தையும் அடிமைப்படுத்திய அண்மைய காலத்தைக் குறித்து அந் நிலத்திலிருந்தே இவ்வாறான திரைப்படங்கள் வெளிவருவதானது பாராட்டத்தக்க அதேவேளை சம்பந்தப்பட்ட படைப்பாளிகளுக்கு ஆபத்தானவை.

The Day I Became a Woman (நான் பெண்ணான நாள்) எனும் இத் திரைப்படமானது, உலகம் முழுவதிலுமுள்ள பெரும்பாலான அனைத்துத் திரைப்பட விழாக்களிலும் திரையிடப்பட்டு, பல உலக விருதுகளை வென்ற திரைப்படம் ஆகும். இவ்வாறாக உலக மக்கள் அனைவருக்குமே, அடிப்படைவாத அமைப்புக்குள் சிக்குண்டுள்ள ஒரு சமூகம் படும் அவதிகளை வெளிப்படையாகச் சொன்ன,

குறிப்பிடத்தக்க ஒரு திரைப்படமாக இதனைக் கோடிட்டுக் காட்டலாம். எனினும், இதனை வெளிப்படுத்திய பெண் இயக்குனரும், அவரது புதல்விகளும், இன்றும் கூட அம் மண்ணில் சுதந்திரமாக நடமாட முடியவில்லை. இத் திரைப்படம் கூட ஈரானில் திரையிட அனுமதிக்கப்படவேயில்லை. இதன் மூலமாகத் தெரியவருவது ஒன்றே ஒன்றுதான். தாலிபான்களும், பெண்கள் மீதான அடக்குமுறைகளும், வன்முறைகளும் முற்றிலும் ஓய்ந்துவிடவில்லை. இம் மண்ணில் அவர்கள் தம் அடிப்படைவாதக் கொள்கைகளோடு இன்னும் உலவிக் கொண்டேயிருக்கிறார்கள்.

வெட்கத்தினால் உடைந்தழிந்து போனார் புத்தர்

ஒரு ஐந்து வயது ஏழைச் சிறுமி. அவளைச் சூழவும் துப்பாக்கிகள் குறிபார்த்திருக்கின்றன. அவளது நெஞ்சளவு குழி தோண்டப்பட்டு அதில் பலவந்தமாக இறக்கி விடப்படுகிறாள். கற்களாலெறிந்து கொல்லப்பட தீர்ப்பளிக்கப்படுகிறாள். அவ்வாறு செய்யப்பட அவள் செய்த குற்றம்தான் என்ன?

அவள் சிறைசெய்யப்பட்ட இடத்தில் இன்னும் சில சிறுமிகள். ஆளுக்கொரு குற்றம் சாட்டப்பட்டிருக்கும் அவர்களது கண்களும்

வாயுமிருக்குமிடத்தில் மட்டும் துளைகளிடப்பட்ட பைகளால் முகங்கள் மூடப்பட்டிருக்கின்றன. புதிதாக அங்கே கொண்டு வந்து விடப்பட்ட ஐந்து வயதுச் சிறுமி அவர்களைப் பார்த்துக் கேட்கிறாள்.

'அந்தப் பையை எடுத்து விடுங்கள். நீங்கள் யாரென்று நான் பார்க்க வேண்டும்.'

'முகத்தைக் காட்டுவதற்கு நான் அச்சப்படுகிறேன்.'

'யாரைப் பார்த்துப் பயப்படுகிறீர்கள்?'

'அந்தப் பையன்களைப் பார்த்து'

'ஏன்?'

'நான் என் முகத்தை மறைக்காதிருந்தால் அவர்கள் என்னைக் கல்லாலெறிந்து கொன்று விடுவார்கள்.'

'அவர்கள் எதற்காக உன்னைக் கைது செய்தார்கள்?'

'எனது கண்கள் ஓநாயின் கண்களைப் போல அழகாக இருப்பதாகச் சொல்லிக் கைது செய்தார்கள்'

'அவர்கள் இந்தச் சின்னக் குழந்தையை எதற்காகக் கைது செய்தார்கள்?'

'இந்தக் குழந்தை லிப்ஸ்டிக் போட்டிருந்ததாகச் சொல்லி தடுத்து வைத்துள்ளார்கள்'

'இந்தக் குழந்தையிடம்தான் லிப்ஸ்டிக் இல்லையே?'

'அந்தப் பையன்களே பூசிவிட்டு, இங்கே தடுத்து வைத்துள்ளார்கள்.'

'உன்னை எதற்காகக் கைது செய்தார்கள்'

'நான் மிகவும் அழகாக இருப்பதாகச் சொல்லிக் கைது செய்தார்கள்.'

'உன்னை எதற்காகக் கைது செய்தார்கள்?'

'சுவிங்கம் மென்றுகொண்டே பள்ளிக்கூடம் போனதற்காகக் கைது செய்துள்ளார்கள்'

'சுவிங்கம் மெல்வது பாவமான ஒரு விடயமல்ல?'

'எனது புத்தக அட்டையில் உதைப்பந்தாட்ட வீரரொருவரின் படம் இருந்தது'

அயல் வீட்டுச் சிறுவன் கல்வி கற்பதைப் பார்த்து அந்த ஐந்து வயதுச் சிறுமிக்கு, பள்ளிக்கூடம் சென்று கல்வி கற்கும் ஆர்வம் எழுகிறது. அவளிடமோ அப்பியாசக் கொப்பியோ, பென்சிலோ இல்லை. வாங்குவதற்கு வீட்டிலும் பணம் இல்லை. கடைக்காரரின் யோசனைக்கிணங்க, வீட்டில் அவள் வளர்க்கும் கோழியிட்ட நான்கு

முட்டைகளை எடுத்துக் கொண்டுபோய் சந்தையில் விற்கப் பாடுபடுகிறாள். அதிலும் இரண்டு முட்டைகள் விழுந்து உடைந்து விடுகின்றன. மீதியிரண்டைப் பாடுபற்று விற்றுக் கிடைக்கும் பணத்தில் ஒரு கொப்பி வாங்குகிறாள். பென்சில் வாங்கப் பணம் போதவில்லை. எனவே வீட்டுக்கு வந்து தாயின் லிப்ஸ்டிக்கை வைத்து எழுதலாம் என்ற எண்ணத்தோடு அதை எடுத்துக் கொண்டு அந்தச் சிறுவனோடு பள்ளிக்கூடத்துக்கு வருகிறாள்.

அது ஆண்கள் மட்டுமே படிக்கும் பள்ளிக்கூடம். எனவே அவளை வகுப்பில் சேர்த்துக் கொள்ளாது, அங்கிருந்து போய்விடுமாறு பணிக்கிறார் ஆசிரியர். அங்கிருந்து வெளியேறும் அவள் வேறு பாடசாலைகள் தேடித் தனியாகப் பயணிக்கிறாள். பெண்கள் தனியாகப் பயணிப்பதுவும், அவர்கள் பாடசாலைக்குச் செல்வதுவும், லிப்ஸ்டிக் போன்ற ஒப்பனை சாதனங்களை வைத்துக் கொள்வதுவும் தண்டனைக்குரிய குற்றங்களாக அறிவிக்கப்பட்டிருக்குமொரு மண்ணில் எல்லா விதத்திலும் குற்றவாளியாக இருக்கும் சிறுமி, அவ்வாறான கலாசாரக் காவலர்களிடம் சிக்கிக் கொண்டால்

என்னென்ன தண்டனைக்குள்ளாவாள்?

ஒரு மார்க்கத்தின் பெயரைச் சொல்லி, அதில் குறிப்பிடாத சட்டங்களை வைத்துக் கொண்டு, மக்களை ஏய்த்தும், அச்சுறுத்தியும், பலவந்தமாக இணங்கச் செய்து அதன் மூலமாகத் தம் அதிகாரங்களை நிறுவியும், உடன்படாதவர்களுக்கு மிகக் கொடூரமான தண்டனைகளைப் பகிரங்கமாக விதித்தும் ஆப்கானிஸ்தானில் தம்மை நிலைநிறுத்திக் கொண்டது தாலிபான் எனும் அமைப்பு. அத் தாலிபான்கள் உடைத்திருக்காவிட்டாலும் கூட, மௌன சாட்சியாக, காலம் காலமாக அவ்வாறான தண்டனைகளைப் பார்த்தவாறு அங்கு நின்றிருந்த உயரமான புத்தர் சிலைகள், தம்மால் அம் மக்களைக் காப்பாற்ற முடியவில்லையே என்ற வெட்கத்தினால் ஒரு காலத்தில் உடைந்தழிந்து போயிருக்கக் கூடும். அவ்வளவு கொடூரங்கள். அவ்வளவு தண்டனைகள்.

'Buddha Collapsed out of Shame' எனும் இத் திரைப்படமானது, ஆப்கானிஸ்தானில் உலகப் புகழ்பெற்ற புராதன புத்தர் சிலைகளிருந்த மலையருகே, அவற்றின் சிதிலங்களினூடு படமாக்கப்பட்டிருக்கிறது. திரைப்படத்தின் ஆரம்பத்திலும், இறுதியிலும் இச் சிலைகள் குண்டு வைத்துத் தகர்க்கப்படும் நிஜக் காட்சியை இணைத்திருக்கிறார் இயக்குனர் ஹனா மெக்மல்பஃப். அம் மலைக் குன்றுகளில் இன்றும் கூட மக்கள் வறுமைக்கும், அச்சத்துக்குள்ளானபடியும் வாழ்ந்து வருகிறார்கள்.

அவர்களுள் பக்தாய் எனும் ஐந்து வயது சிறுமி, அப்பாஸ் எனும் அவள் வயதொத்த சிறுவன், மற்றும் தாலிபான் படைச் சிறுவர்கள் ஆகியவர்களைப் பிரதான மற்றும் காத்திரமான கதாபாத்திரங்களாகக் கொண்டு இயக்குனர் ஹனா மெக்மல்பஃப் இயக்கியிருக்கும் 'Buddha Collapsed out of Shame' எனும் இத் திரைப்படமானது, தாலிபான்கள் கை விட்டுச் செல்ல நேர்ந்த பின்னரும் இப் பிராந்தியத்திலுள்ள மக்கள் அன்றாடம் எதிர்கொள்ள நேரும் வறுமை, அடிப்படைக் கல்வி கூட

மறுக்கப்படும் பெண்களின் அவலநிலை, ஆணதிகாரம் மற்றும் பெண்ணடிமை நிலைப்பாடு, தொடர்ச்சியான யுத்தங்கள் சிறு மனங்களைப் பாதித்திருக்கும் விதம், அவை அவர்களது விளையாட்டுக்களில் பிரதிபலிக்கும் தன்மை போன்றவை பற்றித் தெளிவாகப் பேசியிருக்கிறது.

மத்திய ஆப்கானிஸ்தானின் மிகப் பெரிய பிராந்தியமாக இருப்பது பாமியன் பகுதியாகும். 'பிரகாசிக்கும் ஒளியின் இடம்' என அழைக்கப்படும் இந்த பாமியன் பகுதி புராதன புத்தர் சிலைகளுக்கும், பண்டைய எண்ணெய் வர்ண ஓவியங்களுக்கும் பிரசித்தி பெற்றிருந்தது. இங்குள்ள மலைத் தொடரில் செதுக்கப்பட்டுள்ள இரண்டு புத்தர் சிலைகளும் ஆறாம் நூற்றாண்டைச் சேர்ந்தவை என தொல்பொருள் ஆய்வியலாளர்கள் தெரிவித்திருக்கிறார்கள். தாலிபான்கள் இப் பிராந்தியத்தைக் கைப்பற்றியதையடுத்து, 2001 ஆம் ஆண்டு தாலிபான்களின் தலைவரினது கட்டளைக்கேற்ப இச் சிலைகள் பல வாரங்களாக குண்டு வைத்தும், பீரங்கித் தாக்குதல்கள் மூலமும் தகர்க்கப்பட்டு அழிக்கப்பட்டன.

தாலிபான்கள் மிக இறுக்கமான சட்ட திட்டங்களுடன் 1996 ஆம் ஆண்டிலிருந்து 2001 ஆம் ஆண்டு வரை ஆப்கானிஸ்தானை ஆட்சி செய்தார்கள். இவர்களது ஆட்சியில் அடிப்படை வாத நடவடிக்கைகளோடு, தீவிரவாத நடவடிக்கைகளும் தலைதூக்கியதைக் கண்டு, உலகின் பல பிரதான நாடுகள் தமது எதிர்ப்பினைத் தெரிவித்ததால், ஆப்கானிஸ்தானில் தாலிபான்களின் ஆட்சி நிலைகுலைய வேண்டி ஏற்பட்டது. ஆட்சி கைவிட்டுப் போனாலும் கூட, தாலிபான்களும் அவர்களது தீவிரக் கொள்கைகளும் ஒருபோதும் மாறவில்லை. அவர்கள் இன்றும் கூட தம் கொள்கைகளையும் தண்டனைகளையும் மறைமுகமாகப் பரவ விட்டவாறு உலவிக் கொண்டேயிருக்கிறார்கள்.

இவ்வாறான நிலைமையில், படப்பிடிப்பு கேமராக்களை அனுமதிக்காத அத் தாலிபான்களின் மண்ணிற்கே சென்று அத் தாலிபான்களால் மக்களுக்கு இழைக்கப்படும் கொடூரங்களைப் படம்பிடித்து உலகுக்குச் சொல்ல ஒருவருக்கு எந்தளவு தைரியமும், உயிரச்சமற்ற ஆர்வமும் இருக்கவேண்டும்? அதிலும் பதின்ம வயதிலிருக்கும் ஒரு இளம்பெண் அதைச் செய்யப்போனால் எவ்வளவு ஆபத்துக்களை அவள் எதிர்நோக்குவாள்? அவளது வீட்டில் இதனை எப்படி அனுமதிப்பார்கள்? ஆனால் எல்லாவற்றையும் தாண்டி, சாதித்துக் காட்டியிருக்கிறார் ஈரானைச் சேர்ந்த இளம் பெண் இயக்குனர் ஹனா மெக்மல்பஃப்.

ஹனாவின் குடும்பத்தினருக்கு இச் சாதனைகள் புதிதல்ல. ஹனாவின் தந்தை மூஸின் மெக்மல்பஃப், தாய் மர்ஸியா மெக்மல்பஃப் மற்றும் மூத்த சகோதரி சமீரா மெக்மல்பஃப் ஆகியோர் தனித்தனியாகவும், குடும்பத்தோடு இணைந்தும் திரைப்படங்களை இயக்கி வெற்றி கண்டவர்கள். சர்வதேச விருதுகள் பலவற்றை வென்றவர்கள். இப் பின்னணியிலிருந்து வந்தவர்தான் ஹனா மெக்மல்பஃப் எனும் இளம் பெண் இயக்குனர்.

ஹனா இதற்கு முன்பும் தனது சிறு வயதில் குறுந் திரைப்படம் மற்றும் ஆவணப்படங்களை எடுத்து சாதனை படைத்தவர். 'Buddha Collapsed out of Shame' எனும் இத் திரைப்படம் இவரது முதலாவது முழு நீளத் திரைப்படம். இத் திரைப்படமும் சர்வதேச திரைப்பட விழாக்கள் எல்லாவற்றிலும் திரையிடப்பட்டு ஒவ்வொரு பிரிவிலும் பல விருதுகளை வென்ற சாதனைத் திரைப்படம் ஆகும். ஒரு திரைப்படம் அதுவும் இயக்குனரின் முதல் திரைப்படமே ஏறத்தாழ இருபது சர்வதேச விருதுகளை வென்றெடுப்பதென்பது சாதாரணமானதொரு சாதனையல்ல. இந்த நூலின் நேர்காணல்கள் பகுதியில் இடம்பெற்றிருக்கும் அவருடனான நேர்காணல் இன்னும் பலவற்றைத் தெளிவுபடுத்தும்.

தளிர்களுக்கான திரை

நமக்கு எழுத்தறிவித்தவரை எத்தனை பேர் தினந்தோறும் நினைத்துப் பார்க்கிறோம்? நாம் எழுத, வாசிக்கப் படிக்க வேண்டும் என்ற நல்லெண்ணத்தில் எம்மைச் சார்ந்தவர்கள் எமக்கு எழுத்தறிவித்ததாலேயே இதனை வாசித்துக் கொண்டிருக்கிறோம் இல்லையா? நம் அயலில், நம் ஊரில், நமது தேசத்தில், உலகில் எத்தனை பேருக்கு இந்த வாய்ப்பு கிட்டியிருக்கிறது? எத்தனையோ நபர்களினது ஜீவிதங்களில் கல்விக்கான ஆர்வம் பல சந்தர்ப்பங்களில் நிகழ்ந்திருக்கும் எனினும் அதற்கான வாய்ப்புக் கிட்டாமல் வாழ்க்கையோடு போராட வேண்டிய நிர்ப்பந்தங்கள் மேலோங்கியிருப்பதையும், அவையே அவர்களது நடத்தைகளில் ஆதிக்கம் செலுத்துவதையும் தினமும் கேள்விப் படுகிறோம். அவ்வாறான ஒரு அநாதைச் சிறுவன்தான் அமிரோ.

யுத்தத்தில் தனது உறவுகளைப் பறிகொடுத்த அவனுக்காக அவர்கள் மிச்சம் வைத்துப் போனது அவனது பெயர் மட்டும்தான்.

யுத்தத்தினால் இடம்பெயர்ந்த சிறுவன் அமிரோ, பிற நகரமொன்றின் கடற்கரைப் பிரதேசமொன்றில் சிதிலமடைந்து புறக்கணிக்கப்பட்ட கப்பலைத் தனது வசிப்பிடமாகக் கொண்டிருக்கிறான். ஜீவனோபாயமாக குப்பைகளில் கிடக்கும் இரும்புப் பொருட்களைத் தேடியெடுத்து விற்கிறான். போத்தல்களைப் பொறுக்கி விற்கும் சக சிறுவனொருவன் அவனிடம் கப்பல்களிலிருந்து கடலில் எறியப்படும் போத்தல்களைப் பொறுக்கி விற்றால் நிறையப் பணம் கிடைக்கும் எனக் கூறி கடலுக்கு அழைத்துச் செல்கிறான். அத் தொழிலுக்கு வில்லங்கம் ஒரு சுறா மூலம் வருகிறது. அவர்கள் போத்தல்களைச் சேகரிக்கும் கடற்பகுதியில் சுறாவின் நடமாட்டத்தைக் கண்டதால் வேறு வேலை தேட வேண்டிய நிர்ப்பந்தம் ஏற்படுகிறது. பிறகு கடற்கரைக்கு வரும் பெரிய பனிக்கட்டிகளைப் போராடி வாங்கி, அவற்றைக் குளிர் நீராக்கி, குவளையில் நிரப்பி கூவி விற்கிறான். அதுவும் நிரந்தரமில்லை எனப் புலப்பட, சக சிறுவனின் சிபாரிசில் வெளிநாட்டு சுற்றுலாப் பயணிகள் வந்து செல்லும் தளமொன்றில் அவர்களது சப்பாத்துக்களைத் துடைத்துவிடும் வேலை கிடைக்கிறது. அதில் ஓரளவு வருமானம் வந்த போதிலும் திரும்பவும் ஒரு தவறான குற்றச் சாட்டினால் அந்த வேலையும் பறிபோகிறது. இனி அவனுக்காக உதவ யாருமில்லை. எனில், அவனது எதிர்காலம் முழுவதற்குமாக அவனுக்கு உதவப் போவது எது?

சிறுவர்களது உலகம் விசித்திரமானது. அது மாயலோகமும், யதார்த்தமும் கலந்தது. அவர்களது பார்வையில் அனைத்தும் புதிதாய்த் தெரியும். பின்னாட்களில் அனுபவங்கள் கற்றுத் தரப் போகும் படிப்பினைகள் குறித்து எந்தக் கவலைகளுமற்று சுற்றித் திரியும் பருவத்தைச் சார்ந்தவர்கள் அவர்கள். காலமும், நேரமும், சூழலும் குறித்த எந்தக் கவலையுமின்றி சுற்றித் திரியலாம்.

விளையாடிக் கொண்டிருக்கலாம். அதிலும் கட்டுப்படுத்த யாருமின்றி சுயமாய் வளரும் சிறுவர்களது வாழ்க்கையில் இச் சுதந்திரமும், விளையாட்டுக்களும் சர்வ சாதாரணமானவை.

அமிரோவின் வாழ்க்கையும் அப்படித்தான் இருக்கிறது. கடலில் வரும் ஒரு வெண்ணிறக் கப்பலைக் கண்டு வியக்கிறான். தெருவில் செல்லும் ஒரு முதியவனையும், அவனுடன் செல்லும் நோயால் துன்புறும் பெண்ணையும், இன்னும் ஒரு கால் இல்லாமல் ஊன்றுகோலின் துணையுடன் செல்லும் ஒருவனையும் கண்டு அனுதாபமுறுகிறான். தன்னிடம் தண்ணீர் வாங்கிக் குடித்து விட்டு பணம் தராமல் ஏமாற்றிச் செல்பவனைத் துரத்திச் சென்று பிடித்து, தண்ணீருக்குரிய பணத்தினை வாங்கிக் கொண்டு புன்னகைக்கிறான். தன்னிடமிருந்து பெரிய பனிக்கட்டிப் பாளத்தைப் பறித்துக் கொண்டு ஓடுபவர்களை விரட்டிச் சென்று அவர்களிடமிருந்து அதை மீளப் பெற்று வெற்றியில் திளைத்து, திருடனை நோக்கிப் பழித்துக் காட்டுகிறான். தனக்குத் திருட்டுப் பட்டம் சுமத்தி, தனது தொழில் போகக் காரணமாக இருந்த வெள்ளையனோடு சண்டை போடுகிறான். புத்தகக் கடைகளில் விற்பனைக்காகத் தொங்க விட்டிருக்கும் புத்தகங்களை ஆசையோடு தொட்டுப் பார்க்கிறான். தனது சிறிய இருப்பிடத்தில் கோழிக் குஞ்சொன்றைக் கொஞ்சி வளர்க்கிறான்.

அவனது வசிப்பிடத்துக்கருகில் இருக்கும் பிற நாட்டவரொருவரின் வீட்டில் ஒரு விமானம் முற்றத்தில் நிறுத்தி வைக்கப்பட்டிருக்கிறது. தினந்தோறும் அதைப் பார்த்து பரவசத்தில்

திளைப்பவனுக்கு, விமானங்கள் மேல் ஆசை வந்து விடுகிறது. திருட்டுத்தனமாகச் சென்று அதைத் தொட்டுப் பார்த்து மகிழ்கிறான். புத்தகக் கடைகளில் தொங்க வைக்கப்பட்டிருக்கும் புத்தகங்களில் விமானங்களின் படங்களிட்ட புத்தகங்களை வாங்கி வந்து விமானங்களின் படங்கள் பார்த்து ரசிக்கிறான். புத்தகங்களை மேலும் மேலும் வாங்குகிறான்.

'நிறைய வெளிநாட்டுப் புத்தகங்கள் வாங்கிறாயே? உனக்கு வெளிநாட்டு பாஷைகள் கூடத் தெரியுமா?'

'இல்லை..நான் அவற்றை அவற்றிலுள்ள படங்களுக்காக வாங்குறேன்'

'நீ வாசிக்க விரும்புகிறாயென்றால், என்னிடம் ஃபார்ஸி மொழிப் புத்தகங்களும் இருக்கின்றன. அவை விலையும் குறைவு.'

'எனக்கு வாசிக்கத் தெரியாது.'

'உன்னைப் போன்ற சிறுவர்கள் எல்லோருக்குமே வாசிக்கத் தெரியுமே.'

புத்தகக் கடைக்காரனுடனான மேற்படி சம்பாஷணையைத் தொடர்ந்து, வாங்கி வந்த புத்தகங்கள் அனைத்தையும் கடற்கரையில் வைத்து ஆவேசத்தோடு, துண்டு துண்டாய்க் கிழித்தெறிகிறான் அமிரோ.

'நான் வாசிக்கணும், நான் எழுதப் படிக்கணும், ஏன் என்னால் முடியாது, ஏன் என்னால் முடியாது?' எனக் கேட்டுக் கத்துகிறான்.

ஏன் அவனால் முடியாது? அவன், அருகிலிருக்கும் பாடசாலையொன்றுக்குச் சென்று அவனுக்கு எழுதப் படிக்கக் கற்றுக்

கொள்ள வேண்டும் என்கிறான். அந்தப் பள்ளிக்கூட அதிபர் அவனைப் பார்த்து, அரிச்சுவடியிலிருந்து கற்றுக் கொள்ள, முதலாம் வகுப்பில் சேர வேண்டும் என்றும் அந்த வயதை அவன் தாண்டி விட்டான் என்றும் கூறுகிறார். எனினும் படிக்க வேண்டும் என்ற ஆர்வத்துடன் சுயமாக வந்திருக்கும் அவனை மாலை நேர வகுப்பில் சேர்த்துக் கொள்கிறார். அவனுக்கு அரிச்சுவடி எழுத்துக்கள் மனனமிடச் சிரமமாக இருக்கின்றன. ஆனால் அவனது தன்னம்பிக்கையும், ஆர்வமும் அவனை அரிச்சுவடியை மனனமிட்டு அவ்வெழுத்துக்களை ஒரே மூச்சில் கூற வைக்கின்றன.

ஒருவனது தன்னம்பிக்கையும், ஆர்வமும், திறமையும், நேர்மையும், அடிப்படைக் கல்வியும்தான் அவனது வெற்றிகளுக்குக் காரணமாகின்றன என்பதை விளக்கும் ஈரானியச் சிறுவர் படம்தான் "The Runner (Davandeh)'. தனது திரைப்படங்களுக்காக சர்வதேச விருதுகள் பலவற்றை வென்றுள்ள ஈரானியத் திரைப்பட இயக்குனர் அமிர் நாத்ரியின் இயக்கத்தில் 1985 ஆம் ஆண்டு வெளிவந்த இத் திரைப்படமானது, ஈரானியச் சினிமாவில் ஒரு திருப்பத்தை ஏற்படுத்தியதும், முழு சர்வதேசத்தையுமே தன் பக்கம் ஈர்த்த யதார்த்தத் திரைப்படங்களில் ஒன்று என்றும் தயங்காது குறிப்பிடலாம்.

அண்மைய தசாப்தங்களில் தொடர்ந்து வெளிவந்து கொண்டிருக்கும் ஈரானிய சிறுவர் திரைப்படங்களின் வழிகாட்டியாக இத் திரைப்படத்தைக் கருதலாம். யதார்த்தம், அப்பாவித்தனமும் நேர்மையும் வெளிப்படும் குழந்தைகளின் பார்வையினூடாக சமூக நடைமுறைகளைக் கூறுதல், எளிய வாழ்க்கை முறை, சமூக ஏற்றத் தாழ்வுகளை பட்டவர்த்தனமாக்கல், முழுத் திரைப்படத்தையும் குழந்தையின் தோளில் ஏற்றி வைத்து திரைப்படத்தை நகர்த்திச் செல்லல், குழந்தைகளின் வாழ்க்கையை வளர்ந்தோருக்கான பாடமாக்கல் என அனைத்துக்கும் முன்னுதாரணமாகக் குறிப்பிடக் கூடிய திரைப்படமாக இத் திரைப்படத்தையே குறிப்பிட வேண்டுமென சர்வதேச திரையியலாளர்கள் குறிப்பிட்டிருக்கிறார்கள். ஒரு சிறுவர்

திரைப்படத்தின் தாக்கம் சர்வதேசத்தையே பேச வைத்திருக்கிறது எனில், அத் திரைப்படத்தின் கருவும், எடுத்துக் கொண்ட விடயத்தை திறம்படச் சொன்ன விதமும், அதில் வாழ்ந்து காட்டியிருக்கும் மனிதர்களின் இயல்பான நடிப்பும் சமூகத்தில் பெரும் தாக்கத்தை ஏற்படுத்தியிருக்கிறது என்பதன்றி வேறேது?

திரைப்படத்தின் தலைப்பே ஒரு ஓட்ட வீரனின் இலக்கைக் குறிப்பிடுகிறது. திரைப்படத்திலும் கதையின் நாயகனான சிறுவன் அமிரோ மூச்சு வாங்க வாங்க வேகமாக ஓடிக் கொண்டேயிருக்கிறான். சக சிறுவர்களுடனான பந்தய ஓட்டங்கள், பணம் தராமல் சைக்கிளில் விரைந்து செல்பவனைத் துரத்திச் சென்று பிடிக்கும் ஓட்டம், விரைந்து செல்லும் புகையிரத்தை இரயில் தண்டவாளத்திலேயே ஓடித் தொட்டு விடும் ஓட்டம் எனப் பல ஓட்டங்கள் திரைப்படத்தில் வியாபித்து, சிறுவர் உலகின் தன்னம்பிக்கையைப் பறைசாற்றுகின்றன. அந்த ஓட்டங்களே, ஊக்குவிக்க யாருமின்றியிருக்கும் அவனுக்கு எதிராக பூதாகரமாகத் தோன்றும் கல்விச் சமூகத்தில் அவனையும் இணைத்துக் கொள்ளவேண்டும் என்ற ஆர்வத்தையும் நம்பிக்கையும் அவனுக்குள் தூண்டுகின்றன.

இத் திரைப்படத்தைப் போலவே ஒரு சிறுமியின் மூலமாக கல்வியின் முக்கியத்துவத்தை விளக்கும் இன்னுமொரு ஈரானியத் திரைப்படம் 'ஹயாத்'. ஈரானியக் கிராமமொன்றில் தனது குடும்பத்தினரோடு வாழ்ந்து வரும் 12 வயதுச் சிறுமி ஹயாத், பரீட்சைக்குத் தயாராகிக் கொண்டிருக்கிறாள். அப் பரீட்சையில் சித்தியடைந்தாலே அவளுக்கு மேலும் படிக்கும் வாய்ப்பு கிடைக்கும். எனவே அவள் மிகுந்த ஊக்கத்தோடு பரீட்சைக்குத் தயாராகிறாள். பரீட்சையன்று விடிகாலையில் அவளது தந்தை கடும் சுகவீனமுற்று வைத்தியசாலையில் அனுமதிக்கப்படுகிறார். தந்தையைக் கவனிக்க தாயும் செல்ல வேண்டிய நிலைமையில், அவர்களது கைக் குழந்தையை ஹயாத்திடம் விட்டு விட்டு அவர்கள்

வைத்தியசாலைக்குச் செல்கிறார்கள். கைக்குழந்தையை வைத்துக் கொண்டு, வீட்டு வேலைகளையும் செய்தபடி அன்று அவள் பரீட்சையை எவ்வாறு எழுதினாள் எனும் ஒரு நாள் அனுபவத்தைத் திரைப்படமாக்கி, அதன் மூலமாக ஈரானிய சமூகத்தில் பெண் கல்வியின் அத்தியாவசியத்தை பகிரங்கமாக எடுத்துக் காட்டியுள்ளார் இயக்குனர் குலாம் ரெஸா ரம்ஸானி.

"The Runner' திரைப்படம் வெளிவந்து சரியாக இருபது வருடங்களுக்குப் பிறகு 2005 ஆம் ஆண்டு வெளி வந்த இத் திரைப்படத்துக்கும் பல சர்வதேச விருதுகள் கிடைத்துள்ளன. சிறப்பு ஜூரி விருது (ஆம்ஸ்டர்டாம் திரைப்பட விழா 2005), சிறந்த திரைப்படத்துக்கான விருது (மாட்ரிட் குழந்தைகள் திரைப்பட விழா 2005), சிறுவர் திரைப்பட ஜூரி விருது (இந்தியா கோல்டன் எலிபெண்ட் திரைப்பட விழா 2005), சிறந்த திரைப்படத்துக்கான விருது (இஸ்த்தான்புல் சர்வதேச குழந்தைகள் திரைப்பட விழா 2005), யூனிசெப் விருது (Centre International Du Film Pour L'enfance et la Jeunesse, IRAN UNICEF Award), சிறப்பு ஜூரி விருது (ஆர்ஜெண்டினா குழந்தைகள் திரைப்படவிழா 2005), சிறப்பு விருது (செக்குடியரசு திரைப்படவிழா 2005), (உருகுவே குழந்தைகள் திரைப்பட விழா 2005), (பெலாரஸ் குழந்தைகள் மற்றும் சர்வதேச திரைப்பட விழா 2005) ஆகியவை அவற்றுள் குறிப்பிடத்தக்கவை.

பல போதனைகளைச் சமூகத்திற்கு எடுத்துரைக்கும் ஹயாத் எனும் இத் திரைப்படத்தின் ஆரம்பம் முதற்கொண்டு சிறுமி ஹயாத்தைப் பீடித்துக் கொள்ளும் பதற்றம் நம்மையும் தொற்றிக் கொள்கிறது. அவள் பரீட்சை எழுதப் போராடும் போராட்டமும், நெருக்கடியும் நம்மையும் திணறச் செய்கின்றன. அச் சிறுமியின் கல்விக்கான போராட்டம் அச்சிறுமியுடையது மாத்திரமேயல்ல. உலகம் முழுவதும் நிலைமை அவ்வாறுதான் இன்றும் இருக்கிறது. எவ்வளவுதான் நவீன மற்றும் நாகரிக மாற்றங்கள் நிகழ்ந்த போதிலும், பெண்களுக்கான கல்வி என்பது இன்றும் கூட இரண்டாம் தரமாகவே பார்க்கப்படுகிறது.

கட்டுப்பாடுகள் அதிகமுள்ள ஈரான் போன்ற நாடுகளில் இன்னும் அதிகமாக, இன்றும் அதனது தாக்கத்தை வெளிப்படையாகக் காணலாம்.

திரைப்படங்கள் சமூக மாற்றங்களுக்கு வித்திடுகின்றன என்பதற்கு அமைவாக ஈரானிய சமூகத்தில் புரட்சிக்கு முன்னும் பின்னும் சிறுவர்களுக்கான கல்வியின் அவசியத்தை விளக்கும் மேற்கூறப்பட்ட திரைப்படங்கள் அக் காலத்தில் பல சிறுவர்களது கல்விக்கு வழிகாட்டியாக அமைந்தவை. கல்விக்கு வழியின்றியும், புறக்கணிக்கப்பட்டும் வாழும் எத்தனை சிறுவர், சிறுமியர்களை நாம் தினந்தோறும் காண்கிறோம்? எத்தனை பேருக்கு நம்மால் உதவ முடிந்திருக்கிறது? வெறும் கேளிக்கைகளுக்காக திரைப்படம் எடுக்காமல், தமது படைப்புகள் மூலம் சமூகத்தை விழிப்புணர்வுக்குள்ளாக்கிய இத் திரைப்படங்களின் இயக்குனர்களை சர்வதேசமே பாராட்டுவது அதற்காகத்தான்.

சிறுவர்களுக்கான கல்வியின் தேவை குறித்த கருவைக் கொண்டு எடுக்கப்பட்டு, சர்வதேச விருதுகளை வென்ற இலங்கைத் திரைப்படம் 'விது' இன்னுமொரு குறிப்பிடத்தக்க சிறுவர் திரைப்படம் ஆகும். சமூகத்தில் கீழ்த்தரமானவர்களாகக் கருதப்படும், சேரியில் வசிக்கும் விலைமாது ஒருத்தியின் மகனான சிறுவன் விதுவை, அரசாங்கப் பாடசாலையொன்றில் சேர்த்து விட தாய் போராடும் போராட்டத்தை அடிப்படையாகக் கொண்டு இயக்குனர் அஷோக ஹந்தகம எடுத்த இத் திரைப்படமும் 'கல்வி - தனி மனித உரிமை' என்பதைப் பேசுகிறது.

இன்று சிறுவர் திரைப்படம் என்றாலே பிற மொழித் திரைப்படங்களையே குறிப்பிட்டுச் சொல்ல வேண்டியிருப்பது துரதிர்ஷ்டமானது. தமிழிலும் சிறுவர் திரைப்படங்கள் எடுக்கப்படுகின்றன அல்லவா எனக் கேட்பீர்கள். உண்மையில், அவ்வாறான முத்திரையோடு இதுவரை வெளி வந்துள்ளவை எவையும் சிறுவர் திரைப்படங்களே அல்ல. அவை சிறுவர்களை

நாயகர்களாகக் காட்டி, வளர்ந்தவர்களுக்குப் பாடம் போதிக்க முற்படும் பெரியவர்களுக்கான திரைப்படங்கள் அல்லது பேய், பூத, அமானுஷ்யங்களைக் களமாகக் கொண்டு சிறுவர்களை ஈர்க்க முற்படும் மாயாஜால திரைப்படங்கள்.

உண்மையில் திரைப்படம் என்பது என்ன? நடிகர்கள் கண்ணாடியைப் பார்க்கிறார்கள். அக் கண்ணாடி முன் நின்று, அதே கண்ணாடியினூடாக பார்வையாளர்களாகிய நாம் அவர்களைப் பார்க்கிறோம். ஆனால் அவர்களைக் காட்டும் அக் கண்ணாடி அவர்களோடு எம்மைக் காட்டுவதில்லை. ஆகவே திரைப்படமானது, நிஜமான, யதார்த்தமற்ற ஒரு மாயத் திரை. எனினும் யதார்த்த வாழ்வியலை நமக்குச் சுட்டிக் காட்டி, படிப்பினைகளைக் கற்றுத் தரும், சமூகத்தில் மாற்றங்களை விளைவிக்கும் மிகத் திறன் வாய்ந்த ஊடகம்.

அந்த ஊடகத்தில் சிறுவர்களுக்கான திரைப்படங்களின் பங்கு மிகவும் முக்கியமானது. அவற்றை வெறுமனே பொழுதுபோக்குச் சித்திரங்களென ஒதுக்கி விட முடியாது. உலகத்தில் ஜனித்து, ஒரு தசாப்தம் மாத்திரமே கழிந்த நிலையில் சிறுவர்கள் தினந்தோறும் எதிர்கொள்ளும் போராட்டங்களை சிறுவர்களின் தோளில் நின்று, அவர்களது பார்வையினூடு பார்த்தால் மாத்திரமே புரிந்து கொள்ள முடியும். அவ் வாழ்வியல் போராட்டங்களைப் பதிவாக்கி சர்வதேசம் முழுவதும் கொண்டு சேர்ப்பது மாத்திரமன்றி, அப் படைப்புகளின் மூலமாக சமூகத்தில் நல்ல மாற்றங்களை ஏற்படுத்துவதும் சாதாரணமானதல்ல. அவ்வாறான திரைப்படங்களையும், அதன் இயக்குனர்களையும் எப்போதுமே நாம் கொண்டாட வேண்டும்.

வீட்டிற்கான வழியிலொரு மூதாட்டியும், சிறுவனும் !

எழுபத்தைந்து வயது மூதாட்டிக்கும் ஏழு வயதுச் சிறுவனுக்குமான பாசப் பிணைப்பின் உள்நோக்கங்கள் எந்தவித போலிப் பூச்சுக்களும் அற்றவை. அவை எந்த எதிர்பார்ப்புக்களையும் கொண்டிருப்பதில்லை. வாழ்க்கையின் அனைத்து அனுபவங்களையும் கண்ட மனிதனொருவனும், காணத் துடிக்கும் மனிதனொருவனும் எக் கட்டத்தில் ஒன்றாக இணைகிறார்கள்? எது அவர்களிடையே ஒரு ஒற்றுமையாகக் காணப்படுகிறது? எது அவர்களை ஒருவரிடமிருந்து ஒருவர் பிரியும்போது வலியை ஏற்படுத்துகிறது? போன்ற கேள்விகளை நம்மிடம் விட்டுவிட்டு முடிகிறது 'ஜிபோரோ (The Way Home - வீட்டிற்கான வழியில்)' எனும் கொரிய தேசத்துத் திரைப்படம்.

நகரத்திலிருந்து புறப்பட்டு ஒடுங்கி வளைந்து செல்லும் ஒரு மலைப் பாதையில் பயணித்துக் கொண்டிருக்கும் பேருந்தினுள்ளே கதாநாயகனான ஏழு வயதுச் சிறுவனும் அவனது தாயும் அமர்ந்து உரையாடும் காட்சியினூடு திரைப்படம் தொடங்குகிறது.

நகரத்திலேயே பிறந்து வளர்ந்த சிறுவன், தான் முதன்முதலாக சந்திக்கப் போகும் தனது கிராமத்து அம்மம்மா பற்றி தாயிடம் கேட்கிறான். அவள் செவிடா, ஊமையா, பயங்கரவாதியா போன்ற கேள்விகள் அவனது மனதுக்குள்ளே சஞ்சலப்படுத்திக் கொண்டிருக்க அவற்றையே தாயிடம் வினவுகிறான். அவள் பதிலளிப்பதில்லை. பேருந்தினுள்ளே அக் கிராமத்து பாமர மக்களின் வளர்ப்புப் பிராணிகளோடு அவர்களது உரையாடல்களும் கூட சிறுவனுக்கு எரிச்சலை ஏற்படுத்துகின்றன. அவன் எப்போதும் தனது கையடக்க விளையாட்டுக் கருவியை இயக்கி விளையாடிக் கொண்டேயிருக்கிறான்.

நகரங்களில் தனிமைப்படுத்தப்படும் சிறுவர்களுக்கென பெரும்பாலும் விளையாட்டுக் கருவிகளே பொழுதுபோக்கச் செய்யும் முக்கிய சாதனங்களாக அமைகின்றன. ஓடி விளையாடவென வெளியில் செல்ல அனுமதியில்லை. வீட்டுக்குள்ளேயும் ஒரு அறைக்குள்ளேயும் முடங்கச் செய்யப்படும் சிறுவர்கள் தமது இழப்புக்களுக்கு வடிகாலாக விளையாட்டுப் பொருட்களிடமும் தொலைக்காட்சி, கணினி விளையாட்டுக்களிடமும் சரணடைந்து விடுகின்றனர். அவர்களது தனித்த வாழ்வில் அன்பைக் காட்டவோ, அன்பைப் பற்றிப் போதிக்கவோ எவரும், எதுவும் இருப்பதில்லை. இவ்வாறான நிலையில் விளையாட்டுப் பொருட்களிடமும், கடைகளில் வாங்கும் துரித உணவுகளிலும் தனித்து வாழ்ந்த சிறுவனொருவன், தனது தாயின் தொழில் நிமித்தம் எந்த வசதிகளுமற்ற மலைக் கிராமமொன்றில் தனது பாட்டியுடன் ஒரு மாத காலம் ஒன்றாகத் தங்க நேர்ந்தால் என்னவாகுமென்பதை மிகவும் உணர்வுபூர்வமாகச் சொல்கிறது திரைப்படம்.

மலைக் கிராமத்தின் ஒரேயொரு பேருந்துத் தரிப்பிடத்தில் தாயையும், மகனையும் இறக்கிவிட்டுச் செல்லும் சிறிய ரக பேருந்து நகர்ந்ததும் அக் கிராமம் பிடிக்கவில்லையென மகன் தாயுடன் வர

மறுக்கிறான். தாய் அவனை அடித்து அழைத்துச் செல்கிறாள். நூலான்படைகள் தொங்கி, பூச்சிகள் ஊர்ந்து திரியும், உடைந்து விழ அண்மித்திருக்கும் பாட்டியின் குடிசை சிறுவனுக்கு அறுவெறுப்பூட்டுகிறது. அவன் பாட்டியின் கிழிந்திருக்கும் ஒரேயொரு பாதணியில் சிறுநீர் கழிப்பதன் மூலம் தனது வெறுப்பினை வெளிப்படுத்துகிறான். வாயோரங்களில் சுருக்கத்தோடு, அனுபவங்கள் கண்டு வாடி உலர்ந்து போன பாட்டி அன்பாக தலையை தடவி விடுவதைக் கூட அவன் விரும்பவில்லை. முதியவளுக்கான சில பரிசுப் பொருட்களை மகள் எடுத்து வந்திருக்கிறாள். அத்தோடு தனது மகனுக்கான நொறுக்குத் தீனிகளையும், இனிப்புக்களையும் கூட அங்கு கொடுத்து விட்டு, மகள் அங்கிருந்து புறப்படுகிறாள். கூன் விழுந்த ஊமைப் பாட்டியிடம் தனித்து விடப்படும் சிறுவன் என்னவாகிறான்?

முதியவள் தன்னைத் தொடும் போதெல்லாம், கல்லை எடுத்து அடிக்க ஓங்கும் சிறுவன், அவளை செவிடு, ஊமையெனவும் திட்டுகிறான். அவள் உணவாகக் கொடுப்பவற்றை உதாசீனம்

செய்துவிட்டு தனது தாய் விட்டுச் சென்ற நொறுக்குத் தீனிகளையே உணவாகக் கொள்கிறான். தனது வீட்டிலிருந்து கொண்டு வந்திருந்த விளையாட்டுப் பொருட்களோடு விளையாடி அலுத்துப் போன சிறுவன் ஊர் பார்த்துவரச் செல்கிறான். அம் மலைக் கிராமம் எந்தவொரு சுவாரஸ்யத்தையும் அவனில் ஏற்படுத்தவில்லை. சுற்றி வர ஓரிரு ஒற்றையடிப் பாதைகளோடு எங்கும் பழமையும், பூரணமுமற்ற குடிசை வீடுகளே இருக்கின்றன. அவன் சலிப்புறுகிறான்.

சிறுவர்களது உள்ளங்கள் மிகவும் விசித்திரமானவை. அவை வித்தியாசங்களையும் மாற்றங்களையும் எளிதில் உணர்பவை. பல விடயங்களில் அவர்களுக்கு ஏற்படும் ஐயங்கள் அவர்களைத் தேட வைத்து தெளிவுபடச் செய்கின்றன. தொந்தரவெனச் சொன்னபடியே பாட்டி தையல் வேலைக்குப் பயன்படுத்தும் கையூசிக்கு நூல் கோர்த்துக் கொடுக்கும் சிறுவன், கரப்பான் பூச்சியைக் கண்டு அலறுகிறான். பாட்டி எந்தவித பூச்சிகொல்லிகளினதும் உதவியற்று சர்வ சாதாரணமாக அதனைப் பிடித்து வெளியே எறியும்போது ஆச்சரியமுறுகிறான். அவன், தனது ஒரே பொழுதுபோக்கு விளையாட்டுக் கருவியின் பேட்டரிகள் தீர்ந்துபோனதும் திகைத்துப் போகிறான். பேட்டரி கேட்டும், அதற்கான பணம் கேட்டும் பாட்டியிடம் சண்டை போடுகிறான். கோபத்தில் பாட்டியின் பொருட்களை உடைக்கிறான். பாதணிகளை ஒளித்து வைக்கிறான். தன்னாலியன்ற தொந்தரவுகளை பாட்டிக்குச் செய்கிறான்.

பகலில் பாட்டி உறங்கும்போது அவளது கொண்டையில் முடிந்திருக்கும் ஒரு கொண்டை ஊசியைத் திருடும் சிறுவன், அதனை எடுத்துக் கொண்டு கடைக்கு ஓடுகிறான். கிராமத்தின் ஒதுக்குப்புறமாக இருந்த ஒரேயொரு கடையில் அவனுக்கான பேட்டரிகள் இல்லை. அக் கடைக்குச் சொந்தக்காரி, நகரத்துக்குச் செல்லும் வழியைக் காட்டிக் கொடுக்கிறாள். நகரத்திலும் அவனது விளையாட்டுக்

கருவிக்குப் பொருத்தமான பேட்டரிகள் இல்லை. ஏமாற்றத்தோடு கிராமத்துக்கு வரும் சிறுவன் பாதை தவறித் திணறி விசும்புகிறான்.

பாட்டியின் அன்பு மொழிகளற்றது. அவளது பொறுமையும் எல்லையற்றது. அவள் சைகைகளாலேயே எல்லாவற்றையும் கேட்கிறாள். தன்னைத் தொடக் கூட விடாத சிறுவனிடம் உணவாக என்ன வேண்டுமென அவள் வினவும்போது அவன் 'பிட்ஸா, ஹம்பர்கர், கெந்துகி சிக்கன்' தனக்கு வேண்டுமெனக் கேட்கிறான். இவை எவை பற்றியும் அறியாத முதியவள் அவன் சொன்னதையும், சித்திரத்தில் காட்டியதையும் வைத்து, கிழங்குகளை விற்றுக் கிடைக்கும் பணத்தில் ஒரு கோழியை வாங்கி வந்து அவளுக்குத் தெரிந்த விதத்தில் சமைத்துக் கொடுக்கிறாள். அது, தான் கேட்ட 'கெந்துகி சிக்கன்' அல்லவெனக் கூறி சிறுவன் அழுகிறான். பின்னர் தனக்கெதுவும் வேண்டாமெனக் கூறிப் படுத்துக் கொள்ளும் சிறுவன், நள்ளிரவில் பசிக்க எழுந்து பாட்டி சமைத்து வைத்திருந்த அனைத்தையும் உண்கிறான். காலையிலெழுந்து பார்ப்பவன் பாட்டி, குளிர் காய்ச்சலால் நடுங்குவதைக் கண்டு தனது போர்வையை எடுத்துப் போர்த்தி விடுவதோடு, தான் திருடிய கொண்டை ஊசியை அவளது கொண்டையில் சூடி விடுகிறான். பின்னர் தனக்குத் தெரிந்த விதத்தில் அவளுக்கு உணவையும் பரிமாறுகிறான்.

இவ்வளவு காலமும் தான் வெறுப்போடு பார்த்து வந்த பாட்டியின் மீது அன்பும் கருணையும் கொள்ளச் செய்தது எது? சிறுவன் பாட்டிக்குச் செய்த சங்கடங்கள் ஏராளமென்ற போதிலும், பாமரப் பாட்டியின் பொறுமை அவனுக்கு பல பாடங்களைக் கற்பித்திருக்கின்றன. அவை எந்தவொரு சர்வ கலாசாலைகளிலும் கற்பிக்கப்பட முடியாதவை. அனுபவமும், அமைதியும், பொறுமையும், தன்னலமற்ற சேவையும் மாத்திரமே கற்பிக்கக் கூடியவை.

நகரத்துச் சந்தைக்கு சிறுவனை அழைத்துச் செல்லும் மூதாட்டி,

தர்ப்பூசணிகளையும், கிழங்குகளையும் விற்றுக் கிடைக்கும் பணத்தில் சிறுவனுக்கு சப்பாத்துக்களையும், அவன் விரும்பிய உணவு வகைகளையும் வாங்கிக் கொடுக்கிறாள். தன்னிடமிருந்த பணத்தையெல்லாம் சிறுவனுக்காகச் செலவழித்த முதியவள், அவனை மட்டும் பேருந்திலேற்றி கிராமத்துக்கு அனுப்பி விட்டு, மலைப்பாதை நெடுகவும் கூன் முதுகோடு நடந்து கிராமத்துக்கு வருகிறாள். கிராமத்துப் பேருந்துத் தரிப்பிடத்தில் வந்திறங்கி பாட்டிக்காகக் காத்திருக்கும் சில மணித்தியாலங்களில் பாட்டியின்றிய தனிமையின் வலியை சிறுவன் வெகுவாக உணர்கிறான். பாட்டி விளையாட்டுக் கருவிக்கு பேட்டரிகள் வாங்குவதற்காக பணம் கொடுக்கும்போது அழுகிறான்.

தன்னைத் திரும்பவும் நகரத்துக்கு அழைத்துச் செல்ல தான் வரப் போவதாக அவனது அம்மா அனுப்பிய கடிதம் கிடைத்ததும், அவன் கவலையடைகிறான். எழுதப் படிக்கத் தெரியாத மூதாட்டிக்காக தபாலட்டைகளில் அவன் பல கடிதங்களையும் சித்திரங்களையும் வரைந்து வைக்கிறான். பாட்டி சுகவீனமுற்றிருக்கும் போது எதனைத் தனக்கு அனுப்ப வேண்டும்? பாட்டி தன்னைப் பார்க்க

விரும்பும்போது எதனை அனுப்ப வேண்டும் எனச் சொல்லிக் கொடுப்பதோடு அந்த எழுத்துக்களை எழுதவும் கற்பிக்கிறான். பாட்டிக்கு சுகவீனமென்றால் தான் உடனே விரைந்து வருவதாகவும் வாக்களிக்கிறான். பாட்டியைப் பிரியப் போவதையெண்ணி வேதனையுடன் அழும் அவன் நள்ளிரவில் எழுந்து பல ஊசிகளில் நூலைக் கோர்த்து அவளுக்காக வைக்கிறான். பிரியப் போகும் வேதனையில் இரவு முழுவதும் உறங்காதிருந்த சிறுவன், தன்னைக் கூட்டிச் செல்ல வரும் தாயுடன், மனம் நிறைய மிகுந்த வலியோடு புறப்படுகிறான். சிறுவன் கொடுத்த தனக்குப் பிரியமான பட அட்டையோடு தனித்துவிடப்படும் மூதாட்டி கிராமத்தின் இலையுதிர் மரங்களிடையே நடக்கும் காட்சியோடு நிறைவுறுகிறது திரைப்படம்.

இத் திரைப்படத்தை எல்லா பாட்டிமார்களுக்கும் சமர்ப்பிப்பதாகக் கூறுகிறார் திரைப்படத்தின் இயக்குனர் 'லீ ஜ்யொங் ஹெயாங்'. 2002 ஆம் ஆண்டு கொரியாவில் வெளிவந்து பல சர்வதேச திரைப்படங்களில் பரிந்துரைக்கப்பட்டு பல விருதுகளைத் தனதாக்கிக் கொண்டுள்ளது இத் திரைப்படம். கொரிய திரைப்பட விழாக்களிலெல்லாம் வெற்றியைச் சூடி வந்த இத் திரைப்படம் இயக்குனருக்கும், நடிகர்களுக்கும் பல பாராட்டுக்களையும், புகழையும் பெற்றுக் கொடுத்தது. அதிலும் சிறந்த திரைப்படத்துக்கும், சிறந்த திரைக்கதைக்குமான ஆஸ்கார் விருது இத் திரைப்படத்துக்குக் கிடைத்துள்ளமை குறிப்பிட்டுச் சொல்லக் கூடியது. திரைப்படத்தின் கதாநாயகியாக மூதாட்டி 'கிம் எல் பூன்' நடித்திருக்கிறார். படத்தில் இவருக்கு ஒரு வசனம் கூட இல்லை எனினும் பார்ப்பவர்கள் அனைவரையும் தன் பக்கம் நடிப்பின் மூலம் ஈர்த்து விடுகிறார். சிறுவனாக நடித்திருக்கும் 'யு செங் ஹோ'வின் முதல் திரைப்படம் இதுதான். இத் திரைப்படத்தில் சிறப்பாக நடித்தமைக்காக இச் சிறுவனுக்கு சர்வதேச திரைப்பட விழாவில் சிறந்த குழந்தை நட்சத்திரத்துக்கான விருது கிடைத்துள்ளது.

சிறுவன் வழி தவறித் திணறி அழும்போது தனது சைக்கிளில் கூட்டிக் கொண்டு வந்து விடும் முதியவரும், சிறுவனை மாடு முட்ட வரும்போது முன்னே பாய்ந்து காப்பாற்றும் அயல் வீட்டுச் சிறுவனும், பாட்டியின் பேரனுக்காக சில இனிப்புக்களை இலவசமாகக் கொடுக்கும் ஒரு கிராமத்துப் பெண்ணும், தனது கிராமத்திலுள்ள ஒரு வயதான நோயாளிக்கு தனக்குக் கிடைத்த பெறுமதியான பரிசுப் பொருட்களையெல்லாம் அன்பளிப்பாகக் கொடுக்கும் பாட்டியும் கிராமத்து வெள்ளந்தித்தனத்தையும், பாசாங்கும் சுயநலமுமற்ற பாசத்தையும் பிரதிபலிக்கின்றனர்.

திரைப்படமானது, அழகானதொரு கிராமத்தைக் காட்சிப்படுத்தியிருக்கிறது. அதன் பரப்புக்கள் குறுகியவை என்றபோதிலும், சிறந்த ஒளிப்பதிவானது, அக் கிராமத்தில் வாழ்ந்த அனுபவமொன்றை பார்வையாளர்களிடம் விட்டுச் செல்கிறது. படத்தில் அதிகளவு சம்பாஷணைகள் இல்லை. மௌனங்கள் பல கருத்துக்களை பார்வையாளர்களிடம் விதைத்து விடுகின்றன. அவை தெளிந்தவை. அவரவர் உணர்வுகளில் சலனங்களை ஏற்படுத்தாமல் வந்து செல்லும் பின்னணி இசையும், மலைக் கிராமத்தின் இயற்கை ஒலிகளும் மிக அருமையாகக் கோர்க்கப்பட்டிருக்கின்றன. மிகவும் தைரியமாக எழுபத்தைந்து வயது மூதாட்டியை கதாநாயகியாகவும் ஏழு வயதுச் சிறுவனை கதாநாயகனாகவும் நடிக்க வைத்து ஒரு காலப் பதிவைச் செய்திருக்கிறார் இயக்குனர்.

திரைப்படத்தைப் பார்க்கும் அனைவரையும் இத் திரைப்படமானது தனது பால்ய காலங்களை மீட்டிப் பார்க்கச் செய்யும். குடும்பத்தில் மூத்தவர்களின் அரவணைப்பும், அன்பும் எப்போதுமே திகட்டாதவை. அவை சுயநலமற்றவை. எப்பொழுதும் யாசிக்கச் செய்பவை. எக் காலத்திலும் மனமெங்கும் வியாபித்து நிற்பவை. குழந்தைப் பருவத்தினருக்கு இந்த அன்பும், அரவணைப்பும் அயராது கிடைக்கும்போது அவை குழந்தைகளை நற்பிரஜைகளாக

உருவாக்கிவிடும். இந் நவீன காலத்தில் நாம் இதனை இழந்துகொண்டிருக்கிறோம். மூத்தவர்களின் அன்பைப் புறக்கணித்து அல்லது அவர்களுடன் உறவாட நேரமற்று ஒதுங்கிச் செல்லும் நாகரீகப் போக்கு, வளரும் சந்ததியை வெகுவாகப் பாதிக்கிறது. அவ்வாறு தனித்து வளரும் குழந்தைகள் சுயநலத்தோடும், மனிதர்களைப் புறக்கணித்து நவீன கருவிகளோடு நேசம் கொள்ளும் போக்கும் தற்போது அதிகளவில் காணப்படுகிறது. நமக்குக் கிடைத்த இனிமையான பால்ய காலம் ஒருபோதும் எமது சந்ததிக்குக் கிடைக்கப் போவதில்லை. அவை மாற்றமுற்றுக் கொண்டேயிருக்கும். ஆனால் அன்பும், பாசப் பரிமாற்றங்களும், அரவணைப்புக்களும் ஒருபோதும் மாறாதவை. வற்றாதவோர் நீரூற்றைப் போல அவை குழந்தைகளுக்கு எப்பொழுதும் தொடர்ச்சியாகக் கிடைக்கச் செய்யவேண்டும். அது மாத்திரமே ஒவ்வொரு சந்ததியையும் அன்பினால் தலைநிமிரச் செய்யும்.

நாதிரும், ஸிமினும் இவர்களுக்கிடையிலான பிரிவும்

விவாகரத்துக் கோரி நிற்கும் ஒரு இஸ்லாமியத் தம்பதியிடமிருந்து காட்சி ஆரம்பிக்கிறது. விவாகரத்துக்கான காரணம் தமது பதினொரு வயது மகளின் எதிர்காலம். ஈரானின் நெருக்கடியான சூழ்நிலையில் தனது மகள் வாழ்வதை விரும்பாத மனைவி ஸிமின், தனது கணவன் நாதிருடனும் மகள் தேமேயுடனும் வெளிநாடு சென்று வாழத் தீர்மானிக்கிறாள். கணவனால் அவர்களுடன் வர முடியாத சூழ்நிலை. ஞாபகமறதி (அல்ஸீமர்) நோயினால் பாதிக்கப்பட்ட முதியவரான தனது தந்தையைப் பார்த்துக் கொள்ளும் கடமை தனக்கு இருப்பதால் அவளது வெளிநாட்டுப் பயணத்திற்கு உடன்பட மறுக்கிறான். மனைவி விவாகரத்துக் கோரி விண்ணப்பிக்கிறாள்.

'ஒரு வேலைக்காரரை வச்சுப் பார்த்துக்கலாமே. அவருக்கு இவர் தன்னோட மகன் என்பது கூடத் தெரியாது.'

'ஆனா அவர் என்னோட தந்தைன்னு எனக்குத் தெரியும்.'

இவ்வாறாக நீதிபதியின் முன்னால் வாதிட்டுக் கொள்ளும் தம்பதியினது விவாகரத்து குறித்த விசாரணையின் முடிவில் விவாகரத்துக்கான காரணம் வலிதற்றதெனக் கூறி அவ் விண்ணப்பத்தை நிராகரிக்கிறது நீதிமன்றம். அதற்கு மேலும் கணவன், மகளுடன் சேர்ந்து வாழ விரும்பாத மனைவி தனது பெற்றோரிடம் சென்று விடுகிறாள். அதற்கு முன்பு, கணவன் வங்கி வேலைக்கும், மகள் பாடசாலைக்கும் சென்றதன் பின்னால் வீட்டில் தனித்திருக்கும் தனது வயோதிக மாமனாரைப் பார்த்துக் கொள்வது யாரென்ற கவலையில் மனைவி, ஒரு பெண்ணை அதற்காக ஏற்பாடு செய்கிறாள். அதன் பின்னர் அக் குடும்பத்தில் நடந்தவை என்ன என்பதுதான் படத்தின் கதை.

இஸ்ரேலை ஆட்டம் காண வைத்து, இஸ்ரேலின் திரைப்படமான 'ஃபுட் நோட்(Footnote)'டைத் தோற்கடித்து, இந்த வருடத்துக்கான 84 ஆவது ஒஸ்கார் விருது விழாவில், சிறநத வெளிநாட்டுத் திரைப்படத்துக்கான ஒஸ்கார் விருதினை வென்றெடுத்திருக்கிறது 'ஸெபரேஷன் - அ Separation (பிரிவு)' எனும் இந்த ஈரான் திரைப்படம். ஈரானிய, இஸ்லாமியப் பண்பாடுகளை விளக்கும் இத் திரைப்படமானது ஒஸ்கார் விருதினை வென்று தனது இருப்பை அமெரிக்காவிலும், இஸ்ரேலிலும் உரக்கச் சொல்லியிருக்கிறது.

படத்தின் முக்கிய கதாபாத்திரங்களான மூன்று ஆண்களும், மூன்று பெண்களும் இணைந்து படத்தினைத் தொய்வின்றி நகர்த்தியிருக்கிறார்கள். நாம் பார்த்துப் பழகியிருக்கும் சினிமாக்களில் மிகைத்திருக்கும் சினிமாத்தனங்களுக்கு மத்தியில் எந்தவொரு சினிமாத்தனமும் இல்லாத காட்சியமைப்புக்களும், நடிப்பும்,

யதார்த்தமும் அதன் ஒவ்வொரு உணர்வுகளையும் பார்வையாளனுக்குள்ளும் ஏற்படுத்தி விடுகிறது.

தனது கணவன் கடனாளியான நிலையில், அன்றாட வாழ்க்கையைக் கழிக்கச் சிரமப்படும் ஏழைப் பெண் ராஸியா தனது கணவனுக்குத் தெரியாமல் நாளாந்த வருமானத்துக்காக தனது ஆரம்பப் பாடசாலை செல்லும் மகளுடன் அம் முதியவரைக் கவனித்துக் கொள்ளவென வந்து செல்கிறாள். இறைபக்தி மிக்க அவள், பகல்வேளையில் அவ் வீட்டுக்கு வந்து முதியவருக்கு பணிவிடை செய்துவிட்டு, அவ் வீட்டவர்கள் வந்ததும், தனக்கான ஊதியத்தைப் பெற்றுக் கொண்டு வீடு திரும்புகிறாள். ஒரு நாள், அவள் வீட்டினைச் சுத்தப்படுத்திக் கொண்டிருக்கையில், முதியவர் தெருவுக்குச் சென்று விடுகிறார். வாகன நெருக்கடிக்கிடையே வீதியைக் கடக்கும் முதியவரைக் காப்பாற்ற அவள் ஓடுகிறாள்.

மறு நாள் வங்கிக்குச் சென்ற நாதிரும், பாடசாலை சென்ற அவனது மகள் தேமேயும் வீட்டுக்குத் திரும்பி வந்து பார்த்தால் வீடு பூட்டப்பட்டிருக்கிறது. சாவி வைக்குமிடத்தில் சாவி இல்லை. தன்னிடமிருந்த திறப்பைக் கொண்டு கதவைத் திறக்கும் கணவன், உள்ளே சென்று பார்க்கிறான். மகள் அலறுகிறாள். அவனது முதிய தந்தை கட்டிலருகே விழுந்து பேச்சு மூச்சற்றிருக்கிறார். அவரது கைகள் கட்டப்பட்டிருக்கின்றன. திகைத்துப் போகின்றனர் கணவனும் மகளும். முதலுதவிகள் செய்து

தந்தையைக் காப்பாற்றுகிறான் கணவன். கோபமும், கழிவிரக்கமும், அழுகையும் அவனிடம் மிகைத்திருக்கும் நிலையில் பணிப்பெண் ராஸியா, தனது மகளுடன் அவ் வீட்டுக்கு வருகிறாள். தனது தந்தையை அநாதரவான நிலையில், கைகளைக் கட்டித் தனியாக விட்டுச் சென்றதற்கு ராஸியாவைத் திட்டி வெளியே தள்ளுகிறான் கணவன். தனது பணத்தைத் திருடியதாகவும் அவள் மீது குற்றம் சுமத்துகிறான். அவள் வாசலிலிருந்து கதறுகிறாள். தனது அன்றைய ஊதியத்தைத் தருமாறு கெஞ்சுகிறாள். திடீரென ராஸியாவும் அவளது மகளும் கதறியழுவதைக் கேட்டுக் கதவைத் திறந்து பார்க்கிறாள் மகள் தேமே. படிகளில் விழுந்து எழும்பும் ராஸியாவைக் காண்கிறாள் அவள்.

அதன்பிறகுதான் அக் குடும்பத்தில் பாரிய சிக்கல்கள் எழுகின்றன. ராஸியா ஐந்து மாதக் கர்ப்பிணியாக இருந்திருக்கிறாள் என்பதுவும், அந்தச் சம்பவத்தில் அவளது குழந்தை வயிற்றிலேயே இறந்துவிட்டது என்பதுவும் அக் கணவனைக் கொலைகாரனெனக் குற்றம்சாட்டி அவனைக் கைது செய்ய ஏதுவாக அமைகிறது. அதன் பின்னர் நடந்தவை என்ன? அக் கணவன், மனைவி விவாகரத்து வழக்கிற்கு என்னவானது? மகள் தேமே, முதிய தந்தை ஆகியோரின் நிலைமை என்ன? என்பவற்றை உணர்வுபூர்வமாக இத் திரைப்படம் சித்தரிக்கிறது.

நடிப்பென்றே சொல்லமுடியாத அளவுக்கு மிகவும் ஆழமாக, கதாபாத்திரத்துடன் ஒன்றி வாழ்ந்துகாட்டியிருக்கிறார்கள் படத்தில் சம்பந்தப்பட்டிருக்கும் எல்லா நடிகர்களும். பிரதான கதாபாத்திரத்தில் நடித்திருக்கும் நடிகர் பேமென் மோடி, திரைக்கதையாசிரியராகவும், ஆடை வடிவமைப்பாளராகவும் பல திரைப்படங்களில் பணியாற்றியவர். இத் திரைப்படத்தின் இயக்குனரான அஸ்கர் ஃபர்ஹதியின் திரைப்படமான 'அபௌட் எல்லெ(About Elle)'யில் 2009இல் அறிமுகமானவர். இத் திரைப்படத்துக்காக பெர்லின்

சர்வதேச திரைப்பட விழாவில் சிறந்த நடிகர் விருதினை வென்றிருக்கிறார்.

கணவனோடு வாதிடும்போதும், கணவனுக்காக வாதிடும்போதும் மிகச் சிறப்பாகத் தனது நடிப்பினை வெளிப்படுத்தியிருக்கும் நடிகை லைலா ஹாதமி, சிறந்த நடிகைக்கான விருதினை பல தடவைகள் வென்றவர். இவர்களது மகளாக இயக்குனரின் சொந்த மகளான ஸரீனா ஃபர்ஹதி மிகவும் சிறப்பாக நடித்திருக்கிறார். அழுகையையும், கவலையையும் உள்ளடக்கியபடி இவர் துயருரும் ஒவ்வொரு காட்சியும் மிகவும் தத்ரூபமானது.

கர்ப்பிணியாக வீட்டு வேலைகள் செய்கையிலும், அபாண்டமான பழி சுமத்தப்பட்ட நிலையில் அழுகையுடன் குரலுயர்த்திப் பேசும்போதும், தனது குழந்தையை இழந்து கையறு நிலையில் தவிக்கும்போதும், கணவனுடைய கோபத்தை எதிர்கொள்ளும்போதும் என பல முகங்களைக் காட்டி நடிக்க முடிந்திருக்கிறது பணிப்பெண்ணாக நடித்திருக்கும் நடிகை சரே ஃபயத்திற்கு. ஏற்கெனவே பலமுறை சிறந்த நடிகை விருதினை வென்றிருக்கும் இவர் இத் திரைப்படத்துக்காக பெர்லின் சர்வதேச திரைப்பட விழாவில் சிறந்த நடிகை விருதினையும் வென்றிருக்கிறார் என்பது குறிப்பிடத்தக்கது.

பல திரைப்படங்களை இயக்கி விருதுகளை வென்று சிறந்த இயக்குனராக தனது பெயரை நிலைநாட்டியுள்ள இயக்குனர் அஸ்கர் ஃபர்ஹதிக்கு இத் திரைப்படத்தின் மூலமும் சிறந்த இயக்குனருக்கான விருது கிடைத்துள்ளது. எட்டு லட்சம் அமெரிக்க டொலர் செலவில் தயாரிக்கப்பட்ட இத் திரைப்படமானது, இதுவரையில் இருபது மில்லியன் அமெரிக்க டொலர்களை வருமானமாக ஈட்டியிருக்கிறது. அத்தோடு இத் திரைப்படமானது, பெர்லின் சர்வதேச திரைப்பட விழாவில் ஐந்து விருதுகளையும், டர்பன் சர்வதேச திரைப்பட விழாவில் இரண்டு விருதுகளையும், ஃபஜ்ர் திரைப்பட விழாவில் ஏழு

விருதுகளையும், 15 ஆவது ஈரான் திரைப்பட விழாவில் நான்கு விருதுகளையும், இன்னும் பல முக்கியமான திரைப்பட விழாக்கள் பலவற்றில் விருதுகள் பலவற்றையும் வென்றுள்ளது.

படத்தின் ஒரு காட்சியில் நாதிருக்கும் ஸிமினுக்கும் இடையிலான உணர்வுபூர்வமான உரையாடல் இப்படி இருக்கிறது.

'இந்தப் பிரச்சினைக்கு நான் காரணமல்ல.'

'அவர்களுடைய குழந்தை இறந்து விட்டது.'

'என்னோட தந்தையும் துன்புறுத்தப்பட்டிருக்கிறார். அவர் இன்னும் கதைக்கவேயில்ல.'

'அவர் இதுக்கு முன்னாடியும் கூடக் கதைக்கல்ல'

'ஆனா அவர் பேசிய சில வார்த்தைகள்ல நான் சந்தோஷப்பட்டிருக்கேன்.'

'அவர் பேசாம இருக்கிறது ஒரு குழந்தையை இழக்கிறதை விட அவ்வளவு மோசமானதா?'

'அதுக்கு நான்தான் காரணம்னு நீங்க எப்படிப் பார்க்குறீங்க?'

'அப்புறம் எப்படி அவ தன்னோட குழந்தையை இழந்தா?'

'எனக்குத் தெரியாது. அவளோட கணவன் அவளுக்கு ஏதோ செய்து அதனால குழந்தையை இழந்திருக்கலாம். இப்ப என் மீது குற்றம் சுமத்துறா. அன்னிக்கு டொக்டர்கிட்ட போனதா அவளோட பிள்ளை சொல்லுது. நான் வீட்டுக்கு வரும்வரை டொக்டரிடம் போறதுக்கு அவளால ஏன் காத்திருக்க முடியாமப் போனது? இவ்வளவு வயதானவரை அவள் ஏன் கட்டிலோடு கட்டி வச்சுட்டுப் போனாள்?'

எல்லாக் கதாபாத்திரங்கள் மீதும் அனுதாபத்தை ஏற்படுத்தி விடும்படியான படத்தின் ஒவ்வொரு காட்சியும் உரையாடல்களும்

நாற்காலியின் முனைக்கு நம்மை இழுத்து வருகிறது. காந்தமாக ஈர்க்கிறது. எந்தநிலையிலும் எதுவும் நடக்கலாம் எனும் உயிர்ப்பு நிலை படம் முழுவதும் விரவியிருக்கிறது. இக் கதை இடம்பெறும் களம் ஈரானாக இருந்தபோதிலும், இக் கதையானது ஈரானுக்கு மாத்திரமானதேயல்ல. முழு உலகத்தின் எல்லா மூலைகளிலும் எக் கணத்திலும் நடைபெறக் கூடியது.

நடுத்தர வர்க்க இஸ்லாமியக் குடும்பங்களிலெழும் சிக்கல்கள், பாசப் போராட்டங்கள், பிரிவுகள் என முக்கியமானவற்றை உள்ளடக்கி உருவாகியிருக்கும் இத் திரைப்படமானது ஈரானின் கலாசாரத்தையும், அரசியலையும் மறைமுகமாகப் பிரதிபலிக்கிறது. பழமைக்கும் நவீனத்துக்கும் இடையிலான நீதிமன்றத் தீர்ப்புகள் மற்றும் நவீன ஈரானில் ஆண் பெண் உறவு குறித்துச் சித்தரித்துள்ளதோடு, இஸ்லாமியர்களுக்கு குர்ஆன் மீதுள்ள மரியாதையையும் நம்பிக்கையையும் வெளிப்படையாகக் காட்சிப்படுத்தியுள்ளதன் மூலம் அமெரிக்காவின், முஸ்லிம்கள் மீதான தீவிரவாத எண்ணங்களையும் அசைத்துப் பார்க்கிறது. திரைப்படத்தில் வரும் ஒவ்வொரு கதாபாத்திரமும் தனது மார்க்கத்தின் எல்லைக்குள் நின்று உண்மையாகவும், நேர்மையாகவும் வாழப் போராடுகின்றமையை எடுத்துக் காட்டுகிறது.

ஒஸ்கார் விருதுக்குப் பரிந்துரைக்கப்பட்ட இரண்டாவது ஈரான் திரைப்படமாக இது இருப்பதோடு, ஒஸ்கார் விருதினை வென்ற முதல் ஈரான் திரைப்படமாகவும் இது அமைகிறது. ஈரானிய மக்கள் இத் திரைப்படத்தைக் கொண்டாடுகிறார்கள். ஒஸ்கார் விருதினை வென்றதை விடவும், தமது எதிரி தேசமான இஸ்ரேலின் திரைப்படத்தைத் தோல்வியடையச் செய்து முதலிடத்தைப் பிடித்ததனால் ஈரானில் இத் திரைப்படம் மிகவும் முக்கியமான ஒன்றாகவும் அமைந்திருக்கிறது. பெண்ணுடலையும் ஆபாசங்களையும் காட்டி பார்வையாளர்களை ஈர்க்கும் நமது இந்திய

மற்றும் வெளிநாட்டுத் திரைப்படங்களுக்கிடையில், துளியும் ஆபாசமற்றும் சிறந்த, உலகத்தரமான, நல்ல திரைப்படங்களைத் தர முடியுமென்று நிருபித்திருக்கிறது இந்த ஈரானியத் திரைப்படம். பல நல்ல திரைப்படங்களை உலகுக்குத் தந்திருக்கும் ஈரான், இத் திரைப்படத்தின் மூலமும் தனது படைப்பாற்றலை மீண்டும் உறுதியாக நிலைநிறுத்தியிருக்கிறது. வரவேற்போம்.

சிறைத் திரை

கலை என்பது கட்டுப்பாடுகளற்றது. அது எதைப் பற்றியும், எவ்வாறும் பேசலாம் எனச் சொல்லப்படுவதைக் கேட்க எவ்வளவு இனிமையானதாக இருக்கிறது?! பறவைக்குச் சிறகின் பாரம், பறக்கும்போது தெரிவதில்லை. அது எல்லைகளற்றுப் பறந்து கொண்டேயிருக்கும். விரும்பியதையெல்லாம் காற்றில் விட்டுச்

செல்லும். அவை பரப்பி விட்டுச் சென்ற விதைகள் விழுந்து விருட்சமாகி உலகில் பலருக்கும், பலவற்றுக்கும் நிழல் தந்து கொண்டேயிருக்கும். கலைஞர்களும் அவ்வாறுதான். அவர்களது கலையும், படைப்புக்களும்தான் காலம் முழுவதும் நின்று மனிதர்களை வாழ வைத்துக் கொண்டேயிருக்கின்றன. உண்மையில் வாழ்க்கையென்பது என்ன? உண்பதும், உறங்குவதும், வம்சத்தைப் பெருக்கி விட்டு மரித்துப் போவதும் மட்டும்தானா? ஏனைய விலங்குகளும் அதையேதானே செய்து கொண்டிருக்கின்றன. அவற்றைத் தாண்டி, மனிதன் எனும் விலங்கை, விலங்குகளிலிருந்து மாறுபடுத்திக் காட்டுவது அவனுக்குள்ளிருக்கும் கலையும், திறமைகளும்தான் இல்லையா? அக் கலைகள் அவனை மகிழ்ச்சிப்படுத்துகின்றன, ஆற்றுப்படுத்துகின்றன. அவன் மரித்த பின்பும், அவனைப் பற்றிப் பேச வைக்கின்றன.

கலைஞர்களில் திரைப்பட இயக்குனர்கள் அதிகமாகக் கவனிக்கப்பட வேண்டியவராகிறார்கள். அவர்கள் ஏனையவர்களின் / ஏனையவற்றின் வாழ்க்கையை, சமூக நடத்தையை, காலச் செயற்பாடுகளை காட்சிகளாக நம் முன்னே வைக்கிறார்கள். அக் காட்சிகள் எதையும் செய்யும் வல்லமை படைத்தவை. ஒருவனிடம் நல்ல மாற்றத்தையும், தீய மாற்றத்தையும், அழுகையையும், சிரிப்பையும், நடத்தை மாற்றங்களையும் கொண்டு வரும் ஊடகமாக விளங்கும் திரைப்படங்களின் மீது முழுமையாக ஆதிக்கம் செலுத்தும்

அவற்றின் இயக்குனர்கள் மீது, வலிமை படைத்த அரசாங்கமே மண்டியிடும் அல்லது அவர்களது திரைப்படங்கள் முன்வைக்கும் கருத்துக்களுக்குப் பயந்து, அவர்கள் மீது பலத்தினைப் பிரயோகிக்கும் நிலைப்பாடுகள் இலங்கை, பாகிஸ்தான், ஈரான் உள்ளிட்ட பல நாடுகளில் இன்னும், இன்றும் காணப்படுவதை, நான் மேலே குறிப்பிட்ட, எதையும் செய்யும் வல்லமை படைத்த திரைக் காட்சிகள் குறித்த கருத்தை வலியுறுத்த ஒரு உதாரணமாகக் குறிப்பிட விரும்புகிறேன்.

இவ்வாறாக அரசே அச்சம் கொண்டு, தணிக்கை விதித்து, தனது தேசத்தின் திரைத்துறையிலிருந்து தூரமாக்க விரும்பும் ஈரானின் முக்கியமான திரைப்பட இயக்குனர்களில் ஒருவர் பற்றியும், அவரது திரைப்படங்கள் பற்றியும் இக் கட்டுரையில் விரிவாகப் பார்க்கலாம்.

ஒரு திரைப்படத்தை எடுத்து முடித்து வெளியிட ஈரானில் என்னென்ன கட்டுப்பாடுகள் இருக்கின்றன? 'கலாசாரத்துக்கும், மார்க்கத்துக்கும் இணக்கமான, கௌரவமான ஆடைகள் அணிந்து நடிக்க வேண்டும். அதிலும் குறிப்பாக பெண்கள், தமது தலை மற்றும் கைகளை மறைத்திருக்க வேண்டும். படத்தில் நடிக்கும் நடிகர்களோ, நடிகைகளோ ஒருவரையொருவர் தொட்டு நடிக்கக் கூடாது. படத்தின் காட்சிகளில் வன்முறைகள் இருக்கக் கூடாது. ஈரானிய அரசியல் நிலைப்பாடுகள் குறித்து திரைப்படத்தில் காட்சிகளோ, வசனங்களோ இருக்கக் கூடாது. ஈரானின் பொருளாதார நிலைப்பாடுகளோ, மோசமான அன்றாட வாழ்க்கை அமைப்புக்கள் குறித்த யதார்த்தமான காட்சியமைப்புக்களோ திரைப்படத்தில் இடம் பெறக் கூடாது' ஆகியவை உட்பட பல கட்டுப்பாடுகளும், தணிக்கைகளும் ஈரானியத் திரைப்படங்களைத் தமது ஆளுமைக்குள் கட்டுப்படுத்தி வைத்திருக்கின்றன.

ஈரானின் புகழ்பெற்ற திரைப்பட இயக்குனர்களில் ஒருவரான ஜாஃபர் பனாஹி, 1980 களில், ஈரான்-ஈராக் போர் காலப் பகுதியில்

இராணுவப் படப்பிடிப்பாளராகக் கடமையாற்றியவர். பின்னாட்களில் திரைப்பட இயக்குனரும், கதாசிரியருமான அப்பாஸ் கியரோஸ்தமியின் திரைக்கதையில் உருவான "The White Balloon' திரைப்படத்தின் மூலமாக, திரைப்பட இயக்குனராக 1995 இல் மக்களுக்கு அறிமுகமானார். ஒரு ஏழு வயதுச் சிறுமியும், அவள் வளர்க்க ஆசைப்படும் தங்க நிற மீனுமே, ஒன்றரை மணித்தியாலத் திரைப்படத்தின் கருவாக அமைந்த "The White Balloon' திரைப்படத்தை சர்வதேசமே இன்னும் கொண்டாடுகிறது. உலகில் பலரும் ஒரு திரைப்படத்துக்காக பல மில்லியன் டாலர்களைச் செலவழித்துக் கொண்டிருக்கையில், உலகின் ஒரு மூலையில் ஒரு டாலரை விடக் குறைவான விலையுள்ள தங்க நிற மீனொன்றுக்காக ஒரு சிறுமி என்ன பாடுபடுகிறாள் என்பதைக் குறைந்த செலவில் திரையில் காட்டியிருக்கிறார் இயக்குனர்.

புத்தாண்டு பிறக்க இன்னும் சிறிது நேரமே இருக்கின்றது. தெஹ்ரான் நகரமே விழாக் கோலம் பூண்டிருக்கிறது. சிறுமி ராஸியா புத்தாண்டைக் கொண்டாட தனக்கு தங்க நிற மீன் இல்லையே எனத் துயருற்றிருக்கிறாள். அவள் ஏற்கெனவே வளர்த்து வரும் மீன் மெலிந்தது, அழகற்றது. அவளுக்கு கொழுத்த, நீண்ட செதில்களுள்ள தங்க நிற மீன் வேண்டும். அம்மாவிடம் பணம் கேட்டு நச்சரித்துக் கொண்டேயிருக்கிறாள். பாடுபட்டு அவள் தாய்

கொடுக்கும் பணத்தை, மீன் வாங்கச் செல்லும் வழியில், தொலைத்து விடுகிறாள். பிறகு அறிமுகமற்றவர்களின் உதவி கொண்டு, தொலைத்த பணத்தினை அவள் எவ்வாறு பெற்றுக் கொண்டாள் என்பதுதான் திரைப்படத்தின் கதை.

ஒரு குறிப்பிட்ட காலப்பகுதியில் நிகழும், ஒரு அழகிய சிறுகதையாகத் தோன்றும் இத் திரைக்கதையை அனைவரும் ரசிக்கும் விதமாக, ஈரானின் அரசியல், கலாசார, சமூக நிலவரங்களையும் மறைமுகமாக உட்புகுத்தி, தனது பிரத்தியேகமான வழிமுறைகளில் திரைப்படமாக்கி பார்வையாளர்களின் முன் வைத்து, தனது பெயரை சிறந்த திரைப்பட இயக்குனராக சர்வதேசத்தின் முன் நிலைநிறுத்தினார் இயக்குனர் ஜாஃபர் பனாஹி. அப்பாவிச் சிறுமியிடமிருந்து பாம்புகளை வேடிக்கை காட்டி, ,அவளிடமிருக்கும் பணத்தினைப் பறித்துக் கொள்ள முயலும் தெருவோரப் பாம்பாட்டிகளை வைத்து, அரசாங்கமானது, கேளிக்கை வரிகள் மூலமாக, பொதுமக்களிடமிருந்து பணத்தினை அறவிடுவதை, திரைப்படத்தில் பூடகமாகச் சாடிக் காட்சிப்படுத்தியிருப்பார். திரைப்படம் முடிவுறும் தருவாயில், ராஸியா, அவளது சகோதரன் அலியுடன் சேர்த்து, படத்தின் இறுதிக் கட்டத்தில் அறிமுகமாகும் ஒரு ஆப்கான் அகதிச் சிறுவனும் முக்கிய கதாபாத்திரமாக பார்வையாளர்களின் மனதில் இடம்பிடிக்கிறான். அந்த அகதிச் சிறுவன் இறுதிக் கட்டத்தில் மாத்திரம் வெள்ளை பலூனோடு தோன்றுவான். அந்த ஆப்கான் அகதிச் சிறுவனின் மூலமாக, ஈரானின் அரசியல் கள நிலவரத்தைச் சாடியிருப்பார் இயக்குனர். திரைப்படத்தின் தலைப்பை அந்த அகதிச் சிறுவனுக்கு அர்ப்பணித்துள்ளதோடு, அக் கதாபாத்திரத்தின் மூலமாக காலம் முழுவதற்கும் பார்வையாளர்களுக்கு அவனை மறக்க முடியாமல் செய்திருக்கிறார் இயக்குனர் ஜாஃபர் பனாஹி.

இயக்குனர் அப்பாஸ் கியரோஸ்தமியிடம், உதவி இயக்குனராகப் பணியாற்றிக் கொண்டே, குறும்படங்களையும் எடுத்துக்

கொண்டிருந்த ஜாஃபர் பனாஹி, இத் திரைப்படத்தின் மூலமாக தயாரிப்பாளராகவும், முழு நீளத் திரைப்பட இயக்குனராகவும் தனது பயணத்தை ஆரம்பிக்கிறார். மூல எண்ணக் கருவை ஜாஃபர் பனாஹி வழங்க, அதற்கு திரைக்கதை எழுதிக் கொடுத்து உதவுகிறார் இயக்குனர் அப்பாஸ் கியரோஸ்தமி. பெரிதும் எதிர்பார்ப்பேதுமற்று இவர்களால் உருவாக்கப்பட்ட இத் திரைப்படம் வெளிவந்ததன் பிறகு சர்வதேச கவனத்தையும், பல விருதுகளையும் ஒருங்கே பெற்றுக் கொடுக்கிறது. அத்தோடு The Guardian ஊடகம் வெளியிட்டுள்ள 'எக் காலத்துக்குமான சிறந்த ஐம்பது திரைப்படங்கள்' எனும் பட்டியலில் இத் திரைப்படமும் உள்ளடக்கப்பட்டிருப்பது குறிப்பிடத்தக்கது.

தொடர்ந்து இயக்குனர் ஜாஃபர் பனாஹி எடுத்த திரைப்படம் "The Mirror". இதுவும் ஒரு சிறுமி பற்றிய கதைதான். கலாசாரக் கட்டுப்பாடுகளுக்கு இணங்கி, முக்காடிட்டு மறைத்துக் கொண்ட சிறுமியொருத்தி, பள்ளிக் கூடத்தை விட்டு வெளியே வந்ததும் தனது தாயைக் காணாமல் தவிக்கிறாள். பிறகு தனியாக வீடு செல்லத் தீர்மானிக்கிறாள். அவளுக்கு வீட்டின் முகவரியோ, தெருப் பெயரோ எதுவும் தெரியாது. தெரிந்ததெல்லாம் அம்மாவுடன் வரும்போது கவனித்த சின்னச் சின்ன அடையாளங்கள்தான். இத் திரைப்படம் ஈரான் எனும் தேசத்தில், சடுதியாக சமூகத்தில் பரிதவிக்க விடப்படும் பெண்களின் நிலைப்பாட்டைக் குறித்துப் பேசியது. இத் திரைப்படம், 1997 ஆம்

ஆண்டு வெளிவந்து சர்வதேச விருதுகளை அள்ளியது.

இதனால் ஈரான் எனும் தேசத்தின் உள்நாட்டு அரசியல் நிலவரங்களை, கட்டுப்பாடுகளை தனது திரைப்படங்கள் மூலமாக சர்வதேசத்துக்குக் கொண்டு செல்கிறார் என்ற குற்றச் சாட்டோடு, ஈரான் அரசால் முற்றுமுழுதாகக் கண்காணிக்கப்பட வேண்டிய திரைப்பட இயக்குனராக முத்திரை குத்தப்பட்டார் இயக்குனர் ஜாஃபர் பனாஹி. இவரது அடுத்த திரைப்படம் 2000 ஆம் ஆண்டு வெளிவந்தது. ஈரானிய சமூக நடைமுறைகளால் பாதிக்கப்பட்ட பெண்களை முக்கிய கதாபாத்திரமாக்கி, அதிகபட்ச கட்டுப்பாடுகளினால் அவதியுறும் பெண்களின் நிலைப்பாடுகள் "The Circle' எனும் இத் திரைப்படத்தின் மூலமாக சர்வதேச வெளிச்சத்துக்குக் கொண்டு செல்லப்பட்டு, பலரதும் பேசுபொருளாயின.

சிறையிலிருந்து மீண்டு வரும் இளம்பெண்கள் சிலரது கதைதான் "The Circle'. சிறையை விட்டும் வெளியே வரும் இளம் பெண்களில் ஒருத்தியான நர்கீஸ், மேற்கு ஈரானிலிருக்கும் அவளது கிராமத்துக்குச் செல்லத் துணிகிறாள். ஆனால் அவளிடம் பயணத்துக்கான ஆவணங்களோ, கூட்டிச் செல்ல சகோதரனோ, தந்தையோ இல்லை. (பெண்கள், தக்க துணையின்றி தனியாகப் பயணம் செய்வது, சட்டப்படி தண்டனைக்குரிய குற்றமாகும்.) அரிஸூ (விபசாரக் குற்றத்திற்காகக் கைது செய்யப்பட்டவள்), பணம் கொடுத்து உதவுகிறாள். மற்றவள் பாரி, காதலனால் கர்ப்பமாக்கப்பட்டவள். அவளுடன் சிறையிலிருந்த முன்னாள் சிநேகிதியொருத்தி, வைத்தியசாலையொன்றில் வேலை பார்ப்பதாகக் கேள்விப்பட்டு, கருக்கலைப்புக்காக அவளிடம் செல்லத் தீர்மானித்திருக்கிறாள். ஈரான் போன்ற கட்டுப்பாடுகள் நிறைந்த நாடொன்றில், தனித்து விடப்பட்ட இப் பெண்களின் நிலைப்பாடுகளும், ஆணாதிக்கச் சமூகத்தில் அவர்கள் எதிர்நோக்கும் பிரச்சினைகளும் எவை? அவை எப்படி அவர்களைத் திரும்பத் திரும்ப சுழற்றியடித்து, மூழ்கடித்துக்

கொண்டேயிருக்கின்றன என்பதைப் பேசும் இத் திரைப்படத்தின் ஆரம்பக் காட்சியே திரைப்படத்தோடு ஒன்ற வைக்கிறது.

திரைப்படத்தின் தொடக்கக் காட்சியில் திரை இருண்டிருக்கிறது. பிரசவ அறையில் அலறும் பெண்ணின் அழுகுரலை பார்வையாளர்கள் செவிமடுக்கிறார்கள். ஒரு வைத்தியசாலையில் காட்சி விரிகிறது. பெண் குழந்தை பிறந்திருக்கிறது. அதைப் பெற்றதற்காக, தனது மகள் விவாகரத்து பெற்று விடுவாள் என அக் குழந்தையின் பாட்டி அச்சமுறுகிறாள். பாட்டியினூடாக திரைப்பார்வை சிறையிலிருந்து வெளிவரும் பெண்கள் மீது திரும்புகிறது. அப் பெண்கள் எவ்வாறு சிறையை விட்டு வெளியே வருகிறார்கள்? விடுதலை செய்யப்படுகிறார்களா அல்லது தப்பித்து வருகிறார்களா? ஏன் அவர்கள் சிறையிலடைக்கப்பட்டார்கள்? ஏன் அவர்களை அவர்களது குடும்பங்களே ஏற்றுக் கொள்ள மறுக்கின்றன? ஈரானில் கருவறையிலிருந்து புதிதாக உலகுக்கு விடப்படும் பெண் குழந்தையின் நிலைமை என்ன?

இத் திரைப்படத்தில், இயக்குனர் ஜாஃபர் பனாஹியின் புதிய முயற்சியாக திரைப்படத்தின் நான்கு முக்கிய கதாபாத்திரங்களதும் வாழ்க்கை நடைமுறைகள் மிகவும் வித்தியாசமாக அணுகப்பட்டிருப்பதைக் காணலாம். முதலாவது கதாபாத்திரத்தைச்

சூழவுள்ள கதைக்கான காட்சியமைப்பு முழுவதையும் கையடக்கக் கேமராவாலும், இரண்டாவது கதாபாத்திரத்தைச் சூழவுள்ள கதைக்கான காட்சியமைப்பு முழுவதையும் நிலையாகப் பொருத்தப்பட்டு நகர்ந்து கொண்டேயிருக்கும் கேமராவினாலும், மூன்றாவது பெண் சார்ந்த கதையை இரவிலும், இருளிலும், அசையாது பொறுத்தப்பட்ட கேமராவினால் முகத்துக்கு நெருக்கமான காட்சியமைப்பினாலும், நான்காவது பெண்ணையும், கேமராவையும் மெலிதான ஓசைகளோடு நகர்ந்து கொண்டேயிருக்கும்படி ஒளிப்பதிவு செய்யப்பட்ட காட்சியமைப்பாலும், கதைகளையும், கதாபாத்திரங்களையும், காட்சியமைப்புக்களையும் வேறுபடுத்திக் காட்ட முற்பட்டிருக்கிறார் இயக்குனர். அது பார்வையாளர்களுக்கு இத் திரைப்படம் தொடர்பான யதார்த்த உணர்வை அளித்து திரைப்படத்தோடு ஒன்றச் செய்கிறது.

இத் திரைப்படத்தின் கருவானது, தனக்குள் உருவாக ஒரு சிறு செய்தித் துணுக்கே காரணமானது என இயக்குனர் ஜாஃபர் பனாஹி தெரிவிக்கிறார். தனது இரு பெண் குழந்தைகளையும் கொன்று விட்டு, தற்கொலை செய்து கொண்ட ஒரு இளம் பெண்ணைப் பற்றிய செய்தியை வாசிக்க நேர்ந்ததுவும், பிற்பாடு அது குறித்த சிந்தனைகளும், ஆய்வுமே சமூகத்தில் பெண்கள் எதிர்நோக்கும் இன்னல்களை "The Circle' எனும் திரைப்படத்தின் மூலமாக வெளிக்காட்ட ஏதுவாக அமைந்திருக்கிறது. அடக்குமுறைக்குள்ளான தேசத்தின் பெண்கள் சிறையிலிருந்து வெளியே வந்தாலும், அவர்கள் கால்பதிக்கும் சமூகம் மற்றுமொரு பெருஞ்சிறை என்பதையும், அப் பிணைப்பிலிருந்து விட்டு விடுதலையாகி வருவதே பெரும் சுதந்திரம் என்பதையும் இத் திரைப்படத்தின் மூலமாக பகிரங்கமாகச் சொல்ல விழைகிறார் இயக்குனர். அத்தோடு சட்டச் சிக்கல்களை எதிர்கொள்ள நேரிடும் என்றபோதிலும், தைரியமாக இத் திரைப்படத்தில் ஒரு முக்கிய கதாபாத்திரத்தில் தனது மகளையே நடிக்க வைத்திருக்கிறார்.

வழமை போலவே இத் திரைப்படமும் ஈரானில் திரையிட அனுமதிக்கப்படவில்லை. பெண்களுக்காக, பெண்களின் சுதந்திரத்துக்காகப் பேசியதால் அரசாங்கத்தாலும், தீவிர மதப்பற்றாளர்களாலும் கடுமையாக எச்சரிக்கப்படுகிறார் இயக்குனர் ஜாஃபர் பனாஹி. ஈரானில் திரையிட அனுமதி மறுக்கப்பட்ட இத் திரைப்படத்தை, அரசாங்கத்தினதோ, இஸ்லாமிய அமைப்புக்களினதோ அனுமதி பெறாது வெனிஸ் சர்வதேச திரைப்பட விழா உள்ளிட்ட பல சர்வதேச திரைப்பட விழாக்களுக்கு அனுப்பி வைக்கிறார் இயக்குனர் ஜாஃபர் பனாஹி. இத் திரைப்படமும் பல முக்கியமான சர்வதேச விருதுகளை இவருக்குப் பெற்றுக் கொடுத்தது. இதன் மூலம் மீண்டும் சர்வதேசம் முழுவதும் அறியப்பட்ட சிறந்த திரைப்பட இயக்குனராகிறார் ஜாஃபர் பனாஹி.

ஒரு தடவை இயக்குனர் அப்பாஸ் கியரோஸ்தமியுடன் அவரது புகைப்படக் கண்காட்சிக்குச் சென்று விட்டு வரும் வழியில், வீதி சமிக்ஞை விளக்குகளின் அனுமதிக்காக வாகனத்தில் காத்திருக்கும்போது, அப்பாஸ் கியரோஸ்தமி ஒரு உண்மைச் சம்பவத்தை, ஜாஃபர் பனாஹியிடம் தற்செயலாகச் சொல்கிறார். பீட்ஸா வினியோகிக்கும் பையனொருவன், நகைக்கடையொன்றைக் கொள்ளையிடச் சென்று சிக்கி, குற்றவாளியாகும் கதையது. அந்தச் சம்பவம் இயக்குனர் ஜாஃபர் பனாஹியை ஈர்க்கிறது. இயக்குனர் அப்பாஸ் கியரோஸ்தமியிடமே அச் சம்பவத்தை வைத்து திரைக்கதையை எழுதித் தரச் சொன்ன இயக்குனர் ஜாஃபர் பனாஹி, தனது தயாரிப்பில், "Crimson Gold' எனும் தலைப்பில் 2003 ஆம் ஆண்டு திரைப்படமாக அதை எடுத்து வெளியிடுகிறார். வழமை போலவே இத் திரைப்படத்தையும் ஈரான் அரசு தடை செய்கிறது. திரையிடாதிருக்க கட்டுப்பாடுகள் விதிக்கிறது. எனவே இத் திரைப்படத்தையும், ஈரானிய அரசாங்கத்தின் அனுமதி பெறாமலே வெளிநாட்டு திரைப்பட விழாக்களுக்கு அனுப்பி வைக்கிறார். இத்

திரைப்படமும் பல விருதுகளை வாரிக் குவிக்கிறது.

ஒரு நாள், விளையாட்டு மைதானத்தில் உதைப்பந்தாட்டப் போட்டியொன்றைக் காணச் சென்ற இயக்குனர் ஜாஃபர் பனாஹியின் மகளுக்கு, அதற்கான அனுமதி மறுக்கப்படுகிறது. 1979 ஆம் ஆண்டிலிருந்து ஈரானில் ஒரு சட்டம் இருக்கிறது. விளையாட்டு மைதானத்தில் ஆண்கள் வெறித்தனமாகக் கூச்சலிடுவதையும், முழங்கால், முழங்கைகள் தெரிய விளையாட்டு வீரர்கள் ஆடைகள் அணிந்திருப்பதையும் பார்ப்பது பெண்களுக்கு விலக்கப்பட்டுள்ளதால், பெண்கள் உதைப்பந்தாட்டப் போட்டிகளைப் பார்க்கச் செல்வதை அச் சட்டம் தடுத்துத் தீர்ப்பளிக்கிறது.

இது இயக்குனர் ஜாஃபர் பனாஹியைப் பெரிதும் பாதிக்கிறது. அந்தப் பாதிப்பை வெளிக்காட்ட அவருக்குத் தெரிந்த மொழி என்ன? அது திரைப்படமன்றி வேறேது? எனவே இதனை முன்னிட்டு, தனது மகளுக்கு நேர்ந்த சம்பவத்தை அடிப்படையாகக் கொண்டு, "Offside' எனும் தனது அடுத்த திரைப்படத்தை எடுத்து 2006 ஆம் ஆண்டு வெளியிடுகிறார் இயக்குனர் ஜாஃபர் பனாஹி.

"Offside' திரைப்படத்தில் ஈரானைச் சேர்ந்த இளம் பெண்கள் குழுவொன்று, ஆண்களாக வேடம் தரித்து, உலகக் கிண்ணப் போட்டித் தெரிவுக்காக அஸாதி மைதானத்தில் நடைபெற்றுக் கொண்டிருக்கும் ஈரான் - பஹ்ரைனுக்கு இடையிலான உதைப்பந்தாட்டப் போட்டியைக் காணச் செல்கிறார்கள். அங்கு அவர்கள் எதிர்கொள்வதை டிஜிட்டல் கேமரா கொண்டு, யதார்த்தமாகப் படம் பிடித்து திரைப்படமாக்கியிருக்கிறார் இயக்குனர் ஜாஃபர் பனாஹி. 'ஈரானில் பெண்களுக்கு எதிராக இடம்பெற்று வரும் அடக்குமுறையை விஸ்தாரமாகக் காட்ட இங்கு நான் உதைப்பந்தாட்டப் போட்டியைக் களமாக்கியிருக்கிறேன். எனது அனைத்துத் திரைப்படங்களும் ஆதிக்கத்தையும், அடக்குமுறையையுமே மையமாகக் கொண்டவை. ஈரானிய சமூகத்தில் இவற்றைத்தான் நான் மாற்ற விரும்புகிறேன்' என

அவர் இத் திரைப்படம் குறித்து ஒரு முறை குறிப்பிட்டிருக்கிறார்.

இத் திரைப்படத்தின் கரு, நிச்சயமாக ஈரானிய அரசால் தடுக்கப்படக் கூடியது என்பதனால், ஆண்கள் சிலர் உதைப்பந்தாட்டப் போட்டியைக் காணச் செல்வதாக ஒரு போலித் திரைக்கதையை திரைப்படக் குழுவுக்கு சமர்ப்பித்துத்தான் திரைப்படப்பிடிப்புக்கான அனுமதியைப் பெற அவர் விண்ணப்பிக்க வேண்டியிருந்தது. எனினும், இதற்கு முன்னர் அவர் எடுத்திருந்த திரைப்படங்கள் அரசாங்கத்தால் தடுக்கப்பட்டிருந்ததால், இத் திரைப்படத்துக்கான அனுமதி தரப்பட வேண்டுமெனில், அவரது முந்தைய திரைப்படங்களை தணிக்கை செய்ய அவர் அனுமதிக்க வேண்டும் என அவரிடம் மாற்று நிபந்தனை விதிக்கப்பட்டது. இந்தச் சிக்கலில், உலகக் கிண்ண உதைப்பந்தாட்டப் போட்டியைத் தவற விட விரும்பாத அவர், திரைப்படக் குழுவின் கோரிக்கையைக் கவனத்தில் கொள்ளாது தன் பாட்டில் திரைப்படத்தை எடுத்திருக்கிறார். வழமை போலவே இத் திரைப்படத்திலும் தொழில்முறை நடிகர்களைப் பயன்படுத்தாது, உதைப்பந்தாட்டத்தைக் காண உண்மையிலேயே ஆர்வம் கொண்ட பல்கலைக்கழக மாணவிகளைத் தனது திரைப்படத்தின் கதாபாத்திரங்களாகப் பயன்படுத்திக் கொண்டார். இத் திரைப்படமும் பல சர்வதேச விருதுகளை வென்றதோடு, ஈரான் அரசு அவரது இத் திரைப்படத்துக்கும் தடை விதித்தது.

ஆனால் அதற்கு முன்பே இத் திரைப்படத்தை தியேட்டர்கள் வழியாகவும், இறுவட்டுக்கள் வழியாகவும் ஈரான் முழுவதும் வினியோகித்து விட்டிருந்தார் இயக்குனர் ஜாஃபர் பனாஹி. எனவே திரைப்படத்தின் பரவலை அரசாங்கத்தால் தடுக்க முடியவில்லை. தனது திரைப்படங்களிலேயே ஈரானிய மக்களால் அதிகம் பார்க்கப்பட்டிருக்கும் திரைப்படம் இதுதான் என பின்னாட்களில் இயக்குனர் ஜாஃபர் பனாஹி இத் திரைப்படத்தைப் பற்றிக் குறிப்பிட்டிருக்கிறார்.

இவ்வாறான செயற்பாடுகளின் மூலம் ஈரானிய அரசாங்கத்தின் கவனம் இவர் மீதே குவிந்திருந்தது. அரசாங்கத்தின் பார்வையில் சிறியவனொருவன், அரசாங்கம் எனும் வலியவனோடு தொடர்ந்தும் தனது திரைப்படங்களால் மோதிக் கொண்டிருப்பதை அரசாங்கம் வெறுமனே பார்த்துக் கொண்டிருக்குமா என்ன? இவரது அடுத்த செயற்பாடு என்ன என்பது பற்றிய தேடல் இவரது ரசிகர்களை விடவும் அதிகமாக அரசாங்கத்துக்கே இருந்தது. இவரது திரைப்படங்கள் வெளியான ஒவ்வொரு காலகட்டத்திலும் பல தடவைகள் இவர் பல இடங்களிலும் வைத்துக் கைது செய்யப்பட்டிருக்கிறார். ஒரு நாட்டுக்கு, தனது திரைப்படக் கலையின் மூலம் பல சர்வதேச விருதுகளை வென்று தரும் ஒரு தேசியச் சொத்தான இயக்குனரை அந் நாடு எவ்வளவு கொண்டாட வேண்டும்? அதற்கு மாறாக அவரும், அவரது குடும்பத்தினரும், நண்பர்களும் கைது செய்யப்படுவதும், மிரட்டப்படுவதும், விலங்கிடப்படுவதும், தடுக்கப்படுவதும் தொடர்ச்சியாக நடந்து கொண்டேயிருந்தது.

இதில் 2010 ஆம் ஆண்டு நடைபெற்ற கைது மிக முக்கியமானது. 2010, மார்ச் முதலாம் திகதியன்று, மனைவி, மகள் மற்றும் 15 நண்பர்களோடு கைது செய்யப்பட்ட இவர், சிறைக்குள் நிகழ்த்திய உண்ணாவிரதப் போராட்டத்தின் காரணமாகவும், வெளிநாடுகளின் தலையீடு காரணமாகவும் மே மாதம் 25 ஆம் திகதி 200,000 அமெரிக்க டாலர் பெறுமதியான பிணையில் விடுவிக்கப்பட்டார். எனினும், 2010 டிசம்பர் மாதம் இருபதாம் திகதி மீண்டும் இஸ்லாமியக் குடியரசின் சட்டங்களை மீறினார் எனும் குற்றச் சாட்டின் பேரில் ஆறு வருட சிறைத் தண்டனையையும், திரைப்படங்களை இயக்குதல், உருவாக்குதல், திரைக்கதைகளை எழுதுதல், உள்நாட்டு மற்றும் வெளிநாட்டு ஊடகங்களுக்கு பேட்டிகளை வழங்குதல், நாட்டை விட்டுச் செல்லுதல் போன்றவற்றுக்கு இருபது வருடத் தடையும் விதித்து அரசாங்கத்தால் இவர் மீது தீர்ப்பளிக்கப்பட்டது.

வெளிநாடுகளினதும், கலைஞர்களினதும் போராட்டங்கள் மற்றும் தலையீடுகளின் காரணமாக 2011 ஆம் ஆண்டு அக்டோபர் மாதம் 15 ஆம் திகதி, இச் சிறைத் தண்டனை, வீட்டுச் சிறைத் தண்டனையாக மாற்றப்பட்டது. எனினும் அவரது கடவுச் சீட்டு முடக்கப்பட்டேயிருந்தது.

இதன் பிறகுதான் இவரது முக்கியமான காலகட்டம் ஆரம்பிக்கிறது எனலாம். வீட்டுச் சிறைக்கு மாற்றப்பட்ட இயக்குனர் ஜாஃபர் பனாஹி வெறுமனே இருக்கவில்லை. இவர் வீட்டிலிருந்து கொண்டே சக இயக்குனர் மொஜ்தபா மிர்தாஹ்மஸ்புடன் இணைந்து எடுத்த ஆவணப்படம் "This Is Not a Film'. கையடக்கத் தொலைபேசி மற்றும் சிறு டிஜிட்டல் கேமராவினைக் கொண்டு நான்கே நாட்களில் எடுக்கப்பட்ட இத் திரைப்படம், ஒரு பென்ட்ரைவில் பதியப்பட்டு, பிறந்த நாள் கேக்கொன்றுக்குள் புதைத்து வைக்கப்பட்டு, ஈரானில் இருந்து கேன்ஸ் திரைப்பட விழாவுக்கு மறைவாகக் கொண்டு செல்லப்பட்டு, அங்கு 2011 ஆம் ஆண்டு, செப்டம்பர் மாதம் 28 ஆம் திகதி திரையிடப்பட்டு வெற்றி கண்டது. இத் திரைப்படம் அவரது சிறை வாழ்க்கை, மற்றும் அடக்குமுறைகள் குறித்த கருத்துக்களையும், காட்சிகளையும் மையமாகக் கொண்ட ஒரு முக்கியமான ஆவணப்படமாக அமைந்திருந்தது. காற்றடைத்த பலூனை எவ்வளவுதான் நீருக்குள் புதைத்து வைத்தாலும் அது எல்லாவற்றையும் புறக்கணித்து மேலே மேலே வந்து கொண்டேயிருக்கும் என்பதற்கு சிறந்த உதாரணமாகக் கூடியவராக இதன் மூலம் இயக்குனர் ஜாஃபர் பனாஹி திகழ்கிறார். அரசின் கட்டுப்பாடுகள் அவரைத் தளர்த்தவேயில்லை.

இதனைத் தொடர்ந்து இவரும், சக இயக்குனர் கம்பூஸியா பர்தோவியும் இணைந்து இயக்கிய "Closed Curtain' ஒரு புனைவு ஆவணத் திரைப்படமாக அமைந்தது. வெளியுலகத்துக்குத் தெரியாமல், மூடப்பட்ட திரைகளுடனான வீடொன்றுக்குள் தனது

நாயுடன் தனித்து வாழும் எழுத்தாளர் ஒருவர், அவரது வீட்டுக்கு அழையா விருந்தாளிகளாக வந்து சேரும் முன் பின் அறிமுகமற்ற ஒரு ஆண் மற்றும் பெண், அப் பெண்ணை அவரிடம் தனியாக விட்டுச் செல்லும் அந்நியன் ஆகிய கதாபாத்திரங்களை மையப்படுத்தி கையடக்கத் தொலைபேசி, சிறிய டிஜிட்டல் கேமராவைக் கொண்டு 2013 ஆம் ஆண்டு இத் திரைப்படம் எடுக்கப்பட்டு வெளியிடப்பட்டது. ஈரானிய அரசாங்கம் எதிர்க்கும் நாய் வளர்த்தல், அந்நியப் பெண்ணுடன் தனித்திருத்தல், தற்கொலை சம்பந்தமான உரையாடல்கள் ஆகியவற்றையும், தனது வீட்டுச் சிறை வாசத்தையும் குறியீடுகளாக்கி அவற்றை ஒரு திரைப்படமாக்கி, தானும் அத் திரைப்படத்தில் தோன்றி, அதை வெளியிடுவதென்பது சினிமா மீது பெருங்காதல் கொண்டவர்க்கன்றி வேறு எவருக்கும் சாத்தியமற்றது. திரையிடப்படும்போது நிச்சயமாக சிக்கிக் கொள்வோம் என்பது தெரிந்திருந்தும் சர்வதேச திரைப்பட விழாக்களுக்கு இத் திரைப்படத்தை அனுப்பி வைத்தார் இயக்குனர் ஜாஃபர் பனாஹி. யன்னல்களுக்கு கறுப்புத் திரைகளிட்டு மறைக்கப்பட்ட இவரது கடற்கரை வீட்டுக்குள்ளேயே படம் பிடிக்கப்பட்ட இத் திரைப்படமும் இவருக்கு விருதுகளை வாரிக் குவித்தது.

வாசம் வீசும் பூ எங்கிருந்தாலும் மணக்கும். அதன் வாசனையை எவராலும் தடுக்க முடியாது. இயக்குனர் ஜாஃபர் பனாஹியும் அவ்வாறுதான். அவருக்கு சினிமாவைத் தவிர வேறொன்றும் தெரியாது. சினிமாவைத் தாண்டி சிந்திக்க மறுக்கிறார். சினிமாவுக்காக தனது வாழ்க்கையைத் தொலைத்த போதிலும், சினிமாதான் தன்னை, தனக்குள்ளிருந்து மீட்க வரும் எனக் காத்திருப்பவர் அவர். அக் காத்திருப்பின் போது, புதிது புதிதான திரைப்படங்களை எடுத்துத் தருபவர். அத் திரைப்படங்களுக்கான களங்கள் வேறு. கோணங்கள் வேறு. ஆனால் கருவும் நோக்கமும் ஒன்றே. அது சமூக சீர்கேடுகளைத் தனது திரைப்படங்கள் மூலம் உரக்கச் சொல்வது. அத் திரைப்படக் கதாபாத்திரங்களும் தொழில்முறை நடிகர்களன்றி, சக

தோழர்களாகவும், உறவுகளாகவும் இருப்பதால், இயக்குனர் ஜாஃபர் பனாஹியின் மன உணர்வுகளையும், பேசுபொருளையும் தெளிவாகப் புரிந்து கொண்டு, இயக்குனர் வெளிப்படுத்த விரும்புவதை முழுமையாக அவர்களால் திரையில் கொண்டு வர முடிகிறது.

கடந்த 2015 ஆம் ஆண்டு வெளியாகி, சர்வதேச திரைப்பட விழாக்களில் திரையிடப்பட்டு, பல தேசத்தவராலும் கொண்டாடப்பட்ட "Taxi' திரைப்படமும் இவரது முக்கிய திரைப்படங்களில் ஒன்று. இது இவரது கைதுக்குப் பின்னர், தண்டனைக் காலத்தில் எடுக்கப்பட்ட மூன்றாவது திரைப்படம். ஒரு டாக்ஸியில் மறைவாக மூன்று கேமராக்கள் பொருத்தப்பட்டு, டாக்ஸியில் பயணிக்கும் பிரயாணிகளின் சமூக விடயங்கள் குறித்த சம்பாஷணைகளைப் பதிவாக்கி, அதனைத் திரைப் படமாக்கியிருக்கிறார் இயக்குனர் ஜாஃபர் பனாஹி. இத் திரைப்படம் குறித்து தொடர்ச்சியாக சர்வதேச ஊடகங்களில் எழுதப்பட்டுக் கொண்டேயிருக்கிறது. பலரது விருப்பப் பட்டியலிலும், சிறந்த திரைப்படங்களின் பட்டியலிலும் குறிக்கப்பட்டிருக்கும் இத் திரைப்படம் இயக்குனரின் வல்லமையை மீண்டும் எடுத்துக் காட்டுகிறது.

இவரது திரைப்படங்களில் வில்லத்தனமான கதாபாத்திரங்களையோ, மோசமானவர்களையோ காண இயலாது. எந்தக் குழந்தையும், அது வளர்ந்து வரும்போது குற்றவாளியாகத் திட்டமிடுவதில்லை. அவ்வாறே திட்டமிட்டுக் குற்றவாளியாகுவது மில்லை. சமூகமும், சூழ்நிலையும், சட்டங்களும்தான் ஒருவனைக் குற்றவாளியாக்குகிறது. எனவே ஒருவன் குற்றவாளியாகுவதைக் குறித்து யாரைக் குற்றம் சொல்ல முடியும்? அவ்வாறே, மனித உணர்வுகளோடு விளையாடும் காட்சியமைப்புக்களும் இவரது திரைப்படங்களில் இல்லை. இந்தியத் திரைப்படங்களில் பார்த்துப் பழகிய குடும்ப, காதல் சென்டிமென்ட் காட்சிகளிலிருந்து இவரது திரைப்பார்வை வேறுபடுவது இங்குதான்.

புரட்சிக்குப் பின்னர் நிறைய ஈரானியத் திரைப்படங்கள் உருவாக்கப்பட்டிருக்கின்றன. நிறைய சிறந்த இயக்குனர்கள் உருவாகியிருக்கிறார்கள். புரட்சியோடு, வெளிநாட்டுத் திரைப்படங்கள் தடை செய்யப்பட்டமையும், பொதுமக்களுக்கு ஒரேயொரு பொழுதுபோக்குச் சாதனமாக இருந்த தொலைக்காட்சியின் நிகழ்ச்சிகளும் தணிக்கை செய்யப்பட்டமையும் உள்நாட்டுத் திரைப்படங்கள் பக்கம் அவர்களை ஈர்த்தன. அரசாங்க, மார்க்கச் சட்டங்கள் மற்றும் அரசியல் வியாக்கியானங்கள் அவர்களைத் தடுத்து நிறுத்தவில்லை. மாறாக புடம் போடுகின்றன. எப்படியெல்லாம் திரைப்படங்கள் எடுக்கலாம் எனச் சிந்திக்க வைக்கின்றன. அந்தச் சிந்தனையோட்டமும், செயற்பாடுகளுமே ஈரானியத் திரைப்படங்களை சிறந்த படைப்புக்களாக உருமாற்றுகின்றன. அரசாங்கத்தினதும் மார்க்கத்தினதும் சட்டங்களை அவமதித்தலோ, புறக்கணித்தலோ, துஷ்பிரயோகம் செய்வதோ தண்டனைக்குரிய குற்றங்கள் எனினும், அவர்களை அவை தடை செய்யவில்லை. அவற்றைக் கொண்டே ஈரானிய அரசாங்கச் சட்டங்களிலுள்ள மூட நம்பிக்கைகளையும், போலித்தனமான கட்டுப்பாடுகளையும், பண்டைய காலத்திலிருந்து நவீன நூற்றாண்டு வரை இன்னும் மாற்றப்படாத புராதன சட்ட நெறிகளையும் திரைப்படங்கள் வழியாக சமூகத்துக்கு எடுத்துக் கூறுகின்றனர். கால, நவீன நடைமுறைக்கேற்ப மாற்றப்பட வேண்டிய சட்டங்கள் குறித்து அறிவுறுத்துகின்றனர். இதனால்தான் ஈரான் அரசாங்கத்துக்கு, தனது நாட்டு திரைப்பட இயக்குனர்கள் மீது திடமான அச்சம் தோன்றியிருக்கிறது.

இதனாலேயே ஈரானிய சமூக சீர்கேடுகளையும், ஈரான் அரசின் தான்தோன்றித்தனமானதும், குருட்டு நம்பிக்கைகளுடனுமான சட்டங்களைக் குறித்தும் எவ்வளவுக்கு எவ்வளவு தனது திரைப்படங்கள் மூலமாக இயக்குனர் ஜாஃபர் பனாஹி உரத்துக் குரல் கொடுக்கிறாரோ, அவ்வளவுக்கு அவ்வளவு அரசாங்கமும், அதன்

வழிகோலர்களும் இவரது திரைப்படங்கள் குறித்துத் தாழ்வாகவே பேசுகின்றது, பேசுகின்றனர்.

'இயக்குனர் ஜாஃபர் பனாஹியின் திரைப்படங்கள் உண்மையைச் சொல்வதில்லை. அவை ஈரானைப் பற்றிய பொய்யானதும் கற்பனையானதுமான விடயங்களையே சித்தரிக்கின்றன. அவரது திரைப்படக் கதாபாத்திரப் பெண்கள் படும் இன்னல்கள் ஒரு குறிப்பிட்ட சாராருக்கு மாத்திரமே உரியவை, முழு ஈரானியப் பெண்களுக்குமானதல்ல. அதனாலேயே அவரது திரைப்படங்களைத் தடை செய்ய வேண்டியிருக்கிறது' என திரைப்படங்கள் சமூக மாற்றங்களை ஏற்படுத்தும் என்று மிகுந்த நம்பிக்கையோடு அஞ்சும், அரசைச் சார்ந்த நபர்கள் குறிப்பிடுகிறார்கள்.

'நீ சொல்வதையெல்லாம் சொல். செய்வதையெல்லாம் செய். என்னைச் சிறை வை. மூடப்பட்ட திரைகளுக்குள் என்னை சினிமாவை விட்டும் தூரமாக்கு. மனிதர்களே இல்லாத தனித்தீவுக்குக் கடத்திச் செல். நீ என்ன செய்தாலும், புதுப் புது உத்திகளோடு, புதுப் புது திரைப்படங்களோடு நான் வந்து கொண்டேயிருப்பேன்' எனச் சொல்வதைப் போல இயக்குனர் ஜாஃபர் பனாஹியும் திரைப்படங்களை எடுத்து சர்வதேசத்துக்குத் தந்து கொண்டேயிருக்கிறார். உலகம் போற்றும் அரும் பெரும் சொத்தொன்று நம்மிடம் இருக்கிறது என்ற பெருமை சிறிதேனுமின்றி ஈரானிய அரசு தொடர்ந்தும் அவரை மட்டம்தட்டிக் கொண்டேயிருக்கிறது.

'இன்னும் எத்தனை காலங்கள் எனக்காக எஞ்சியிருக்கின்றன? இன்னும் இருபது வருடங்கள் உயிரோடு இருப்பேனா? இருபது வருடங்கள் அமைதியாக எதையும் செய்யாமல் இருக்க என்னால் முடியாது. அதுதான் அவர்களுக்கு (அரசாங்கம் மற்றும் சட்டக் காவலர்கள்) வேண்டும். அவர்கள் என்னைச் சிறிய சிறையிலிருந்து வெளியேற்றி, பெரிய சிறையொன்றுக்கு அனுப்பி

வைத்திருக்கிறார்கள். நான் சிறிய சிறையில் தனித்திருக்கும்போது என்னால் எதுவும் செய்துவிட முடியாதென எனக்குத் தெரிந்திருந்தது. எனது ஒவ்வொரு அசைவும் கண்காணிக்கப்பட்டுக் கொண்டேயிருந்தது. இப்பொழுது நான் விடுதலையாகி விட்டதாகச் சொல்லப்பட்டாலும், இன்னும் கூட இது ஒரு பெருஞ்சிறைதான். இங்கு நான் ஏதாவது செய்தே ஆக வேண்டும். என்னால் வெறுமனே இருக்கவோ, எனது வாழ்நாள் வீணாகிக் கொண்டிருப்பதைப் பார்த்துக் கொண்டிருக்கவோ முடியாது' எனக் கூறுகிறார் இயக்குனர் ஜாஃபர் பனாஹி. அவரது ரசிகர்களைப் போலவே, ஈரான் அரசாங்கமும், மார்க்க வல்லுநர்களும், சட்ட நிபுணர்களும் அவரது அடுத்த அசைவைக் குறிவைத்துக் காத்துக் கொண்டேயிருக்கின்றனர். எதையும் கவனத்தில் கொள்ளாது, தனது மகனையும் தன்னுடன் இணைத்துக் கொண்டு, திரைப்படங்கள், திரைக்கதைகள், ஆவணப் படங்கள், குறும்படங்கள் என தொடர்ச்சியாக இயங்கிக் கொண்டேயிருக்கிறார் இயக்குனர் ஜாஃபர் பனாஹி இன்றும் இப்போதும்.

தூக்குக் கயிற்றிலிருந்து பிரகாசிக்கும் ஒளி

காலம் சில மாற்றங்களைத் தனக்குள் வைத்திருக்கிறது. நேர் சிந்தனையோடு காலத்தை சந்திக்கும் எவர்க்கும் அது வெற்றியைப் பரிசாகக் கொடுக்கிறது. மனிதனின் சிந்தனையே, காலத்தைப் பயனுள்ளதாக்குவதில் முன் நிற்கிறது. எனவே காலத்துக்குள்தான் எல்லாமும் இருக்கிறது. அவ்வாறே எல்லாமுமாகக் காலமே இருக்கிறது.

திரைப்படங்கள், காலத்தைப் பதிந்து வைக்கின்றன. பத்திரமாகப் பதிந்து வைக்கப்படும் காலத்தை நாங்கள் நகர்த்திப் பார்க்கிறோம். அக் காலத்துக்குள் கதாபாத்திரங்களோடு சேர்ந்து நாமும் வாழ்ந்து பார்க்கிறோம். கதாபாத்திரங்களுக்காக உணர்வுகளை மாற்றத் துணிகிறோம். மாற்றிக் கொள்கிறோம். திரைப்படங்கள், நாகரிகங்களை மாற்றியமைக்கின்றன. அந் நிகழ்வானது, தொன்று தொட்டு நடைமுறையில் இருந்து வரும் கலாசாரத்தை மாற்றியமைக்கிறது. திருத்தி புதிதாக எழுதுகிறது. சமூக மாற்றங்களுக்கு வித்திடுகிறது. அம் மாற்றங்களின் விளைவுகளுக்கு அரசாங்கமே அஞ்சி ஆட்டம் காணும். இவ்வாறாக, நாடுகளது ஆட்சிகளின் விதியைத் தீர்மானிக்கும் விடயங்களில் ஒன்றாகத் திரைப்படக் கலையும் முன்னிலை வகிக்கிறது.

நம்ப முடிகிறதா? திரும்பிய பக்கங்களிலெல்லாம் கலாசாரக் கட்டுப்பாடுகள் நிறைந்த ஈரான், ஆப்கானிஸ்தான் போன்ற நாடுகளின் அரசுகளும், தலைமைப் பீடங்களும் தமது ஆட்சி வீழ்ச்சிக்குக் காரணமாக அமையக் கூடுமென அஞ்சும் ஒரே விடயம் தமது உள்நாட்டுத் திரைப்படங்கள்தான். தாம், மக்கள் மீது சர்வாதிகாரத்தைச் செலுத்திக் கட்டியெழுப்பி வைத்திருக்கும் கலாசார ஆக்கிரமிப்பைத் தகர்த்து எறியக் கூடியதாகவும், மக்களின் மனங்களையும், செயல்களையும் இலகுவில் மாற்றியமைக்கக் கூடியதாகவும் அத் திரைப்படங்கள் தமது செல்வாக்கை வெளிச்சம் போட்டுக் காட்டிக் கொண்டிருக்கின்றன. திரைப்படங்களின் இத் தன்மையை உணர்ந்த திரைப்பட இயக்குனர்களால் மட்டுமே, தமது திரைப்படங்களை நல்ல முறையில் இம் மாற்றங்களுக்காகப் பயன்படுத்திக் கொள்ள முடியும். தாம் நேசித்துப் பெற்றெடுத்த குழந்தைகளைக் கை பிடித்து கூட்டிச் செல்வதைப் போல, பத்திரமாக, எந்தச் சேதமுமுறாது பார்வையாளர்களிடத்தில் தேவையான கருத்துக்களோடு கொண்டு சேர்க்க இயலும். அத் திரைப்படங்களின் மூலம் சமூகத்தில் நல்ல பல மாற்றங்களைக் கொண்டு வர இயலும்.

இந்த அடிப்படையைத் தெளிவாகப் புரிந்து கொண்டதாலேயே, முறையான கல்வியறிவு கூட இல்லாது, திரைப்பட உருவாக்கத்தைப் பற்றிய துளி அறிவு கூட அற்று, சமூக மாற்றங்களை விதைத்த நல்ல பல திரைப்படங்களை எடுத்து, ஐம்பதுக்கும் மேற்பட்ட சிறந்த சர்வதேச விருதுகளையும் வென்றெடுக்க, ஈரான் திரைப்பட இயக்குனர் முஹ்ஸின் மெக்மல்பஃப்பினால் முடிந்திருக்கிறது.

சிறிய வயதிலேயே தந்தையை இழந்து, தனித்து விடப்பட்ட தனது தாயைக் காப்பாற்றுவதற்காக எட்டு வயதிலேயே உழைக்க ஆரம்பித்தவர் முஹ்ஸின் மெக்மல்பஃப். தனது பதினேழு வயதில் சிறையில் அடைக்கப்படும் வரையில் கிட்டத்தட்ட பதின்மூன்று சிறு சிறு கூலி வேலைகளைச் செய்து தனது குடும்பத்தைக் காப்பாற்றியவர். அப் பதின்ம வயதில் காவல்துறையால் துப்பாக்கியால் சுட்டு வீழ்த்தி, சிறையில் அடைக்கப்பட்டு, மரண தண்டனையும் விதிக்கப்பட அவர் செய்த குற்றம்தான் என்ன?

ஈரான் முழுவதும் சர்வாதிகார மன்னர் ஆட்சி மேலோங்கியிருந்த காலம் அது. அதிகாரம் நிறைந்த எல்லோரிடமும் சர்வாதிகாரப்

போக்கும், அடக்குமுறையுமே மிகைத்திருந்தன. அப் பதின்ம வயது இளைஞனின் மனதில் சர்வாதிகாரத்தை விட்டு விடுதலையாகும் கனவு மாத்திரமே இருந்தது. தேசத்தில் விடுதலை இயக்கங்கள் நாளுக்கு நாள் உதித்து மறைந்து கொண்டேயிருந்தன. எங்கும், எதிலும் அச்சம் ஒளிக் கீற்றுகளாக எல்லாவற்றையும் போர்த்திக் கொண்டேயிருந்தது. நிலைமை மாற வேண்டுமானால், மன்னராட்சி நிறுத்தப்பட வேண்டும். அதற்கு மன்னரை இல்லாமல் செய்ய வேண்டும். தகுந்த தருணம் வரும்வரையில் காத்திருந்த இளைஞர் முஹ்ஸீன், மன்னரின் நகர்வலத்தின் போது, அருகிலிருந்த காவல்துறை அதிகாரியின் துப்பாக்கியைப் பறித்தெடுத்து மன்னரைச் சுட்டுக் கொல்ல முயற்சிக்கிறார். சூழ்ந்திருந்த காவல்துறை அதிகாரிகளின் கவனம் அவர் மேல் திரும்பி, அவரை நோக்கித் துப்பாக்கியால் சுட, உடம்பில் குண்டு துளைத்து தரையில் வீழ்கிறார் முஹ்ஸீன்.

அதிர்ஷ்டவசமாக முஹ்ஸீன் உயிர் பிழைத்த போதிலும், மன்னரைக் கொலை செய்ய முயற்சித்த காரணத்தால் முறையான சிகிச்சை அளிக்கப்படவில்லை. சிறைச்சாலை மருத்துவமனையில் காயம் குணமாகிக் கொண்டு வரும் வேளையில் செய்த குற்றத்துக்கான தீர்ப்பு வருகிறது. மன்னரைக் கொலை செய்ய முயன்றமைக்காக, தகுந்த வயது பூர்த்தியானதும் அவருக்கு மரண தண்டனை நிறைவேற்றப்பட தீர்ப்பளிக்கப்படுகிறது. அதுவரையில், சித்திரவதைகளுக்குப் பிரசித்தமான மன்னரது தனிப்பட்ட சிறைச்சாலையில் அடைக்கப்படுகிறார். ஈரானியப் புரட்சி வந்து அவர் அங்கிருந்து விடுவிக்கப்படும் வரையில், தொடர்ச்சியாக நான்கரை வருடங்கள் சித்திரவதைகளுக்கு உட்படுத்தப்படுகிறார்.

இவ்வாறாக, வயதான காலத்தில் நினைத்து நினைத்து மகிழக் கூடிய வகையில், அவரது இளமைப் பருவம் அமையவில்லை. முழு சமூகத்துக்கும் விடுதலை பெற்றுக் கொடுக்க வேண்டித் தன்னைத் தியாகம் செய்யும் மனப்பான்மையானது, சிறையிலிருந்து

விடுதலையான பிறகும் கூட அவரை விட்டும் நீங்கி விடவில்லை. வேதனையில் எவ்வளவுதான் கத்தி ஓலமிட்ட போதும், உயர்ந்த, மனசாட்சியற்ற சுவர்களைத் தாண்டி எந்தக் கூக்குரலும் வெளியே, அவர் சார்ந்திருந்த மக்களுக்குக் கேட்கவில்லை. இவ்வாறான நிலைமையில் சாதாரணமான ஒரு மனிதனாக இருந்தால் என்ன செய்திருப்பான்? விடுதலையாகி வந்த பின்னர், தனது இக்கட்டான நிலைமையில் தனக்காகக் குரல் கொடுக்காத சமூகத்தை எவ்வளவு உதாசீனப்படுத்த முடியுமோ அவ்வளவு உதாசீனப்படுத்தியிருப்பான் இல்லையா?

முஹ்ஸின் அவ்வாறு சிந்திக்கவில்லை. தனக்கு நேர்ந்தது, இன்னுமொருவனுக்கு நேரக் கூடாது. அதற்காக மன்னரைக் கொலை செய்வது எல்லாவற்றுக்கும் முற்றுப் புள்ளியாகிவிடாது. மொத்த சமூகத்தையும் அடிமை மனநிலையிலிருந்து மாற்ற வேண்டும். அதற்கு சமூகத்தின் மக்களினூடே அவர்களும் அறியாது ஊடுருவ வேண்டும். சர்வாதிகாரத்துக்கு ஆட்பட்டு மயங்கிக் கிடக்கும் சமூகத்தை சீர்திருத்த வேண்டும். அதற்கான வழியாகத்தான், அம் மக்களது மனநிலை எனும் அடிப்ப டை உணர்வில் மாற்றங்களைச் செய்வதற்காக, அவர்களது பொழுதுபோக்குச் சாதனமான சினிமாவையும், திரைப்படங்களையும் கண்டு கொண்டார் முஹ்ஸீன். ஆனால் அன்று அவருக்கு திரைப்படங்களைப் பற்றி எதுவும் தெரியாது. அப்படிப்பட்ட அவர் ஈரானிய சினிமா உலகில் எவ்வாறு தன்னை நிலைநிறுத்திக் கொண்டார்?

சிறைச்சாலையில் வைத்து நிறைய புத்தகங்களை வாசித்து, தனது அறிவை மேம்படுத்திக் கொண்ட முஹ்ஸீன், ஈரானியப் புரட்சிக்குப் பின்னர், ஆயுதங்களுக்குப் பதிலாக பேனாவை எடுத்தவர், எழுத்தாளராகவும் தன்னை நிலைநிறுத்திக் கொண்டார். சிறுகதைகள், நாவல்கள், திரைக்கதைகள், கலைகள் குறித்த ஆய்வுக் கட்டுரைகள் ஆகிய அவரது படைப்புக்கள் ஆங்கிலம், ஃப்ரெஞ்ச், இத்தாலி, அறபு, உருது, குர்திஷ், துருக்கி, கொரியா, போர்த்துக்கீசு, க்ரீக், ரஷ்யா, ஜப்பானிய மொழிகளில் மொழிபெயர்ப்பு செய்யப்பட்டு அந்தந்த நாடுகளிலும் வெற்றி கண்டுள்ளமை அவரது எழுத்தாற்றலைப் பறைசாற்றுகிறது. இருந்த போதிலும் ஈரானில் பரவியிருந்த ஆன்மீகக் குழுவுக்கு இதுவெல்லாம் பிடித்தமான காரியங்களாக இல்லை. சிறையிலிருந்து விடுதலையான முஹ்ஸீனைப் பின் தொடர்ந்து கொண்டே இருந்தது.

என்றாலும் தைரியமான திரைப்பட இயக்குனர்கள் சிலர் அவரது ஆர்வத்துக்கும், திறமைக்கும் களம் கொடுத்து உதவ முன்வந்தார்கள். பலதரப்பட்ட தடைகளையும் தாண்டி, அவரது திரைக்கதைகள், ஈரானிலேயே வேறு இயக்குனர்களால் திரைப்படங்களாக்கப்பட்டு வெற்றி பெற்றன. இவ்வாறாக, ஈரானில் இடம்பெறும் அநீதிகள், மனித உரிமை மீறல்களைச் சாடும் அவரது திரைக்கதைகள் திரைப்படங்களாக மக்களைப் போய்ச் சேர்ந்தன.

தொடர்ந்து அவர், பலரது தூண்டுதலுக்கு மத்தியில் முதன்முதலாக திரைப்படமொன்றை இயக்க ஆரம்பிக்கிறார். 1983 ஆம் ஆண்டு, 'Tobeh Nosuh' எனும் அத் திரைப்படம் வெளியாகி வெற்றி பெறுகிறது. அத் திரைப்படம் தந்த ஊக்கத்தில், தான் சிறைப்பிடிக்கப்பட்ட கதையை, திரைக்கதையாக எழுதி, அதையே தனது அடுத்த திரைப்படமாக இயக்கி 'Boycott' எனும் தலைப்பில் வெளியிடுகிறார். 1985 ஆம் ஆண்டு வெளிவந்து வெற்றி கண்ட இத் திரைப்படத்தில் கதாநாயகனாக நடித்திருப்பவர், இன்று உலகமே கொண்டாடும் ஈரானியத் திரைப்பட இயக்குனர் மஜீத் மஜீதி. அன்று முதல் இன்று வரை, ஈரானியத் திரைப்படங்களின் சர்வதேச வெற்றிக்கு, திரைப்பட இயக்குனர்களின் இந்த ஒற்றுமையும், சக போட்டியாளருக்குக் கை கொடுத்து உதவும் மனப்பாங்கும், சமூக சீர்திருத்தத்துக்கான ஒன்றுபட்ட மனநிலையும் முக்கிய காரணங்களாகத் திகழ்வதனைக் காணக் கூடியதாக இருக்கிறது.

ஈரான் எனும் தேசத்தில் அகதிகளாக வந்து அவதியுறும் ஆப்கானியர்களைக் குறித்து, யதார்த்தமாகவும், அவர்களுக்கு உதவும்படி தனது நாட்டு மக்களைக் கோரும் விதமாகவும் முஹ்ஸீன் எடுத்த அடுத்த திரைப்படம் 'The Cyclist'. ஈரானுக்கு புலம்பெயர்ந்து வந்துள்ள நாஸிம் எனப்படும் ஏழை அகதியொருவர், தனது மனைவியின் மருத்துவக் கட்டணங்களைச் செலுத்த வேண்டி, ஏழு இரவுகள், ஏழு பகல்கள் தொடர்ச்சியாக, ஒரு குறுகிய வட்டத்துக்குள் நிறுத்தாமல் சைக்கிள் ஓட்டிக் கொண்டேயிருக்கிறார். பார்வையாளர்கள் கொடுக்கப் போகும் சில்லறைப் பணத்துக்காகத்தான் நாஸிம் இதைச் செய்கிறார் என்ற போதும், போட்டிக்காகக் குறிப்பிட்ட காலகட்டத்தைத் தாண்டியும், மகனும், பார்வையாளர்களும் நிறுத்தச் சொல்லியும் கூட சைக்கிளை நிறுத்தாது, அதே வட்டத்துக்குள் ஓட்டிக் கொண்டேயிருக்கிறார்.

1987 ஆம் ஆண்டு வெளிவந்த இத் திரைப்படமானது, துயரம்

எனும் சுழலுக்குள் சுற்றிச் சுற்றி வந்து கொண்டேயிருக்கும் அகதிகளின் வாழ்க்கையை நாஸிம் எனும் கதாநாயகனினூடாக முன் வைக்கிறது. ஹவாய் சர்வதேச திரைப்பட விழாவில் இத் திரைப்படமானது, சிறந்த திரைப்படத்துக்கான விருதினை வென்றெடுத்தது. இதன் மூலம் இயக்குனர் முஹ்ஸீன் மெக்மல்பஃப் எனும் பெயர் சர்வதேச திரைப்பட ரசிகர்களுக்கு அறிமுகமானது.

இவ்வாறே 1996 ஆம் ஆண்டு வெளிவந்த இவரது 'Gabbe' எனும் திரைப்படமும் மிகவும் வித்தியாசமான ஒரு திரைப்படமாகக் கருதப்படக் கூடியது. Gabbe எனும் சொல், ஈரானியர்கள் பயன்படுத்தும் நில விரிப்பைக் குறிக்கிறது. ஒரு வயதான ஜோடி, தமது நில விரிப்பைக் கழுவுவதற்காக, பாடுபட்டு நதிக்கரைக்குத் தூக்கி வருகிறார்கள். அங்கு அதை விரிக்கும்போது அதற்குள்ளிருந்து ஒரு அழகான இளம்பெண் வெளிவருகிறாள். தொடர்ந்து திரைப்படமானது, அவளின் கதையினூடாகப் பயணிக்கிறது. அவளது குடும்பம், அவளது உறவினர்கள், அவர்களது சமூக மரபுகள், முகமே அறியாது அவள் விரும்பும் ஒருவன் என அவளது வாழ்க்கைக் கதையினூடாக ஈரானின் மரபு சார்ந்த நாடோடிக் குழுவினரின் வாழ்க்கை முறைகளையும், அவர்கள் எதிர்கொள்ளும் நடைமுறைச் சிக்கல்களையும் காட்சிப்படுத்தியிருக்கிறார் இயக்குனர் முஹ்ஸீன்

மெக்மல்பஃப். இத் திரைப்படத்துக்காக சிறந்த இயக்குனருக்கான சர்வதேச விருது ஸ்பெய்ன் சர்வதேச திரைப்பட விழாவிலும், வெள்ளித் திரை விருது சிங்கப்பூர் சர்வதேசத் திரைப்பட விழாவிலும், சிறந்த கலைப் பங்களிப்புக்கான விருது டோக்கியோ சர்வதேச திரைப்பட விழாவிலும் இயக்குனர் முஹ்ஸின் மெக்மல்பஃப்புக்குக் கிடைத்திருக்கின்றன.

இயக்குனர் முஹ்ஸின் மெக்மல்பஃப்புக்குக் கிடைத்த இந்த விருதுகள் எவையும் அவரைத் தலைக்கனத்துக்கு உள்ளாக்கவில்லை என்பதே அவரது தொடர்ச்சியான வெற்றிக்குக் காரணம் எனலாம். சர்வதேச திரைப்பட ஆர்வலர்கள் அனைவருமே அவரது அடுத்த திரைப்படம் என்ன என எதிர்பார்ப்போடு காத்திருக்கும்போது, அவர் தனது சுய விருப்பத்தின் பேரில் திரைப்பட இயக்கத்திலிருந்து ஓய்வு பெறுகிறார். தொடர்ந்து, ஈரானியத் திரையுலகுக்கு இன்னும் புதுப்புது நல்ல திரைப்பட இயக்குனர்களை உருவாக்க வேண்டும் என்ற முனைப்போடு, ஒரு திரைப்படக் கல்விக் கூடத்தைத் தனது வீட்டிலேயே ஆரம்பிக்கிறார். அதிலேயே அவரது மனைவியும், மகள்களும், மகனும் திரைப்பட உருவாக்கம் எனும் கலையைக் கற்றுக் கொள்கின்றனர்.

இங்கு இதைக் குறிப்பிட்டே ஆகவேண்டும். வீட்டிலிருந்தே திரைப்படக் கலையைக் கற்றுத் தேர்ந்த அவரது குடும்பத்தினர், தனித்தும், இணைந்தும் எடுத்த தமது திரைப்படங்களுக்காக சர்வதேசத் திரைப்பட விழாக்களில் மட்டும் இதுவரையில் எண்பத்தொன்பது சர்வதேச விருதுகளை வென்றெடுத்துள்ளார்கள். இயக்குனர் முஹ்ஸீன் மெக்மல்பஃப்பின் திரைப்படங்களைப் போலவே, அவரது மனைவி மர்ஸியா, மகள்கள் ஸமீரா, ஹனா ஆகியோரது திரைப்படங்களையும் சர்வதேச திரைப்பட ஆர்வலர்கள் எப்பொழுதும் ஆர்வத்தோடு எதிர்பார்த்த வண்ணம் இருக்கிறார்கள். இம் மூவரும் கூட உலகின் சிறந்த திரைப்பட இயக்குனர்கள் வரிசையில்

இடம்பெற்றிருக்கிறார்கள் என்பதோடு, அவரது மகனான மெய்ஸம், ஒரு சிறந்த திரைப்பட ஒளிப்பதிவாளராகத் திகழ்கிறார். அவரது குடும்பத்தினரது திரைப்படங்கள் குறித்தும், அவர்களுடனான நேர்காணல்களையும் இந்த நூலின் நேர்காணல்கள் பகுதியில் வாசிக்கலாம்.

இவ்வாறாக, திரைப்படக் கல்விக்கூட நிறுவனராகவும், ஆசானாகவும் வெற்றி வாகை சூடிய இயக்குனர் முஹ்ஸின் மெக்மல்பஃப், 2001 ஆம் ஆண்டு தனது மௌனம் கலைக்கிறார். ஆப்கானிஸ்தானை ஆக்கிரமித்திருக்கும் தீவிரவாதத்தின் உக்கிரம் குறித்து அறியும் அவர், தாலிபானின் ஆட்சி மிகக் குரூரமாகப் பரவியிருந்த ஆப்கானிஸ்தானுக்கு ரகசியமாகச் சென்று, அங்கிருந்து கொண்டே 'Kandahar' எனும் அற்புதமான திரைப்படத்தை எடுத்து வெளியிடுகிறார். Time ஊடகம் வெளியிட்ட 'எக் காலத்துக்குமான உலகின் நூறு சிறந்த திரைப்படங்கள்' வரிசையில், இத் திரைப்படமும் இடம்பெற்றிருப்பது இங்கு குறிப்பிடத்தக்கது.

'கந்தஹாரை நோக்கிய பயணம்', 'நிலவுக்குப் பின்னே சூரியன்' என இரு அர்த்தங்களைக் கொண்டதாக 'Safar&e Kandahar' எனும் பெர்சிய மொழியில் தலைப்பிடப்பட்ட இத் திரைப்படமானது, மேற்கத்தேய நாடொன்றுக்கு புலம்பெயர்ந்து வசிக்கும் ஆப்கானியப் பெண்ணொருத்தி, இடம்பெயராது ஆப்கானிஸ்தானிலேயே தங்கி விட்ட தனது சகோதரியின் தற்கொலை செய்து கொள்ள எடுத்திருக்கும் முடிவு பற்றிய கடிதத்தினைக் கண்டு, அவளைத் தேடி ஆப்கானிஸ்தானுக்கு வந்து, அங்கு அப் பெண் எதிர்கொள்ளும் சிக்கல்களையும், இன்னல்களையும் என அனைத்தையும் மிகத் தெளிவாகவும், விரிவாகவும் எடுத்துக் காட்டியிருக்கிறது. சர்வதேசத் திரைப்பட விழாக்களில் திரையிடப்பட்ட இத்திரைப்படத்திற்காக சிறந்த திரைப்படத்துக்கான பெஃட்ரிக்கோ ஃபெல்லினி சர்வதேச விருதை ஐக்கிய நாடுகள் கல்வி, அறிவியல், பண்பாட்டு

நிறுவனத்திடம் இருந்து 2001 ஆம் ஆண்டு பெற்றார் இயக்குனர் முஹ்ஸின் மெக்மல்பஃப்.

கந்தஹாரைப் போலவே, 2014 ஆம் ஆண்டு அவரது திரைக்கதை, இயக்கத்தில் வெளிவந்த 'The President' திரைப்படமும் வழமையைப் போலவே விருதுகளை வென்றுள்ளதோடு, அதற்கு ஈடாக பெரும் சர்ச்சைகளையும் கிளப்பியது. சர்வாதிகார ஆட்சி நிகழ்ந்து கொண்டிருக்கும் ஒரு தேசத்தில், ஒரு புரட்சி வெடிக்கிறது. நாட்டின் தலைவர், தனது குடும்பத்தினரை பாதுகாப்பாக வெளிநாட்டுக்கு அனுப்பி வைத்த போதிலும், சிறுவனான அவரது பேரன் செல்ல மறுத்து அவருடனேயே தங்கி விடுகிறான். அவர்கள் தமது உயிரைக் காப்பாற்றிக் கொள்ள, நாடோடிகளைப் போல மாறுவேடம் பூண்டு, கடற்கரைக்குச் செல்லத் தீர்மானிக்கிறார்கள். அங்கிருந்து ஏதாவதொரு நாட்டுக்குத் தப்பிச் செல்வது அவர்களது இறுதி முடிவு. சர்வாதிகார ஆட்சி மற்றும் ஆளுமையின் முடிவு துயரமும், பட்டினியும், அவலமும் நிறைந்ததாகவே இருக்கும் என்பதை சதாம் ஹுசைன், கடாபி, ஒஸாமா பின் லேடன் எனப் பலரை திரைப்படம் பார்க்கும்போது மனதில் தோன்றச் செய்யும்படி இயக்குனர் முஹ்ஸின் மெக்மல்பஃப்பும், அவரது மனைவி மர்ஸியா மெக்மல்பஃப்பும் இணைந்து திரைக்கதையாக எழுத, அவர் அதைத் திரைப்படமாக இயக்கி இருவருமாக அதில் வெற்றி கண்டிருக்கிறார்கள்.

இவரது அனைத்துப் படைப்புகளையும் போல, 'The President' எனும் இத் திரைப்படத்தையும் ஈரான் அரசு தடை செய்தது. எனினும் இத் திரைப்படம் 2014 ஆம் ஆண்டு நடைபெற்ற அனைத்து சர்வதேச திரைப்பட விழாக்களிலும் திரையிடப்பட்டு கௌரவிக்கப்பட்டதோடு, பல விருதுகளையும் வென்றெடுத்தது.

எப்போதும் அதிகளவில் நேர்காணல்கள் வழங்காத இயக்குனர் முஹ்ஸின் மெக்மல்பஃப், ஹாங்காங் சர்வதேச திரைப்பட விழாவில், 'The President' திரைப்படம் திரையிடப்பட்ட போது வழங்கிய

நேர்காணல் மிகவும் முக்கியமானது. என்னால் தமிழில் மொழிபெயர்க்கப்பட்ட அந்த நேர்காணல் இந்த நூலின் நேர்காணல்கள் பகுதியில் இடம்பெற்றிருக்கிறது.

நேர்காணல்கள்

அரசியல், சமூக மாற்றங்களுக்கு வித்திட்டிருக்கும் 'ஆறிதழ் அரளிப் பூ'

பல போராட்டங்களுக்கு மத்தியில், மூன்று கதாபாத்திரங்களினூடாக, சமூகத்தில் தமக்கான உரிமையைக் கோரும் Frangipani (ஆறிதழ் அரளிப் பூ) திரைப்படத்துக்கான கதையை எழுதி, இயக்கி வெற்றி கண்டிருக்கிறார் இயக்குனர் விஸாகேச சந்திரசேகரம். பல எதிர்ப்புக்களைச் சந்திக்க நேரும் என்று தெரிந்திருந்த போதிலும், இத் திரைப்படத்தில் பிரதான கதாபாத்திரங்களில் தைரியமாக நடித்திருப்பவர்கள் நடிகர்கள் ஜெஹான் ஸ்ரீகாந்த், யஷோதா ரஸந்துனி மற்றும் தஸுன் பதிரண ஆகியோர்.

சமூகத்தில் ஒடுக்கப்பட்டவர்களுக்காக இத்திரைப்படத்தின் மூலம் தயங்காமல் குரல்கொடுத்துள்ள இயக்குனரும், இக் கலைஞர்களும் கொண்டாடத் தக்கவர்கள். அரசாங்கம் முதற்கொண்டு அனைத்துத் தரப்பிலிருந்தும் எதிர்ப்புக்கள் கிளம்பும் என்பதைத் தெரிந்திருந்தும் தைரியமாக முன்வந்தவர்கள் இக் கலைஞர்கள். அதற்கான

அங்கீகாரம் தற்போது சர்வதேசம் முழுவதிலிருந்தும் கிடைத்துக் கொண்டிருக்கிறது. திரைப்படம் இலங்கையில் திரையிட அனுமதி பெற்றுப் பரவலாகத் திரையிடப்பட்டதோடு, இலங்கை பாராளுமன்றத்தில் LGBT சமூகத்துக்கு எதிரான சட்டதிட்டங்களை மாற்றி, அவர்களுக்கு ஆதரவான சட்டதிட்டங்களை உருவாக்கும் கலந்துரையாடல் மேற்கொள்ளப்பட்டிருக்கிறது.

இந் நேரத்தில், இயக்குனர் விஸாகேச சந்திரசேகரம் மற்றும் பிரதான கதாபாத்திரங்களில் நடித்துள்ள ஜெஹான், தஸுன், யஷோதா ஆகியோரோடும் இத் திரைப்படம் சம்பந்தமாக கலந்துரையாடும் வாய்ப்பு எனக்குக் கிடைத்தது. அந்த விரிவான உரையாடல்களைக் கீழே தருகிறேன். இயக்குனரிடம் தனிப்பட்ட ரீதியிலும், நடிகர்களிடம் குழுவாகவும் இந் நேர்காணல் இடம்பெற்றது.

கேள்வி - ஒரு சட்டத்தரணியாக, நூலாசிரியராக சமூகத்தில் உங்களுக்கு நற்பெயரும், செல்வாக்கும் இருக்கும் சந்தர்ப்பத்தில், இவ்வாறான ஒரு திரைப்படத்தினை இலங்கையில் எடுக்க பெருமளவு தைரியம் வேண்டும். உங்கள் பெயரில் தமிழ்ப் பெயரின் சாயலிருக்கிறது. உங்கள் பூர்விகத்தைப் பற்றிக் குறிப்பிடுங்கள்.

இயக்குனர் விஸாகேச சந்திரசேகரம்: எனக்கு தமிழ் பெயர்தான் வைக்கப்பட்டிருக்கிறது. காரணம் எனது தந்தை ஒரு தமிழர். வேத ஜோதிடத்துக்கிணங்க எனது தந்தை அந்தப் பெயரை எனக்கு இட்டார். இந்த விடயத்தில், சிங்களப் பெண்ணான எனது தாய், ஒரு சிங்களப் பெயரை எனக்கு வைக்கும் முயற்சியில் தோற்றுப் போனார். எனது பிறப்புச் சான்றிதழில் விசாகேச எனும் குடும்பப் பெயரும், சந்திரசேகரம் எனும் எனது பெயரும் ஒருங்கே குறிப்பிடப்பட்டிருக்கிறது. இதில் சுவாரஸ்யமானது என்னவென்றால் சந்திரசேகரன் எனும் பெயரின் இறுதி எழுத்தை 'ம்' என்று உச்சரித்தால் அது சிங்களப் பெயராக மாறிவிடுகிறது. நானும் சிங்களவனாக மாறிவிடுகிறேன். மக்களும் அதனை நம்புகிறார்கள். காரணம்

என்னால் சிங்கள மொழியை மிகவும் சரளமாகக் கதைக்க முடியும். நான் பிறந்த குருணாகல் பிரதேச வைத்தியசாலையின் வைத்தியர்கள் எனது குடும்பப் பெயருக்கு ஒரு 'ன்'னைச் சேர்த்து என்னை 'விசாகேசன்' என்று அழைக்கிறார்கள். பண்டைய பிரித்தானிய, ரோமன் டச்சுச் சட்டங்களுக்கிணங்க இலங்கையின் சட்டப்பிரகாரம் நான் ஒரு தமிழன். இது நான் தந்தையின் வம்சாவளியைப் பின் தொடர்வதாலாகும்.

பிறப்புப் பதிவு சட்டங்களைத் தவிர்த்து, இனம், சாதி என்பவை காலனித்துவக் கட்டமைப்பென்றே நான் கருதுகிறேன். DNA பரிசோதனைகள் நிகழ்த்தப்படுமெனில் ஒரோர் இனத்தினதும், சாதியினதும் உயர்ந்த அல்லது தூய்மை பற்றிய தொன்மங்கள் தூள்தூளாகும். 'கலாசார ரீதியில் சிங்களவன், அரசியல் ரீதியில் தமிழன்' என என்னை நானே அழைத்துக் கொண்ட காலமொன்று இருந்தது. ஆனால் நான் இப்போது அப்படி நினைக்கவில்லை. தற்போது எவ்வித இன, சாதி வேர்களிலும் நான் என்னைப் பிணைத்துக் கொள்வதில்லை. எனக்கு இனமில்லை. நான் தமிழனோ, சிங்களவனோ அல்ல. அவுஸ்திரேலிய இலங்கையன் என என்னைக் கருதினால் அது பிழையில்லை. என் எதிர்கால அனுபவங்களை அடிப்படையாகக் கொண்டு பின்னர் இந்த அடையாளமும் விரிவுபடுத்தப்படலாம்.

கேள்வி: முனைவர் பட்டம் பெற்ற அறிஞர் ஒருவர் வெற்றிகரமான திரைப்பட இயக்குனராக ஆகியிருக்கிறார். அது எவ்வாறு நிகழ்ந்தது?

இயக்குனர் விஸாகேச சந்திரசேகரம் : இலங்கையில் பயங்கரவாத எதிர்ப்பு சட்டங்களின் கீழ் நம்பிக்கைக்குரிய ஆதாரங்களைப் பயன்படுத்துதல் சம்பந்தமான எனது ஆய்வுக்காகவே அவுஸ்திரேலிய தேசிய பல்கலைக்கழகத்திடமிருந்து (Australian National University) முனைவர் பட்டம் எனக்குக் கிடைத்தது. எனக்கு பதினேழு வயதாக இருந்தபோது, நான் ஒரு உதவி இயக்குனராக

சினிமா துறைக்குள் பிரவேசித்திருந்தேன். திரைப்பட இயக்கத்தை எனது எதிர்கால இலட்சியமாகக் கொண்டால் நான் பிற்காலத்தில் அதற்காக வருத்தப்படுவேன் என அப்போது உணர்ந்தேன். எனது தந்தையும், என்னைத் திரும்பவும் கல்லூரிக்கு அனுப்புவதற்காக என்னிடம் போராடிக் கொண்டிருந்தார். நான் திரும்பவும் கல்லூரிக்குச் செல்ல ஆரம்பித்தேன். பிற்பாடு கொழும்பு பல்கலைக்கழக சட்டத் துறையிலும், மேலும் சில பல்கலைக் கழகங்களிலும் எனது மேற்படிப்பை பூர்த்தி செய்தேன்.

பட்டப்படிப்புக்களுக்காகப் படித்துக் கொண்டே, அரச நிறுவனமொன்றில் தொழிலொன்றையும் செய்துகொண்டு, சர்ச்சைக்குரியதாக சிலர் கருதும் கருப்பொருள்களில் திரைக்கதைகளையும், மேடை நாடகங்களையும் எழுதியவாறு இரட்டை வாழ்க்கை வாழ்ந்து வந்தேன். இதன் பின்னணியில் திரைப்பட இயக்குனராக ஆனது, தானாகவே நிகழ்ந்தது. ஒரு கட்டத்தில் திரைப்படத் துறைக்கு மீண்டும் செல்ல மிகவும் விரும்பினேன். திரைப்படம் வழியாக ஒரேயொரு கதையைக் கூற வேண்டும். உணர்வு ரீதியான ஒரேயொரு படத்தையாவது இயக்க வேண்டும். இதுவரையில் இலங்கையில் யாருமே எடுக்கத் துணியாத ஒரு திரைப்படத்தை எடுக்க வேண்டும். அதுதான் நோக்கமாக இருந்தது. அதைத்தான் எடுத்தேன். அதுதான் Frangipani.

கேள்வி: 'Frangipani' அனைத்து வகையிலும் காதலை விவரிக்கிறது. இந்தக் கதை எவ்வாறு உங்களுக்குத் தோன்றியது? திரைக்கதையை எழுதி முடிக்க எவ்வளவு காலம் எடுத்துக் கொண்டீர்கள்? திரைப்படமாக எடுத்து முடிக்கும்வரை யார் உதவினார்கள்?

இயக்குனர் விஸாகேச சந்திரசேகரம் : ஆமாம். 'காதலிப்பதற்கான உரிமை' பற்றிய கதையாகவே நான் 'Frangipani' திரைப்படத்தை முன்வைக்கிறேன். உண்மையில் ஓரினக் காதலைப்

பற்றிய இந்தப் படைப்பு, எனது முதல் படைப்பல்ல. 2003 ஆம் ஆண்டு 'Katu Yahana (முள் மெத்தை)' எனும் மேடை நாடகத்தை சிங்கள மொழியில் அரங்கேற்றியிருக்கிறேன். ஓரினக் காதல் உணர்வு பற்றிய பாடல்களும், கதாபாத்திரங்களும் அதில் இருந்தன. மேடை நாடகம் என்பதனால் அதன் ஆயுட்காலம் மிகவும் குறைந்தளவே இருந்தது. பத்து வருடங்களின் பின்னர், ஒரு வருட கால விடுமுறையில், 2013 ஆம் ஆண்டு நான் மீண்டும் இலங்கைக்கு வந்த போது இலங்கையின் கலைத்துறையில் ஓரின உணர்வாளர்களுக்கான இடம் 'Katu Yahana (முள் மெத்தை)'யைத் தாண்டி வளர்ந்திருக்கவில்லை என்பதைக் கண்டு கொண்டேன். இதுதான் எனது கதையைக் கூற சரியான தருணம் என்பதை உணர்ந்தேன்.

நான் எழுதிய திரைக்கதையின் பல வடிவங்களையும் எனது சகாக்கள், நண்பர்கள், எனது குடும்பத்தினர் (எனது சகோதரிகள் இருவர்) என பலரிடமும் காட்டி, இறுதி வடிவத்தைப் பூரணப்படுத்த எனக்கு பன்னிரண்டு மாதங்கள் எடுத்தன. ஒரு திரைப்படக் குழுவினை நிர்மாணித்தேன். என்னையும், பூமி ஹரேந்திரனையும் தவிர்த்து

திரைப்படக் குழுவிலிருந்த ஏனைய உறுப்பினர்களோ, நடிகர்களோ எவரும் ஓரின உணர்வாளர்களாகவோ, LGBT வாழ்வில் பரிச்சயம் உள்ளவர்களாகவோ இருக்கவில்லை. என்றபோதும் அவர்கள் அனைவருமே மிக நேர்மையாக இந்தத் திரைப்படத்தை தொடர்ந்தும் முன்னெடுத்துச் செல்ல பெரிதும் உதவினார்கள்.

சமூகத்தில் ஒடுக்கப்படுபவர்களது காதலையும், சம உரிமையையும், ஜனநாயக ரீதியில் மீட்டுக் கொடுக்கும் கலந்துரையாடலை முன்வைக்கும் ஒரு அரசியல் கருவியாக இத் திரைப்படம் அமையும் என்பதில் அனைவருமே மிகுந்த நம்பிக்கை கொண்டிருந்தார்கள். நான் சேமித்து வைத்திருந்த மிகக் குறைவான பணமே கையிருப்பிலும் இருந்தது. திரைப்படக் குழுவினரதும், நடிகர்களதும் மகத்தான ஆதரவோடு அந்தப் பணத்தில்தான் இந்தத் திரைப்படத்தை எடுத்து முடித்தேன்.

கேள்வி: இதுபோன்ற திரைப்படங்களில் பலரும் நடிக்கத் தயங்குவர். சர்ச்சைக்குரிய காட்சிகள் இருப்பதால் படப்பிடிப்புத் தளங்களைப் பெற்றுக் கொள்வதுவும் சிரமம் அல்லவா?

இயக்குனர் விஸாகேச சந்திரசேகரம் : திரைப்படத்தின் பிரதான கதாபாத்திரங்களான இரண்டு இளைஞர்களையும், கதாநாயகியாக ஒரு இளம்பெண்ணையும் தேடிக் கண்டுபிடிக்க மிகவும் பாடுபட வேண்டியிருந்தது. பல நடிகர்கள் திரைக்கதையைப் படித்துவிட்டு நடிக்க ஆரம்பத்தில் சம்மதித்த போதிலும், பல இடங்களிலிருந்தும் வந்த அழுத்தங்களின் காரணமாக இறுதியில் என்னைக் கை விட்டுவிட்டனர். அவர்கள் சமூகத்தில் தமக்கிருக்கும் நற்பெயர் கெட்டுவிடுமெனப் பயந்திருக்கக் கூடும். இந் நிலையில்தான் அந்த அதிசயம் நிகழ்ந்தது.

தற்செயலாக நான் ஜெஹானையும், தஸுனையும் சந்திக்க நேர்ந்தது. அவர்களிடம் திரைக்கதையைக் காண்பித்தபோது, மிகுந்த

விருப்பத்தோடு இக் கதாபாத்திரங்களில் நடிக்க ஏற்றுக் கொண்டனர். தமது நற்பெயருக்கு களங்கம் ஏற்படும் வாய்ப்புக்கள் இருந்தும், இலங்கை திரைப்படத் துறை வரலாற்றில் பெரிதும் மாற்றத்தை ஏற்படுத்தப் போகும் ஒரு திரைப்படத்தில் தமது பங்களிப்பும் இருக்கப் போகிறது என்ற ஆர்வத்தோடு நடிக்க சம்மதித்தார்கள். அப்போது வரையில் அவர்களது முதல் திரைப்படங்கள் எவையும் திரையிடப்பட்டிருக்கவில்லை. அவ்வாறே கதாநாயகி யஷோதா திறமைமிக்கவர். அவரைக் கண்டெடுக்க முடிந்ததில் இன்றும் மகிழ்ச்சியடைகிறேன். இலங்கையில், களுத்துறை மாவட்டத்தில் அமைந்துள்ள எனது தாயின் வீட்டையே பிரதான படப்பிடிப்புத் தளமாகத் தேர்ந்தெடுத்தேன். சில காட்சிகள் கொழும்பில் படமாக்கப்பட்டன. ஆண் காதலர்கள் இருவரும் முத்தமிட்டுக் கொள்ளும் அந்த சர்ச்சைக்குரிய காட்சி எனது வீட்டிலேயே படமாக்கப்பட்டது.

கேள்வி : உங்கள் முதல் திரைப்படமே LGBT நபர்களைப் பற்றியது. உங்கள் குடும்பத்தினரும், உறவினர்களும், நீங்கள் பழகும் சமூக மக்களும் இதனை எவ்வாறு ஏற்றுக் கொண்டார்கள்?

இயக்குனர் விஸாகேச சந்திரசேகரம்: நான் முன்பே சொன்னதுபோல, இந்த விடயத்தில் குடும்பத்தவரின் ஆதரவு எனக்கு எப்போதும் இருந்தது. படப்பிடிப்புக்காக எனது தாயின் வீடு

கிடைத்தது. திரைக்கதை வடிவமைப்பில் எனது இரு சகோதரிகளும் உதவினர். எனது தோழி குமுது, ஒரு வருட காலமாக உள்நாட்டு திரைப்பட விநியோகஸ்தர்கள் பலரையும் சந்தித்து எனது திரைப்படத்தை இலங்கையில் திரையிட பாடுபட்டுக் கொண்டிருந்தார். எனது நடிகர்களுக்கும், திரைப்படக் குழுவினருக்கும் மிகச் சொற்பமான பணத் தொகையையே ஊதியமாகக் கொடுக்க முடிந்தது. என்ற போதும், அவர்கள் அனைவருமே திரைக்கதையை வாசித்த காலம்தொட்டு, பெரிய திரையில் திரைப்படம் வெளியாகும்வரை, சிறுபான்மையினரின் உரிமைகளுக்காகக் குரல்கொடுக்கும் எனது அரசியல் எண்ணக் கருவுக்கு ஆதரவளித்தபடி கூடவே இருந்தார்கள்.

இங்கே நான் ஒன்றை வலியுறுத்திக் கூற விரும்புகிறேன். 'நீங்கள் உங்கள் இலக்குகளைக் குறித்து நேர்மையாக இருந்தால், உங்களுக்கு உதவக்கூடியவர்கள் உங்களுக்கு உதவுவார்கள்'. அவ்வாறுதான் நாங்கள் இந்தத் திரைப்படத்தை இந்தளவு தூரத்துக்கு எடுத்து வந்திருக்கிறோம். இந்தத் திரைப்படம் முந்தைய அரசாங்கத்தினால் தடை செய்யப்படக் கூடும் என ஆரம்பத்தில் எதிர்பார்த்திருந்தேன். அப்படி நிகழ்ந்தால் YouTube இல்தான் பதிவேற்ற வேண்டும் என கருதியிருந்தேன். எனது எதிர்பார்ப்புக்களை மீறி பெரிய திரையிலே வெற்றிகரமான ஒரு திரைப்படமாக இது ஆகியிருக்கிறது. நம்பிக்கை வைத்து எனக்கு ஆதரவளித்த அனைவரையும் நன்றியோடு நினைவுகூர்கிறேன்.

கேள்வி: சமூகத்தில் ஒடுக்கப்பட்டவர்களுக்காக திரைப்படம் மூலமாக குரலெழுப்பியிருக்கிறீர்கள். எவ்விதமான சிக்கல்களை எதிர்கொள்ள நேர்ந்தது?

இயக்குனர் விஸாகேச சந்திரசேகரம் : திரைப்பட உருவாக்கத்தின்போது பல சிக்கல்களைச் சந்திக்க நேர்ந்தது. திரைப்படம் பூர்த்தியானதும், அதனை வெளியிட வினியோகஸ்தரைத் தேடுவதும், திரையரங்குகளைப் பெற்றுக் கொள்வதுவும் கூட சிரமமாகவே இருந்தது. ஆனால் தனிப்பட்ட முறையில் என்மீது எவ்வித தொந்தரவோ, பாகுபாடோ நிகழ்த்தப்படவில்லை. பலரும், நான் வெளிப்படையாக இருப்பதற்காகவும், எனது இலக்கில் நேர்மையாக இருப்பதற்காகவும் வெகுவாகப் பாராட்டினார்கள்.

இலங்கையில் ஒரு வழக்கறிஞர். அத்தோடு அதிகமாக வெளிநாட்டிலேயே வசிக்கிறேன். இந்தத் தொழில்ரீதியான பாதுகாப்பு என்னைச் சூழ்ந்திருப்பதால், LGBT உரிமைகளை எதிர்க்கும் நபர்களிடமிருந்தான தாக்குதல்கள் என் மீது நிகழ்த்தப்படவில்லை. என்றபோதிலும் LGBT சமூகத்தைச் சேர்ந்த ஏனைய உறுப்பினர்கள், அதிலும் குறிப்பாக ஏழைகளும், கல்வியறிவு குறைவானவர்களும் சமூகத்தில் அதிக அபாயங்களை எதிர்கொள்ள நேர்கிறது. செல்வந்த உறுப்பினர்கள் அவர்களது 'கலாசார குடும்ப நற்பெயரை'க் காப்பாற்ற நிர்ப்பந்திக்கப்படுகிறார்கள். கல்வி கற்று உயர் நிலையிலிருக்கும் உறுப்பினர்களை, LGBT அடையாளமானது அவர்களது அந்தஸ்தைச் சீர்குலைக்கும் என்ற கட்டுப்பாடு சூழ்ந்திருக்கிறது.

கேள்வி : இவ்வளவு சிரமத்துக்கு மத்தியில் நீங்கள் எடுத்த திரைப்படமானது, சர்வதேச திரைப்பட விழாக்களில் உங்கள் முன்னால் திரையிடப்படும்போது அதனை எவ்வாறு உணர்கிறீர்கள்?

இயக்குனர் விஸாகேச சந்திரசேகரம்: சர்வதேச திரைப்பட விழாக்களில் பங்குகொள்ள அழைப்பிதழ்கள் வந்தபோதும், முழு நேரப் பணியில் இருப்பதால் அவற்றில் பலவற்றிலும் என்னால் பங்குகொள்ள இயலவில்லை. சர்வதேசத்தில் மிகச் சிறந்த திரைப்பட விழாக்களில் ஒன்றான 'London BFI Flare Film Festival' இல் எனது

திரைப்படம் திரையிடப்பட்ட சமயத்திலும், Rio International LGBT Film Festival இல் 'சிறந்த சர்வதேச சிறப்புத் திரைப்பட விருது' எனது Frangipani திரைப்படத்துக்கு வழங்கப்பட்ட சமயத்திலும் என்னால் கலந்துகொள்ள முடியாமல் போய்விட்டது. பின்னர் எனது திரைப்படம் திரையிடப்பட்ட Hong Kong LGBT Film Festival, Sydney Mardi Gras Film Festival, Melbourne International Queer Film Festivals ஆகிய திரைப்பட விழாக்களில் கலந்துகொண்டேன். இலங்கையில், கொழும்பு சர்வதேச திரைப்பட விழாவில் ரீகல் திரையரங்கில் முதன்முறையாக எனது திரைப்படம் திரையிடப்பட்ட போது மிகவும் சிறப்பாக உணர்ந்தேன். சரசவிய திரைப்பட விழாவில் Dr.Lester James Peries Award இனை எனது திரைப்படத்துக்காகப் பெற்றுக் கொண்டது மிகவும் சிறந்த அனுபவமாக இருந்தது.

தொடர்ச்சியான உரையாடல் இத் திரைப்படத்தில் பிரதான கதாபாத்திரங்களில் நடித்த நடிகர்களுடன் நிகழ்கிறது. பொதுவாக சமூகத்தில் மறைக்கப்பட்ட பக்கங்களிலிருக்கும் மனித உறவுகளை சமூகத்தின் மத்திக்குக் கொண்டு வந்து அதை உலகிற்கு உரக்கக் கூறும் இத் திரைப்பட முயற்சியில் தயங்காது தமது பங்களிப்பை

வழங்கியிருக்கும் பிரதானமான அந்த மூன்று நடிகர்கள் ஜெஹான் ஸ்ரீகாந்த், தஸுன் பதிரண மற்றும் யஷோதா ரஸந்துனி.

கேள்வி: இயக்குனரின் இந்தத் திரைப்படத்தின் திரைக்கதை பல முன்னணி நடிகர், நடிகைகளிடமும் சென்று அவர்கள் ஏற்றுக் கொள்ளாது புறக்கணித்த கதையாக இருந்தது. பல நடிகர்களும் புறந்தள்ளிய கதாபாத்திரங்களும் அதிலிருந்தன. அந்த இடத்திலிருந்து நமது உரையாடலை ஆரம்பிப்போம்.

ஜெஹான்: மேடை நாடகங்களில் நடித்தவாறு, அந்த அனுபவங்களைக் கற்றவாறு இருந்த காலப்பகுதியில்தான் நான் இயக்குனர் விஸாகேசவை சந்திக்க நேர்ந்தது. மேடை நாடகங்களில் பல வித கதாபாத்திரங்களையும் பரிசீலித்துப் பார்த்துக் கொண்டிருந்தேன். அந்த அனுபவங்களை ஒடுக்கப்பட்ட மனிதர்களுக்காகப் பயன்படுத்தும் வாய்ப்பு வந்தது. இக் கதாபாத்திரத்தை நான் சிறப்பாக மக்களிடம் கொண்டு செல்வேன் என்ற நம்பிக்கை விஸாகேசவிடம் தோன்றியிருக்கக் கூடும். அதனால் திரைக்கதையை என்னிடம் ஒப்படைத்தார். ஏற்றுக் கொண்டேன்.

தஸுன்: விஸாகேச அண்ணனுக்கு பிரதான நடிகர்களைத் தேர்ந்தெடுப்பதில் மிகுந்த சிரமம் இருந்தது. சினிமாத் துறையில் பரவியிருந்த காதலன், வீரன் கதாபாத்திரங்களிடையே ஓரினக் காதல் உணர்வுகளைப் பிரதிபலிக்கும் இவ்வாறான கதாபாத்திரங்களில் நடித்தால் தமது நற்பெயருக்கு களங்கம் ஏற்பட்டு விடும் என பலரும் பயந்தார்கள். என்னிடம் இந்த வாய்ப்பு வந்தபோது பலரும் என்னை இதில் நடிக்க வேண்டாம் என அறிவுறுத்தினார்கள். திரைக்கதையை வாசித்துப் பார்த்ததும் இந்த வாய்ப்பை உடனே ஏற்றுக் கொண்டேன்.

யஷோதா: நானும் மேடை நாடகங்களில் நடித்துக் கொண்டிருப்பவள். இயக்குனர் விஸாகேச சந்திரசேகரம் தனது திரைப்படத்துக்கு இள வயதுடைய ஒரு கதாநாயகியைத் தேடுகிறார் என்று கேள்விப்பட்டதும் எனதும், இன்னும் சில இளம்

நடிகைகளினதும் பெயர்களை அவரிடம் அவரது தோழி சிபாரிசு செய்திருந்தார். அந்தக் கதை எம்மிடம் சொல்லப்பட்டதும், இந்தக் கதாபாத்திரத்தை ஏற்று நடிக்க எல்லோருமே ஆர்வமாக இருந்தோம். அவர்களுள் நான் இந்தக் கதாபாத்திரத்துக்கு மிகவும் பொருத்தமாக இருப்பேன் என்று இயக்குனர் என்னைத் தேர்ந்தெடுத்தார்.

கேள்வி: ஓரினக் காதலர்கள் எனும் இக் கதாபாத்திரங்களை ஏற்று நடித்தது பெரும் சவாலாக அமைந்திருக்கும் இல்லையா?

ஜெஹான் : ஒரு கலைஞனாக ஆகும் முன்பு, நான் ஒரு சாதாரண பொதுமகன். சக மனிதர்களுக்காகப் பயன்படுத்த வேண்டியே இந்த வாழ்க்கையில் எனக்கு இறைவனால் திறமைகள் வழங்கப்பட்டிருக்கின்றன என்றே எப்போதும் கருதுகிறேன். நாங்கள் எமது வாழ்க்கையை அனுபவித்து வாழ்வதைப் போலவே, ஓரின உணர்வாளர்கள் அவர்களது வாழ்க்கையை அனுபவித்து வாழ்வதைத் தடுக்க யாருக்கும் உரிமையில்லை அல்லவா? அவர்கள் நேர்மையாக தமக்குத் தேவையானவற்றுக்காக முன் நிற்கிறார்கள். ஒரு நடிகனாக, அவர்களுக்காக இக் கதாபாத்திரத்தில் நடித்ததை பெரும் சவாலாக நான் உணரவில்லை.

தஸுன் : அந்தக் கதாபாத்திரம் எனக்கு சவாலாக அமையுமா இல்லையா என்பதைப் பற்றி நான் கவலைப்படவேயில்லை. நான் ஒரு நடிகன். ஒரு நடிகனாக திரையில் நான் ஒரு கொலையைச் செய்தால் 'நீ நிஜமாகவே கொலை செய்தாயா?' என யாரும் கேட்பதில்லையே. அவ்வாறாக இதுவும் இன்னுமொரு கதாபாத்திரம். ஒரு நடிகனாக, அக் கதாபாத்திரத்தில் நடித்தேன். அவ்வளவுதான்.

யஷோதா : எனக்கு புதியதொரு சமூகத்துடன் பழகும் வாய்ப்பும், நல்லதொரு திரைப்படக் குழுவினருடன் இணைந்து பணிபுரியும் வாய்ப்பும் இத் திரைப்படத்தின் மூலம் கிடைத்தது. சமூகத்தில் மறைந்திருக்கும், மனிதர்களுக்கு அத்தியாவசியமான விடயங்களைக்

குறித்துப் பேசும் இத் திரைப்படத்தில் நடித்தமைக்காக இன்று பலவித விமர்சனங்களையும் எதிர்கொள்ள நேர்கிறது. அநேகமானவர்கள் திரைப்படத்தைப் பார்க்காமலேயே விமர்சனங்களை முன்வைக்கும்போது அவர்களிடம் 'முதலில் போய் படத்தைப் பாருங்கள். பிறகு விமர்சியுங்கள்' எனக் கூற வேண்டியிருக்கிறது.

கேள்வி : இந்தக் கதாபாத்திரங்களில் நீங்கள் சிறப்பாக நடித்திருக்கிறீர்கள் என்று நினைக்கிறீர்களா?

ஜெஹான் : திரைப்படத்தை மீண்டும் மீண்டும் பார்க்கும்போது இன்னும் சில விடயங்களை நான் செய்திருக்கலாமே என்று தோன்றுகிறது. எனினும் மூவருக்கும் முதல் திரைப்படம் என்றபோதும் நாங்கள் மூவரும் இணைந்து இத் திரைப்படத்தில் நன்றாகவே நடித்திருக்கிறோம் என்பது எனது தனிப்பட்ட கருத்து. அந்த விடயத்தில் நான் திருப்தியாகவே இருக்கிறேன்.

தஸுன் : பதிலளிக்கச் சிரமமான கேள்வியைக் கேட்டிருக்கிறீர்கள். நடிகர்கள் எனும் போது, நான் நடித்த திரைப்படங்களைத் திரும்பத் திரும்பப் பார்க்கும் ஒவ்வொரு தடவையும் எனக்கு எனது குறைகளே தென்படுகின்றன. கலைஞர்கள் அப்படித்தான் இல்லையா? திரைப்படத்துக்குக் கிடைக்கும் விமர்சனங்களை வைத்துத்தான் எமது நடிப்பை மதிப்பிடுகிறோம்.

யஷோதா : இது எனது முதல் திரைப்படம். எனவே திரைப்படத்தில் நடிக்கும்போது இயக்குனர் என் மீது கூடுதல் கவனம் செலுத்தி நடிப்பை வெளிப்படுத்த வைத்தார். நானும் வெகுவாகப் பாடுபட்டேன். அந்தக் கதாபாத்திரத்தை அப்படியே உள்வாங்கிக் கொள்ள பெரிதும் முயற்சித்திருக்கிறேன். ஜெஹானும், தஸுனும் இவ் விடயத்தில் பெரிதும் உதவினார்கள். பலரும் தேடி வந்து பாராட்டும்போது சிறப்பாகத்தான் நடித்திருக்கிறோம் என்று தோன்றுகிறது.

கேள்வி : ஆணும், பெண்ணும் காதலிப்பதை ஏற்றுக் கொண்டுள்ள இச் சமூகத்தில், இத் திரைப்படத்தில் காட்டப்பட்டுள்ளது போன்ற ஓரினக் காதல் உறவுகளும் பரந்திருக்கின்றன. அதனை ஏற்றுக் கொள்கிறீர்களா?

ஜெஹான் : ஆமாம். அதனை நான் சர்ச்சைக்குரிய ஒன்றாகக் கருதவில்லை. எனக்கு இரண்டு மகள்கள் இருக்கிறார்கள். அவர்கள் எதிர்காலத்தில் தமது துணையாக யாரைத் தேர்ந்தெடுப்பார்கள் என்பது எனக்குத் தெரியாது. அவர்களது வாழ்க்கையில் குறுக்கிட எனக்கு உரிமையும் கிடையாது. வெகு காலத்துக்கு முன்னர் எமது நாட்டில் விதிக்கப்பட்ட வெள்ளையர்களின் சட்டங்களுக்கிணங்கவே இப்போதும் எமது நாட்டில் ஓரினக் காதல் உறவுகள் தடை செய்யப்பட்டிருக்கின்றன. ஆனால் பாருங்கள். எமது நாட்டில் சட்டங்களை வகுத்த வெள்ளையர்கள், அவர்களது நாட்டில் சிறப்பாக முன்னேறிக் கொண்டிருக்கிறார்கள். அங்கு ஓரின உறவு தடை செய்யப்படவில்லை. இங்கு நமது சமூகத்தில் வெள்ளையர்களின் சட்டங்களின் முன்னால் இன்னும் நாம மண்டியிட்டுக் கொண்டிருக்கிறோம்.

தஸுன் : LGBT உறுப்பினர்களும் எம்மைப் போன்ற மனிதர்கள்தானே. எமக்கு பெண்களிடத்தில் உணர்வுகள் தோன்றுவதைப் போன்று அவர்களுக்கு அவர்களுக்குப் பிடித்தமானவர்களிடத்தில் தோன்றுகின்றன. அந்த உணர்வுகளைக் கொண்டே சிலர் அவர்களைப் பரிகசிக்கிறார்கள். இலங்கையில் அந்த உணர்வுகள் விசித்திரமாகத் தோன்றக் கூடும். ஐரோப்பிய நாடுகளில் இந்த விடயம் வெகு இயல்பானது.

யஷோதா : இதை மிக இயல்பான விடயமாகவே நான் கருதுகிறேன். ஆண், ஆணைக் காதலிப்பதுவும், பெண், பெண்ணைக் காதலிப்பதுவும் அவர்களது ஹோர்மோன் உருவாக்கும் உணர்வுகளின் அடிப்படையிலான விடயம். அதன் ஒவ்வொரு

அணுக்களிலும் இருப்பது நேசம். எனவே எனக்கு இதில் வித்தியாசமாக எதுவும் தோன்றவில்லை.

கேள்வி : இத் திரைப்படம் வெளியானதன் பின்னர், இலங்கையின் சட்ட திட்டங்களில், LGBT உறவுகளை ஏற்றுக் கொள்ள வேண்டுமென்றும், அவர்களுக்குச் சார்பானதாக சட்ட திட்டங்கள் மாற்றப்பட வேண்டும் என்றும் பாராளுமன்றத்தில் முன்மொழியப்பட்டிருக்கிறது. அதை எவ்வாறு கருதுகிறீர்கள்?

ஜெஹான் : அது மிகவும் நல்ல விடயம். நாங்கள் அவ்வாறான மாற்றமொன்றுக்காகத்தானே ஒன்றிணைந்திருக்கிறோம். எப்போதுமே அவ்வாறான மனிதர்களை சமூகத்திலிருந்து ஒதுக்கி வைத்து, அவர்களை சட்டத்தின் முன் நிறுத்தி மக்கள் விளையாடுவது அவர்களது உணர்வுகளோடுதான் இல்லையா? மக்கள் ஒன்றை உணர வேண்டும். இது அவர்களின் மானசீக வியாதியோ, வேறேதும் நோயோ அல்ல. இது மிகவும் இயல்பானது. இது நடக்கக் கூடாதது, அசாதாரணமானது என்ற கருத்தை மக்கள் தாமாகவே உருவாக்கிக் கொண்டிருக்கிறார்கள்.

ஸுன் : நானும் அதனை வரவேற்கிறேன். நிச்சயமாக இலங்கை சட்டத்தில் இவ்வாறான மாற்றங்களைக் கொண்டு வர வேண்டும். பாலியல் வேறுபாடுகளை ஏற்றுக் கொள்ள வேண்டும்.

யஷோதா : அந்த நடவடிக்கை எனக்கும் பிடித்திருக்கிறது. எனினும், இலங்கையில் சட்டத்தில் அனுமதிக்கப்பட்டுள்ள போதும், ஆணும், பெண்ணுமே சுதந்திரமாகக் காதலிக்க அனுமதியில்லை, அவர்கள் விசாரணைக்கு உட்படுத்தப்படுகிறார்கள் எனும்போது, ஓரின ஆதரவாளர்களுக்கு இந்தச் சட்டம் எந்தளவு பயனளிக்கும் என எனக்குக் கூறத் தெரியவில்லை.

கேள்வி: பல எதிர்ப்புகளையும், விமர்சனங்களையும் தாங்கியவாறு நீங்கள் நடித்த இந்தத் திரைப்படம் சர்வதேச திரைப்பட விழாக்களில் சிறந்த வரவேற்பைப் பெறும்போது, விருதுகளுக்கு

பரிந்துரைக்கப்படும்போது ஒரு கலைஞராக அதனை எவ்வாறு உணர்கிறீர்கள்? 'The Indie' சர்வதேச திரைப்பட விழாவில் அந்த வருடத்துக்கான சிறந்த நடிகருக்கான விருது தஸுனுக்கும், சிறந்த நடிகைக்கான விருது யஷோதாவுக்கும் கிடைத்தன அல்லவா? அதனைப் பெற்றுக் கொள்ளும்போது உங்கள் உணர்வு எவ்வாறாக இருந்தது?

ஜெஹான் : நான் கதாநாயகனாக நடித்த முதல் திரைப்படமே சர்வதேச திரைப்பட விழாக்களில் திரையிடப்படும்போது, விருதுகளை வெல்லும்போது எனக்கு மிகவும் மகிழ்ச்சியாக இருக்கிறது. ஒடுக்கப்பட்டுள்ள சிறுபான்மையினருக்காக எனது பங்களிப்பை நல்ல விதமாக ஆற்ற முடிந்ததில் அதை விடவும் மகிழ்ச்சியாக உணர்கிறேன். பொதுமக்களால் ஒதுக்கி வைக்கப்பட்டுள்ள இன்னுமொரு தரப்பு மனிதர்களுக்காக என்னால் முன்வர முடிந்தமை குறித்து எப்போதும் மகிழ்ச்சியாக உணர்கிறேன். இந்தத் திரைப்படத்துக்கு விருதுகள் கிடைப்பதுவும், அதன் மூலம் இந்த மக்களின் பிரச்சினை பலர் மத்தியில் கொண்டு செல்லப்படுவதுவும் மிகுந்த உவகையை அளிக்கிறது.

தஸுன் : Frangipani திரையிடப்படும்போது, அது எனது நான்காவது திரைப்படமாக அமைந்தது. நான் நடித்த ஒரு திரைப்படம் சர்வதேச திரைப்பட விழாக்களில் பங்குகொண்டு பாராட்டுக்களைப் பெறும்போது அது எனக்கு மிகுந்த மகிழ்ச்சியைத் தரும் விடயமாக எப்போதும் அமையும். Frangipani ஐ பொறுத்தவரையில், நானே முதன்முதலில் இந்தத் திரைப்படத்தைப் பார்த்தது ஒரு சர்வதேச திரைப்பட விழாவில்தான். ஒரு நடிகருக்கு, ஒரு கலைஞருக்கு கிடைக்கக் கூடிய பெரிய வரவேற்பு அது. எனக்கு மிகுந்த மகிழ்ச்சியைத் தந்தது அது.

எனக்கு சிறந்த நடிகருக்கான விருது வழங்கப்பட்ட சர்வதேச திரைப்பட விழாவுக்கு அன்று என்னால் சமூகமளிக்க முடியாமல் போனது. எனினும், விருதினை எனக்கு அனுப்பி வைத்திருந்தார்கள்.

விருதுகள் எனும்போது, பொதுவாக கலையில், நடிப்பில் எமது பங்களிப்பை சிறப்பாக நாம் வழங்கினோம் என்றால் நிச்சயம் அவை எமக்குக் கிடைக்கும். அந்த வகையில் நானும் சிறப்பாகப் பங்களித்திருக்கிறேன் என்பது உறுதிப்படுத்தப்பட்டதில் மகிழ்ச்சி.

யஷோதா : மிகவும் மகிழ்ச்சியாக உணர்ந்தேன். எனது முதலாவது திரைப்படத்திலேயே சிறந்த நடிகைக்கான சர்வதேச விருதினைப் பெற்றுக் கொண்ட போது மிகுந்த மகிழ்ச்சியை உணர்ந்தேன். எமது முயற்சியும், வருடக்கணக்கான போராட்டமும் கடைசியில் வெற்றியின் பாதையில் நம் அனைவரையும் இட்டுச் சென்றிருப்பதைக் குறித்து நிம்மதியாக உணர்ந்தேன்.

கேள்வி : திரைப்படத்துறைக்கு வர முன்பு மேடை நாடகங்களில் நடித்த அனுபவம் உங்கள் மூவருக்குமே இருக்கிறது. அந்த அனுபவம் இந்தத் திரைப்படத்தில் நடிக்க எவ்வாறு உதவியது? இத் திரைப்படத்தில் நடித்துக் கொண்டிருக்கும்போது, 'இந்தக் கதாபாத்திரத்தைத் தேர்ந்தெடுக்காது இருந்திருக்கலாம்' என எக் கணத்திலேனும் தோன்றியதுண்டா? உண்டெனில் அது எப்போது?

ஜெஹான் : உண்மையில் எனது ஊடகம் மேடை நாடகம்தான். அதிலிருந்துதான் எனக்கு நிறைய பயிற்சிகள், அனுபவங்கள் கிடைக்கின்றன. மேடை நாடகங்கள், திரைப்படங்கள் இரண்டுமே ஒன்றுக்கொன்று வேறுபடுகின்றன. காரணம், மேடை நாடகம் எனும்போது அதில் ஒவ்வொரு அசைவுக்கும் நிறைய பயிற்சிகள் தேவைப்படுகிறது. எமது நடிப்புத் திறமையை முழுமையாக, சிறிதும் அச்சமற்று வெளிப்படுத்த முடியுமான ஒரு களம்தான் மேடை எனப்படுவது. அதில் பார்வையாளர்களுடன் நேரடியானதும், நெருக்கமானதுமான தொடர்பிருக்கிறது. திரைப்படம் என வரும்போது மேடை நாடக அனுபவங்கள் மூலமாகக் கிடைக்கும் உத்வேகமும், உற்சாகமும் படப்பிடிப்பின்போது பெரிதும் உதவுகிறது. எனவேதான் இந்தத் திரைப்படத்தில் எவ்விதத் தயக்கமுமில்லாமல்

சம்பந்தப்பட்ட காட்சிகளில் என்னால் நடிக்க முடிந்தது.

நடித்துக் கொண்டிருக்கும்போது இக் கதாபாத்திரத்தைத் தேர்ந்தெடுக்காது இருந்திருக்கலாம் என ஒருபோதும் எனக்குத் தோன்றவில்லை. காரணம் எனது வாழ்க்கையை துணிவான செயற்பாடுகளுக்குள் தள்ளி பரிசீலித்துப் பார்க்கும் ஆர்வம் எனக்குள் எப்போதும் இருக்கிறது. நான் எப்போதும் யாருக்கும் பயந்ததில்லை. எனது முடிவுகளை நான்தான் எடுப்பேன். நான் ஒரு மனிதன், என்னுடன் இணைந்திருப்பவர்கள் சக மனிதர்கள் எனும் புள்ளியின் மீது கட்டியெழுப்பப்பட்டுள்ள நம்பிக்கையின் அடிப்படையிலேயே நான் வாழ்ந்து கொண்டிருக்கிறேன். எனவே எனது தீர்மானங்களைக் குறித்து பின்னர் ஒருபோதும் நான் வருந்தியதில்லை.

ஆனால், நான் இக் கதாபாத்திரத்தில் நடித்தது தவறு என வேறு சிலருக்குத் தோன்றிக் கொண்டேயிருக்கிறது. அந்த எண்ணம் எனக்குத் தோன்றவேயில்லை. தோன்றுவதற்கு எந்தக் காரணமும் இல்லை. சக மனிதர்களுக்காக, எனது கலையினூடாக அரசியல் பங்களிப்பை வழங்க வேண்டும் என்பதே எப்போதும் எனது இலக்காக இருக்கிறது.

தஸுன் : மேடை நாடகங்களில் நடித்த அனுபவம் இருந்தது. என்றபோதும், திரைப்படத்துக்கான திரைக்கதையினூடு பயணிக்கும்போது, இயக்குனர் விஸாகேச தான் நடிப்பை சிறப்பாக வழங்க வழிகாட்டினார். அவர் சிறந்த இயக்குனர்களில் ஒருவர். அந்தத் திரைக்கதை அதற்கு முன்பும் பல நடிகர்களிடமும் போய் வந்திருந்தது. அவர்கள் நடிக்க மறுத்த கதாபாத்திரமும், கதையும் என்னிடம் வந்தபோது எவ்வித தயக்கமுமில்லாது நான் அதனை ஏற்றுக் கொண்டேன்.

ஒரு நடிகன் என்றால் அனைத்துக் கதாபாத்திரங்களையும் ஏற்று நடிக்கத் தெரிந்திருக்க வேண்டும் இல்லையா? அதனால் நான் முந்திக்

கொண்டேன். படப்பிடிப்பின் போது ஒரு கணத்திலேனும் இக் கதாபாத்திரத்தை ஏற்றுக் கொண்டது குறித்து நான் வருத்தப்படவில்லை. காரணம் என் மீது எனக்கு நம்பிக்கையிருந்தது. இயக்குனர் விஸாகேச மீது எனக்கு நம்பிக்கையிருந்தது. அத்தோடு என்னுடன் நடித்த நடிகர்களது ஒத்துழைப்பும் சிறப்பாக அமைந்ததனால் வருந்த வேண்டிய அவசியமிருக்கவில்லை.

யஷோதா : மேடையில் தொடர்ச்சியாக நடிப்பதுவும், கேமராவின் முன்னால் பகுதி பகுதியாக நடிப்பதுவும் வேறு வேறானவை. எனக்கு மேடை நெருக்கமாக இருந்தது. கேமரா தொலைவாக இருந்தது. ஆரம்ப கால படப்பிடிப்பின்போது அது எனக்கு மிகவும் புதிய அனுபவமாக இருந்தது. எனக்கு புதியதொரு சமூகத்துடன் தொடர்பு கொள்ளக் கிடைத்தது. புதியதொரு குழுவினருடன் பணிபுரிய வாய்ப்பு கிடைத்தது. எனவே இந்தக் கதாபாத்திரத்தை ஏற்றுக் கொண்டமைக்காக எக் கட்டத்திலும் ஒருபோதும் நான் வருந்தவில்லை.

கேள்வி : இது ஜெஹானுக்கும், யஷோதாவுக்கும் முதல் திரைப்படம். தமது முதல் திரைப்படமே 'வயது வந்தவர்களுக்கு மட்டும்' என்ற முத்திரையோடு திரையிடப்படுவதை பொதுவாக இலங்கையிலுள்ள நடிகர், நடிகைகள் எவருமே விரும்ப மாட்டார்கள். நீங்கள் அதனை எவ்வாறு ஏற்றுக் கொண்டீர்கள்? வீட்டில் இதனைத் தெரிந்து கொண்டதும் குடும்பத்தினரதும், நண்பர்களதும் எதிர்வினை எவ்வாறிருந்தது?

ஜெஹான் : எனது முதலாவது திரைப்படமே, 'வயது வந்தவர்களுக்கு மட்டும்' என்ற முத்திரையோடு வெளிவந்தது ஒரு சிக்கலாக எனக்குத் தோன்றவில்லை. இலங்கையின் நடிகர், நடிகைகள் என்ற வரையறைக்குள் நான் அடங்குகிறேன் என்றபோதும், அவர்களது எண்ணக்கருக்களும், எனது எண்ணக் கருக்களும் வித்தியாசமானவை. நண்பர்கள் பலரும் என்னைப் பாராட்டினார்கள்.

வீட்டில் எனும்போது, நான் திருமணம் முடித்து, இரண்டு பெண் குழந்தைகளின் தந்தை. நான் எப்படிப்பட்டவன் என எனது மனைவிக்குத்தான் நன்கு தெரியும்.

இந்தத் திரைப்படத்தின் திரைக்கதையை இயக்குனர் விஸாகேச என்னிடம் தந்ததுமே, நான் அதனை எனது மனைவியிடம்தான் படிக்கக் கொடுத்தேன். அவர் அதனை வாசித்தார். வாசித்து விட்டு, 'நல்ல கதை.. நல்ல கதாபாத்திரம்.. நடிக்க ஒத்துக் கொள்ளுங்கள்' என்றார். சர்ச்சைக்குரிய விடயங்களாக பொதுமக்கள் கருதுபவை, அவருக்கு ஒரு பிரச்சினையாக இருக்கவில்லை. அதற்காகவும் அவரை பெரிதும் மதிக்கிறேன். எனக்கு நெருக்கமான எனது குடும்பத்தினரும், நண்பர்களும் என்னை நன்கு புரிந்து வைத்திருக்கிறார்கள் எனும்போது, இத் தீவிலிருக்கும் ஏனைய இரண்டு கோடி மக்களும் என்னைப் பற்றி என்ன நினைப்பார்கள் என்பது குறித்து நான் ஒருபோதும் கவலைப்படவில்லை.

தஸுன் : அது எனக்கு எவ்விதத்திலும் ஒரு சிக்கலாக அமையவில்லை. நான் ஒரு நடிகன். எனது கதாபாத்திரத்தை நன்கு அறிந்துதான் ஏற்றுக் கொண்டேன். அதனால் அவ்வாறான முத்திரைகளைக் குறித்து நான் ஒருபோதும் வருந்தவில்லை. குடும்பத்தினர் அனைவரும் இந்தத் திரைப்படத்தைப் பார்த்தார்கள். மகிழ்ச்சியோடு தமது வாழ்த்துக்களை என்னிடம் தெரிவித்தார்கள். நண்பர்களும் பாராட்டினார்கள். அதைத் தாண்டி வேறென்ன வேண்டும்?

யஷோதா : எனது குடும்பத்தினரும், கலையை வெகுவாக ஆதரிப்பவர்கள். வித்தியாசமான தலைப்புக்களில் என்னுடன் கலை சம்பந்தமாக உரையாடுபவர்கள். எனவே இந்தத் திரைப்படம் அவ்வாறான முத்திரையிட்டு வெளிவந்ததில், எனக்கோ, எனது குடும்பத்தினருக்கோ எவ்வித சிக்கலும் இருக்கவில்லை.

கேள்வி : இலங்கையில் LGBT நபர்களது உரிமைகளுக்காக திரைப்படக் கலை மூலம் குரல் கொடுப்பது என்பது சாதாரண விடயமொன்றல்ல. ஒரு கலைஞராக அந்த சவாலை ஏற்றுக் கொண்டு, மிக உயர்ந்த மட்டத்தில் நீங்கள் அந்த நபர்களது வாழ்க்கையை திரையில் வாழ்ந்து காட்டி, அவர்களது நேசத்தை உலகத்துக்கு எடுத்துக் காட்டியிருக்கிறீர்கள். இந்தத் திரைப்படம் திரையிடப்பட்டதன் பிறகு ஂஂஎஆகூ நபர்களை சந்தித்தீர்களா? இத் திரைப்படம் குறித்து, உங்கள் கதாபாத்திரம் குறித்து, நடிப்பினைக் குறித்து அவர்களது கருத்து எவ்வாறு இருந்தது?

ஜெஹான் : இத் திரைப்படத்துக்குப் பிறகு அநேகமான LGBT உறுப்பினர்கள் என்னை வந்து சந்திக்கிறார்கள். அவர்களது விருந்து வைபவங்களுக்கு என்னை அழைக்கிறார்கள். அவர்களது நிகழ்ச்சிகளுக்கு என்னை அழைக்கிறார்கள். நானும் கலந்து கொள்கிறேன். திரையில் தம்மைப் பிரதிபலித்ததாகக் கூறி அவர்கள் என்னை அவ் வைபவங்களில் கௌரவிக்கிறார்கள். சர்வதேசத் திரைப்பட விழாக்களில் இத் திரைப்படத்தைப் பார்க்கும் பலரும் வெளிநாடுகளிலிருந்தும் என்னைத் தொலைபேசியில் தொடர்பு கொள்கிறார்கள். அவர்களுக்கு ஒரு நெருக்கமான உறவாக, நெருங்கிய நண்பனாக நான் ஆகியிருக்கிறேன்.

எல்லா நடிகர்களுக்கும் ரசிகர்களுடனான அந்த நெருக்கம் வாய்ப்பதில்லை. நிஜ வாழ்க்கையில், தமது நெருங்கிய நண்பனாகவோ, உறவாகவோ ஒரு நடிகனை ஆக்கிக் கொள்ள பலரும் முன்வருவதில்லை. ஆனால் LGBT உறவுகள் என்னை நெருங்கிய பிணைப்பாகக் கருதுகின்றனர். அந்தப் புரிந்துணர்வு மிகவும் சிறப்பாக இருக்கிறது. நான் அவர்களை எப்போதும் நேசிக்கிறேன். அந்த அன்புக்காகவே நான் அந்தக் கதாபாத்திரத்தை ஏற்று நடித்தேன். LGBT சமூகத்தவரின் நிலைப்பாடு, புற சமூகத்தில் சிறப்பானதாக இல்லை. அதற்காகத்தான் நான் போராடுகிறேன்.

LGBT சமூகத்தினரது நிகழ்ச்சிகளுக்குச் செல்ல வேண்டாம் என சக நடிகர்கள் பலரும் பல தடவைகள் என்னை எச்சரித்திருக்கிறார்கள். அந்தளவு மோசமானவர்களாகத்தான் அந்த சமூகத்தினரை மக்களும், சமூகத்தில் உயர் மட்டத்தில் இருப்பவர்களும் கூட, பார்க்கிறார்கள். அவ்வாறான நிகழ்ச்சிகளில் பங்குகொண்டதனால் அந்த முத்திரையை என் மீதும் குத்திவிடப் பார்த்திருக்கும் பலரும் இருக்கிறார்கள். அது என்னை ஒருபோதும் பாதிக்கவில்லை. நான் அவர்களை மிகவும் நேசிக்கிறேன் என்பதுவும், அவர்களது நிகழ்ச்சிகளில் நான் தயங்காமல் பங்குபற்றுகிறேன் என்பதுவும் வெளிப்படையானது.

தஸுன் : நான் கொழும்பு நகரத்தில் வளர்ந்தவன் என்பதனால் LGBT நபர்களை பல கட்டத்திலும் சந்தித்த அனுபவம் எனக்கு உண்டு. அவ்வாறானவர்கள் எனக்கு நண்பர்களாகவும் இருக்கிறார்கள். அவர்களது உணர்வுகளை நான் நன்கறிவேன். எனவேதான் எந்தத் தயக்கமுமில்லாது இந்தக் கதாபாத்திரத்தைத் தேர்ந்தெடுத்தேன். திரைப்படம் திரையிடப்பட்டு பலரிடமும் போய் சேர்ந்த பின்னர், திருநங்கைகள் என்னைச் சந்தித்து அழுதார்கள். தமது பிரச்சினைகளை இக் கதாபாத்திரம் மூலம் சமூகத்திடம் முன்வைக்க முன்வந்தது குறித்த வாழ்த்துக்களைப் பகிர்ந்து கொண்டார்கள். அந்த கௌரவத்தையே எப்போதும் பெரிதாக மதிக்கிறேன்.

யஷோதா : ஆமாம். LGBT சமூகத்தினரில் பலரும் என்னை வந்து சந்திக்கிறார்கள். என்னுடன் மிகுந்த விருப்பத்தோடு உரையாடுகிறார்கள். இப்போது அவர்களில் பலரும் எனக்கு நெருக்கமான நண்பர்களாக இருக்கிறார்கள்.

கேள்வி : உங்கள் நடிப்பு மற்றும் கலைத்துறை விடயங்களுக்கு குடும்பத்தவர்களின் ஒத்துழைப்பு எவ்வாறிருக்கிறது? இந்தத் திரைப்படத்தை அவர்கள் எவ்வாறு உணர்ந்தார்கள்?

ஜெஹான் : சிறுபராயத்திலிருந்தே எனது கலைத்துறை

நடவடிக்கைகளுக்கு குடும்பத்தவர்களின் ஒத்துழைப்பு கூடுதலாக இருந்தது. எனது முழுப் பெயர் 'உடகெதர முதியன்சலாகே தொன் ஜெஹான் ஸ்ரீகாந்த் அப்புஹாமி'. மிக நீளமான பெயர். இலங்கையிலுள்ள எந்த மதத்துக்கும் சார்ந்தவனாக பௌத்த, கிறிஸ்தவ, தமிழ், இஸ்லாமியப் பெயர்களை இணைத்து பெற்றோர் எனக்கு பெயர் வைத்திருக்கிறார்கள். எனது தாய் தற்போது இங்கிலாந்தில் வசிக்கிறார். எனது தங்கை இந்தியா, கொல்கத்தா, Mother Teresa அமைப்பில் கன்னியாஸ்திரியாக சேவை செய்கிறார். மூத்த சகோதரிகளில் ஒருவர் துபாயில் வசிக்கிறார். மற்ற சகோதரியும், நானும், மனைவியும், குழந்தைகளும் மாத்திரம்தான் இலங்கையில் வசிக்கிறோம்.

இந்தத் திரைப்படத்தை குடும்பத்தினர் அனைவருமே வெவ்வேறு இடங்களிலிருந்து பார்த்திருந்தார்கள். முதற்தடவை பார்த்தபோது அவர்களுக்கு இத் திரைப்படம் ஒரு கண்கட்டு வித்தையைப் போல அதிர்ச்சியை அளித்ததாகச் சொன்னார்கள். நான் யாரென்பது சிறு வயது முதலே அவர்களுக்குத் தெரியும். எதற்காகவெல்லாம் போராடியிருக்கிறேன், யாருடனெல்லாம் பழகியிருக்கிறேன், எனது சிறு பிராயம் எப்படியிருந்தது என்பதையெல்லாம் அவர்கள் நன்கறிவார்கள். எனவே அவர்களுக்கு எனது கதாபாத்திரம் பெரிதும் பிரச்சினைக்குரிய ஒன்றாக இருக்கவில்லை.

படத்தைப் பார்த்ததுமே அம்மா தொலைபேசியில் அழைத்து, 'மகன் நீ பெரிய ஆளாகிவிட்டாய்.. சந்தோஷமாக இருக்கிறது' என்றார். மனைவியும், சகோதரியும் கூடவே இருந்து பாராட்டினார்கள்.

சிறுபிராயம் தொட்டு எப்போதும் எனது தீர்மானங்கள் தீர்க்கமானவையாகவும், தைரியமானவையுமாக இருக்கும். எனது மனசாட்சிக்கு எது சரியெனப் படுகிறதோ அதை மாத்திரமே செய்வேன். அந்த நம்பிக்கை என் மீது அவர்களுக்கும் எப்போதும் இருப்பதனால்தான் அவர்களும் எனது அனைத்து விடயங்களுக்கும் உதவுகிறார்கள், ஊக்குவிக்கிறார்கள். எனது மனைவி காயத்ரியும் இந்த விடயத்தில் எனக்கு பெரிதும் உதவுகிறார். திரைப்படத்தின் படப்பிடிப்பு நடைபெறும் நாட்களில் எனது மகள்களின் ஒத்துழைப்பும் கூடவே கிடைத்தது.

படப்பிடிப்பு நாட்களில் தொடர்ச்சியாக மாதக் கணக்கில் நான் படப்பிடிப்புத் தளங்களிலேயே தங்கியிருந்தேன். இடைக்கிடையே கூட வீட்டுக்கு வந்து செல்லவில்லை. மகள் மரியா என்னைத் தொலைபேசியில் அழைத்து 'எனது அப்பா நன்றாக நடிக்க வேண்டும், வீட்டைப் பற்றி யோசித்துக் கவலைப்பட வேண்டாம், நான் அம்மாவுக்குத் தொந்தரவு கொடுக்க மாட்டேன்' என மழலை மொழியில் கூறுவார். அதுவே பெரிய உற்சாகத்தையும், ஊக்கத்தையும் தந்தது. இவ்வாறாக குடும்பத்தில் அனைவருமே பெரும் உத்வேகத்தைத் தந்திருக்கிறார்கள்.

தஸுன்: குடும்பத்தினரின் ஒத்துழைப்பு மிகவும் சிறப்பாக இருக்கிறது. எனது அம்மாவுக்கு மாத்திரம் இத் திரைப்படத்தின் கதாபாத்திரங்கள் புரியவில்லை. அது LGBT சமூகம் குறித்து அவர் பெரிதாக எதுவும் அறியாததனால் இருக்கக் கூடும்.

யஷோதா : எனது தந்தை இரண்டு வருடங்களுக்கு முன்னர் காலமாகி விட்டார். இப்போது வீட்டில் நானும், அம்மாவும், அக்காவும், தங்கையும் மாத்திரமே இருக்கிறோம். எனக்கு கலைத்துறையில் மிகுந்த ஈடுபாடு இருப்பதை வீட்டில் அறிந்திருந்தார்கள். எனவே எனக்கு சரியானதைத் தேர்ந்தெடுக்கும் உரிமையை என்னிடமே தந்திருந்தார்கள். எனது தேர்வுகளுக்கு மிகுந்த

ஊக்கத்தைத் தந்தார்கள். சிறு வயது முதல் நடனத்தில் எனக்கு ஆர்வமிருப்பது கண்டு, அம்மா என்னை நடன வகுப்புக்களுக்கு அனுப்பினார். உயர் கல்வியைப் பூர்த்தியாக்கும்வரை நடன வகுப்புக்களுக்கும் விடாமல் சென்று வந்தேன்.

மேடையிலும், திரையிலும் நடிக்கும் வாய்ப்புக்கள் தற்செயலாகத்தான் எனக்கு கிடைத்தன. பெற்றோர் எனது தேர்வுகள், விருப்பங்கள் குறித்து நன்கு அறிந்திருந்ததனால், மேடை நாடகங்களை புறக்கணிக்க வேண்டிய அவசியம் இருக்கவில்லை. இந்தத் திரைப்படத்தைப் பொறுத்தவரையில், திரைக்கதையைப் பார்த்துவிட்டு, இதிலுள்ள நல்ல விடயங்களைக் குறித்து கலந்தாலோசிக்க எனது குடும்பத்தில் பலரும் இருந்தனர். அவர்களது கருத்துக்களைக் கேட்டறிந்த எனது அம்மாவும், அப்பாவும் இந்தத் திரைப்பட வாய்ப்பை ஏற்றுக் கொள்ள உற்சாகமளித்தனர்.

கேள்வி : பொதுவாக இலங்கையில் ஒரு நடிகர் ஒரு கதாபாத்திரத்தை வெற்றிகரமான கதாபாத்திரமாக திரையில் உலவ விட்டாரெனில், அவருக்கு தொடர்ந்து அதே விதமான கதாபாத்திரங்களே தேடி வரும். உங்களுக்கும் அந்த அனுபவம் இருக்கிறதா? அவ்வாறு வரும் வாய்ப்புக்களை ஏற்றுக் கொள்வீர்களா?

ஜெஹான் : உண்மையில் இந்தத் திரைப்படத்தின் வெற்றிக்குப் பிறகு இவ்வாறான திரைப்படங்கள் பல எடுக்கப்பட்டுக் கொண்டிருக்கின்றன. அவற்றில் பலவற்றிலும் நடிக்க என்னை அழைத்தார்கள். நான் எதையுமே ஏற்றுக் கொள்ளவில்லை. காரணம், வாய்ப்பு வந்ததுமே நான் திரைப்படத்தின் இயக்குனர்களைக் குறித்து தேடிப் பார்த்தேன். அவர்கள் யார்? என்ன செய்கிறார்கள்? எந்த நோக்கத்துக்காக இவ்வாறான திரைப்படங்களை அவர்கள் எடுக்கப் போகிறார்கள்? போன்ற பல காரணங்களைக் குறித்தும் நான் சிந்தித்துப் பார்த்தேன்.

இயக்குனர் விஸாகேசவைப் பொறுத்தவரையில் அவருக்கு சிறுபான்மையினருக்காக குரல் கொடுக்க வேண்டும் என்று ஒரே நோக்கமே இருந்தது. இயக்குனர் விஸாகேசவுக்கு இதற்காக விருதுகள் கிடைக்கும்போது பலருக்கும் இவ்வாறான திரைப்படங்களை எடுத்து விருதுகளை வெல்ல வேண்டும் என்ற நோக்கம் மாத்திரமே இருப்பதைக் கண்டுகொண்டேன். அந்த நோக்கத்தோடு என்னை அவர்களது திரைப்ப ங்களில் நடிக்க அழைத்த போது நான் மறுத்து விட்டேன்.

அவ்வாறு என்னால் நடிக்க முடியாது. பல இயக்குனர்களும் விருதுகளைப் பெறும் நோக்கத்தில் LGBT சமூகத்தைக் குறித்து திரைப்படம் எடுக்க முன்வருகிறார்கள். அவர்களே தெருக்களில் திருநங்கைகளைக் காணும்போது 'பொட்டை', 'ஒம்போது' என அழைக்கிறார்கள். அவ்வாறான பல இயக்குனர்களை நான் சந்தித்திருக்கிறேன். அவ்வாறான இயக்குனர்களிடம் பணிபுரிய நேரடியாகவே நான் மறுத்து விட்டேன். அவ்வாறில்லாது, நல்ல நோக்கத்தோடு, தெளிவான திரைக்கதையோடு எவரும் வந்தால் நான் நடிக்க ஏற்றுக் கொள்வேன்.

தஸுன் : பொதுவாக அப்படித்தான் நடக்கிறது. வித்தியாசமான கதாபாத்திரங்களைத் தேர்ந்தெடுக்க எமக்குத் தெரிந்திருக்க வேண்டும். ஒரு கதாபாத்திரத்தை என்னால்தான் சிறப்பாகச் செய்ய முடியும் என்ற நம்பிக்கையை என் மீது வைத்து வாய்ப்பை வழங்கினால் நான் அந்தக் கதாபாத்திரம் ஓரினக் காதலா, ஈரினக் காதலா, கறுப்பா, வெள்ளையா என்றெல்லாம் பார்க்காமலே ஏற்றுக் கொள்வேன்.

யஷோதா : எனக்கு அவ்வாறான வாய்ப்புக்கள் வரவில்லை. வேறு திரைப்பட வாய்ப்புக்கள் பலதும் வந்தன. ஏற்றுக் கொள்ளவில்லை. காரணம், நடிப்பு என்றாலும், எனக்குப் பிடித்தமான கதாபாத்திரத்தை தேர்ந்தெடுக்கும் உரிமை என்னிடம்தான் இருக்கிறது, இல்லையா? எனது தோற்றத்துக்குப் பொருத்தமான கதாபாத்திரம்

என்றால் அது எனக்குப் பிடித்திருக்கும். சிறு கதாபாத்திரம் என்றாலும் ஏற்றுக் கொண்டு நடிப்பேன். அவ்வாறே வித்தியாசமான கதாபாத்திரங்களென்றால் நடிப்பேன். எனக்கு வந்த வாய்ப்புக்களில் எனக்குத் தேர்ந்தெடுத்து வித்தியாசமாக நடிக்க எதுவுமே இருக்கவில்லை. அதனால் புறக்கணித்து விட்டேன்.

கேள்வி : சர்வதேச திரைப்பட விழாக்களில் உங்கள் திரைப்படம் பங்குபெறும்போது, உங்களுக்கு அதில் விருதுகள் கிடைக்கும்போது பல தேசங்களிலிருந்தும் அவர்களது நாட்டு திரைப்படங்களில் நடிக்கும் வாய்ப்பு உங்களைத் தேடி வரும். அவ்வாறு வந்தால் ஏற்றுக் கொள்வீர்களா? மாட்டீர்களெனில் காரணம் என்ன?

ஜெஹான் : நிச்சயமாக ஏற்றுக் கொள்வேன். இலங்கையைத் தாண்டிச் சென்று பிற நாட்டுப் படைப்புக்களில் பங்காற்றும் ஆசை எனக்குள் இருக்கிறது. அதன் மூலம் பல விடயங்களைக் கற்றுக் கொள்ள முடியும்.

தஸுன் : வாய்ப்பு கிடைத்தால் ஏற்றுக் கொள்வேன். மொழிப் பிரச்சினை தோன்றாதவிடத்து ஏற்றுக் கொண்டு நடிப்பதில் எவ்வித சிக்கலுமில்லை.

யஷோதா : நிச்சயமாக நடிப்பேன். இந்தியாவிலிருந்து நடிக்கும் வாய்ப்பு வந்தால் நிச்சயமாக ஏற்றுக் கொள்வேன். மொழி பிரச்சினையில்லை. அவ்வாறான வாய்ப்புக்களை புறக்கணிக்க என்னிடம் எவ்வித காரணங்களுமில்லை.

கேள்வி : இந் நாட்களில் என்ன செய்து கொண்டிருக்கிறீர்கள்?

ஜெஹான் : இந் நாட்களில் இலங்கையில் தொலைக்காட்சித் தொடர்கள் சிலவற்றில் நடித்துக் கொண்டிருக்கிறேன். அவை தொலைக்காட்சி அலைவரிசைகளில் ஒளிபரப்பாகிக் கொண்டிருக்கின்றன. அவற்றோடு எனது புதிய மேடை நாடகத்தை இயக்கி முடித்திருக்கிறேன். அண்மையில் அதனை

மேடையேற்றினேன். இம் முறை இந்தியாவில் நடைபெறவிருக்கும் 'தியேட்டர் ஒலிம்பிக்ஸ்' விழாவுக்கும், இந்தியா, ஜெய்ப்பூரில் நடைபெறவிருக்கும் தியேட்டர் விழாவுக்கும் இந்த நாடகம் தெரிவாகியிருக்கிறது. இவற்றோடு, நானும், எனது மனைவியும் இணைந்து நடிப்புக் கலையை மாணவர்களுக்கு பயிற்றுவித்து வரும் கூத்துப் பட்டறை வகுப்புக்களை நடத்தி வருகிறோம். இவற்றோடு இந்த நாட்கள் போய்க் கொண்டிருக்கின்றன.

தஸூன் : இந் நாட்களில் இரண்டு தொலைக்காட்சித் தொடர்களில் நடித்துக் கொண்டிருக்கிறேன். ஒரு திரைப்பட வாய்ப்பு வந்தது. அதனைத் தவிர்த்து விட்டேன். இன்னுமொரு திரைப்படத்துக்காக பேசிக் கொண்டிருக்கிறார்கள்.

யஷோதா : தற்போது இரண்டு தொலைக்காட்சி நாடகங்களில் நடித்து முடித்து விட்டேன். அவை ஒளிபரப்பாகிக் கொண்டிருக்கின்றன. சில மேடை நாடகங்கள் அரங்கேற்றப்பட்டு விட்டன. புதியதொரு மேடை நாடகத்தின் ஒத்திகைக்காக சென்றுகொண்டிருக்கிறேன்.

கேள்வி : நடிப்பை தொழிலாகக் கொண்டு வாழ்க்கையைக் கொண்டு செல்வதென்பது, இலங்கையைப் பொறுத்தவரையில் பெரிதும் சாத்தியமான ஒன்றல்ல என்று நிறைய கலைஞர்கள் சொல்கிறார்கள். அது உண்மையா? நடிப்பைத் தாண்டி ஜீவனோபாயத்துக்காக வேண்டி நீங்கள் என்ன வேலை செய்கிறீர்கள்?

ஜெஹான் : நடிப்பை மாத்திரம் தொழிலாகக் கொண்டு வாழ்வதென்பது மிகவும் சிரமமான ஒரு விடயம்தான். எனவே நான் மியூசிக் வீடியோ, ஆவணப்படங்கள் போன்றவற்றை செதுக்கிக் கொடுக்கும் பணியையும் செய்து வருகிறேன். அவற்றிலிருந்து கிடைக்கும் வருமானத்தைக் கொண்டு எளிமையாக வாழ்ந்து வருகிறோம். இதைத் தாண்டி பணத்துக்காக வேண்டி வேறு எந்தத் தொழிலையும் செய்வதில்லை.

தஸுன் : நடிப்பைத் தொழிலாகக் கொண்டு வாழ்க்கையைக் கொண்டு செல்வது இலங்கையில் மிகவும் சிரமமாகத்தான் இருக்கிறது. எனினும் நான் நடிப்பைத்தான் தொழிலாகக் கொண்டிருக்கிறேன். இப்போது வரையில் சிக்கலில்லாமல் எப்படியோ வாழ்ந்துகொண்டுதான் இருக்கிறேன். எதிர்காலத்தில் எப்படியென்று தெரியவில்லை.

யஷோதா : இலங்கையில் நடிப்பை மாத்திரம் தொழிலாகக் கொண்டு வாழ்வது சாத்தியமில்லை. நடிகர், நடிகைகள் சொற்பமான ஊதியத்துக்கே தமது கலைப் பங்களிப்பை வழங்க வேண்டியிருக்கிறது. அதிலும் குறிப்பாக எம்மைப் போன்ற புதியவர்களை மிகவும் சொற்பமான ஊதியத்துக்கே நடிக்க அழைக்கிறார்கள். அவர்கள் யாருமே எமது நடிப்புத் திறமையை மதிப்பதில்லை என்றே தோன்றுகிறது.

இலங்கையில் நடிகர்கள் தமது நடிப்புத் திறமையை கைவிட்டு விடாமல் தொடர வேண்டுமானால் வேறொரு தொழிலும் செய்ய வேண்டியிருக்கிறது. எனவே நான் ஒரு பாடசாலையில் ஆசிரியையாகவும் பணி புரிந்து கொண்டிருக்கிறேன்.

கேள்வி : ஓரின உணர்வாளர்களது உரிமைகளுக்காகக் குரல் கொடுக்கும் வாய்ப்பு கிடைத்தும், அவற்றைப் புறந்தள்ளும் கலைஞர்களுக்கு என்ன கூற விரும்புகிறீர்கள்?

ஜெஹான் : உண்மையில் சக மனிதர்களது உணர்வுகளைப் புறக்கணிப்பவர்களுக்கு என்ன கூறுவது? ஒரு கலைஞன் என்பவனுக்கு, சக மனிதர்களை, அவர்கள் எவ்விதமான உணர்வுகளைக் கொண்டவர்களாக இருப்பினும் கூட அவர்களைப் புரிந்து கொள்ளத் தெரிந்திருக்க வேண்டும். சக மனிதனது உணர்வுகளுக்காக கலையைப் பயன்படுத்த முன்வர வேண்டும். அதைத் தவிர்த்துச் செல்பவர்களுக்கு என்ன கூறுவது? அவர்களாக

உணர்ந்து கொள்ளாவிட்டால் அறிவுரை கூறுவதிலும் எந்தப் பயனுமில்லை.

தஸுன் : ஓரின உணர்வாளர்களும் மனிதர்கள்தான். அவர்களையும், அவர்களது உணர்வுகளையும் புரிந்து கொள்ள வேண்டும். மனிதர்களைப் புரிந்து கொள்ளாது சிறந்த கலைஞராக ஆக முடியாது.

யஷோதா : அவ்வாறானவர்களுக்கு நான் எதுவும் கூற விரும்பவில்லை. இலங்கையில் கலைஞர்கள் அநேகம்பேர் இவ்வாறான தலைப்புக்களில் கலந்துரையாடவே பயப்படுகிறார்கள். சக கலைஞர்களுக்கு ஏதேனும் சிக்கல் வரும்போது இணைந்து குரல் கொடுக்கவே பல கலைஞர்கள் முன்வராத பல சந்தர்ப்பங்களைக் கண்டிருக்கிறேன். எனவே அவ்வாறான கலைஞர்களும் நிறைந்திருக்கும் இந்த நாட்டில், அனைத்துக் கலைஞர்களும் LGBT சமூகத்தினருக்காக குரல் கொடுப்பார்கள் என்பதை எதிர்பார்க்க முடியாது.

சர்வதேச திரைவானில் பிரகாசிக்கும் இலங்கை நட்சத்திரம்

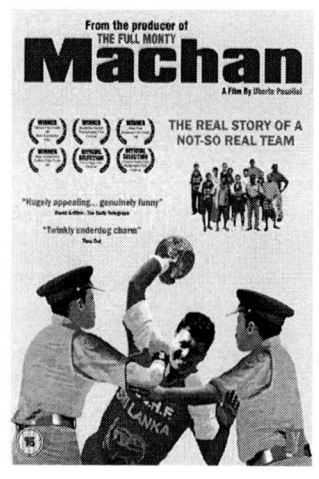

சர்வதேச திரைப்பட விழாக்களில் இலங்கையிலிருந்து வெளியாகும் சிங்கள மொழித் திரைப்படங்களுக்கென தனித்துவமான ஒரு இடம் உருவாகியிருக்கிறது. எந்தவொரு நாட்டுத் திரைப்படத்தினதும் சாயலில்லாது, திரைப்பட இயக்குனர்கள் தாம் வாழும் பிராந்தியத்தினையும், தம்மைச் சுற்றி வாழும் மனிதர்களது வாழ்வியலையும் அசலான தோற்றத்தோடு படம் பிடித்துக் காட்டும்போது, உலக சினிமா ரசிகர்கள் அவற்றைக் காண பெரிதும் ஆர்வம் கொள்கிறார்கள். சம்பந்தப்பட்ட திரைப்படத்தில் பயன்படுத்தப்பட்டுள்ள திரைக்கதையிலும், ஒளிப்பதிவிலும், தொழில்நுட்பத்திலும், இசையிலும், நடிகர்களது நடிப்பிலும் பூரணத்துவத்தைக் காணும்போது அத் திரைப்படமானது சர்வதேச விருதுகளுக்காக முன்வைக்கப்படுகின்றன. விருதுகளையும் வென்று விடுகின்றன.

இன்றைய காலகட்டத்தில் உலக சினிமா ரசிகர்களிடத்தில், இலங்கை சினிமாவைக் குறித்து உரையாடும்போது அனைவர் மனதிலும் நினைவுக்கு வரும் ஒரு முகமும், உருவமும் இருக்கிறது. அந்த நடிகரைப் பற்றி, அவரது சிறப்பான நடிப்பைப் பற்றி தவறாது குறிப்பிடுகிறார்கள். இலங்கையிலிருந்து வெளியாகும் அநேகமான

சிங்கள மொழித் திரைப்படங்களிலும் பிரதான கதாபாத்திரத்தில் பிரகாசித்துக் கொண்டிருக்கும் அந்த முகம் ஒரு தமிழ் முகம் என்பது எத்தனை பேருக்குத் தெரியும்?

ஒரு திரையரங்கோ, நாடகப் பயிலரங்கோ, நடிப்பின் வாசனையோ சிறிதுமற்ற மலையகத் தேயிலைத் தோட்டக் கிராமமொன்றில் பிறந்து வளர்ந்த ஒரு தமிழ்ச் சிறுவன், பிழைப்பு தேடி கொழும்புக்கு வந்து, சிங்கள மொழியறியாது தடுமாறி, தெருவில் படுத்துறங்கி, சுமை தூக்கும் கூலித் தொழிலாளியாக இருந்து போராடி இன்று சர்வதேசமே அறிந்த ஒரு நடிகனாக தலைநிமிர்ந்து நிற்பது அவரது தன்னம்பிக்கையையும், 'திறமையிருந்தால் எவரும் சாதிக்கலாம்' என்பதையுமே சமூகத்துக்கு பலமாக எடுத்துச் சொல்கிறது.

சிங்கள மொழிக் கலைஞர்களே அதிகமாக பணிபுரிந்து வந்த சிங்கள மொழித் திரைப்படங்களிலும், தொலைக்காட்சி நாடகங்களிலும் தமிழ்மொழிக் கலைஞர்களுக்கான கதாபாத்திரங்களைக் கூட சிங்கள மொழிக் கலைஞர்களே ஏற்று நடித்த காலமொன்று இருந்தது. அவை கூட உதிரிக் கதாபாத்திரங்களாக, திரைப்படத்துக்கோ, நாடகத்துக்கோ முக்கியமற்ற தோட்டக்காரனாகவோ, வீட்டு வேலைக்காரியாகவோதான் இருந்தன. அந்த நிலைமை மாறி, ஒரு தமிழ் நடிகனுக்காகவே பிரதான கதாபாத்திரம் அமைத்து திரைக்கதை எழுதி, திரைப்படம் எடுத்து சர்வதேச விழாக்களுக்கு அனுப்பும் நிலைமைதான் இன்று காணப்படுகிறது. அந்த நிலைமையை தனது நடிப்புத் திறமையின் மூலம் இன்றைய சிங்களத் திரையுலகில் உருவாக்கியிருப்பவர் நடிகர் தர்ஷன் தர்மராஜ்.

இலங்கை திரைப்பட விருது விழாக்களில் அனுபவமும், திறமையும் வாய்ந்த சிங்கள நடிகர்களைப் புறந்தள்ளி, 'சிறந்த நடிகருக்கான விருதை' அடுத்தடுத்த வருடங்களில் தொடர்ந்து வென்றுள்ள ஒரே தமிழ் நடிகர் இவர்தான். திரைத்துறையில் நேர்மையான விருதுகளை வென்றெடுக்க செல்வாக்கோ, பணமோ,

பாரம்பரியப் புகழோ, இனமோ, சாதியோ முக்கியமானதல்ல, திறமையே பிரதானமானது என்பதையே இது நிரூபிக்கிறது.

உலக சினிமாக்களைப் பார்க்கும் திரைப்பட ரசிகர்கள் பலரும் திரையினூடு இன்று தர்ஷன் எனும் நடிகரைத் தெரிந்து வைத்திருக்கிறார்கள். உண்மையிலேயே தர்ஷன் என்பவர் யார்? பல வித கஷ்டங்களையும் தாங்கி, போராட்டங்களையும் தாக்குதல்களையும் எதிர்கொண்டு இன்று இலங்கை திரைத்துறையினை வென்று நிற்கும் இந் நடிகனைக் குறித்து அவருடனான கீழ் வரும் நேர்காணல் பல விடயங்களைத் தெளிவுபடுத்தும். தனது நடிப்புத் திறமை மூலம் திரையில் சாதிக்கக் காத்துக் கொண்டிருக்கும் பலருக்கும் இந் நேர்காணல் நிச்சயமாக தன்னம்பிக்கையையும், உத்வேகத்தையும் தரும்.

கேள்வி: ஒரு நடிகனாக ஆக வேண்டுமென்ற ஆசை தர்ஷனிடம் சிறுபராயத்திலும் இருந்ததா?

தர்ஷன்: சிறுபராயத்திலிருந்தே அந்த ஆசை உள்ளுக்குள் இருந்து வந்திருக்கிறது. சிறு வயதில் நான் கண்ணாடி முன்பிருந்து அகலாமல் வித விதமான கதாபாத்திரங்களை நடித்துப் பார்த்த காலம் நினைவுக்கு வருகிறது. அக் காலகட்டத்தில் ஒரு தபாலக ஊழியர் எனது வீட்டில் தங்கியிருந்தார். நான் செய்வதையெல்லாம் பார்த்து 'நீ எப்போதாவது ஒரு நாள் பெரிய நடிகனாக ஆகப் போகிறாய்' என என்னிடம் கிண்டலாகச் சொல்வார். அவர் என்னிடம் கிண்டலாகக் கூறிய போதும், எனது பெற்றோரிடம் 'மகனுக்கு நல்ல நடிப்புத் திறமை இருக்கிறது. ஊக்குவித்தால் முன்னுக்கு வந்துவிடுவான்' எனக் கூறியிருந்தார்.

அன்று அந்த வார்த்தைகள் தந்த ஊக்கம் நெஞ்சில் நிறைந்து ஒரு நடிகனாகவே என்னை எண்ணிக் கொண்டு வாழ்ந்த காலங்கள் இப்போது நினைவுக்கு வருகின்றன. இறக்குவானை அரசாங்கப் பாடசாலையான சென்ட்.ஜோன் தமிழ் வித்தியாலத்திலேயே நான் கல்வி கற்றேன். பாடசாலைக் காலங்களில் மேடை நாடகங்களில் நடித்திருக்கிறேன். அவை அக் காலத்தில் மிகவும் பிரபலமாக விளங்கின. எனவே நானும் ஊரில் ஒரு பிரபலமாகத் திகழ்ந்தேன்.

சிறு வயதிலிருந்தே தொலைக்காட்சியில் போடப்படும் தென்னிந்தியத் தமிழ்த் திரைப்படங்களை ஒரு படம் விடாமல் பார்ப்பேன். சிவாஜி கணேசன், கமல்ஹாசன் ஆகிய நடிகர்கள் மீது பைத்தியமாக இருந்த காலகட்டம் அது. அவர்களது திரைப்படங்களைப் பார்க்கும்போது அவர்களைப் போல என்னாலும் நடிக்க முடியுமென உணர்ந்தேன். உசுப்பேற்றி விட நண்பர்களும் கூடவே இருந்தார்கள். நடிப்பைத் தவிர எனக்கு வேறெந்தத் தொழிலும் சரியாக வராது என்று அன்றே தோன்றியது. நான் ஒரு நல்ல ஓவியன். என்றபோதும் நடிப்பின் மீதே பெரிதும் ஈர்க்கப்பட்டிருந்தேன்.

கேள்வி : திரைப்படங்கள் மீதும், நடிப்பின் மீதும் பெருமளவு ஈடுபாடு காட்டுவதை இலங்கையிலுள்ள அநேகமான குடும்பத்தினர்கள் ஏற்றுக் கொள்வதில்லை. தம் பிள்ளைகளுக்கு

அவற்றின் மீது ஈர்ப்பு உண்டு என்பதை அறிந்தாலே கண்டிக்க முற்படுவார்கள். உங்களுக்கு அவ்வாறு நேரவில்லை எனில், உங்கள் குடும்பத்தினரும் கலையோடு சம்பந்தப்பட்டவர்களா?

தர்ஷன் : எனது தந்தை ஒரு சிறந்த ஓவியக் கலைஞர். அக் காலத்தில் ஊரிலும், அயல்கிராமங்களிலும் திருமண மேடைகளை அமைப்பதில் திறமைகளைக் காட்டியவர். நானும் சிறுவயதிலிருந்தே அவற்றுக்கு உதவியிருக்கிறேன். அவர் பயிற்சியளித்தே நானும் ஓவியங்களை வரையக் கற்றுக் கொண்டேன். இன்று சிறந்த ஓவியனாக நான் அறியப்பட்டிருப்பதற்கு அவரே காரணம். திருமண மேடைகளை அமைத்துக் கொடுப்பதோடு மேலதிகமாக இறக்குவானை கோயில் கலாசார நிகழ்ச்சிகளையும் எனது தந்தை நடத்திக் கொடுத்தார். அக் காலகட்டத்தில் நாம் மிகவும் வறிய குடும்பத்தவர்களாக இருந்தபோதும் கலை சம்பந்தப்பட்ட விடயங்களில் செல்வந்தர்களாகவே இருந்தோம்.

அப்பாவும், அம்மாவும் எம்மை வளர்த்தெடுக்க மிகவும் பாடுபட்டார்கள். அக் காலத்தில் என்னிடம் ஒரே ஒரு மேற்சட்டை மாத்திரமே இருந்தது. கழுவித் தோய்த்தெடுத்துக் காயவைத்து எங்கு போனாலும் அதையே அணிந்து சென்றேன். அப்பா காலமானதற்குப் பிறகு நிலைமை இன்னும் மோசமானது. எம்மை வளர்த்தெடுக்க அம்மா மிகவும் கஷ்டப்பட்டார். பாடசாலை மாணவர்களுக்கு காலை உணவு தயாரித்து விற்றார். அந்தக் கஷ்டமான காலகட்டத்தை என்னால் வாழ்நாள் முழுவதும் மறக்க முடியாது.

கேள்வி:இறக்குவானை எனும் ஊரிலிருந்து இளம் வயதிலேயே கொழும்பு நகரத்துக்கு ஏன் வந்தீர்கள்? ஒரு நடிகனாக ஆக வேண்டும் என்றேதான் தலைநகரத்துக்கு வந்தீர்களா?

தர்ஷன் : நடிகனாக ஆகும் ஆசை உள்ளுக்குள் இருந்தபோதிலும் அதை விடவும் உயிர் வாழும் ஆசைதான் அக் காலத்தில் மிகைத்திருந்தது. எனது தந்தை மரணித்ததும் நாங்கள் இருந்ததை

விடவும் கஷ்டமான நிலைமைக்குத் தள்ளப்பட்டோம். குடும்பத்தில் மூத்தவன் என்பதால் நிறைய பொறுப்புக்கள் என் மீது வீழ்ந்தன. தங்கையை வலிப்பு நோய் தாக்கி மருத்துவம் செய்து கொண்டிருந்தோம். அக்காலத்தில் அதற்கான மருந்துச் செலவுக்கு மாத்திரம் மாதாந்தம் மூவாயிரத்து ஐநூறு ரூபாய் தேவையாக இருந்தது. அவளைக் குணப்படுத்துவதற்காகவாவது கொழும்புக்குச் சென்று ஏதாவது தொழிலொன்றைத் தேடிக் கொள்ள வேண்டுமென்று தீர்மானித்தேன். அதற்காகத்தான் கொழும்புக்கு வந்தேன். அந்தப் பயணம் மிகுந்த இடர் நிறைந்த பயணமாக அமைந்தது.

அக் காலகட்டத்தில் இலங்கையில் நிறையப் பிரச்சினைகள் இருந்தன. சிங்கள மொழி தெரியாத என்னைப் போன்ற தமிழ் இளைஞனுடைய ஜீவிதம் மிகுந்த அபாயத்துக்குள்ளாகும் சாத்தியம் ஒவ்வொரு கணத்திலும் இருந்தது. நாட்டில் எங்கு பார்த்தாலும் குண்டுகள் வெடித்துக் கொண்டிருந்தன. முக்கியமாக கொழும்பில் அந் நிலைமை பரவலாக இருந்தது. அன்று இறக்குவானையிலிருந்து கொழும்புக்கு வரும் வழியில் பன்னிரண்டு இராணுவக் காவலரண்களைக் கடந்து வர வேண்டும். அந்த ஒவ்வொரு காவலரணிலும் மிகவும் தீவிரமாகப் பரிசோதிக்கப்பட்டேன். காரணம் நான் ஒரு தமிழன்.

அவர்களைக் குற்றம் சொல்ல முடியாது. நாட்டில் அவ்வாறான நிலைமைதான் அன்று காணப்பட்டது. எவ்வாறோ அத் தடைகளைத் தாண்டி கொழும்பு நகரத்துக்கு வந்து சேர்ந்த பிறகு பார்த்தால் எனது பணப்பை காணாமல் போயிருந்தது. தொலைத்து விட்டோமே என்று கவலைப்படும் அளவுக்கு அந்தப் பணப்பையில் பணமிருக்கவில்லை.

எனினும் அன்று கொழும்பில் வசிக்கத் தேவையான முக்கியமான ஆவணமும் அதனோடு தொலைந்து போயிருந்தது. அது எனது ஆள் அடையாள அட்டை. அது இல்லாததால் எக் கணமும் காவல்துறையால் கைது செய்யப்படக் கூடிய நிலைமையில் நான் இருந்தேன்.

நான் எந்தளவு கையறு நிலைக்கு ஆளானேனென்றால் மொழி தெரியாத ஊரில் என்னால் எதுவுமே செய்ய முடியவில்லை. ஆள் அடையாள அட்டையைத் தொலைத்து விட்டேனென போலிஸில் முறைப்பாடு செய்யப் போனால் எனக்கு மீட்சியில்லை எனத் தோன்றியது. அக் காலத்தில் நிலைமை மோசமாக இருந்ததால் அடையாள அட்டையில்லாது எவரிடமும் வேலை கேட்டுப் போகவும் முடியாது. அடையாள அட்டை இல்லாதவர்களுக்கு யாரும் தொழிலொன்றைக் கொடுக்கவும் மாட்டார்கள்.

நான் கொழும்பு மாநகரத்தில் தனித்துப் போனேன். கதியற்று நின்றேன். எனினும் என்னிடம் எப்படியாவது வாழ்ந்து விட வேண்டும் என்ற ஆசையும், நம்பிக்கையும், உத்வேகமும் இருந்தது. தங்கைக்கு மருத்துவம் பார்க்கத் தேவையான பணத்தைத் தேட வேண்டும். அடையாள அட்டையில்லாது செய்ய முடிந்த ஒரேயொரு தொழில் கொழும்பில் இருந்தது. யாரிடமும் அடிமைப்படவும் தேவையில்லை. மிகவும் சுதந்திரமான தொழில் அது. நான் அதைச் செய்தேன்.

மூடை சுமக்கும் கூலித் தொழிலாளி என்பவன் வெறுமனே ஒரு சுமை தூக்கி மாத்திரமல்ல, வாழ்க்கையையே சுமப்பவன் என்றே இன்று எனக்குத் தோன்றுகிறது. அன்றைய அந்த அனுபவத்தைக் கொண்டு நான் வாழ்க்கையைப் பற்றிப் பிடித்துக் கொண்டேன். அதுதான் எனது நடிப்பின் பள்ளிக்கூடம். கோபமும், சந்தோஷமும், நெருக்குதல்களும், இழப்புக்களும் மிக்க மனித உடல்களின் நிஜ வாடையை அங்கு நான் அறிந்தேன். நெருக்கடி மிக்க வாழ்க்கை அங்குமிங்குமாக அசைவதையும், அந்த வாழ்க்கை எம்மை விடவும் அதிக பாரத்தைத் தனது தலையில் சுமந்துகொண்டு செல்வதையும் நான் அவதானித்தேன்.

நாள் முழுவதும் எவ்வளவுதான் சுமை தூக்கிச் சோர்ந்திருந்தாலும், மாலையாகி தெருவோரத்தில் படுத்துக் கிடக்கும்போது எம்மை விடவும் நிம்மதியாக இருப்பவர்கள் வேறெவருமில்லை என்பதை நான் உணர்ந்தேன். ஆறு ரூபாய்க்கு காகித அட்டைப் பெட்டி வாங்கி தெருவோரத்தில் தரையில் விரித்துப் படுத்துக் கொள்வேன். ஒரு சிறிய பிஸ்கெட் பாக்கெட் வாங்கி ஒரு நாள் முழுவதும் கொஞ்சம் கொஞ்சமாக சாப்பிட்டு பசியாறி, தங்கையின் மருத்துவத்துக்காக பணத்தினை சேமித்தேன்.

அன்று வாழ்க்கை எனக்குக் கற்றுத் தந்த பாடம் இன்றும் எனக்கு முக்கியமானதாக இருக்கிறது. வாழ்க்கையை வாழத் தேவையான அதிகபட்ச ஊக்கம் எனக்கு அதன் மூலம் இன்றும் கிடைக்கிறது. நான் இறந்த காலத்தை நேசிக்கும், அதைக் குறித்து பெருமைப்படும் ஒருவன். காரணம் இன்றைய நான், அவை அனைத்தும் ஒன்று சேர்ந்ததன் தொகுப்புதான்.

கேள்வி : பரம்பரையாக வந்தவர்களாகவோ, நடிப்பு பயிற்சிக் கல்லூரிகளில் பயிற்சி பெற்று வந்தவர்களாகவோ, விளம்பரத் துறையிலிருந்து வந்தவர்களாகவோதான் அநேகமான சிங்கள நடிகர்கள் இருக்கிறார்கள். அந்த எல்லைகளைக் கடந்து, அவர்களுக்கு

மத்தியில், சுமை தூக்கி ஜீவிக்கும் ஒரு கூலித் தொழிலாளி, ஒரு நடிகனாக ஆகியது எப்போது?

தர்ஷன் : கொழும்பு நகரத்தில் தினந்தோறும் வாழ்க்கை ஓரோர் வடிவங்களில் மிதந்து சென்று கொண்டிருக்கும்போது ஒரு நாள், தெருவோரக் கடையொன்றில் காட்சிக்கு வைத்திருந்த தொலைக்காட்சியொன்றில் ஒரு விளம்பரத்தை தற்செயலாக காணக் கிடைத்தது. தொலைக்காட்சி நாடகமொன்றில் நடிக்க புதுமுகங்கள் தேவை என்ற விளம்பரம் அது. பிரபல இயக்குனர் சிட்னி சந்திரசேகர (Sydney Chandrasekara) வின் நாடகம் அது. நாடகத்தின் பெயர் A9.

நடிப்பின் மீதுள்ள ஆசையில் விளம்பரத்தில் குறிப்பிட்டிருந்த முகவரியைக் குறித்துக் கொண்டு, அந்த நாடகத்தின் நேர்முகத் தேர்வுக்காகச் சென்றேன். மூடை சுமந்துவிட்டு அழுக்கான உடையுடன், காலில் போட்டிருந்த இரப்பர் செருப்போடுதான் நேர்முகத் தேர்வுக்குப் போயிருந்தேன். என்னுடன் சேர்த்து நூற்றியெட்டுப் பேர் நேர்முகத் தேர்வுக்காக வந்திருந்தார்கள். அன்று, கூட வந்திருந்த நூற்றியெட்டுப் பேரிலிருந்தும் நான் மாத்திரமே தேர்வு செய்யப்பட்டேன். அந்த நேர்காணலின் போது, நான் தேர்வு செய்யப்பட்டதற்கான காரணத்தை பின்னொரு நாளில் இயக்குனர் சிட்னி சந்திரசேகரவே என்னிடம் கூறினார்.

வந்திருந்த அனைவரிடமும் ‘இருபது அடி உயரமான இடத்திலிருந்து குதிக்க முடியுமா?’ என்ற ஒரே கேள்வியைத்தான் கேட்டாராம். ஒவ்வொருவரும் ‘கீழே மெத்தை வைப்பீர்களா?’, ‘இருபது அடி உயரத்துக்கு எப்படி ஏறுவது?’, ‘காயப்பட்டால் அருகிலேயே ஆம்ப்யூலன்ஸ் வைத்திருப்பீர்களா?’ போன்ற கேள்விகளை பதிலுக்குக் கேட்டார்களாம். நான் மாத்திரம்தான் ‘இடத்தைக் காட்டுங்கள், குதிக்கிறேன்’ என்றேனாம். அந்த தைரியத்துக்காகவே என்னைத் தெரிவு செய்ததாகச் சொன்னார். அக் காலகட்டத்தில் எனது தோற்றம் கூட மிகவும் மோசமாக இருந்தது.

தாடி வளர்ந்து, ஒல்லியாக, அழகற்ற தோற்றத்திலிருந்தேன். எனினும் என்னை அன்று அவர் தேர்ந்தெடுத்தார். அவரது தொலைக்காட்சி தொடர் நாடகத்தில் நடிக்க வாய்ப்பளித்தார்.

அக் காலத்தில் எனக்கு கொழும்பில் தங்கியிருக்க ஒரு பாதுகாப்பான இடம் இருக்கவில்லை. இஷான் எனும் சக நடிகனின் அழைப்பின் பேரில் அவரது வீட்டில் சென்று தங்கியிருந்தேன். ஒவ்வொரு நாளும் படப்பிடிப்பு முடிந்து நேராகச் செல்வது அவரது வீட்டுக்குத்தான். அவரது அம்மா சமைத்து பரிமாறும் உணவுகளைக் கொண்டு எத்தனையோ நாட்கள் பசியாறியிருக்கிறேன். படப்பிடிப்புக் களத்தில் சாப்பிடவும் சோற்றுப் பார்சல்களை அவர் எனக்குக் கட்டித் தருவார். தனது மகனைப் போலவே என்னையும் கவனித்துக் கொண்டார்.

அந்த நாடகத்தின் படப்பிடிப்பு முடிந்து, தொலைக்காட்சியில் ஒளிபரப்பாகக் காத்திருந்த காலகட்டத்தில் வேறு வாய்ப்புகள் எவையும் கிடைக்காத காரணத்தால் துணிக்கடையொன்றுக்கு வேலைக்குச் சென்றேன். பிறகு பத்திக் ஆடையலங்கார வடிவமைப்பாளராக வேலை செய்தேன். அங்கிருக்கும்போது நடிப்பு நேர்முகத் தேர்வுகளுக்குச் செல்ல நான் அழைக்கப்பட்டதால் அந்த வேலையையும் நான் இழக்க நேரிட்டது.

கேள்வி : அந்த தொலைக்காட்சி நாடகம் உங்கள் வாழ்க்கைப் பாதையையே மாற்றிவிட்டது இல்லையா? அக் காலத்தில் நாடு முழுவதும் பிரபலமாக இருந்த நாடகம் அது. அதன்பிறகு சிறந்த புதுமுக நடிகர் விருது உங்களுக்குக் கிடைத்தது. பின்னர் இலங்கையின் சிறந்த நடிகர் விருது பல தடவைகள் உங்களுக்குக் கிடைத்திருக்கிறது, இல்லையா?

தர்ஷன் : முதல் நாடகம் தொலைக்காட்சியில் ஒளிபரப்பாகத் தொடங்கியதும் Prasanna Vithanage, Ashoka Handagama, Boodi

Keerthisena, Jackson Anthony, Uberto Pasolini போன்ற சர்வதேச புகழ்பெற்ற சிறந்த இயக்குனர்களின் நாடகங்களிலும், திரைப்படங்களிலும் நடிக்கும் வாய்ப்புக்கள் எனக்குக் கிடைத்தன. அவர்கள் எனக்குத் தந்த கதாபாத்திரங்களினூடாகவே இன்று சிறந்த நடிகனாக ஆகியிருக்கிறேன்.

'மச்சான்' எனும் திரைப்படத்தின் படப்பிடிப்பின் போது 'தர்ஷன் இந்தக் கதாபாத்திரம் உனக்குக் கிடைத்துள்ள மிகப் பெரிய வாய்ப்பு. உனது நடிப்புப் பயணத்துக்கு இது மிகவும் பயனளிக்கும்' என இயக்குனர் பிரசன்ன விதானகே கூறினார். 'கதாபாத்திரத்தை நன்றாக உணர்ந்து நடிப்பை வெளிப்படுத்தினால் விருதுகளும் உனக்குக் கிடைக்கக் கூடும்' என்றும் கூறி ஊக்கமளித்தார். எனவே திரைப்படத்தில் நடித்த அனைவருமே போட்டி போட்டுக் கொண்டு நடித்தோம்.

இலங்கையின் சிறந்த இயக்குனர்கள், சர்வதேச திரைப்பட இயக்குனர்கள், சர்வதேச திரைப்பட ஒளிப்பதிவாளர்கள், சர்வதேசக் கலைஞர்கள் ஆகியோர் திரையுலகில் மிகுந்த அனுபவங்களைக் கொண்டவர்கள். இவர்களுடன் பணியாற்றும்போது நடிப்பு மாத்திரமல்ல, சினிமாவைக் குறித்து கற்றுக் கொள்ளக் கூட புதிதாக ஒரு கல்லூரிக்குச் செல்ல வேண்டிய அவசியமில்லை என்ற பாடத்தை அந்த அனுபவங்கள் எனக்குக் கற்றுத் தந்தன.

சிறந்த நடிகருக்கான விருதுகள் என்பவை நடிப்புத் திறமைக்காக ஒரு நடிகருக்குக் கிடைக்கக் கூடிய உயரிய விருதுகள். எனது நடிப்பாற்றலுக்கு நான் பெற்றுக் கொண்ட மிகப் பெரிய வெற்றிகளாக எப்போதும் அவற்றைக் கருதுகிறேன்.

கேள்வி : நடிப்புக்காக உங்கள் முதல் விருதினைப் பெற்றுக் கொண்ட போது அந்தத் தருணத்தை எவ்வாறு உணர்ந்தீர்கள்?

தர்ஷன் : திரைப்பட விழாவில் விருதுக்காக எனது பெயர்

அறிவிக்கப்பட்டபோது 'இன்று வாழ்க்கையில் ஒரு நிலைக்கு வந்துவிட்டேன் அல்லவா?' என்று மனதில் தோன்றியது. சிறு வயதில் ஓடையில் குளிக்கும்போதும், பாடசாலைக்குச் செல்லும்போதும், வரும்போதும், விளையாடும்போதும் நான் எப்போதும் கேமராவின் முன்புதான் நின்று கொண்டிருக்கிறேன் என எண்ணிக் கொள்வேன். சிறு வயது முதல் கண்டு வந்த கனவு அன்று நனவானது. வருடக்கணக்காகத் தொடர்ந்த கனவொன்று அம் மேடை மீது நனவானது. அந்த விருது எனது தொடர்ச்சியான பயணத்துக்கு பெரும் பக்கபலமாக அமைந்தது.

கேள்வி : 2008 முதல் 2010 வரை சர்வதேச திரைப்பட விழாக்கள் அனைத்திலும் திரையிடப்பட்ட ஒரு திரைப்படம் 'மச்சான்'. Venice, São Paulo, Kerala, Transilvania, Palm Beach, Durban, Brussels, Trencín, Sarasaviya போன்ற சர்வதேசமே கொண்டாடும் முக்கியமான திரைப்பட விழாக்களில் விருதுகளை வென்ற திரைப்படம் அது. இத்தாலியின் சிறந்த தயாரிப்பாளரும், இயக்குனருமான க்ஞுனுணூஞ்ணி கச்ண்ணிடூடிணடி யின் அத் திரைப்படத்தில் நடிக்கும் வாய்ப்பு உங்களுக்கு எப்படிக் கிடைத்தது?

தர்ஷன் : நேர்முகத் தேர்வுக்குப் பிறகே எனக்கு அந்த வாய்ப்பு கிடைத்தது. திரு.ராஜா கணேசன் மற்றும் சில நண்பர்கள், இப்படி ஒரு திரைப்படம் இலங்கையில் எடுக்கப்படப் போவதையும் அதற்கு நடிகர் தேர்வு நடைபெறுவதையும் பற்றிக் கூறி என்னிடம் அதில் கலந்து கொள்ளும்படி கூறினார்கள்.

நான் நேர்முகத் தேர்வில் கலந்துகொண்டேன். நடிகர்களைத் தேர்ந்தெடுப்பதற்காக பயிற்சி வகுப்புக்களை நடத்தினார்கள். படிமுறை படிமுறையாக பல வகுப்புக்கள் நடத்தப்பட்டன. வகுப்புக்கள் அனைத்திலும் கலந்து கொண்டு விட்டு, இறுதி நேர்முகத் தேர்வுக்காக உள்ளே நுழையும்போதே 'நீ ஏற்கெனவே தேர்வாகி விட்டாய்' என அங்கிருந்த இயக்குனர் பெஸோலினி கூறினார். இனி அதற்கு மேல் வேறேதாவது இருக்கிறதா என்ன?

'நீ சற்று பருமனாக இருக்கிறாய். கதாபாத்திரத்துக்காக உன்னால் ஒல்லியாக முடியுமா?' எனக் கேட்டார். பிறகு எனது கதாபாத்திரத்தைக் குறித்து விவரித்தார். 'வெளிநாட்டுக்குப் போன அனுபவம் ஏதாவது இருக்கிறதா?' எனக் கேட்டார். அப்போது எனக்கு அந்த அனுபவம் இருக்கவில்லை. எனினும் நண்பர்களது அனுபவங்களைக் குறித்து கேள்விப்பட்டிருக்கிறேன் என்று கூறினேன். 'இந்தத் திரைப்படத்தின் கதை, இலங்கையில் நடந்த ஒரு உண்மைச் சம்பவம். அதைப் பற்றி ஏதாவது தெரியுமா?' எனக் கேட்டார். அதைக் குறித்தும் நான் அறிந்திருக்கவில்லை. உடனே அவர் அந்தக் கதையையும் என்னிடம் விவரித்தார்.

அக் காலத்தில் நான் தங்கியிருந்த இடத்துடன் ஒப்பிடும்போது திரைப்படத்தில் எனக்குத் தரப்பட்ட சுரேஷின் கதாபாத்திரம் எனக்கு புதிதாக இருக்கவில்லை. காரணம், கிராமத்திலிருந்து கொழும்புக்கு வந்து பல கஷ்டங்களை அனுபவித்த நான் சேரிப்புற வாழ்க்கை எவ்வாறிருக்கும் என்பதை நன்கு அறிந்திருந்தேன். எனவே 'மச்சான்' திரைப்படத்தில் நடிக்கும்போது எவ்வித சிக்கலும் எனக்கிருக்கவில்லை.

கேள்வி : இலங்கைத் திரைப்படங்களில் விடுதலைப் புலிகள் இயக்க போராளியின் கதாபாத்திரம் என்றால் அதை உங்களுக்குத்தான் தந்திருக்கிறார்கள். அந்தக் கதாபாத்திரங்களுக்குள்ளேயே நீங்கள் சிக்கிக் கொண்டு விட்டீர்களா?

தர்ஷன் : அதற்குக் காரணம் நான் ஒரு தமிழன் என்பதனாலாக இருக்கும் என நான் நினைக்கிறேன். எனக்கும் வித விதமான கதாபாத்திரங்களில் நடிக்கும் ஆசை உள்ளூர இருக்கிறது. சிலர் எனது முகத்தில் விடுதலைப் புலி உறுப்பினரைக் காணக் கூடும். அனைத்து தமிழர்களினது முகத்திலும் சிங்களவர்கள் விடுதலைப் புலி உறுப்பினர்களின் முகங்களை பொருத்திப் பார்க்கிறார்கள். அதனாலேயே அவ்வாறான கதாபாத்திரங்கள் எனக்குக்

கிடைத்திருக்கக் கூடும்.

அவ்வாறான கதாபாத்திரங்களில் நடிக்க நடிகனைத் தேடும்போது எனது பெயர் மாத்திரம்தான் பலராலும் தொடர்ந்து சிபாரிசு செய்யப்பட்டிருக்கிறது. அத்தோடு போராளி கதாபாத்திரத்தில் நடிக்க அடர்த்தியாக மீசை வைத்திருக்கும், கருமையான தோல் நிறம் கொண்ட, தமிழ் மொழியை நன்றாகப் பேசக் கூடிய வேறு நடிகர்கள் அக் காலத்தில் இருக்கவில்லை. எனக்கும் திரைப்படத் துறையில் நீண்ட பயணம் செல்லும் தேவையிருந்தது. அதனால் அந்தக் கதாபாத்திரங்களில் நடித்தேன்.

நான் ஒரு நடிகன். அதைத் தாண்டி வேறேதும் என்னிடம் இல்லை. எனது நடிகன் ஆகும் ஆசை, நான் தமிழனாக இருந்திருக்காவிட்டால் நிறைவேறியிருக்காது என இன்று எனக்குத் தோன்றுகிறது. நான் ஒரு தமிழன் என்பதால், எனக்குக் கிடைத்த கதாபாத்திரங்களை என்னால் சிறப்பாகச் செய்ய முடிந்திருக்கிறது.

கேள்வி : இதனை விடுதலைப் புலிகள் இயக்கம் எவ்வாறு எடுத்துக் கொண்டது? சிங்களத் திரைப்படத்தில் நடிக்கும் ஒரு தமிழன் எனும்போது உங்களையும் அவர்கள் ஒரு எதிரியாகப் பார்க்கும் அபாயம் உருவாகும் அல்லவா?

தர்ஷன் : 'பிரபாகரன்' எனும் நான் நடித்த சிங்களத் திரைப்படம் திரையரங்குகளில் திரையிடப்பட்டு வெற்றிகரமாக ஓடிக் கொண்டிருக்கும்போது ஒரு நாள் எனக்கு ஒரு தொலைபேசி அழைப்பு வந்தது. 'நாடகம் ஒன்றை எடுக்கவிருக்கிறோம். உங்களால் நடிக்க முடியுமா தர்ஷன்?' என என்னிடம் கேட்கப்பட்டது. வழமை போல நான் 'முடியும், எனக்கு இவ்வளவு சம்பளம் தர வேண்டும்' என ஒரு தொகையைக் கூறியதும், அவர்கள் 'நாங்கள் இந்த இடத்திலிருந்து கதைக்கிறோம், எம்மிடமே பணம் கேட்கிறாயா? இனி நீ எப்படி நடிக்கப் போகிறாய் எனப் பார்' என மிரட்டினார்கள். பின்னர் 'சிங்களப் படங்களில் நீ ஏன் போராளியாக நடிக்கிறாய்?' எனக் கேட்டார்கள்.

'ஒரு கலைஞனாக எனக்கு தரப்படும் கதாபாத்திரங்களை, இயக்குனர் கூறும் விதத்தில் நடித்துக் கொடுப்பதே எனது வேலை' என்றேன். பிறகு அவர்கள் 'இனி அவ்வாறு நடக்கக் கூடாது' என எனக்கு கடைசி உத்தரவினை (Final Warning) இட்டார்கள்.

அது விடுதலைப் புலிகள் இயக்கத்தால் எனக்குத் தரப்படும் இறுதிக் கட்டளை என்பதனை நான் உணர்ந்ததால் நிஜமாகவே பயந்துபோனேன். அவ்வாறு மிரட்டப்பட்டு இரண்டு மாதங்களின் பின்னர் ஒரு நாள் கொழும்பு, கிரான்ட்பாஸ் சந்தியில், நடுத்தெருவில் வைத்து ஒரு குழுவினர் என்னைச் சுற்றிவளைத்து மிகவும் மோசமாகத் தாக்கினார்கள். கொலை முயற்சி தாக்குதலாக அது இருந்தது. அவர்கள் யாரென்று எனக்குத் தெரியவில்லை. முகங்களை மறைத்திருந்தார்கள். அன்று காயங்களோடு தப்பித்த நான் அந்த நிகழ்வின் பின்னர் இலங்கையிலிருக்காது சில காலம் இந்தியாவுக்கு சென்றிருந்தேன்.

கேள்வி : இன்று விடுதலைப் புலிகள் இயக்கத்தினரைக் குறித்து எவ்வாறு பார்க்கிறீர்கள்?

தர்ஷன் : அவர்களும் மனிதர்கள்தான். அவ்வாறுதான் நான் எண்ணுகிறேன். இராணுவத்தில் ஒருவர் போரின் போது மரணித்து விட்டால் ஏற்படும் இழப்பையும், கவலையையும், போராளிகள் மரணிக்கும்போது அவர்களுக்கு நெருங்கியவர்களும் உணர்கிறார்கள். அந்த மரணம் அநியாயமானது, இந்த மரணம் கொண்டாடத்தக்கது என்று எதையும் பிரித்துக் கூற முடியாது. மரணம், மரணம்தான். வாழ்க்கையும் அவ்வாறுதான். அனைவருமே மனிதர்கள்.

கேள்வி : இன்று வரை நிறைய திரைப்படங்களில் நடித்து விட்டீர்கள். எப்போதாவது, ஒரு கதாபாத்திரத்தில் மனம் ஒன்றி நடிக்க மிகவும் சிரமப்பட்டிருக்கிறீர்களா?

தர்ஷன் : இலங்கையில் யுத்தம் முடிவுற்ற உடனேயே யாழ்ப்பாணத்தில் புதுமாத்தளன், புதுக்குடியிருப்பு, நந்திக்கடல் போன்ற பிரதேசங்களில் நான் நடித்த 'மாதா' திரைப்படத்தின் படப்பிடிப்பு நடந்தது. அந்தப் பிரதேசங்களில் பரவலாகப் புதைக்கப்பட்டிருந்த கண்ணிவெடிகள் எவையும் அப்போது அகற்றப்பட்டிருக்கவில்லை. எனவே கால் வைக்கும் இடத்தில் எப்போது எங்கு மிதிவெடி வெடிக்குமோ என்ற மிகுந்த அச்சத்துடனேயே நானும் திரைப்படக் குழுவினர் அனைவருமே அக் காடுகளில் படப்பிடிப்பில் ஈடுபட்டிருந்தோம்.

கேள்வி : பெரும்பாலும் நீங்கள் சிங்கள மொழித் திரைப்படங்கள், நாடகங்களில் நடிப்பதால் நாடு முழுவதும் நிறைய சிங்கள ரசிகர்களை கொண்டிருக்கிறீர்கள். தமிழர்களிடையே குறிப்பாக யாழ்ப்பாணத்துக்கு படப்பிடிப்புக்காகச் செல்லும்போது அங்கு உங்களுக்கான வரவேற்பு எவ்வாறிருக்கிறது? யுத்தமற்ற யாழ்ப்பாணம் எப்படியிருக்கிறது? இலங்கை சினிமாவை அவர்கள் எப்படி நோக்குகிறார்கள்?

தர்ஷன் : தற்போது சிங்களத் திரைப்படங்கள் யாழ்ப்பாணத்திலும் பரவலாகத் திரையிடப்படுவதால் யாழ்ப்பாணத்திலும் எனக்கு நல்ல வரவேற்பு இருப்பதனை உணர்கிறேன். எங்கு கண்டாலும் மிகுந்த மகிழ்ச்சியோடு என்னை அம் மக்கள் வரவேற்கிறார்கள். தெருவில் நடக்கும்போது சிலர் தூர இருந்து 'இது அந்த நடிகன்தானே?' என நின்று உற்று நோக்குகிறார்கள். சிலர் கையெழுத்து வாங்கிக் கொள்கிறார்கள். தமிழ் மக்கள் அனைவருக்கும் என்னைத் தெரிந்திருக்கிறது.

இக் காலத்தில் யுத்தமற்ற யாழ்ப்பாணத்தைக் காண வரும் சிங்களவர்களையும் யாழ்ப்பாண மக்கள் மிகுந்த மகிழ்ச்சியோடு வரவேற்கிறார்கள். கடைகளுக்குச் சென்றால், 'இருபது, முப்பது வருடங்களுக்குப் பிறகு இன்று ஒரு சிங்களவர் எனது கடைக்கு வந்து

தேநீர் குடித்து விட்டுச் சென்றார்' என மகிழ்ச்சியோடு அவர்கள் கதைத்துக் கொள்வதைக் கேட்க முடிகிறது.

அவ்வாறே தற்காலத்தில் யாழ்ப்பாணத்திலிருந்து இலங்கையின் தமிழ் சினிமா துளிர்த்து சிறப்பாக வளர்ந்து வரும் அடையாளங்களையும் நான் காண்கிறேன். இலங்கையின் சிறந்த தமிழ் சினிமாவை யாழ்ப்பாண மக்கள் உருவாக்குவார்கள் என்ற நம்பிக்கை எனக்கு இருக்கிறது. காரணம் வடக்கின் மக்கள் அந்தளவு தைரியத்தைக் கொண்டவர்களாக இருக்கிறார்கள். அவர்கள் நிச்சயமாக எழுந்து நிற்பார்கள். சாதிப்பார்கள்.

யுத்த காலத்தில் நான் ஒரு படப்பிடிப்புக்காகப் போயிருந்த போது, ஒரு தந்தை தனது சைக்கிளை ஸ்டாண்ட் போட்டு நிறுத்தி விட்டு, அதில் அமர்ந்து வேகமாக மிதித்துக் கொண்டிருந்ததைக் கண்டேன். கூர்ந்து கவனித்த போதுதான் தெரிந்தது. அப்பா சைக்கிளை மிதிக்கும்போது டைனமோ வேலை செய்து சைக்கிளின் மின்குமிழ் ஒளிர, அந்த வெளிச்சத்தில் ஒரு பிள்ளை படித்துக் கொண்டிருந்தது. யுத்தத்தால் பாதிக்கப்பட்டிருந்த போதும், இந்த மக்கள் மிகுந்த மன திடமும் தன்னம்பிக்கையும் உடையவர்கள் என்று அன்று எனக்குத் தோன்றியது.

கேள்வி : உங்கள் நிஜப் பெயரே தர்ஷன் தர்மராஜ் தானா?

தர்ஷன் : இல்லை. எனது நிஜப் பெயர் லிங்கநாதன் தர்மராஜ். அந்தப் பெயருடன்தான் நடிக்க வந்தேன். இயக்குனர் சிட்னி சந்திரசேகர எனக்கு தர்ஷன் தர்மராஜ் எனப் பெயர் சூட்டினார். அந்தப் பெயரே நிலைத்து இன்று நான் தர்ஷன் தர்மராஜாக உங்கள் முன் நிற்கிறேன்.

கேள்வி : கொழும்புக்கு வேலை தேடி வந்த நீங்கள், ஒரு புகழ்பெற்ற நடிகனாகப் போய் நின்றபோது ஊரில், வீட்டில் அதனை எப்படி எடுத்துக் கொண்டார்கள்?

தர்ஷன் : வீட்டில் அதை ஏற்றுக் கொள்ளவில்லை. நான் நடிகனாக இருப்பதை அவர்கள் விரும்பவுமில்லை. 'ஒரு நடிகன் என்பவன் ஒழுக்கமானவனல்ல. ஊரில் உனக்கிருக்கும் நல்ல பெயர் கெட்டுவிடும்' போன்ற சமூகத்திலிருக்கும் பொதுவான கருத்துக்களையெல்லாம் வைத்து எனக்கு அறிவுரை கூறினார்கள். அக் கருத்துக்களையெல்லாம் நான் கண்டுகொள்ளவில்லை.

கேள்வி : அக் கருத்துக்களை ஏற்றுக் கொள்கிறீர்களா?

தர்ஷன் : ஒருபோதுமில்லை. பெயரைக் கெடுத்துக் கொள்ள ஒரு நடிகனாகவே இருக்க வேண்டுமா என்ன? கெட்ட பெயரைச் சம்பாதித்துக் கொள்பவர்களும், ஒழுக்கமற்றவர்களும் எல்லா இடங்களிலும் இருக்கிறார்கள். ஒரு நடிகனாக இருப்பவர் செய்யும் செயல், அவர் ஒரு பிரபலம் என்பதனால் எல்லோருக்கும் தெரிந்து விடுகிறது. அவ்வளவுதான் வித்தியாசம். எனக்கும் சினேகிதிகள் நிறையப் பேர் இருக்கிறார்கள். அவர்கள் அனைவரையுமே ஒரு எல்லைக்குள்தான் வைத்திருக்கிறேன். காரணம் என் மனதுக்கு நெருங்கிய தோழி எனது வீட்டிலேயே இருக்கிறார். அவர்தான் என் மனைவி.

கேள்வி : அவரும் திரைத்துறையில் இருப்பவரா?

தர்ஷன் : இல்லை. அவரும் எனது ஊரைச் சேர்ந்தவர்தான். ஒரு ஆசிரியையாகப் பணியாற்றுகிறார். ஒருநாள் எனது பாடசாலையில் ஓவியம் வரையும் சந்தர்ப்பம் எனக்குக் கிடைத்தது. அங்கு சென்றபோது புதிதாகச் சேர்ந்த ஆசிரியைகள் ஐவர் அங்கிருந்தனர். அவர்களுடன்தான் அன்று மதிய உணவருந்தினேன். அவர்களிடையே அவரும் இருந்தார். அழகாக இருந்தார். உரையாடிப் பார்த்த போது சினிமா குறித்தும் அவர் நன்கு அறிந்திருப்பது தெளிவானது. 'நான் இவரை திருமணம் செய்து கொண்டாலென்ன?' என அன்றே எனக்குத் தோன்றியது. எனினும்

'ஐ லவ் யூ' போன்ற எதையும் ஒருபோதும் அவரிடம் சொல்லவில்லை.

பிறகொரு நாள் அவர் என்னிடம் ஒரு வெற்றுத்தாளைத் தந்து என் மனதில் அவரைக் குறித்து என்ன இருக்கிறதென எழுதித் தரச் சொன்னார். தானும் அவ்வாறு எழுதித் தருவதாகக் கூறினார். எனக்கு எதுவுமே எழுதத் தோன்றவில்லை. வெற்றுத் தாளை எடுத்துக் கொண்டு போய் கொடுத்தேன். அவரும் வெற்றுத் தாளோடே வந்திருந்தார். 'ஏன் எதுவுமே எழுதவில்லை?' என என்னிடம் கேட்டார். 'எழுத எதுவுமில்லை..அந்த அளவுக்கு மனதில் உன்னை உள்வாங்கி விட்டேன்' என்றேன். அவர் என்னை ஏற்றுக் கொண்டார். காதலித்தோம். அவரது வீட்டில் நான் ஒரு நடிகன் என்பதால் எதிர்ப்பிருந்தது. பின்னர் 'மச்சான்' திரைப்படத்துக்கு சர்வதேச விருதுகள் கிடைத்ததும், எனக்கு சிறந்த நடிகன் விருது கிடைத்ததும் 'இவனிடம் ஏதோ திறமை இருக்கிறது' என நம்பி திருமணம் செய்து கொடுத்தார்கள்.

கேள்வி : மிகவும் பிடித்த நடிகர் யார்? யாரை இப்போதும் நடிப்பில் முன்னுதாரணமாகக் கொள்கிறீர்கள்?

தர்ஷன் : கமல்ஹாசன். அவர்தான் எப்போதும் எனக்கு முன்னுதாரணமாகத் திகழ்பவர்.

கேள்வி : இலங்கையில் ஒரு முன்னணி நடிகராக ஆகி விட்டீர்கள். கலைப் படைப்பில் உங்களது பங்களிப்புக்காக வாங்கும் சம்பளமும் அதிகரித்திருக்கும் இல்லையா?

தர்ஷன் : அவ்வாறில்லை. எனக்குக் கிடைக்கும் கதாபாத்திரத்துக்கேற்ப, எனக்கு மிகவும் பொருத்தமானதாகவும், அந்தக் கதாபாத்திரத்துக்கு என்னால் உயிரூட்டக் கூடியதாகவும் இருப்பின் சம்பளத்தை எவ்வளவு குறைவாகக் கொடுத்தாலும் நான் அதனை வாங்கிக் கொள்வேன். அவ்வாறே நண்பர்கள் அவர்களது கலைப் படைப்புக்களில் நடிக்கக் கேட்டுக் கொண்டால்,

அவர்களுக்காக சம்பளத்தைக் குறைத்துக் கொள்வேன். இன்னும், நான் கஷ்டப்பட்டுப் போராடிய காலத்தில் எனக்கு உதவிய அனைவரிடமும், மிகுந்த விருப்பத்தோடு எப்போதும் மிகக் குறைந்த சம்பளத்திலேயே பணியாற்றுகிறேன். மொத்தமாகப் பார்க்கும்போது குறைந்த சம்பளத்துக்காகவே இன்னும் நான் நடித்துக் கொண்டிருக்கிறேன்.

கேள்வி : இலங்கையில் ஒரு நடிகன் என்பதால் குறைந்தளவு ஊதியத்தோடு வாழ்க்கையைக் கொண்டு செல்லக் கஷ்டமாக இருக்கும் இல்லையா?

தர்ஷன் : சற்று சிரமம்தான். ஆனால் என்னிடம் ஒரு பழக்கம் இருக்கிறது. அதாவது எதிர்காலத்துக்கென என்னிடம் எவ்வித சேமிப்பும் இல்லை. இன்று பணம் கிடைத்தால் அந்தப் பணத்தைக் கொண்டு குடும்பத்தோடு நன்றாகச் சாப்பிட்டு இன்று சந்தோஷமாக இருப்பேன். காரணம் நான் இன்றைய தினத்தை, இக் கணத்தை மட்டுமே நம்புகிறேன். நாளை இருப்பேனோ இல்லையோ யார் கண்டது? யாரால் கூற முடியும்? நான் இன்று மட்டுமே வாழும் ஒரு மனிதன்.

கேள்வி : 1980 களில் இந்தியத் திரைப்படங்களில் இலங்கைக் கலைஞர்கள் பங்குபெறும்போது அத் திரைப்படங்கள் திரையிடப்படும் காலத்தில் இலங்கைத் திரையரங்குகளில் கூட்டம் மிகைத்துக் காணப்பட்டதைக் குறித்து அறிந்திருக்கிறோம். இப்போதும் அந் நிலைமையை இலங்கையிலும், இலங்கையர் புலம்பெயர்ந்து வாழும் அனைத்து நாடுகளிலும் காணக் கூடியதாக இருக்கிறது. இந்தியத் திரைப்படங்களில் நடிக்கும் ஆர்வம் உங்களுக்கு இருக்கிறதா?

தர்ஷன் : நிச்சயமாக இருக்கிறது. இந்தியாவில், கேரளாவில் நடைபெறும் சர்வதேசத் திரைப்பட விழாக்களில் நான் நடித்த திரைப்படங்கள் திரையிடப்பட்டதைத் தொடர்ந்து தெலுங்கு, மலையாளத் திரைப்படங்களில் நடிக்கும் வாய்ப்பினை வழங்க

என்னை பலரும் அணுகிக் கொண்டிருக்கிறார்கள். அவ்வாறு இந்தியத் தமிழ் திரைப்படங்களில் நடிக்கும் வாய்ப்புக் கிடைத்தால் நிச்சயமாக எவ்விதத் தயக்கமுமற்று ஏற்றுக் கொள்வேன். காரணம் தமிழ்மொழி எனும்போது தமிழ்நாட்டில் ஓரோர் பகுதியிலும் பாவனையிலுள்ள எவ்வாறான தமிழ்மொழி நடையையும் ஏற்றுப் பேசி நடிக்க என்னால் முடியும். கதாநாயகனாகத்தான் நடிப்பேன் என்றில்லை. நல்ல கதாபாத்திரம் என்றால் நிச்சயமாக நடித்துக் கொடுப்பேன். பின்னணிக் குரலையும் என்னாலேயே கொடுக்க முடியும். அந்தத் திறமையும், நம்பிக்கையும், திரையுலகில் பதினைந்து வருடங்களுக்கு மேற்பட்ட அனுபவமும் என்னிடம் இருக்கிறது. இந்தியத் தமிழ்த் திரைப்படங்களில் வாய்ப்பு கொடுக்க விரும்புபவர்கள் தயங்காது என்னைத் தொடர்பு கொள்ளலாம்.

நீதிமன்ற அமைதியினூடு எழும் பேரோசை

இலங்கையின் பிரபல திரைப்பட இயக்குனர் பிரசன்ன விதானகேயின் அண்மைய திரைப்படமான 'உஸாவிய நிஹண்டய் (Silence in the court - நீதிமன்றத்தில் அமைதி) இலங்கையின் நீதிமன்றங்களில் சர்ச்சையைக் கிளப்பி, இலங்கை அரசால் திரையிடத் தடை செய்யப்பட்டிருந்தது.

நீதி வழங்கப்படுவதற்குப் பதிலாக, மூடி மறைக்கப்பட்டிருந்த ஒரு மாபெரும் அநீதத்தை, நீதிபதியொருவரால் அப்பாவிப் பெண்கள் மீது இழைக்கப்படும் பாலியல் வன்முறைகளை மக்கள் தெரிந்து கொள்வதற்காக, சமூகத்தின் மத்தியில் விவரணத் திரைப்படமாக முன் வைத்திருக்கிறார் இயக்குனர் பிரசன்ன விதானகே. திரைப்படத்தின் கருவும், கதைக் களமும், கதாபாத்திரங்களும் கற்பனையில்

உருவானவையல்ல. நீதிமன்றங்களில், காவல் நிலையங்களில் அதிகாரம் படைத்தவர்கள், எளியவர்கள் மீது அநீதமாக நிகழ்த்தும் வன்முறைகள் மற்றும் அதிகாரமும், பணபலமும் இருப்பதாலேயே குற்றவாளிகள் தப்பித்துக் கொள்ளும் நிதர்சனம் ஆகியன மிக யதார்த்தமாக இத் திரைப்படத்தில் காட்சிப்படுத்தப்பட்டிருக்கின்றன.

இனி, தொடர்ந்து வரும் இயக்குனர் பிரசன்ன விதானகேயின் நேர்காணலானது, இத் திரைப்படம் குறித்த மேலும் பல விடயங்களைத் தெளிவு படுத்தும்.

கேள்வி : பிரசன்ன, இந்த செயற்திட்டம் உங்களிடம் எவ்வாறு வந்தது?

இயக்குனர் பிரசன்ன விதானகே : இந்த செயற்திட்டம் என்னிடம் ராகுல் ரோயிடமிருந்து வந்தது. ராகுல் ரோய் ஒரு விவரண மற்றும் ஆவணத் திரைப்பட இயக்குனர். அவரும் உள்ளடங்கிய 'ஆகார்' எனும் தயாரிப்பு நிறுவனத்திடமிருந்து நான் உட்பட ஐந்து திரைப்படக் கலைஞர்களுக்கு, நீதி மறுக்கப்படல் மற்றும் சமூக அநீதங்கள் குறித்து விவரணப் படங்களைத் தயாரிக்க வாய்ப்பு வழங்கப்படுகிறது. சில வருடங்களுக்கு முன்பே இதற்கான செயற்திட்டத்தைத் தயாரித்து விட்டு, பாதுகாப்பு அமைச்சிடம் அனுமதியை வேண்டிக் கொண்டிருந்தேன்.

கேள்வி : பாதுகாப்பு அமைச்சிடம் செல்ல வேண்டியிருந்ததன் காரணம்?

இயக்குனர் பிரசன்ன விதானகே : ஆரம்பத்தில் நான் தயார் செய்து வைத்திருந்த விவரணத் திரைப்படம் 'உஸாவிய நிஹண்டய்' எனும் இந்தத் திரைப்படம் அல்ல. பிரியத் லியனகே எனும் எனது நண்பர் ஒருவர், சில காலத்துக்கு முன்பு வானொலியில் வயலின் இசைக் கலைஞர்கள் பற்றிய ஒரு நிகழ்ச்சியை ஒலிபரப்பினார். ஒரு காலத்தில் யாழ்ப்பாணத்தில் வாழ்ந்த, கோவில் சார்ந்த தேவ

ஸ்தோத்திரங்களை இசைத்த மற்றும் இசையில் பங்குபற்றிய வயலின் இசைக் கலைஞர்களைப் பற்றிய நிகழ்ச்சி அது. யாழ்ப்பாணத்தில் போர் மூண்ட காலப்பகுதியில் இக் கலைஞர்களுக்கு யாழ்ப்பாணத்தைக் கைவிட்டு, கிளிநொச்சிக்கு இடம்பெயர நேர்கிறது. அன்றிலிருந்து அவர்களுக்கு இசைக்கக் கட்டளையிடப்படுவது தேவ ஸ்தோத்திரங்களையன்றி, பிரபாகரனின் ஸ்தோத்திரங்களையே. இங்கு மனம் கவரச் செய்யும் விடயமானது, இந்தளவு யுத்தத்துக்கு மத்தியிலும் அவர்களால் வயலினைக் கைவிட முடியாமலிருப்பதற்கான காரணம் என்ன என்பதாகும். அவர்களுக்கு இசை மீது எந்தளவு ஈடுபாடு இருந்திருக்கிறது என்பதாகும். இந்தப் படப்பிடிப்புக்கு அனுமதி கேட்டே நான் பாதுகாப்பு அமைச்சுக்கு கடிதம் எழுதியிருந்தேன். இன்று வரைக்கும் அதற்கு பதில் கிட்டவேயில்லை. எனினும் நான் எனது அக் கனவைக் கைவிடவுமில்லை.

கேள்வி: எனினும் 'உஸாவிய நிஹண்டய்' என்பது வேறு படைப்பு?

இயக்குனர் பிரசன்ன விதானகே : ஆமாம். இது உண்மையைத் தேடுவதை அடிப்படையாகக் கொண்ட படைப்பு. இவ்வாறான நிகழ்வொன்றை விவரணத் திரைப்படமாக்கும்போது, அதனை நாங்கள் உணர வேண்டுமானால் அது எமக்கு நிகழ்ந்திருக்க வேண்டும். பாதிக்கப்பட்டவர்

குறித்த திரைப்படமொன்றில் அநேகமான விடயங்கள் வெளிப்படுத்தப்படுவது வெங்காயத்தின் தோல் நீக்கப்படுவது போல

படிப்படியாக. அவ்வாறே வழமையான திரைப்படங்களைப் போல எமக்கு பூரணப்படுத்தப்பட்ட செயற்திட்டமொன்றோடு சென்று படப்பிடிப்பினை நிகழ்த்த முடியாது. தேவையான காட்சிகள் தாமாகத் தோன்றும் வரைக்கும் காத்துக் கொண்டு இருக்க வேண்டி வரும்.

கேள்வி : உங்களுக்கு, அன்று பத்திரிகை ஆசிரியர் விக்டர் ஐவன் முன் வைத்த விடயங்களை, முழுமையாக தனி மனித சாட்சியை அடிப்படையாக வைத்தே காட்சிப்படுத்த நேர்ந்திருக்கிறது?

இயக்குனர் பிரசன்ன விதானகே : இதில் நாம் பெண்களிருவரைச் சந்திக்கிறோம். இருவருமே சம்பந்தப்பட்ட நீதிபதியால் பாலியல் வன்முறைக்குள்ளாக்கப்பட்டவர்கள். அவர்களது சாட்சியே பிரதானமாகிறது. அவ்வாறே இந்தச் சாட்சிகளின் மூலமாக ஆழமான அத்திவாரம் இடப்படுகிறது. எவ்வாறாயினும் பாதிக்கப்பட்ட முதல் பெண் கேமராவின் முன்பு தோன்ற மறுத்து விடுகிறார். எனவே நான் அவரை வற்புறுத்தவுமில்லை. இவ்வாறான ஒரு சம்பவம் மீண்டும் இந்த சமூகத்தில் நடைபெறக் கூடாதளவுக்கு சமூகத்தில் விழிப்புணர்வை ஏற்படுத்த வேண்டும் என்பதை நான் அவரிடம் தெளிவுபடுத்தினேன். இருபது வருடங்களுக்கு முன்பு நிகழ்ந்த ஒரு துயரத்தை ஒரு பெண் மீண்டும் ஞாபகப்படுத்த நேர்வது மிகவும் கசப்பான ஒரு விடயம். எனினும் இரண்டாவது பெண், கேமராவின் முன்பு தோன்றினார். நான் அவரையும் வற்புறுத்தவில்லை. அவரிடம் நான் கேட்டது 'இப்பொழுது உங்களுக்கு என்ன தோன்றுகிறது' என்பது மாத்திரமே.

கேள்வி : அதிகளவு வளங்கள் செறிந்திருக்கும்போது ஏன் நீங்கள் வழமையான வணிகத் திரைப்படங்களை எடுக்காமல், இவ்வாறான பாதிக்கப்பட்டவர்களுக்கான திரைப்படங்களை எடுக்கிறீர்கள்?

இயக்குனர் பிரசன்ன விதானகே : என்னால் இலகுவாக இந்தச் செயற்திட்டத்தையே வழமையான வணிகத் திரைப்படமாக மாற்ற

முடியும். எனினும் நான் அப்படிச் செய்யவில்லை. நான் பொதுவாகவே காட்சிகள் குறித்த தெளிவு இன்றி படப்பிடிப்புக்குச் செல்வதில்லை. எனினும் ஆவணத் திரைப்படங்களில் அவ்வாறான பூரண தெளிவை முன்பே பெற்றுக் கொள்ள முடியாது.

கேள்வி : உங்களது ஆஸ்தான சக தொழில் கலைஞர்கள் இருவர், மீண்டும் இத் திரைப்படத்தில் உங்களுடன் இணைந்து பணியாற்றியிருக்கின்றனர்?

இயக்குனர் பிரசன்ன விதானகே : ஆம். எம்.டீ. மஹிந்த பால, ஸ்ரீகர் ப்ரஸாத் இருவரும் மீண்டும் இணைந்திருக்கின்றனர். இங்கு கேமரா கோணங்கள் பற்றி நான் முதலில் மஹிந்தபாலவுடன் தான் கலந்துரையாடினேன். பாதிக்கப்பட்டவர்கள் குறித்த திரைப்படமொன்றுக்கு இந்தக் கரு மிகவும் பொருத்தமானது என்பதே அவரது கருத்தாக அமைந்தது. ஸ்ரீகர் ப்ரஸாத் இங்கு விஷேடமாகக் குறிப்பிடத்தக்கவர். அவர் இந்தியாவில் ஏழு தடவை ஜனாதிபதி விருது வழங்கி கௌரவிக்கப்பட்டுள்ளவர். வாழ்வில் முதற்தடவையாக விவரணத் திரைப்படமொன்றுக்காகப் பாடுபட்டிருக்கிறார். இவர்கள் இருவரதும் அர்ப்பணிப்பே 'உஸாவிய நிஹண்டய்' திரைப்படமாகியிருக்கிறது. ஸ்ரீகர் ப்ரஸாத், திரைப்படத்தின் இறுதியில் பார்வையாளர்களை நீதவான்களாக்கியிருக்கிறார்.

கேள்வி :உங்களுக்கெதிராக தனி நபர் ஒருவரால் தொடரப்பட்டிருந்த வழக்கை சமூகத்திலுள்ள பலரும் மிகவும் ஆர்வத்தோடு கவனித்துக் கொண்டிருந்தனர். 'தடை' எனும் வசனமும் கூட சமூகத்தில் மிகவும் பிரபலமானது.

இயக்குனர் பிரசன்ன விதானகே : அவர் திரைப்படத்துக்கு எதிராக வழக்கு தொடர்ந்திருந்தார். அதனால் நீதிமன்றத்துக்கு சான்றுகளை ஒப்படைக்கக் கூடிய சந்தர்ப்பம் எமக்கு வாய்த்தது. அதன் மூலமாக அவர் மீது பொய்க் குற்றச்சாட்டு எதுவும் சுமத்தப்படவில்லை என்பதை குற்றவாளிக் கூண்டிலிருந்து நிரூபிக்க முடிந்தது. எவ்வாறாயினும் தடையை நீடிக்கத் தேவையான சான்றுகள் எவையும் அவரிடம் இருக்கவில்லை. எனது தரப்பில் வாதாடிய வழக்கறிஞர் கனக ஈஸ்வரன், மணித்தியாலக் கணக்கில் மிக சரளமாக தனது தர்க்கங்களை ஆணித்தரமாக முன்வைத்தார். இறுதியில் நீதிமன்றம், திரைப்படத்தின் மீதான தடையை நீக்கியது. எது எவ்வாறாயினும் கடந்த சில வாரங்களாக நான் சட்டத்தைக் கற்றது போல வாழ்வில் ஒருபோதும் கற்றதில்லை.

கேள்வி : காட்சி ஊடகம் எனப்படுவது பலம் வாய்ந்த ஊடகம் என்பதை நிரூபிக்க பெரிதாக சாட்சிகள் தேவையில்லை. இதுவே போதுமானது. எப்பொழுதுமே மோசமான கதாபாத்திரம் மீது ஒரு பயம் தோன்றுவது இயல்பு. உங்களது முடிவற்ற போராட்டத்தின் அடுத்த படிமுறையைத்தான் காட்சிப்படுத்தியிருக்கிறீர்கள் எனக் கொள்ளலாமா?

இயக்குனர் பிரசன்ன விதானகே : காட்சி ஊடகத்தின் மூலம் நீதியை நிலை நாட்ட முடியுமென நான் நினைக்கவில்லை. எனினும், நீதியையும், உரிமையையும் பெற்றுக் கொள்வதற்கான அவதானத்தைப் பெற்றுக் கொடுக்க ஒரு திரைப்படத்தால் முடியும். அதன் மூலமாக, இவ்வாறான இடங்களில் சில பிரச்சினைக்குரிய பகுதிகளும் இருக்கின்றன என்பதற்கான உள்ளுணர்வைப் பெற்றுக் கொள்ள முடியும்.

கேள்வி : ஒரு திரைப்படத்துக்கு தடை விதிக்கப்பட்டிருக்கும்போது அதற்கு எழும் விமர்சனங்கள், தடை நீக்கப்பட்டதற்குப் பிறகு கிடைப்பதில்லை எனக் கூறலாமா?

இயக்குனர் பிரசன்ன விதானகே : மக்களது உதவி இங்கு முக்கியமானது. அக் கணத்தில் நீதிமன்றத்தைத் தவிர வேறெதனாலும், எந்த விமர்சனத்தாலும் அத் தடையை நீக்க முடியாது. அதற்குத் தேவையானதெல்லாம் தர்க்க நியாயங்கள். எனினும் அந்த விமர்சனங்கள் தனிப்பட்ட முறையில் பெரிதும் ஊக்கமளிப்பவை. அது ஜனநாயக சமூகத்திற்கு மிக நல்ல எடுத்துக்காட்டு.

கேள்வி : குற்றவாளியைக் கண்டுபிடித்து அவரைப் பற்றிப் புலனாய்வு செய்து எழுதி வெளிப்படுத்திய பத்திரிகை ஆசிரியர் விக்டர் ஐவன் மீது தொடரப்படாத வழக்கு, உங்கள் மீது தொடரப்பட்டது ஏன்?

இயக்குனர் பிரசன்ன விதானகே : என் மீதுள்ள தனிப்பட்ட கோபத்தில் வழக்கு எதுவும் தொடரப்படவில்லை. இது முழுமையாக பொதுமக்கள் சம்பந்தப்பட்டது. எனினும், இவ்விடயங்களைக் குறித்து பயப்படாமல் தைரியமாக வெளிப்படுத்தியதன் கௌரவம் அனைத்தும் விக்டர் ஐவனுக்கே உரித்தானது.

கேள்வி: எனினும் இன்னுமொரு தெளிவான சம்பவத்தை பத்திரிகை ஆசிரியர் விக்டர் ஐவன் வெளிக்கொண்டு வந்துள்ளார். நீதிமன்றத்தால் தண்டிக்கப்படாத குற்றவாளியான நீதிபதிக்கு பெண்களைக் கூட்டிக் கொடுக்கும் வேலையைச் செய்த சட்டத்தரணியொருவரை அவர் சமூகத்துக்கு இனம்காட்டினார். நீங்கள்

இந்த விடயத்தை உங்கள் 'உஸாவிய நிஹண்டய்' திரைப்படத்தில் காண்பிப்பதில்லை. நீங்கள் இதனை தவறுதலாக விட்டீர்களா அல்லது வேண்டுமென்றே தவிர்த்தீர்களா?

இயக்குனர் பிரசன்ன விதானகே : அன்று அந்த விசாரணையை மேற்கொண்ட மூவர் அடங்கிய குழுவினர், மேற்கூறப்பட்ட சட்டத்தரணியை ஒரு குற்றவாளியாகக் கருதவில்லை. அவ்வாறான ஒரு நிலையில், என்னால் நீங்கள் குறிப்பிட்ட விடயத்தை உறுதிப்படுத்தி காட்சிப்படுத்த முடியாது. எனக்கு திரும்பவும் வெங்காயம் குறித்த கருத்துதான் நினைவுக்கு வருகிறது. தோல் அகற்ற அகற்ற இன்னுமின்னும் தோலே வந்து கொண்டிருப்பது போல, இச் சம்பவத்திலும் புதிய புதிய விடயங்கள் தோன்றிக் கொண்டேயிருந்தன. எமது ஆரம்பக் கலந்துரையாடலில் ஸ்ரீகர் ப்ரஸாத்தான் இந்த விடயத்தைக் குறித்துக் கூறினார். திரைப்படத்தில் ஒரு சம்பவம் முழுமையாகக் கட்டியெழுப்பப்பட்டிருக்கும்போது, இன்னுமொரு விடயத்தைப் புகுத்தி மீளக் கட்டியெழுப்புவது அவசியமற்றது என அவர் குறிப்பிட்டார். அதற்கிணங்கவே தீர்மானம் எடுக்கப்பட்டது.

கேள்வி : இப்போது இத் திரைப்படத்தின் மீது தொடுக்கப்பட்டிருந்த வழக்குகள் அனைத்தும் முடிவு கண்டு விட்டனவா?

இயக்குனர் பிரசன்ன விதானகே : இல்லை. திரைப்படத்துக்கு விதிக்கப்பட்டிருந்த தடை நீக்கப்பட்டுள்ளது. எனினும் தொடுக்கப்பட்டிருந்த வழக்கின் விசாரணைகள் இன்னும் நடைபெற்றுக் கொண்டிருக்கின்றன. அடுத்த விசாரணை, வரும் வருடம், ஜனவரி 19 ஆம் திகதி நடைபெறவிருக்கிறது. எனினும், திரைப்படத்தை திரையிட அனுமதியளித்திருக்கிறார்கள்.

கேள்வி : இந்த திரைப்படத்துக்குக் கிடைத்த தீர்ப்பானது, பொதுவாக படைப்பாளிகளுக்கு பெரும் ஊக்கத்தைத் தந்திருக்கும்

என்பதை ஏற்றுக் கொள்கிறீர்களா?

இயக்குனர் பிரசன்ன விதானகே : நீங்கள் இந்த வழக்கின் தீர்ப்பை வாசித்தீர்களானால் இதில், 'உலகமானது ஒரு கிராமமெனச் சுருங்கியிருக்கும் இக் காலத்தில், ஒரு படைப்புக்கு தடை விதித்தல் எனப்படுவது வெறும் காகிதத்தில் மாத்திரமே குறிப்பிடப்படக் கூடிய ஒன்று' என தெளிவாகக் குறிப்பிடப்பட்டிருப்பதைக் காணலாம். அத்தோடு நீதவான், திரைப்படமொன்று உருவானதன் பிறகு அதன் உரிமை ரசிகனுக்குத்தான் எனவும் குறிப்பிட்டிருக்கிறார். இயக்குனருக்கோ, தயாரிப்பாளருக்கோ கூட உரிமையில்லை. மக்கள் ஒரு கலைப்படைப்பொன்றில் எதிர்பார்ப்பது, மகிழ்ச்சியாகத் தொடங்கி மனதுக்கு நெருக்கமான உணர்வைத் தூண்டும் முடிவொன்றைத்தான் எனவும் அதில் குறிப்பிடப்பட்டிருக்கிறது. அதனால் மனதுக்கு நெருக்கமான உணர்வுகளோடு படைப்புக்களை வெளிக் கொணரும் படைப்பாளிகளுக்கு நிச்சயமாக இந்தத் தீர்ப்பு ஊக்கமளிக்கும்.

கேள்வி : வணிக இலாபத்தை உத்தேசித்தா 'உஸாவிய நிஹண்டய்' திரைப்படத்தை திரையரங்குகளில் திரையிட்டீர்கள்? தயாரிப்பாளருக்கு இதன் மூலம் இலாபம் பெற முடியும் என்பது சாத்தியமற்றது?

இயக்குனர் பிரசன்ன விதானகே : இல்லை. திரையரங்குகளில் இத் திரைப்படத்தைத் திரையிட்டது வணிக இலாபத்தை உத்தேசித்தல்ல. இத் திரைப்படத்தின் மூலம் கிடைக்கக் கூடிய ஆதர்சமே முக்கியமானது. விவரண, ஆவணத் திரைப்படங்களையும் திரையரங்குகளில் திரையிட முடியுமென எடுத்துக் காட்டினால் இவ்வாறான படைப்பாளிகளுக்கு அது ஒரு ஆதர்சமாக, வழிகாட்டியாக அமையும். இந்த நடைமுறை, சர்வதேச அரங்கில் புதியதல்ல. ஆவணத் திரைப்படங்கள், விவரணத் திரைப்படங்கள் உலகம் முழுவதும் விநியோகிக்கப்படுகின்றன. எனினும், இந்த

நடைமுறை எமது நாட்டில் புதிதாக ஆரம்பிக்கப்படுகிறது. இது ஒருவகையில் ஒரு சமூக சேவை. இதன் மூலமாக சமூகத்தில் விழிப்புணர்வு ஏற்படுத்தப்படுவதே நடைபெறுகிறது. உண்மை நிகழ்வுகளின் அடிப்படையில் புலனாய்வு செய்யப்படுவதே இங்கு இடம்பெறுகிறது. தயாரிப்பாளர் எச்.டீ.பிரேமஸ்ரீ அவர்கள் இந்தத் திரைப்படத்தில் பங்குகொண்டது இலாபத்தை எதிர்பார்த்தல்ல. முடிந்தால் திரைப்படத்தை திரையரங்குகளில் திரையிட்டு ஒரு விழிப்புணர்வை நாட்டுக்குள் ஏற்படுத்துவதே எமது நோக்கமாக இருந்தது. அவ்வாறே இன்றுள்ள டிஜிட்டல் தொழில்நுட்பத்தின் மூலம் டீவிடீ இறுவட்டுக்களினூடாக இத் திரைப்படத்தை மக்களிடம் கொண்டு சென்று, இதற்காக செலவழித்த பணத்தைப் பெற்றுக் கொள்வதும் எமது எண்ணமாக இருந்தது.

கேள்வி : 'உஸாவிய நிஹண்டய்' திரைப்படத்தின் முதல் பார்வையாளர்கள் யார்?

இயக்குனர் பிரசன்ன விதானகே : இத் திரைப்படத்தை கிராமங்களிலேயே முதலில் திரையிட்டேன். பல கிராமங்களிலும் மக்கள் ஒன்றுகூடும் மண்டபங்களில் இலவசமாகத் திரையிடப்பட்டது.

கேள்வி : நீங்கள் இத் திரைப்படத்தின் மூலம் நடுத்தர மக்களது வாழ்வியலைத்தானே பற்றிப் பிடித்திருக்கிறீர்கள்? திரைப்படத்தின் திரையிடலைப் பார்த்தபோதும், திரைப்படத்தைக் குறித்து கதைக்க வருபவர்களைக் கண்ட போதும், அங்கிருப்பதெல்லாம் நடுத்தர மக்களது வாழ்வியல் லட்சணங்களே?

இயக்குனர் பிரசன்ன விதானகே : ஆரம்பத்தில் நான் இதனை கொழும்பு, ரீகல் திரையரங்கில் மாத்திரம் திரையிடவே எண்ணியிருந்தேன். எனினும், தடை விதிக்கப்பட்டு, நீக்கப்பட்ட பின்னரும் கூட, இத் திரைப்படம் கிராம மக்களிடத்தில் இலவசமாகத் திரையிடப்படுவதை நான் நிறுத்தவில்லை. இவ்வாறு அனைவருமே இத் திரைப்படத்தைப் பார்க்க ஏற்பாடு செய்கிறேன். அடுத்தது, இந்தப்

பிரச்சினையானது, தனி மனிதன் ஒருவனது பிரச்சினை மாத்திரமல்ல. சமூக வலைத்தளங்களில், இதைக் குறித்து கலந்துரையாடல்கள் எழுந்த போதும், அதற்கு வெளியே இருப்பவர்கள் மௌனமாகவே இருக்கிறார்கள். எல்லாவற்றுக்குமே குரல் கொடுக்கும் பெண்கள் இயக்கம் கூட இப் பிரச்சினையின் போது மௌனமாக இருந்ததையே காண முடிந்தது. சராசரியாக எடுத்துக் கொண்டால் இந்தப் பிரச்சினையானது மிகவும் செயலற்றுப் போயிருந்தது. இந் நிகழ்வு நடைபெற்ற காலத்தை, இக் காலத்தோடு ஒப்பிட்டுப் பார்க்கையில் சிலருக்கு தாம் மௌனமாக இருந்ததற்காக குற்றவுணர்ச்சியும் தோன்றக் கூடும். அதனால்தான் இந்தப் படைப்பு என்னால் நிர்மாணிக்கப்பட்டிருக்கிறது.

கேள்வி : நீங்கள் எழுப்பும் நீதியும், நியாயமும் அதிகமாகப் பாதித்திருப்பது கிராமத்தையா அல்லது நகரத்தையா என நான் கேட்டால்?

இயக்குனர் பிரசன்ன விதானகே : இக் காலகட்டத்தில் கிராமங்களின் பொருளாதாரம் வீழ்ச்சியடைந்தாயிற்று. அவர்களது வாழ்வாதாரமான விவசாயமானது, இன்று அவர்களிடமிருந்து விலகி வெகு தொலைவுக்குச் சென்று விட்டிருக்கிறது. அதற்குப் பதிலாக மத்திய கிழக்கு நாடுகளுக்கும், ஆடைத் தொழிற்சாலைக்கும், இராணுவத்தில் சேரவும் செல்ல நேர்ந்திருக்கிறது அவர்களுக்கு. ஒரு திரைப்படக் கலைஞனாக, இவ்வாறான ஒரு விடயத்தில் பொதுவாக சம்பந்தப்படாதவர்களையும் இணைத்துக் கொண்டு கலந்துரையாடல்களில் ஈடுபடவே நான் விரும்புகிறேன். சுருக்கமாகச் சொல்வதானால், இவ் வல்லுறவு சம்பவத்துக்கு முகம்கொடுக்க நேர்ந்த பெண், 'முன்பெல்லாம் நீதிமன்றத்துக்குச் சென்றால் எச்சில் விழுங்கக் கூட பயமாக இருக்கும், ஆனால் இப்போது அப்படியில்லை. இப்போது நீதிமன்றத்தில் கூட என்னால் பயமேயற்றுக் கதைக்க முடியும்' என்கிறாள். அவ்வாறான நிலைமைதான் ஏற்பட வேண்டும்.

நிகழ்ந்துகொண்டிருக்கும் அடிமை மனோபாவ செயற்பாடுகளை தர்க்க ரீதியில் இவ்வாறாக முடிவுக் கொண்டு வருவதே எனது அபிப்ராயம்.

கேள்வி: நகரத்திலாகட்டும், கிராமத்திலாகட்டும். சம்பந்தப்பட்டவர்களை கலந்துரையாடல்களில் ஈடுபடுத்த நீங்கள் மிகவும் பாடுபடவேண்டியிருக்கிறது என்பதைப் புரிந்துகொள்ள முடிகிறது. குறிப்பாக நீதித் துறையில் இருப்பவர்கள் உங்களுக்கு ஆதரவாகக் குரல் கொடுத்தார்களா?

இயக்குனர் பிரசன்ன விதானகே : ஆமாம். அவர்களுக்கு இது சம்பந்தமாக பெரும் ஈடுபாடு இருந்தது. தொழில் கௌரவத்திற்காக அவர்கள் பயப்படாமல் முன் நிற்கிறார்கள் என்பது எனக்குத் தெளிவாகியது. ஒரு மனிதனுக்குக் கிடைக்கக் கூடிய மிகப் பெரும் வெற்றி நீதியும், நியாயமும்தான். சட்டத்தின் முன்பு அனைத்தும் சமம். எனினும் இலங்கையில் பணமும், அதிகாரமும் இருப்பவர்களிடத்தில் அது வேறு விதத்தில் செயற்படுகிறது. நடைமுறையிலுள்ள இச் செயற்பாடுகளின் மூலம் சட்டம் மாசுபட்டுக் கொண்டிருக்கிறது என்பது குறித்த தெளிவு பல நேர்மையான சட்டத்தரணிகளிடம் இருக்கிறது.

பார்வதி எனும் திரைத் தீ !

நடிப்பு எனும் கலைக்கு வரையறை ஏதுமில்லை. தக்க சமயத்தில் ஒரு சிறு கண அசைவை உருவாக்குவதன் மூலம் கூட ஒரு தேர்ந்த நடிகரால் சிறந்த நடிப்பினை வெளிக்காட்டி விட முடியும். அந்தச் சிறு அசைவையும் எக் கணத்தில் ஏற்படுத்த வேண்டும் என்பதை திறம்பட அறிந்திருப்பவர்களாலேயே சிறந்த நடிகர்களாகவும் ஆக முடியும். மிகச் சிறந்த நடிகர்கள் என்பவர்களை அவர்களாகவே தம் பெயர்களுக்கு முன்னால் வைத்துக் கொள்ளும் பட்டங்களோ, அவர்கள் கத்திப் பேசும் வசனங்களோ, கணினி வரைகலை மூலம் நரம்புகள் புடைக்கும் விரலசைவுகளோ, மின்சாரம் தாக்கியது போன்ற நடன அசைவுகளோ, அரிவாள் வீச்சுக்களோ, பேரழகோ, இளவட்ட ரசிகர்களோ தீர்மானித்து விடுவதில்லை. தீர்க்கமான திரைப்பட ரசிகர்கள் திரையில் தம்மை ஈர்க்கும் நடிப்பை வழங்குபவர்களை அக உணர்வின் மூலம் இலகுவில் கண்டுணர்ந்து கொள்கிறார்கள். குறிப்பிட்ட இந்த நடிகரோ அல்லது நடிகையோ இந்தத் திரைப்படத்தில் நடித்திருப்பதால், திரைப்படம் நிச்சயமாக சிறந்ததாக

இருக்கும் என்பதை அவர்கள் சந்தேகத்துக்கிடமின்றி வழிமொழிகிறார்கள்.

தமிழ் சினிமா ரசிகர்கள் இன்னும் நடிகர்களின் பிரமாண்டமான உருவப் படங்களுக்கு பாலூற்றுவதையும், குத்துப் பாடல்களுக்கு ஆபாச நடனமாடும் நடிகைகளுக்கு விசிலடித்துத் திரிவதையும் விட்ட பாடில்லை. எனவே சில தமிழ்த் திரைப்பட இயக்குனர்களும், நடிகர், நடிகைகளும் அந்தக் கட்டமைப்பிலிருந்து நீங்கி புதிய திரைப்பட முயற்சிகளில் கால் வைக்கத் தயங்குகிறார்கள். இதுதான் நல்ல சினிமா என்பதாகப் போதிக்கப்படும் மோசமான தமிழ்த் திரைப்படங்களைக் கொண்டே, வளர்ந்து வரும் சந்ததியினரும் சினிமாவைக் கற்றுக் கொள்கிறார்கள். இது தமிழ்த் திரைப்பட உலகின் மிகப் பெரிய பின்னடைவு என்பதை அவர்களாக உணரும்வரை இதற்கொரு தீர்வைக் காண வழியில்லை.

மாறாக மலையாளத் திரையுலகம் உலகத்தரமான திரைப்படங்களை சர்வ சாதாரணமாக எடுத்துத் திரையிட்டு விட்டு அமைதியாக தமது அடுத்த புதிய முயற்சிகளில் ஈடுபட்டுக் கொண்டேயிருக்கிறது. ஒரே திரைப்படத்தில் எண்பத்தேழு புதுமுகங்களை அறிமுகப்படுத்தி, 2017 ஆம் ஆண்டின் ஆரம்பத்திலேயே வந்து மிகப் பிரமாண்ட வெற்றி கண்டிருக்கும் 'அங்கமாலி டைரீஸ்' இப்போதும் பல நாட்களைத் தாண்டி திரையிடப்பட்டுக் கொண்டிருக்கிறது. அவ்வாறே ஈராக் யுத்தத்தின் போது, அங்கு சிக்கித் தவித்த பத்தொன்பது மருத்துவத் தாதிகளின் கதையைச் சுமந்து வந்த "Take Off' அறபு நாடுகளிலும் பலத்த வரவேற்பைப் பெற்று கதாநாயகியாக நடித்த நடிகை பார்வதியை 'யாரிந்த அசாத்திய நடிப்பு ராட்சஷி?' எனக் கேட்க வைத்திருக்கிறது.

மலையாளத் திரையுலகமானது 'மலையாளப் பெண் சூப்பர் ஸ்டார்' என்று கொண்டாடும் பார்வதியையும், (தமிழில் நெடுஞ்சாலை, அதே கண்கள் திரைப்படங்களில் நடித்த) ஷிவதாவையும்தான்

கதாநாயகிக்கு முக்கியத்துவம் வாய்ந்த, எந்தக் கதாபாத்திரத்திலும் மிகச் சிறப்பாக நடிக்கக் கூடிய நடிகைகளாக தற்காலத்தில் முன்னிறுத்துகிறது. அன்று தமிழில் சரிதா, ரேவதி ஆகிய நடிகைகளுக்கு இவ்வாறான ஒரு அங்கீகாரம் இருந்தது. ஹிந்தியிலும் ஷபனா ஆஸ்மிக்குப் பிறகு கங்கனா ரணவத் வந்திருக்கிறார். தமிழில் இன்றைய காலகட்டத்தில் அவ்வாறு குறிப்பிட்டுக் கூறுமளவுக்கு யாருமேயில்லை. 'இவர்கள் நடித்த திரைப்படங்களென்றால் குடும்பத்தோடு பார்க்கலாம்', 'வெகு யதார்த்தமாக இருக்கும்', 'இவர்கள் நடித்தாலே அத் திரைப்படங்கள் வெற்றிபெற்று விடும்' போன்ற நல்ல அபிப்ராயங்களை எந்த நடிகராலும், நடிகையாலும் நடிப்பில் போராடாது பெற்றுக் கொள்ள முடியாது என்பதையே இது நிரூபிக்கிறது.

மலையாளத் திரை ரசிகர்கள் அனைவருக்குமே நடிகை பார்வதியைத் தெரிந்திருக்கிறது. அனைவருக்குமே தமது குடும்பத்துப் பெண்ணொருத்தியை நினைவுறுத்தும் அவரது தோற்றமும் செயற்பாடுகளும் அவரை நெருக்கமாக்கி விட்டிருக்கின்றன. தமிழ் திரையுலகிலும் 'பூ', 'சென்னையில் ஒரு நாள்', 'மரியான்', 'உத்தம வில்லன்', 'பெங்களூர் நாட்கள்' போன்ற திரைப்படங்கள் அவரது பெயர் சொல்லும் திரைப்படங்களாக இருக்கின்றன. இந்தியத் திரையுலகில் மாத்திரம் ஐந்து நடிகைகள் பார்வதி எனும் பெயரில் இருக்கிறார்கள். என்றபோதும், நடிகை பார்வதி எனும்போது அவர் மாத்திரமே முதலில் நினைவுக்கு வருகிறார். போராட்டங்களும் சவால்கள் பலவும் நிறைந்த இந்தியத் திரையுலகில் தாக்குப்பிடித்து

சர்வதேசமே அறியப்பட்ட ‘பார்வதி’யாக உருவாவது இலகுவானதல்ல.

அண்மையில் நடிகை பார்வதியினை ஒரு நேர்காணலில் காணக் கிடைத்தது. ஒரு மணித்தியாலத்துக்கும் அதிகமான உரையாடலில் அவரது பல்வேறு விதமான பரிமாணங்களைக் கண்டுகொள்ள முடிந்தது. இந்தியத் திரையுலகில் கடந்த பல வருடங்களாக நிலைத்திருக்கும் அவரது தன்னம்பிக்கையும், திரையுலகில் அவர் எதிர்கொள்ள நேர்ந்த பல கட்டுப்பாடுகளையும், அவமானங்களையும், அடக்குமுறைகளையும் குறித்து எந்த முன்னணி நடிகையும் குறிப்பிடத் தயங்கும் பலவற்றை வெளிப்படையாகக் கூறியிருப்பதன் மூலம், ரசிகர்களிடத்திலிருக்கும் நடிகை என்ற பொம்மை மனப்பாங்கைக் கட்டுடைத்திருக்கிறார்.

பார்வதி எனும் பெயரில் பல நடிகைகள் இருப்பதைக் காரணம் காட்டி, பல ஊடகங்கள் அவரை 'பார்வதி மேனன்' என்றே குறிப்பிடுகின்றன. அது அவரைக் கோபப்படுத்துகிறது. வெறுமனே 'பார்வதி' என்று அழையுங்கள், தேவைப்படும்பட்சத்தில் குடும்பப் பெயரான 'பார்வதி திருவொத் கொட்டுவட்ட' என்பதைப் பயன்படுத்துங்கள் என ஊடகங்களிடம் வேண்டுகோள் விடுக்கிறார்.

‘நான் ஒரு மலையாளி என்பதனால் ஒரு தடவை என்னைக் குறித்து எழுதிய ஊடகவியலாளர் ஒருவர், பார்வதியோடு மேனன் என்பதையும் சேர்த்து விட்டார். அதைத் தவிர மேனன் என்ற சொல்லுக்கும் எனக்கும் எவ்வித சம்பந்தமுமில்லை. பெயரோடு இணைக்கப்படும் ஒரு சாதிப் பெயர் மாத்திரம் ஒரு மனிதனை ஆளாக்கி விடாது. ஒரு மனிதனின் திறமையையும், முயற்சியையும் கொண்டே அந் நபர் ஆளாக வேண்டும்.‘

அரசாங்க விண்ணப்பப் படிவங்களில் காணப்படும் சாதி, மத, பாலின விபரங்களைக் குறிப்பிடக் கூறும் இடைவெளிகளை பகிரங்கமாக நிராகரித்திருக்கும் ஒரே நடிகை இவர்.

‘சாதியும், மதமும் அவரவரது நம்பிக்கை சார்ந்தது. மாறக் கூடியது. அவற்றை ஏன் தெளிவுபடுத்த வேண்டும்? அவ்வாறே பாலின விபரத்தையும் நான் பூர்த்தி செய்வதில்லை. சாதி, மத, பாலின விபரங்களைக் குறிப்பிடுவதன் மூலம் மாத்திரமே அரசாங்கம் ஆளுக்காள் விஷேட சலுகைகளை வழங்குமென்றால் அவ்வாறான எவையும் எனக்கு அவசியமில்லை‘ என்கிறார்.

அவ்வாறே ஊடகங்கள் முன்வைக்கும் நிறப் பாகுபாட்டைக் குறித்தும் பகிரங்கமாகச் சாடுகிறார். பல சஞ்சிகைகளும், தொலைக்காட்சி விளம்பரங்களும், கறுப்பு நிறத்தைத் தீயதாகவும், வெண்மையைத் தூயதாகவும் சித்தரித்துக் கொண்டேயிருப்பது சரியல்ல என்கிறார்.

‘எனது தோழியின் மகள், தான் ஏன் சிவப்பாக இல்லை என்பது குறித்து வருந்திக் கொண்டேயிருந்தாள். குழந்தைகள் வெற்றுத்தாளைப் போன்றவர்கள். அவற்றில் கிறுக்கப்படுபவை அவர்களது எதிர்காலத்தைப் பாதிக்கும். இவ்வாறான மோசமான சிந்தனைகள் அவர்களிடம் தோன்ற நாம் அனுமதிக்கக் கூடாது. ஆனால் இவ்வாறான சிந்தனைகளை வளர்த்துவிடும் விதமாகவே இன்றைய பல ஊடகங்களும் செயற்படுகின்றன. அது இன்னும் பல

தலைமுறைகளைப் பாதிக்கும்.'

'ஒப்பனை இட்டுவிட்டு வந்தால் கேமராவின் முன் நின்று, உதவி இயக்குனர் சொல்லித் தரும் வசனங்களை ஒப்புவித்துவிட்டு வரும் நடிப்பு என்பது இலகுவானதுதானே' என்ற மனப்பாங்கே இக் காலகட்டத்தில் அநேகமானவர்களிடத்தில் இருக்கிறது. பல நடிகர், நடிகைகளும் கூட அவ்வாறுதான் செய்கிறார்கள். ஆனால் பார்வதி ஒரு நேரத்தில் ஒரு திரைப்படத்தில் மாத்திரமே நடிக்க ஒத்துக் கொள்கிறார். அதுவும் திரைப்படத்தின் கதையும், தனது கதாபாத்திரமும் தனக்கு திருப்தி தரும்படியாக இருந்தால் மாத்திரமே அந்தத் திரைப்படத்தில் நடிக்கும் வாய்ப்பை ஏற்றுக் கொள்கிறார். அவ்வாறு ஏற்றுக் கொள்வதன் காரணத்தை இவ்வாறு குறிப்பிடுகிறார்.

''ஒரு நடிகை எனும்போது எனது உடல்தான் நான் நடிப்பை வெளிப்படுத்த பயன்படுத்தும் மூலதனம். அதை நான் ஏற்றுக் கொள்ளும் திரைப்படத்துக்கு ஏற்ப மாற்றியமைக்க வேண்டும். அதற்காகத்தான் பணம் வாங்குகிறேன். மலையாளத்தில் வெளிவந்த 'எந்து நின்டெ மொய்தீன்' திரைப்படத்துக்காக இயக்குனர் விமல் என்னிடம் காஞ்சனமாலா எனும் கதாபாத்திரத்தின் பதினெட்டு வயது தொடக்கம் மத்திம வயதுவரையான காலப்பகுதியைச் சித்தரிக்க வேண்டியிருப்பது பற்றிக் கூறியிருந்தார். அதற்காகத் தயார்படுத்த வேண்டி எனக்கு நான்கு மாத காலம் தரப்பட்டிருந்தது. அந்தக் கால இடைவெளியில் அக் கதாபாத்திரத்துக்காக பன்னிரண்டு கிலோ வரை எனது எடையை அதிகரித்தேன். அந்த நேரம்தான் தமிழில் 'உத்தம வில்லன்' திரைப்பட வாய்ப்பும் வந்தது. அதன் இயக்குனர் ரமேஷ் அரவிந்திடம் எடை மாற்றம் பற்றிய விடயத்தைக் கூறியதும் 'உத்தம வில்லன்' திரைப்படத்துக்காக எடையைக் குறைக்கத் தேவையில்லை என உறுதியளித்தார். எனவே அதிலும் என்னால் நடிக்க முடிந்தது.

அதற்கு முன்பு அஞ்சலி இயக்கிய 'பெங்களூர் டேய்ஸ்' மலையாளப் படத்தில் நடிக்கும்போது உடலை வேறு விதமாக

மாற்றியமைக்க வேண்டியிருந்தது. அதில் எனது கதாபாத்திரமான ஸாரா ஒரு மாற்றுத் திறனாளி. அவளுக்கு இறுக்கமான வயிறும், கட்டழகான உடலமைப்பும் இல்லை என இயக்குனர் அஞ்சலி என்னிடம் தெரிவித்திருந்தார். எப்போதும் அமர்ந்திருந்தவாறு சக்கர நாற்காலியைச் சுழற்றிப் பயணித்துக் கொண்டிருப்பதால் அவளது புஜங்களும் உடலின் மேல்பகுதியும் வலுவானதாகவும் பருத்தும் காணப்படும் எனக் கூறியதால் அதற்கேற்றவாறான உடற்பயிற்சிகளைச் செய்து உடலமைப்பை மாற்றியமைத்தேன்.''

ஒரு கதாபாத்திரத்தில் நடிப்பதற்கு உடலமைப்பை மாற்றுவது மாத்திரம் போதுமானதா?

''இல்லை. இயக்குனர் தரும் திரைக்கதை, வசனங்களை நன்றாக உள்வாங்க வேண்டும். 'எந்நு நின்டெ மொய்தீன்' திரைப்படத்துக்காக அந்தத் திரைப்படத்தின் இயக்குனர் விமல் ஐந்து வருடங்கள் பாடுபட்டு எழுதிய திரைக்கதை, வசனங்களின் தொகுப்பு, ஐந்து தடித்தடியான பெரிய புத்தகங்களாக இருந்தன. அவற்றை முழுமையாக வாசித்து அவற்றிலிருந்த 'காஞ்சனமாலா' எனும் எனது கதாபாத்திரத்தை மிகவும் ஆழமாக உள்வாங்கினேன். வசனங்களை மனனம் செய்தேன். வழமையாக எனது பாத்திரப் படைப்பில் ஏதேனும் சந்தேகம் வரும்போது இயக்குனரைத் தொடர்புகொண்டு கேட்பேன். ஆனால் 'எந்நு நின்டெ மொய்தீன்' ஒரு உண்மை நிகழ்வை அடிப்படையாகக் கொண்ட திரைப்படம் என்பதனால், இயக்குனர் விமலின் அர்ப்பணிப்பில் உருவான திரைக்கதைத் தொகுப்பு எனக்கு எவ்வித சந்தேகத்தையும் கிளப்பவில்லை.

இந்த நிலைமை திரைப்படத்துக்குத் திரைப்படமும், இயக்குனரைப் பொறுத்தும் மாறுபடும். எனது 'சார்ளி' திரைப்படத்தை எடுத்துக் கொண்டால் அதன் இயக்குனர் மார்டினும் திரைக்கதை ஆசிரியர் உண்ணி.ஆரும் படப்பிடிப்பு நடந்து கொண்டிருக்கும்போதே திரைக்கதை வசனங்களை மாற்றி மாற்றி மெருகேற்றினார்கள். திறந்த

மனதோடு, காட்சிகளை மாற்றுவது குறித்து வெளிப்படையாக கலந்துரையாடினார்கள்.

அஞ்சலியின் அணுகுமுறை வேறு விதமாக இருந்தது. அவரிடமும் திரைக்கதைத் தொகுப்பு முழுமையாக இருந்தபோதும் படப்பிடிப்பு நடந்து கொண்டிருக்கும்போது புதிது புதிதாக காட்சிகளை உள்நுழைப்பார். இயக்குனரை முழுமையாக நம்பினால் மாத்திரமே அவ்வாறாக ஒருவரால் நடிக்க முடியும். என்னால் முடிந்தது. அதன் வெளிப்பாடு திரையில் மிகச் சிறப்பாக அமைந்தது. இவ்வாறாக விதவிதமான இயக்குனர்களுடன் சவால்களை எதிர்கொண்டு பணிபுரிவது சுவாரஸ்யமானது.''

ஒரு திரைக்கலைஞர் எனும்போது கதாபாத்திரத்துக்காக வேண்டி பல அர்ப்பணிப்புக்களைச் செய்ய வேண்டியிருப்பதுவும், அனைத்துமே ஒப்பனைகளால் மாத்திரம் மாற்றிவிடக் கூடியவை அல்ல என்பதுவும் தெளிவாகின்றன. ஒருவர் பல மொழிகளில் நடிப்பவராக இருப்பின் அவர் அம் மொழிகளைக் கற்றுக் கொள்ள வேண்டியிருக்கும், இல்லையா?

''மொழிகளைக் கற்றுக் கொள்வது சற்று சிரமம்தான் எனினும் தமிழ், கன்னடம், ஹிந்தி, அரைபு என பிற மொழித் திரைப்படங்களில் பணியாற்றும்போது, அவற்றின் இயக்குனர்கள் எனது கதாபாத்திரத்தின் பின்னணிக் குரலை நானே வழங்க வேண்டும் எனக் கோரும்போது என்னால் அதனை நிராகரிக்க முடியாது. அக் கோரிக்கை நியாயமானது. பின்னணிக் குரல் கலைஞர்கள் மீது எனக்கு எப்போதுமே மரியாதை உண்டு. அவர்கள் உதட்டசைவுக்கு ஏற்ப உணர்வுபூர்வமாக வசனங்களை உச்சரித்து நடிகர்களின் நடிப்பை மேலும் உச்சத்துக்குக் கொண்டு செல்கிறார்கள். எனது கதாபாத்திரத்துக்கு நானே பின்னணிக் குரலை வழங்கும்போது கேமராவின் முன்னிலையில் நடிப்பின் போது நான் விட்ட குறையை குரலின் மூலம் என்னால் ஈடுகட்டக் கூடியதாக இருக்கும்.''

மலையாளத் திரையுலகம் வாழ்வியலினூடாக யதார்த்தமான திரைப்படங்களை உருவாக்கிக் கொண்டிருக்கையில், தமிழ்த் திரையுலகமானது வணிக ரீதியான திரைப்படங்களின் மீதே தனது கவனத்தைச் செலுத்திக் கொண்டிருக்கிறது. இரு திரையுலகிலிருந்தும் பல வாய்ப்புக்கள் பார்வதிக்கு தொடர்ந்து வந்து கொண்டேயிருக்கின்றன. இதனைப் பார்வதி எவ்வாறு ஏற்றுக் கொள்கிறார்?

"அது யதார்த்தமானதுதான். இவற்றுள் எனக்கு வரும் வாய்ப்புக்களில், அவற்றிலுள்ள எனது கதாபாத்திரங்களின் மூலம் என்னால் என்ன கற்றுக் கொள்ள முடியும் என்பது குறித்து மட்டுமே பார்ப்பேன். எனது கதாபாத்திரத்தைக் குறித்து சிந்தித்துப் பார்ப்பேன். என்னை அக் கதாபாத்திரமாக உருவகித்துப் பார்த்து, அக் கதாபாத்திரத்தின் சிறப்பு என்ன என்பதைப் பார்ப்பேன். இத் திரைப்படத்தைப் பார்ப்பவர்களுக்கு அக் கதாபாத்திரம் என்ன சொல்ல வருகிறது என்பதைக் குறித்துப் பார்ப்பேன். அனைத்தும் திருப்தி தந்தால் மாத்திரமே ஒரு திரைப்படத்தில் நடிக்க ஏற்றுக் கொள்வேன்.

சமூகத்தை மாற்றியமைப்பதில் ஒவ்வொரு திரைப்படத்துக்கும் பங்கிருக்கிறது என்பதை ஆழமாக நம்புகிறேன். திரைப்படம் என்பது வியாபாரமல்ல. அது ஒரு கலை. திரைப்படங்கள் எமக்குள் ஒரு குதூகலத்தை உருவாக்க வேண்டும் என்பதற்காகவே பார்க்கிறோம். இசையும், ஏனைய கலைகளும் கூட அவ்வாறுதான். அவை அன்றாட மனநிலையைத் தீர்மானிக்கும். நான் திரைப்படங்கள் பார்த்து அழுவேன் அல்லது குதூகலித்துச் சிரித்து அன்றிரவு நிம்மதியாக உறங்குவேன். விடிந்தெழுந்து அந்தக் கலை என்னை எவ்வாறு அவ்வாறு மாற்றியது என்பது குறித்து சிந்தித்துப் பார்க்க எனக்கே வியப்பாக இருக்கும்."

பொதுவாகவே திரைக் கலைஞர்கள் தமது திரைப்படங்கள் வெற்றிபெறும்போது தமது ஊதியத்தை பல மடங்கு அதிகரித்து

விடுவார்கள். இன்று தமிழ்த் திரையுலகின் முன்னணி நட்சத்திரங்கள் தமது திரைப்படங்கள் வெற்றி பெறுகின்றனவா என்பது குறித்த தேடல் சிறிதுமின்றி தமது சம்பளப் பட்டியலை மாத்திரம் கோடிக்கணக்கில்தான் பெருக்கிக் கொண்டிருக்கிறார்கள். இந்த விடயத்திலும் பார்வதி வித்தியாசமானவராகவே இருக்கிறார்.

"சம்பளம் வேண்டாம் என்றோ எனக்கு பணத் தேவையே இல்லை என்றோ நான் கூற வரவில்லை. ஒரு திரைப்படத்துக்காக எழுபது நாட்கள் நான் ஒதுக்குகிறேன் என்றால், அக் காலகட்டத்தில் எத்தனை நாட்கள் வேலை செய்தேனோ அந்தக் காலத்துக்குரிய நியாயமான ஊதியத்தை மாத்திரமே நான் கேட்பேன். அது சொற்பமான தொகைதான் என்றாலும் அது எனது உழைப்புக்கான பணம். அப் பணத்தைக் கொண்டு ஒரு கார் வாங்க வேண்டும் என்பது இலட்சியமல்ல. அதற்காக நான் நடிக்க வரவில்லை. ஒரு அனுபவத்துக்காக வேண்டியே நான் நடிக்கிறேன். எனக்குள் என்ன திறமை இருக்கிறதோ, எனக்கு எதில் ஆர்வம் இருக்கிறதோ அதை எனக்குரிய காலத்தோடு முதலீடு செய்கிறேன்.

நீங்கள் குறிப்பிடுவது போல சில நடிகைகள் இருக்கக் கூடும். அதற்காக அந்த நடிகைகளைக் குற்றம் சொல்ல முடியாது. காரணம் திரையுலகம் அவ்வாறு பகட்டானதாகத்தான் இருக்கிறது. எனது முதல் திரைப்படமான 'பூ' வெளியானதன் பிறகு, தமிழில் பல தரப்பட்ட திரைப்பட வாய்ப்புக்களும் எனக்கு வந்தன. புதுப்புது உத்திகளோடும், பணப் பட்டியல்களோடும் பலரும் என்னிடம் வந்து கதைத்தார்கள். அப்போதும் பணம் சம்பாதிப்பது எனது இலக்காக இருக்கவில்லை. எனது வேலை நடிப்பதுவும், அக் கதாபாத்திரத்துக்கு என்னால் இயன்ற அளவு உயிர் கொடுப்பதுவும் மாத்திரமே என்பதில் உறுதியாக இருந்தேன். அவ்வாறு அன்று இருந்திருக்காவிட்டால், இக் காலகட்டத்தில் நான் நடித்திருக்கும் அனைத்துக் கதாபாத்திரங்களினதும் வலியை பார்வையாளர்கள் இன்று இந்தளவு

உணர்ந்திருக்க மாட்டார்கள். சிறந்த திரையுலகுக்கு பார்வதி என்பவள் முக்கியமானவளல்ல. அவள் பிரதிபலிக்கும் கதாபாத்திரம் மாத்திரமே முக்கியமானவள்."

பார்வதியின் திரைப்படங்கள் அனைத்துமே ஏதேனுமொரு சமூகக் கருத்தைக் கொண்டிருக்கின்றன. பெண்களைக் கீழ்த்தரமாகச் சித்தரிக்கும் திரைப்படங்களிலும், பெண்களைப் பேதைகளாகக் காட்டும் கதாபாத்திரங்களிலும் நடிக்க அவர் ஒத்துக் கொள்வதில்லை. அதை ஒரு கொள்கையாகவே வைத்திருக்கிறார்.

"எம்மைச் சூழவும் நடைபெறும் அநேகமான அநீதிகளைக் கண்டும் காணாதது போல அமைதியாக இருந்து விட பழகி விட்டிருக்கிறோம். திரைப்படங்கள் இந்த அநீதங்களில் பெருமளவு பங்களிப்பை வழங்கிக் கொண்டிருக்கின்றன. குறிப்பாக பெண்களுக்கெதிரான வன்முறைகளைப் பரவலாக்குவதில். அவை திரைப்படங்களில் நகைச்சுவையாகவும், பாடல்களாகவும் கொச்சையாகச் சித்தரிக்கப்படுகின்றன. அவ்வாறான திரைப்படங்களை இச் சமூகம் பரவலாக வெற்றியடையச் செய்யும்போது நான் இந்தச் சமூகத்தைக் குறித்து வெகுவாக அச்சம் கொள்கிறேன்.

ஒவ்வொரு திரைப்படமும் பார்வையாளர்களுக்கு சுவாரஸ்யத்தை வழங்குவதோடு ஏதேனும் ஒரு தகவலையாவது சமூகத்துக்குக் கொண்டு சென்று கொண்டிருக்கிறது. நாம் சார்ந்திருக்கும் சமூகத்தின் கலாசாரத்தை மகிமையாகக் காட்டுவதற்கும், சீரழித்துக் காட்டுவதற்கும் வித்தியாசம் இருக்கிறது. எனக்கு வரும் திரைப்படங்களில், இவ்வாறான கேவலமான காட்சியமைப்புக்களைத் தவிர்த்துவிடும்படி இயக்குனர்களிடம் உறுதியாகக் கூறி விடுவேன். சிலர் கேட்டுக் கொள்வார்கள். சிலர் நிராகரிப்பார்கள். நிராகரிப்பவர்களின் அவ்வாறான திரைப்பட வாய்ப்புக்களை தவிர்த்து விடுவேன்."

முன்னணி நடிகைகள் எனப்படுபவர்கள் அழகை மாத்திரம் கொண்டு, அசட்டுத்தனத்தையும், அறிவீனத்தையும் பிரதிபலிப்பவர்கள் என்ற கருத்தும் இந்தியத் திரையுலகில் உண்டு. முக்கியமாக தமிழ்த் திரைப்படங்களில் கதாநாயகியை காதல் பாவையாகவும், அசட்டுத்தனம் மிக்கவளாகவும், மிகுந்த அப்பாவியாகவுமே அநேகமான திரைப்படங்களில் சித்தரித்திருக்கிறார்கள். உண்மையிலேயே நடிகைகள் அவ்வாறான முட்டாள்களா?

'இது நடிகைகளைக் குறித்து சமூகத்தில் நிலவும் மற்றுமொரு கருத்து. உண்மையில் அவ்வாறில்லை. எமக்கு எல்லாவற்றைக் குறித்தும் தெளிவான பார்வை இருக்கிறது. திரைப்பட வேலைகளில், அவற்றில் செய்யப்படும் தொழில்நுட்ப விடயங்கள் குறித்தும் தெரியும். ஆனால் அவை குறித்து விரிவாகக் கவனம் செலுத்த நேரமிருப்பதில்லை என்பதே உண்மை. நடித்துக் கொண்டிருக்கையில் நாம் நமது நடிப்பின் மீது மாத்திரமே கூர்ந்த கவனத்தைச் செலுத்த வேண்டியிருக்கும்.'

பார்வதியின் திரைப்படங்கள் அனைத்துமே தொடர்ச்சியாக வெற்றி பெறுவதைக் குறித்தும், மலையாள பெண் சூப்பர் ஸ்டார் என மலையாளத் திரையுலகம் அவரை அழைப்பது குறித்தும், அவரது தனிப்பட்ட அபிப்ராயமானது மிகவும் வெளிப்படையானதாக இருக்கிறது.

'நான் வெற்றிகளைச் சுமந்து திரிவதில்லை. வெற்றிகளால் அள்ளிச் செல்லப்படுவதுமில்லை. நான் எனக்குத் தரப்பட்ட வேலையைச் செய்கிறேன். வீட்டுக்குத் திரும்புகிறேன். அடுத்த திரைப்படத்தைக் குறித்து கவனத்தைச் செலுத்துகிறேன். அவ்வளவுதான். அதைத் தவிர அந்த வெற்றிகளாலோ பட்டங்களாலோ எனக்கு ஆகப் போவது எதுவுமில்லை. இதை நான் முன்பும் குறிப்பிட்டிருக்கிறேன். நான் இப்படித்தான் எனக் காட்டும் முயற்சியல்ல இது. இதுதான் என்னுடைய வாழ்க்கை முறை.

ஒரு திரைப்படம் பூர்த்தியானதும் சில மாதங்கள் விடுமுறை எடுத்துக் கொண்டு எனது சொந்தக் கிராமத்துக்குச் சென்று விடுவேன். கிராமத்தவர்களைப் பொறுத்தவரை நான் ஒரு நடிகையல்ல. அவர்களது கிராமத்துப் பெண். அங்கு என் இஷ்டத்துக்கு வீட்டிலிருக்கும் அம்மாவின் பழைய ஆடையொன்றை அணிந்துகொண்டு ஊரிலிருக்கும் பெட்டிக்கடைக்கோ, குளத்துக்கோ தனியாக என்னால் சென்றுவர முடியும். அந்தச் சுதந்திரம் எனக்குத் தேவையாக இருக்கிறது.

ஒரு நடிகை என்பதற்காக வித்தியாசமாக என்னிடம் எதுவுமில்லை. நகரத்திலும் ஓய்வு கிடைத்தால் எப்போதும் போல நடக்கச் செல்வேன் அல்லது பஸ்ஸில் பயணிப்பேன் அல்லது அமைதியாக எதையாவது வாசிப்பேன் அல்லது காய்ச்சல் வந்தவளைப் போல நன்றாக உறங்குவேன். எனது பதினெட்டு வயதிலிருந்து நான் இப்படித்தான் எந்த மாற்றமுமில்லாது இருக்கிறேன். ஒரு ஹிந்திப் படத்தை முடித்துவிட்டு வெகுகாலத்திற்குப் பிறகு இன்று இவ்வாறு அமைதியாக நான் விரும்பியவாறு உட்கார்ந்திருக்க என்னால் முடிந்திருக்கிறது.

எப்போதும் அன்றாட வேலைகளை முடித்துவிட்டு களைப்போடு வீட்டுக்கு வந்தால், எனது கைகளையும், கால்களையும் நீட்டி விரித்து வைத்து ஓய்வெடுக்க ஒரு பெண்ணாக எனக்கு அனுமதியில்லை. பெண்கள் அவ்வாறு செய்யக் கூடாது என அறிவுறுத்தப்படுவேன். இது எவ்வளவு அநீதமானது? சமூகம் பெண்களை மனிதர்களாகப் பார்ப்பதில்லை என்பதைத்தானே இது காட்டுகிறது?'

திரையுலகில் பணிபுரியும் பெண்களைக் குறித்து அனைவரிடத்திலும் ஒரு தகாத அபிப்பிராயம் இருந்து கொண்டேயிருக்கிறது. அனைவருமே அதனை உள்ளூரத் தாங்கிக் கொண்டே திரையில் நடிகைகளை ரசிக்கிறார்கள். அந்த அபிப்ராயம் இருப்பதனாலேயே அநேகமானவர்கள் திறமையிருக்கும்போதிலும்

தமது குடும்பத்துப் பெண்களை திரை ஊடகத் துறைக்கு அனுப்பத் தயங்குகிறார்கள். திரைப்பட வாய்ப்புக்காக, திரையுலகினரது பாலியல் இச்சைகளுக்கு அனுசரித்துப் போவது என்ற மோசமான கலாசாரம் திரையுலகில் இருப்பதாக வெளிப்படையாக ஒத்துக் கொள்கிறார் பார்வதி.

'சர்வ நிச்சயமாக, திரைப்பட வாய்ப்புக்காக பலருடனும் படுக்கையைப் பகிர்ந்து கொள்ளும் கலாசாரம் திரையுலகில் பரந்துபட்டிருக்கிறது. அது உங்களுக்கும் தெரியும். எனக்கும் தெரியும். பலருக்கும் அது தெரிந்தேதான் இருக்கிறது. மலையாளத் திரையுலகில்தான் இந் நிலைமை மிக அதிகமாக இருக்கிறது. அதற்காக நானும் கேட்கப்பட்டிருக்கிறேன். தமிழிலோ, கன்னடத்திலோ, ஹிந்தியிலோ நடிக்கும்போது அவ்வாறான எதுவும் என்னிடம் கேட்கப்படவில்லை. ஆனால் மலையாளத்தில் நடிக்கும்போது கேட்கப்பட்டிருக்கிறேன். மலையாளத் திரையுலகில் அதிகமாகவே அது நடைபெறுகிறது. 'நான் உனக்கு நடிக்க வாய்ப்புத் தந்திருக்கிறேன். பிரதிபலனாக நீ என்னுடன் தங்க வேண்டும்' என எவ்விதத் தயக்கமுமின்றி மிகுந்த உரிமையோடு வெளிப்படையாகவே கேட்டிருக்கிறார்கள். அவ்வாறு கேட்டவர்களிடம் நான் கன்னத்தில் அறைவது போலக் கேட்டது ஒன்றைத்தான். 'நான் எனக்குத் தரப்பட்ட வேலையை சிறப்பாகச் செய்து விட்டேன். இன்னும் என்னிடம் என்ன எதிர்பார்க்கிறாய்?'

நான் திரைப்படத் துறைக்கு வந்த புதிதில் பலரும் என்னிடம் 'அனுசரித்துப் போவதை' எதிர்பார்த்தார்கள். நடிகர்கள், இயக்குனர்கள் எனப் பலரும் அதில் உள்ளடங்குகிறார்கள். அதுவும் திரைத்துறையில் பல வருட அனுபவம் வாய்ந்த, புகழ் பெற்ற முன்னணிக் கலைஞர்கள் அவர்கள். நான் அவர்களைத் தவிர்த்து விட்டேன். அவர்களது திரைப்படங்கள் எவற்றிலும் சம்பந்தப்பட ஒத்துக் கொள்ளவில்லை. உடனே 'திரைத்துறை இவ்வாறுதான்.. அனுசரித்துப் போனால்தான்

வாய்ப்புக்கள் கிடைக்கும்' என இலவசமாக உபதேசித்து ஆலோசனை கூற பலரும் என்னிடம் வந்தார்கள். நான் அவர்களுடன் பணிபுரியவும் உறுதியாக மறுத்து விட்டேன். அதனால்தான் மலையாளத் திரையுலகில் நான் நீண்ட காலமாக பட வாய்ப்பு எதுவுமே கிடைக்காமல் இருந்தேன். அது என்னைப் பாதிக்கவில்லை. அக் காலகட்டத்தில் நான் தமிழ் மற்றும் கன்னடத் திரைப்படங்களில் நடித்தேன். அனுசரித்துப் போகாததால் திரைப்பட வாய்ப்புக்கள் கிடைக்காமலே போனாலும் கூட என்னால் எப்போதும் சிறப்பாகவே வாழ்ந்து விட முடியும். எனக்காக இருக்கவே இருக்கிறது இலக்கியமும், பல்கலைக்கழகக் கல்வியும்.

இப்போதெல்லாம் யாருமே என்னிடம் அவ்வாறு தவறாக அணுகுவதில்லை. ஒரு துறையில் நீங்கள் உறுதியாக நிலை பெற்ற பிறகு, இந்தப் பெண் அதற்கெல்லாம் ஒத்துக் கொள்ள மாட்டாள் என உறுதியாகத் தெரிந்த பிறகு, தவறான விடயங்களுக்கு ஒத்துழைக்க மாட்டாள் எனத் தெளிவானதன் பிறகு அவ்வாறானவர்கள் உங்களை தவறான ரீதியில் அணுக மாட்டார்கள். இந்த நடைமுறை திரைப்படத்துறையில் மாத்திரம் இருக்கும் ஒன்றல்ல. தன்னுடன் பணி புரியும் ஒரு பெண்ணிடம் தனது இச்சையைத் தீர்த்துக் கொள்வதுதான் ஆண்மை என நம்பும் ஆண்கள் இருக்கும் உலகில் ஜீவிப்பதுதான் எவ்வளவு துன்பகரமானது? ஆணாதிக்கம் எனப்படுவது அதுதான்.

நான் நான்காவது வகுப்பில் கல்வி கற்கும் காலத்திலிருந்து பொது இடங்களில் வைத்து என்னைக் கிள்ளி விட்டுச் செல்லும் அல்லது தள்ளி விட்டுச் செல்லும் கரங்களைக் குறித்து அறிந்தே இருந்தேன். ஆனால் அதற்கெதிராகக் கிளர்ந்தெழ பதினேழு வயதாகும்வரை என்னால் முடியவில்லை. ஒரு பெண்ணுக்கு இவ்வாறெல்லாம் நடக்கச் சாத்தியமுள்ளது என சமூகம் சொல்லித் தந்திருக்கிறது. ஆனால் அவற்றிலிருந்து தன்னைக் காப்பாற்றிக் கொள்வது எவ்வாறு என்பதை சமூகம் ஒருபோதும் கற்றுத் தருவதில்லை. அவ்வாறான

நடவடிக்கைகளை உறுதியாக மறுக்க பெண்களுக்கு முழுமையான உரிமை இருக்கிறது என்பதை ஒவ்வொருவரும் உணர்ந்து செயற்பட்டாலே போதும்.

பார்வதி மேலே குறிப்பிட்டிருக்கும், திரையுலகில் பெண்கள் மீது நிகழ்த்தப்படும் தகாத சீண்டல்கள் மற்றும் துன்புறுத்தல்கள் குறித்த கருத்துக்களோடு ஒத்த கருத்துடைய மேலும் சில நடிகைகள் ஒன்றிணைந்து சில தினங்களுக்கு முன்னால் மிகுந்த தைரியத்தோடும், தன்னம்பிக்கையோடும் "Women in Cinema Collective (WCC)' எனும் அமைப்பை ஆரம்பித்திருக்கிறார்கள். பார்வதியோடு, பாவனா, ரம்யா நம்பீஸன், ரீமா கலிங்கல், ஷாஜிதா மடத்தில் உள்ளிட்ட மேலும் சில நடிகைகளும், கீது மோகன்தாஸ், அஞ்சலி மேனன், விது வின்செண்ட் ஆகிய பெண் இயக்குனர்களும், மேலும் மலையாளத் திரையுலகில் பணிபுரியும் பெண் கலைஞர்கள் சிலரும் ஒன்றிணைந்து செயற்பட்டுக் கொண்டிருக்கும் இந்த அமைப்பின் தலைவியாக ஏக மனதாகத் தேர்ந்தெடுக்கப்பட்டிருக்கிறார் நடிகை மஞ்சு வாரியார்.

அண்மையில் இந்தியத் திரையுலகின் பிரபல நடிகையொருவர், காரில் பயணித்துக் கொண்டிருக்கும்போது அவர் மீது நிகழ்த்தப்பட்ட வன்முறைக்கு எதிராக மலையாளத் திரைப்பட நடிகர்கள் சங்கம் தகுந்த நடவடிக்கை எடுக்கத் தாமதமாவதைத் தொடர்ந்து உடனடியாக மேற்குறிப்பிட்ட பெண் திரைக் கலைஞர்கள் ஒன்றிணைந்து இந்த அமைப்பைத் தொடங்கியிருக்கிறார்கள். இவர்களது முறைப்பாட்டின் பலனாக மேற்குறிப்பிட்ட வன்முறைக்குக் காரணமானவர்கள் என சந்தேகிக்கப்படுபவர்கள் கடந்த சில தினங்களுக்கு முன்னர் கைது செய்யப்பட்டு சிறையில் அடைக்கப்பட்டிருக்கிறார்கள். கைது செய்யப்பட்டவர்களில் மலையாளத் திரையுலகின் முன்னணி நடிகர் ஒருவரும் அடங்குகிறார் என்பது குறிப்பிடத்தக்கது.

இந்தியத் திரையுலகம் என்பது எப்போதும் ஆண்களின் கட்டுப்பாட்டுக்குள்ளேயே இருந்து வருகிறது. அதிலிருந்து துளிர்த்துக்

கிளர்ந்தெழுந்து வெளிவர வேண்டுமானால் ஒரு பெண் மிகவும் தைரியமும், திறமையும் மிக்கவளாகவே இருக்க வேண்டியிருக்கிறது. மலையாளத் திரையுலகத்தில் இடம்பெறும் பெண்களுக்கெதிரான வன்முறைகளும், துன்புறுத்தல்களும், சீண்டல்களும் மேற்குறிப்பிட்டவாறான தைரியமான பெண் திரைக்கலைஞர்களால் இன்று ஒரு கட்டுப்பாட்டுக்குள் வந்திருக்கிறது.

பாலிவுட்டிலும், தமிழிலும், இன்னும் ஏனைய பிராந்தியங்களிலும் பெண்களுக்கு இசைவானதும், சாதகமானதுமான திரையுலகம் தோன்றி உருப்பெற்று வெளிக்கிளம்ப இன்னும் காலமெடுக்கக் கூடும். தாம் சார்ந்திருக்கும் திரையுலகில் நிகழும் மோசமான மற்றும் அதிர்ச்சிகரமான விடயங்களை திரையுலகிலிருந்து கொண்டே தைரியமாக வெளிப்படுத்தி ஒரு தீர்வைக் கொண்டு வர அனைவராலும் முடியாது. பார்வதியால் முடிந்திருக்கிறது. அந்த தைரியம் அனைத்துப் பெண்களுக்கும் வேண்டும், அனைத்துத் துறைகளிலும் இருப்பவர்களுக்கும்.

நேர்காணல் எனும் தண்டனைக்குரிய குற்றம்

பெரும்பாலான சர்வதேச திரைப்பட ஆர்வலர்கள் விரும்பிப் பார்ப்பது ஈரானின் திரைப்படங்கள்தான். ஈரானியத் திரைப்படங்கள் ஒன்றேனும் வருடத்துக்கு ஒரு முறையாவது ஏதாவது விருதை வென்றெடுத்துக் கொண்டேயிருக்கின்றது. இவ்வாறாக சர்வதேசம் முழுவதும் கொண்டாடும் ஈரானின் திரைப்படங்கள் பல தடைகளைத் தாண்டியே அவ்வாறான பரவலான பார்வைக்குப் போகின்றன.

திரைப்படத் தயாரிப்பு என்பது ஈரானில் இலகுவானதொன்றல்ல. மேற்கத்தேய நாடுகளைப் போல, பணம் இருந்தால் எவருக்கும் ஒரு குறும்படத்தையோ, முழு நீளப் படத்தையோ எடுத்துவிடக் கூடுமான, சினிமாவுக்கு சாதகமான சூழ்நிலை அங்கில்லை. இருந்தபோதும் ஈரானிலிருந்து, வருடத்துக்கு குறைந்தது சிறந்த பத்து திரைப்படங்களாவது வெளிவந்து கொண்டேயிருக்கின்றன.

ஈரானிய சினிமாவைப் பொறுத்தவரையில், தணிக்கை எனும் வலைக்குள் சிக்க வைக்கப்பட்டு, திரையிடப்படும் அனுமதி பெறும் ஒரு திரைப்படம் மாத்திரம் வடிகட்டப்பட்டு வெளிவரும் வேளையில், திரையிட அனுமதிக்கப்படாமலேயே முடக்கச் செய்யப்படும் திரைப்படங்கள் பல மௌனமாகத் தேங்கிக் கிடக்கின்றன. அரச நிதியில், அதன் தயாரிப்பு நிறுவனங்களினூடாகத் தயாரிக்கப்பட்ட திரைப்படம் எனில், அத் திரைப்படத் தயாரிப்புக்கென முடக்கப்பட்ட பணம் குறித்த கவலை எவருக்கும் இருக்க வாய்ப்பில்லை.

ஆனால் திரைப்படத் தயாரிப்பு, வினியோகம் என எல்லாச் செலவுகளையும் சுயமாக ஏற்றுக் கொண்டு, ஒரு சுயாதீனத் திரைப்படத்தை உருவாக்கும் தயாரிப்பாளரின் நிலைமை, அத் திரைப்படம் இவ்வாறு முடக்கப்படும்போது என்ன ஆகும்? சுயாதீன சினிமா தயாரிப்பு ஈரானில் எவ்வாறு இருக்கிறது?

இந்தக் கேள்விகளுக்கான பதில்கள் விரிவாக ஆராயப்பட வேண்டியவை. ஆனால் அதைப் பற்றி வெளிப்படையாகக் கலந்துரையாடுவது கூட ஈரானில் ஆபத்தானது. எனவே ஈரான் திரைப்படத் துறையைச் சேர்ந்தவர்கள் பலரும் இதனைக் குறித்து ஆராய முற்படுவதில்லை. காரணம் சர்வ அதிகாரங்களும் படைத்த அரசின் மீதுள்ள அச்சம். அது எதனையும், எப்படியும் செய்யக் கூடியது.

ஈரானில் நிலவும் சர்வாதிகாரம், கட்டுப்பாடுகள், தணிக்கைகள் போன்றன எப்பொழுதுமே தனி மனித சுதந்திரத்தையும், கலைச் செயற்பாடுகளையும் பெரிதும் பாதிப்பவை. அவற்றைப் பற்றிப் பேசும்போது அநேகமான படைப்பாளிகள் தமது பாதுகாப்பைக் கருதி மௌனம் சாதித்த போதிலும், ஒரு சிலரே அவற்றைப் பற்றிய கருத்துக்களை தெளிவாக முன்வைக்கின்றனர். அவ்வாறு தனது கருத்துக்களை வெளியிட்ட ஈரானின் புகழ்பெற்ற தயாரிப்பாளர்

ஒருவரை, ஈரான் அரசானது, வீணாகக் கைது செய்து பல வருட கால சிறைத் தண்டனையை சுமத்தி சிறையில் தள்ளியது. அவர் தயாரிப்பாளர் முஸ்தஃபா அஸீஸி.

ஈரானைப் பிறப்பிடமாகக் கொண்ட முஸ்தஃபா அஸீஸி, ஒரு எழுத்தாளராகவும், திரைக்கதையாசிரியராகவும், திரைப்பட மற்றும் தொலைக்காட்சி நிகழ்ச்சித் தயாரிப்பாளராகவும் அறியப்பட்டவர். அவரது தொலைக்காட்சி நிகழ்ச்சித் தயாரிப்புகள், ஈரானில் அதிக மக்களால் பார்க்கப்பட்ட வெற்றி பெற்ற நிகழ்ச்சிகளாக அறிவிக்கப்பட்டவை. அவர் தனது தயாரிப்பாளர் எனும் பயணத்தை முதலில் ஈரான் வானொலி, தொலைக்காட்சி எனத் தொடங்கி, சொந்தமாக திரைப்படத் தயாரிப்பு நிறுவனத்தை நிறுவி தொடர்ந்து வருகிறார். அவர் ஈரானிலிருந்து கொண்டும், புலம்பெயர்ந்தும் ஈரானின் கலைத் துறையில் பெரும் பங்காற்றுபவர்.

ஈரானில் வைத்து 2010 ஆண்டு தனது சிறுகதைத் தொகுப்பை வெளியிட்ட அவர், திரைப்படத் தயாரிப்பு எனும்போது அதற்கு ஈரானில் இருந்து வரும் நெருக்கடியைக் கண்டு, கனடாவுக்கு புலம்பெயர்ந்தார். அங்கிருந்து கொண்டு "Alternate Dream Productions Inc' எனும் தனது தயாரிப்பு நிறுவனம் மூலமாக, ஈரானின் திறமை மிக்க கலைஞர்கள் தமது இலக்கை அடைவதற்கு உதவியாக திரைப்படத் தயாரிப்பில் ஈடுபட்டு வருகிறார். அந்த நிறுவனத்திலிருந்து தொலைக்காட்சித் தொடர்கள், குறும்படங்கள், அனிமேஷன் படங்கள் எனத் தொடர்ந்து வெளிவருகின்றன.

முஸ்தஃபா அஸீஸி, 2015 ஆம் ஆண்டு ஜனவரி மாதம் தனது பெற்றோரைப் பார்க்க, ஈரானுக்கு வந்த போது, நடந்த சம்பவமே உலகம் முழுவதற்கும் முஸ்தஃபா அஸீஸியைத் தெரிந்து கொள்ளும்

வாய்ப்பினை வழங்கியது. அவர் திடீரெனக் கைது செய்யப்பட்டு, சித்திரவதைகளுக்குப் பிரபலமான ஈரானின் எவின் சிறைச்சாலையில் அடைத்து வைக்கப்பட்டார். சமூக வலைத்தளங்களில் வெளிவந்த அவரது கருத்துகள் மூலமாக ஈரானின் அமைதிக்குக் குந்தகம் விளைவித்ததாகவும், தேசிய பாதுகாப்புக்கு எதிராக செயற்பட்டதாகவும், ஆன்மிகத் தலைவரை அவமதித்ததாகவும் அவர் மீது குற்றங்கள் சுமத்தப்பட்டு, அவருக்கு எட்டு ஆண்டுகள் சிறைத்தண்டனை வழங்கப்பட்டது.

முஸ்தஃபா அஸீஸிக்கும், அவரது குடும்பத்தினருக்கும் கனடிய அரசு அப்போது குடியுரிமை வழங்கியிருந்தது. எனவே கனடிய அரசாங்கம் இவ் விவகாரத்தில் தலையிட்டு, அவரை தண்டனையிலிருந்து விடுவிக்குமாறு கோரியது. எனினும் ஈரான் அரசு அதனைக் கண்டுகொள்ளவேயில்லை. ஈரானானது, திட்டமிட்டே மனித உரிமைகளை மீறுவதாக பல நாடுகள் கண்டித்தும், அது இக் கைது குறித்து அமைதியாகவே இருந்தது.

எனவே 'PEN' சர்வதேச அமைப்பு இதில் தலையிட்டது. இக் கைதுக்கு எதிராக, அது உலகம் முழுவதிலிருந்தும், சமூக வலைத்தளங்களினூடாக பல்லாயிரக்கணக்கான மக்களின் கையொப்பங்களைச் சேகரித்து, ஆன்மிகத் தலைவருக்கும், உயர் நீதிமன்றத்துக்கும், குடியரசுத் தலைவருக்கும் அனுப்பி வைத்து, அவரை விடுதலை செய்யுமாறு வேண்டியது. சர்வதேச ஊடகங்களின் பார்வைக்கு இவ் விவகாரம் சென்று தமக்கெதிராக விஸ்வரூபமெடுத்து எழுந்து நிற்பதைக் கண்டுகொண்ட ஈரான் அரசாங்கம் கடந்த 2016 ஆம் ஆண்டு, ஏப்ரல் மாதம்

நோய்வாய்ப்பட்ட நிலையிலிருந்த அவரை சிறையிலிருந்து விடுவித்தது.

அவரது கைதுக்குக் காரணம் என்னவென ஈரான் அரசாங்கம் அறிவிக்கவில்லையாயினும், அது ஒரு நேர்காணலென ஈரான் எழுத்தாளர்கள் மத்தியிலும், திரைப்படத் துறையைச் சார்ந்தவர்கள் மத்தியிலும் நம்பப்படுகிறது. அந் நேர்காணலை தமிழில் மொழிபெயர்த்து முழுமையாகக் கீழே தந்திருக்கிறேன். எவரும் உரையாடத் தயங்கும், ஈரானின் சுயாதீன சினிமா சம்பந்தமான விவகாரங்களைக் குறித்து தயாரிப்பாளர் முஸ்தஃபா அஸீஸியை நேர்காணல் செய்திருக்கிறார், ஈரானின் ஊடகவியலாளரும், மொழிபெயர்ப்பாளருமான ஹூமான் ரஸாவி.

கைதுக்கு முன்னரானதும், எட்டு வருட சிறைத் தண்டனைக்குக் காரணமானதெனவும் கருதப்படும் நேர்காணலான இது விரிவாக பல விடயங்களைப் பற்றி பேசுகிறது. இந் நேர்காணலானது, ஈரானிய சினிமா, சுயாதீன திரைப்படத் தயாரிப்பு, தணிக்கை பிரச்சினைகள், ஈரானிய கலாசார அமைப்பின் குறைபாடுகள், ஈரானிய சமூகத்தில் புறக்கணிக்கப்படுவது குறித்த அவரதும், ஏனைய கலைஞர்களினதும் நிலைப்பாடுகள் குறித்த விரிவான உரையாடலாக அமைகிறது.

கேள்வி : கடந்த தசாப்தத்திலிருந்தான ஈரானிய சுயாதீன சினிமா குறித்து விவரிக்க இயலுமா?

முஸ்தஃபா அஸீஸி : ஈரானில் எடுக்கப்படும் அனைத்துத் திரைப்படங்களும், அவை மக்களுக்காக திரையிடப்பட முன்பு, ஈரானின் இஸ்லாமியக் கலாசார அமைச்சின் அனுமதியைப் பெற வேண்டும் என்பது உங்களுக்குத் தெரிந்திருக்கும். தொலைக்காட்சி நிகழ்ச்சிகளுக்கும் கூட அவ்வாறுதான். அதன் பெறுபேறாக, எந்தவொரு திரைக்கதையோ, திரைப்படமோ, சம்பந்தப்பட்ட ஆணைக் குழுவின் அனுமதியின்றி வெளிவருவதென்பது சாத்தியமில்லை. எனவே சுதந்திரமான, சுயாதீன சினிமா என்பது

ஈரானில் இல்லை.

1997 ஆம் ஆண்டு ஜனாதிபதித் தேர்தலுக்குப் பிற்பாடு, கலாசாரக் கட்டுப்பாடுகள் குறித்து அப்போதைய ஜனாதிபதி கூறியதை முன்வைத்து, விஷேடமாக குறும்படத் தயாரிப்புக்கள் சம்பந்தமான வாய்ப்புக்கள் உருவாகின. சில கட்டுப்பாடுகள் இருந்த போதும், தணிக்கையைக் கடந்து செல்ல தயாரிப்பாளர்களுக்கென ஒரு இடம் உருவாக்கப்பட்டது. அவ்வாறே குறும்படங்களை முழு நீளத் திரைப்படங்களாக்கவும் சந்தர்ப்பங்கள் கிடைத்தன. முதலில் திரைப்படங்கள் ஈரான் முழுவதும் பரவலாக வினியோகிக்கப்பட்டதோடு, பின்னர் அவை உள்ளூர் சந்தைகளில் இறுவட்டுக்களாகவும் விற்பனை செய்யப்பட்டன.

வெளிப்படையாக, எல்லாத் திரைப்படங்களும் இதே விதியை எதிர்கொள்ளவில்லை. சில திரைப்படங்கள் தயாரிக்கப்பட்டு பின்னர் பறிமுதல் செய்யப்பட்டன. ஏனையவை ஆரம்பத்திலேயே இடை நிறுத்தி வைக்கப்பட்டன. இன்னும் சில, உதாரணத்துக்கு மெஹ்ர்ஜூய்யின் பிரபலமான Santouri திரைப்படத்தைப் போன்றவை, அரசாங்கம் தடுத்து நிறுத்த முயற்சித்த போதிலும், பல்வேறுபட்ட மக்கள் ஆர்வத்துடன் நிதியளித்து உதவியதால் வெளிவந்தன. இவ்வாறு கவனம் பெறாமலும், திரையிடப்படாமலுமிருந்த திரைப்படங்களிடையே அமிர் யூசுஃபியனின் Bitter Sleep ஐப் பார்க்கக் கிடைத்தது எனது அதிர்ஷ்டம். இந்தத் திரைப்படத்துக்கும், ஏனைய அனைத்து சுயாதீனத் திரைப்படங்களையும் போலவே, அங்கீகாரம் பெறுவதற்கான வாய்ப்புக் கிடைக்கவேயில்லை.

கேள்வி : ஈரானில் சுயாதீனத் திரைப்படங்களுக்கான நிதியுதவி எவ்வாறு வழங்கப்படுகிறது? அவ்வாறான திரைப்படங்கள் எவ்வாறு வினியோகிக்கப்படுகின்றன?

முஸ்தஃபா அஸீஸி : நிதியுதவி தொடர்பான உங்கள் கேள்விக்கு, நான் ஏற்கெனவே கூறியது போல, தனிப்பட்ட நிதியுதவி என்ற ஒன்று இருக்க சாத்தியமில்லை. அநேகமான நிதி கொடுக்கல் வாங்கல்களும், கடனுதவிகளும் அரச அதிகாரிகளால் அங்கீகரிக்கப்பட்ட தனியார் நிறுவனங்களினூடாகவோ, வங்கிகளினூடாகவோ வழங்கப்பட்ட போதிலும், முன்பு அரசாங்கத்தால் அனுமதிக்கப்பட்ட திரைக்கதைப் பிரதியினூடு திரைப்படம் உருவாக்கப்பட்டாலும் கூட, அவை மீண்டும் தணிக்கைக்குள்ளாக்கப்படும்.

வினியோகிப்பது தொடர்பாகக் கூறுவதெனில், திரையிட அனுமதிக்கப்படாத திரைப்படங்களை CD, DVD வடிவில் வினியோகிப்பதில் அநேகமான தனியார் வலையமைப்புகள் தம்மை நிலைநிறுத்திக் கொண்டுள்ளன. அதிலும் இப்போது நவீன வழி முறையொன்று உண்டு. தொலைக்காட்சித் திரைப்படங்களைத் தயாரிக்கும் நிறுவனங்கள் இத் திரைப்படங்களை தனியார் தொலைக்காட்சி நிலையங்களுக்கு வினியோகிக்கின்றன.

கேள்வி : சுயாதீன திரைப்படத் தயாரிப்பாளர்கள் எவ்வாறு தமது குழுவினரை, நடிகர்களைத் தேர்ந்தெடுக்கின்றனர்?

முஸ்தஃபா அஸீஸி : அவர்களைத் தேர்ந்தெடுப்பது மிகவும் இலகுவானது. திரைப்படத்தில் நடிப்பதற்கு அதிக சம்பளத்தை எதிர்பார்க்கும் பிரபல்யமான, புகழ்பெற்ற நடிகர்களை விடவும், நடிப்பைத் தொழிலாகக் கொண்ட தொழில்முறை நடிகர்களே பெரும்பாலான சுயாதீனத் திரைப்படங்களிலும் வணிகத் திரைப்படங்களிலும் நடிக்கத் தேர்ந்தெடுக்கப்படுகின்றனர். தயாரிப்பாளர் எதிர்கொள்ளும் திரைப்படத் தயாரிப்புக்கான செலவும், சிரமமும் குறித்து அவர்களுக்குத் தெரிய வரும்போது, அவர்கள் அதிகளவான சம்பளத்தை எதிர்பார்ப்பதில்லை.

அதற்கு மேலதிகமாக, நான் முன்பே கூறியது போல சமீப காலத்தில்

முளைத்திருக்கும் தொலைக்காட்சித் திரைப்படங்கள் மற்றும் சிறிய தயாரிப்பு நிறுவனங்கள் ஆகியன தனியார் வீடுகளை அடிப்படையாகக் கொண்டவை. இந்த வினியோகம் திரைப்படத் தயாரிப்பாளர்களையும், திரைப்படக் குழுவையும் ஈர்க்கின்றன. ஏனெனில் அத் தயாரிப்புக்களில் தொடர்ச்சியாக நிகழும் பணப்பரிமாற்றங்கள் வாழ்க்கை நடத்தப் போதுமானதாக இருக்கும்.

கேள்வி : ஈரான் திரைப்படங்களின் பிரதான போக்குக்கும், சுயாதீன திரைப்படங்களுக்கும் இடையிலான வித்தியாசத்தை நீங்கள் எவ்வாறு பார்க்கிறீர்கள்? அவை எவ்வாறு ஒன்றையொன்று சார்ந்திருக்கின்றன?

முஸ்தஃபா அஸீஸி : நல்லது. சுயாதீனத் திரைப்படம் என எதை வைத்து வரையறுக்கிறீர்கள் என நான் உங்களைக் கேட்க விரும்புகிறேன். இத் திரைப்படங்களின் பார்வையாளர்களையும், பிரபல்யத்தையுமே 'சுயாதீனம்' எனும் சொல் குறிப்பதாக நான் கருதுகிறேன். சுயாதீனத் திரைப்படம் என ஒரு திரைப்படத்தை அழைப்பது அது திரையிடப்படுவதிலோ, திரையிடப்படாதிருப்பதிலோ, தயாரிப்புச் செலவு அதிகார பூர்வமாக வழங்கப்பட்டதிலோ அல்லது தனிப்பட்ட செலவாக அமைவதிலோ தங்கியிருப்பதில்லை. ஈரான் பின்னணியில் 'சுயாதீனத் திரைப்படம்' எனும் இச் சொல்லாடலும், ஹாலிவுட் திரைப்படத் துறையில் பயன்படுத்தப்படும் 'சுயாதீனத் திரைப்படம்' எனும் சொல்லாடலும் ஒன்றுக்கொன்று வித்தியாசப்படுகின்றன. ஈரானில் சுயாதீனத் திரைப்பட உருவாக்குனர்களாக, தயாரிப்பாளர்களாக அழைக்கப்படும் பலர் அரசாங்கத்திடமிருந்து அதற்கான நிதியுதவியைப் பெற்றுக் கொள்கின்றனர்.

ஈரானில், அரசாங்கமானது ஈரானின் கலை சார்ந்த படைப்புக்களையும், திரையரங்கத் தயாரிப்புக்களையும் பெரிதாக தணிக்கைக்கு உள்ளாக்குவதில்லை. தமது நாட்டுக்கு அவை

அங்கீகாரத்தைப் பெற்றுத் தருவதாகக் கருதி அரசாங்கம் அவற்றுக்கு ஆதரவு வழங்குகிறது. அவற்றுக்கு மிக அதிகளவான பணத்தினைச் செலவழிக்கும் அரசாங்கம், அதற்கு முரணாக மக்கள் பெருமளவு ஆதரவளிக்கும் திரைப்படங்கள் மற்றும் தொலைக்காட்சித் தயாரிப்புக்கள் மீது பலத்த கட்டுப்பாடுகளை விதித்திருக்கிறது.

கேள்வி : ஈரானின் சுயாதீன திரைப்படங்களுக்கான பிரதான ரசிகர்கள் யார்?

முஸ்தஃபா அஸீஸி : நீங்கள் கலை மற்றும் அறிவார்ந்த ஊக்கம் தரும் திரைப்படங்களைக் குறிப்பிடுகிறீர்களெனில், ஈரானுக்குள்ளும், புலம்பெயர்ந்தும் காணப்படும் அறிவார்ந்த சமூகத்துக்குள் அவற்றுக்கான ரசிகர்கள் குறிப்பிட்ட அளவே இருக்கின்றனர். தொலைக்காட்சித் திரைப்படங்களாக வினியோகிக்கப்படும் பெருமளவான பொழுதுபோக்குத் திரைப்படங்களை தொலைக்காட்சி அலைவரிசைகளிலும், கேபிளிலும், உள்ளூர்க் கடைகளிலிருந்து வாங்கியும் பார்க்கும் சராசரி பார்வையாளர்களிடையே அவற்றுக்கு அதிகளவு ரசிகர்கள் இருக்கிறார்கள்.

கேள்வி : 1979 ஆம் ஆண்டு ஈரானியப் புரட்சிக்குப் பிறகு ஈரானில் சுயாதீனத் திரைப்படத் தயாரிப்பு எவ்வாறு மாற்றம் பெறுகிறது?

முஸ்தஃபா அஸீஸி: ஈரானியப் புரட்சிக்கு முந்தைய சில வருடங்களாக, ஈரானிய சினிமாவானது, சுயாதீனத் திரைப்படத் தயாரிப்பு உட்பட, வீழ்ச்சி கண்டிருந்தது. ஈரான் சந்தைகளில் ஹாலிவுட் திரைப்படங்களின் ஆதிக்கம் வெள்ளமாகப் பெருக்கெடுத்திருந்தது. ஹாலிவுட் திரைப்படங்கள் வெளிவந்த உடனேயே, அவற்றுள் நல்ல திரைப்படங்கள் உடனுக்குடனேயே மிகச் சிறப்பாக மொழிமாற்றம் செய்யப்பட்டு விற்பனை செய்யப்பட்டன. அவ்வாறான மொழிமாற்றத் திரைப்படங்களைப் பார்த்தது எனக்கு

இன்னும் ஞாபகமிருக்கிறது.

புரட்சிக்குப் பிறகு, அமெரிக்க ஹாலிவுட் தயாரிப்புக்களுடனான இத் தொடர்பு துண்டிக்கப்பட்டதோடு, உள்நாட்டு சினிமாத் தயாரிப்பு வளர்ச்சியடையத் தொடங்கியது. அவை சுதந்திரத்தை வெளிக்காட்டினாலும் கூட பெருமளவு முற்போக்கானதாக இருக்கவில்லை என்பது எனது கருத்து. 1970 களின் ஈரானிய பொழுதுபோக்குத் திரைப்படங்களை மீளவும் தயாரிப்பது என்பது ஒரு வித்தியாசமான ரசனை என்றாலும் கூட, அதைத்தான் நாம் இப்போது கண்டு வருகிறோம். உப தலைப்புக்களுடன் கூடிய அமெரிக்கத் திரைப்படங்கள் மற்றும் பிரபலமான தொலைக்காட்சித் தொடர்கள் மீண்டும் ஈரான் சந்தைகளை ஆக்கிரமித்திருக்கின்றன. அவை குறிப்பிட்ட சில தெருக்களிலும், மறைவாகவும் விற்பனை செய்யப்பட்டு வருகின்றன.

ஆகவே அடிப்படையில், ஈரானியப் புரட்சிக்கு முன்னர் ஈரானியத் தனித்துவ சினிமாவானது ஹாலிவுட் மற்றும் ஏனைய மூலங்களால் அழுத்தங்களுக்கு உள்ளானதை நாம் கண்டோம். அதே நிலைமைதான் இப்போதும். அதே அழுத்தங்களோடும், அதற்கு மேலதிகமாகவும் இன்னும் பல தரக்குறைவான மெக்ஸிகோ, துருக்கி, கொரியத் திரைப்படங்களும் ஈரானை ஆக்கிரமித்திருக்கின்றன. அவை ஈரானின் பல தொலைக்காட்சி அலைவரிசைகளினூடாக ஈரானின் பார்வையாளர்களுக்குக் காட்டப்பட்டு பிரசித்தி பெறுகின்றன.

கேள்வி : சுயாதீனத் திரைப்படத் தயாரிப்பாளர்கள் தமது கருத்துக்களை, திரைப்பட வடிவில் நிஜமாக்க முயலும்போது என்ன தடைகளை எதிர்கொள்கின்றனர்?

முஸ்தஃபா அஸீஸி : அரசாங்கத் தடைகளைத் தாண்டி, இப்போதுள்ள கலாசார மேலாதிக்கமானது மக்களினதும், திரைப்படத் தயாரிப்பாளர்களினதும் மனப்போக்குகளில் தாக்கத்தை

ஏற்படுத்தியுள்ளதை நான் உணர்கிறேன். மக்கள், ஈரானின் அரச ஒளிபரப்புக்களைப் புறக்கணித்துவிட்டு, திரைப்படங்களைப் பார்ப்பதற்காக வேண்டி வேறு அலைவரிசைகளை மாற்றுவதை என்னால் பார்க்க முடிகிறது. அவ்வாறே அவர்கள் திரைப்படச் சங்கங்களை உருவாக்குவதையும் நான் அறிகிறேன். இங்கு மிகப் பிரதானமான சிக்கல் திரைப்படத் தயாரிப்புக்கான நிதியையும், உபகரணங்களையும் அரசாங்கத்தின் உதவியின்றியோ, தலையீடின்றியோ பெற்றுக் கொள்வதும், பின்னர் அத் திரைப்படங்களை, பரவலாக, இலகுவாகக் கிடைக்கக் கூடிய வேறுவிதமான திரைப்படங்களுக்கு முன்பே ரசிகர்களாகவுள்ள இளம் பார்வையாளர்களிடத்தில் அவற்றைக் கொண்டு சேர்ப்பதுமாகும்.

கேள்வி : ஈரானிய சுயாதீனத் திரைப்படங்களில் வழக்கமாக எவ்வாறான கருப்பொருட்கள் சித்தரிக்கப்படுகின்றன?

முஸ்தஃபா அஸீஸி : கடந்த இரண்டு வருட காலங்களில் பல ஈரான் திரைப்பட மற்றும் குறுந்திரைப்பட விழாக்களில் கலந்து கொண்டதை வைத்து எனது அவதானிப்புகளின் மூலம் நான் குறிப்பிட விரும்புவது, அனேகமான திரைப்படங்கள் தணிக்கையில் சிக்கிக் கொள்ளாதிருப்பதற்காக சம்பிரதாயமான அழகியல் தோற்றத்தையே காட்சிப்படுத்த முனைகின்றன. அவ்வாறே அவர்கள் உணர்வுபூர்வமான சமூகப் பிரச்சினைகளிலிருந்து அவர்களாகவே ஒதுங்கிக் கொள்ள முயற்சிக்கின்றனர். விதிவிலக்காக, சில திரைப்படங்கள் மாத்திரம் வெளிப்படையாக உணர்வுபூர்வமான பிரச்சினைகளை எடுத்துக் கூறின. நல்லதொரு திரைப்படம் இப்பொழுதும் என் நினைவில் இருக்கிறது. அது பாலியல் வன்புணர்வுக்கு உள்ளாக்கப்படும் ஒரு இளம் பெண்ணைப் பற்றிய திரைப்படம். அவளை சிகிச்சைக்காக எந்தவொரு வைத்தியசாலையும் ஏற்றுக் கொள்ள மறுக்கிறது. அது அவளை மிக மோசமான உடல் நிலைமைக்குத் தள்ளுவதைக் கருப்பொருளாகக் கொண்ட திரைப்படம் அது.

கேள்வி: இன்னும் ஏதாவது, என்னுடன் பகிர்ந்து கொள்ளத் தவறிய கருத்துக்கள் இருக்கின்றனவா?

முஸ்தஃபா அஸீஸி : எப்போதும் எனக்குள்ள பிரதான கவலை, ஈரான் சுயாதீன சினிமா பற்றியது. அது எப்படி சுயமாக தனது தீர்மானங்களை எடுக்கும்? அதன் நிலைமையை ஈரானின் இலக்கியத்தோடும் அதன் எழுத்தாளர்கள் சங்கத்தோடும் என்னால் ஒப்பிட்டுக் காட்ட முடியும். அவை எப்போதுமே அரசாங்கத்தின் கட்டளைகளுக்கும், தணிக்கைக்கும் எதிராகவே எழுந்து நிற்கும்.

ஆனால், அரசாங்கத்தால் முன்னெடுக்கப்படும் ஈரானிய சினிமாவின் பணியாளர்கள், ஈரானிய முதலாளித்துவத்தின் ஒரு பகுதியாகவே உள்ளனர் என்பதை என்னால் வாதிட்டு நிரூபிக்க முடியும். எனவே, அக் கலாசாரத் தயாரிப்புகளும், தீர்மானங்களும், அரசாங்கமானது ஆளும் வர்க்கத்தின் ஆதரவுடன் இணைந்து இட்ட ஆணைகளின் பிரகாரமே இருக்கும். நடைமுறையில் அவை அதன் சுதந்திரத்தை சாத்தியமற்றதாக்கி விடும்.

நிலவுக்குப் பின்னே சூரியன்

தனது பதின்ம வயதுகளில் சித்திரவதைக் கூடத்தில் தள்ளப்பட்ட இளைஞன் இன்று சர்வதேசம் வியக்கும் திரைக் கலைஞராகவும், திரைப்பட இயக்குனராகவும் மிளிர்கிறார். இயக்குனர் முஹ்ஸீன் மெக்மல்பஃப்பின் அனைத்துப் படைப்புகளையும் போல, 'The President' எனும் அண்மைய திரைப்படத்தையும் ஈரான் அரசு தடை செய்தது. எனினும் இத் திரைப்படம் 2014 ஆம் ஆண்டு நடைபெற்ற அனைத்து சர்வதேச திரைப்பட விழாக்களிலும் திரையிடப்பட்டு கௌரவிக்கப்பட்டதோடு, பல விருதுகளையும் வென்றெடுத்தது.

எப்போதும் அதிகளவில் நேர்காணல்கள் வழங்காத இயக்குனர் முஹ்ஸீன் மெக்மல்பஃப், ஹாங்காங் சர்வதேச திரைப்பட விழாவில், 'The President' திரைப்படம் திரையிடப்பட்ட போது வழங்கிய நேர்காணல் மிகவும் முக்கியமானது. அதனை முழுமையாக தமிழில் மொழிபெயர்த்து கீழே தந்திருக்கிறேன்.

"எனது பதினேழாவது வயதில் (1974 இல்) எனக்கு மரண தண்டனை விதிக்கப்பட்டது. சர்வாதிகார ஆட்சியிலிருந்து விடுதலை பெறும் நோக்கில் நான், அப்போதைய ஈரான் மன்னர் முஹம்மத்

ரெஸா பஹ்லவியைக் கொலை செய்ய முயற்சித்திருந்தேன். மன்னரைச் சுட்டுக் கொல்வதற்காக, எனக்குத் தேவைப்பட்ட துப்பாக்கியைப் பெற்றுக் கொள்ள, ஒரு காவல்துறை அதிகாரியைத் தாக்கியமையால் கைது செய்யப்பட்டேன்.

காவல்துறை என்னை நோக்கித் துப்பாக்கியால் சுட்டது. துப்பாக்கி ரவை எனது முதுகுப் புறமாகப் பாய்ந்து, வயிற்றைத் துளைத்துக் கொண்டு வெளியே வந்தது. நான் அரசியல் கைதிகளுக்கான சிறைச்சாலையில் அடைக்கப்பட்டேன். அங்குதான் மன்னருடைய இரகசிய காவல்துறை இருந்தது. அவர்கள் என்னை மிகவும் மோசமான விதத்தில் சித்திரவதை செய்தனர். எனது முழங்காலுக்கும் கணுக்காலுக்கும் இடைப்பட்ட காலின் பகுதி சேதமாக்கப்பட்டது. காரணம் மரண தண்டனை விதிக்கப்பட்ட போதிலும், அப்போது எனக்கு பதினெட்டு வயதாகியிருக்கவில்லை. அது செத்துப் போவதற்கான வயதல்ல என பின்னர் தீர்மானிக்கப்பட்டிருந்தது.

ஆன்மிகத் தலைவர் ஆயத்துல்லாஹ் கொமைய்னியின் சகோதரர் அப்போது என்னுடன் ஒரே சிறையில் அடைக்கப்பட்டிருந்த சக கைதி. அப்போது அவரை எனக்குப் பிடித்திருந்தது. அக் காலங்களில், அவ்வாறானவர்கள் அறிவானவர்களாகவும், ஜனநாயகத்தைத் தேடிக் கொண்டிருப்பவர்களாகவும் இருந்தனர். இப்பொழுது, அவர்கள் முன்பு கனவு கண்டவை எல்லாவற்றுக்கும் எதிரானவர்களாக மாறியிருக்கின்றனர்.

1979 ஆம் ஆண்டில் நடைபெற்ற ஈரானியப் புரட்சியானது, பஹ்லவி அரச ஆட்சியைத் தூக்கியெறிந்தது. நான் விடுதலை செய்யப்பட்டேன். சிறையில் வைத்து நான் கிட்டத்தட்ட இரண்டாயிரம் நூல்களை வாசித்து முடித்திருந்தேன். அவற்றின் மூலம் ஈரான் ஆனது, சர்வாதிகாரியை மாத்திரம் கொண்டதன்றி, சர்வாதிகாரக் கலாசாரத்தையும் கொண்டது என்பதை உணர்ந்து கொண்டேன். எமது ஆட்சியை மாற்ற வேண்டுமெனில், நாம் முதலில் எமது கலாசாரத்தை மாற்ற வேண்டும்.

எனவே சினிமாவைக் குறித்து எவ்வித அறிவுமின்றி, நான் திரைப்படங்களை உருவாக்க ஆரம்பித்தேன். 'பல்கலைக் கழகங்களுக்குச் செல்லாமலேயே 'லூமியேர் சகோதரர்களால்' (ஆகஸ்டே, லூயிஸ்) திரைப்படங்களை உருவாக்க முடியுமெனில், ஏன் என்னால் முடியாது?' என சிந்திக்க ஆரம்பித்தேன்.

புரட்சிக்கு முன்னர் அடிப்படைவாதிகள், அபதான் நகரத்திலிருந்த ரெக்ஸ் சினிமா தியேட்டரைத் தீயிட்டுக் கொளுத்தி, 470 பேரைக் கொலை செய்திருந்தனர். எனினும், புரட்சிக்குப் பின்னர் உள்நாட்டுத் திரைப்படங்கள் பின்வரும் மூன்று காரணங்களுக்காக பிரபல்யம் அடைந்தன. வெளிநாட்டுத் திரைப்படங்கள் தடுக்கப்பட்டமை, மக்களுக்கு பொழுதைப் போக்கவென எதுவும் இல்லாமை, தொலைக்காட்சியானது பொய்களால் நிரம்பி வழிந்த சமயம், திரைப்படங்கள் முழுமையாக, உண்மையைக் கொண்டு உருவாக்கப்பட்டிருந்தமை.

உலகின் எக் காலத்திற்குமான சிறந்த நூறு திரைப்படங்கள் வரிசையில் எனது 'கந்தஹார் (2001)' திரைப்படத்தையும் சேர்த்து 'டைம்' இதழ் பட்டியலிட்டிருக்கிறது. ஆப்கானிஸ்தான் ஆனது, ஈரானின் அயல்தேசம். 2000 ஆம் ஆண்டு, நான் இரகசியமாக (இரகசியமாகச் சென்றது ஏனென்றால் தாலிபான் அங்கிருந்தது) ஆப்கானிஸ்தானுக்குச் சென்றேன். அங்கிருந்த நிலைமையைக் கண்டு மிகுந்த அதிர்ச்சியுற்றேன். தெருக்களில் பசியால் மக்கள் இறந்து வீழ்ந்து கொண்டிருப்பார்கள் என்பதை நான் அறிந்திருக்கவில்லை. அங்கு 'கந்தஹார்' எனும் திரைப்படத்தினை எடுத்தேன். தொடர்ந்து 'செப்டம்பர் 11' தீவிரவாதத் தாக்குதல் இடம்பெற்றது. உடனே உலகம் முழுவதும் 'ஆப்கானிஸ்தான் என்றால் என்ன? அது எங்கே இருக்கிறது' என்ற கேள்வி எழுந்தது. எனது திரைப்படத்தில் அதற்கான விடைகள் இருந்தன. அதனால் அது மிகவும் பிரபல்யமடைந்தது.

ஈரான் நாட்டின் குடியரசுத் தலைவராக 2005 ஆம் ஆண்டு மஹ்மூத் அஹ்மதி நெஜாத் பதவியேற்க முன்பே, தணிக்கை விதிகள்

தீவிரமடைந்திருந்தமையால் நான் நாட்டை விட்டுச் சென்றிருந்தேன். ஆப்கானிஸ்தானில் எனது படப்பிடிப்புத் தளத்தை குண்டு வைத்துத் தகர்க்கவென ஈரான், தீவிரவாதிகளை அனுப்பியிருந்தது. குண்டு வெடித்ததில் அங்கு ஒருவர் மரணித்து விட்டார்.

எனவே நான் பாரிஸ் நகரத்துக்குக் குடிபெயர்ந்தேன். ஆனால் 2009 ஆம் ஆண்டு எல்லாக் கலைஞர்களும் உள்ளடங்கிய மற்றுமொரு புரட்சி ஈரானில் உருவானது. புரட்சிக்கு ஆதரவானவர்கள் மத்தியில் எனது பெயர் மிகவும் பிரபல்யமாகப் பேசப்பட்டது. எனவே ஆன்மிகத் தலைவர் மீண்டும் என்னை நோக்கி தீவிரவாதிகளை ஏவி விட்டிருந்தார். பாரிஸ் நகரத்தில், நான்கு தடவைகள் என் மீதான கொலை முயற்சிகள் மேற்கொள்ளப்பட்டன. பிரான்ஸ் காவல்துறை எனக்கு மெய்ப்பாதுகாவலர்களை வழங்கியது. எனினும், அவ்வாறான கொலை விளையாட்டுக்களில் எனக்கு விருப்பமிருக்கவில்லை. எனவே லண்டனுக்கு புலம்பெயர்ந்தேன்.

எனக்கு இரண்டு மகள்களும், ஒரு மகனும் இருக்கிறார்கள். அவர்களுக்கும் எப்போதும் சினிமாவின் மீதுதான் ஆர்வம் அதிகம். அவர்களிடம் முதலில் பள்ளிக் கூடப் படிப்பை முடிக்கும்படி கூறினேன். 'நீங்கள் முடித்தீர்களா?' என அவர்கள் திருப்பிக் கேட்டனர். ஆகவே நான் திரைப்பட அடிப்படைக் கோட்பாடுகள் மற்றும் செயன்முறைப் பயிற்சிகளைக் கற்பிக்கும் திரைப்படக் கல்விக் கூடமொன்றை எனது வீட்டிலேயே ஆரம்பித்தேன்.

ஈரானில், ஒரு பெண் திருமணம் முடித்த பிறகு, அவள் கடவுச் சீட்டினைப் பெற வேண்டுமா என்பதைக் கூட கணவனே தீர்மானிக்கிறான். எனது பாட்டி அவளது ஒன்பது வயதில் திருமணம் முடித்து வைக்கப்பட்டாள். எனது தாய் மற்றும் எனது மூத்த சகோதரி ஆகியோர் தமது பன்னிரண்டாவது வயதுகளில் திருமணம் முடித்து வைக்கப்பட்டனர். இவ்வாறான நிலைமையில் எப்படி எல்லாப் பெண்களும் சமமானவர்களாக இருக்க முடியும்?

ஈரானில் மாத்திரமல்ல. ஆப்கானிஸ்தானில் பெண்களின் நிலைமை இதைவிடவும் இன்னும் மோசமாக உள்ளது. எனவே பெண்களுக்கான உரிமைகளின் நிலைப்பாடுகள் குறித்தே எனது திரைப்படங்கள் வெளிப்படுத்த முயற்சிக்கின்றன. திரைப்படங்களின் மூலமாக நான் மக்களுக்கு போதிக்க வேண்டும். நான் பிரபல்யமடையவோ, புகழ் பெறவோ திரைப்படங்களை உருவாக்கவில்லை. உலகத்தின் போக்கை மாற்றவே நான் திரைப்படங்களை எடுக்கிறேன்."

இதுவரையில் பல்வேறுபட்ட இருபத்தேழு தொகுப்புக்களை எழுதி வெளியிட்டுள்ள இயக்குனர் முஹ்ஸீன் மெக்மல்பஃப், தனது திரைப்படங்களினால் செய்த சாதனைகளும் கூட முக்கியமானவையே. ஐம்பதுக்கும் மேற்பட்ட சர்வதேச விருதுகளை வென்றுள்ள அவை சமூகத்தில் பல மாற்றங்களை ஏற்படுத்தவும் காரணமாக அமைந்தவை. ஈரான் பாடசாலைகளில் கல்வி கற்க அனுமதி மறுக்கப்பட்ட ஆயிரக்கணக்கான ஆப்கானிஸ்தான் அகதிச் சிறுவர்களுக்கு, அவரது திரைப்படங்கள் மூலம் எழுப்பிய போராட்ட அலைகளின் காரணமாக, ஈரான் சட்ட மூலத்தில் மாற்றங்கள் செய்யப்பட்டு பாடசாலைகளில் அனுமதியளிக்கப்பட்டிருக்கின்றன. அச் சிறுவர்களின் கல்விக்காக இயக்குனர் முஹ்ஸீன் மெக்மல்பஃப், அரச சார்பற்ற அமைப்பொன்றையே உருவாக்கியிருந்தார் என்பதுவும் குறிப்பிடத்தக்கது.

அரச மற்றும் ஆன்மிகத் தலைவர்களது பலத்த எதிர்ப்பையும் மீறி, தீவிரவாதிகளின் படுகொலைத் தாக்குதல்களையும் தாண்டி, தணிக்கைக் கட்டுப்பாடுகளோடு முட்டி மோதி, ஈரானியத் திரைப்பட உருவாக்கத்தில் 1983 ஆம் ஆண்டு தொடக்கம் பாடுபட்டுப் பெரும்பங்காற்றியுள்ள இயக்குனர் முஹ்ஸீன் மெக்மல்பஃப், தற்போதைய ஈரானியத் திரைப்படத் துறை குறித்துத் திருப்தியோடு கூறுகிறார்.

"ஈரானுக்கென்று மிகவும் வலுவான கலையும், திரைப்படத் துறையும் கிடைத்திருக்கின்றன. இனி எவ்வளவு கஷ்டங்கள் வந்த போதிலும், அவை செழித்துத் தழைத்தோங்கி விடும். இன்று ஈரானில் சர்வாதிகார வாழ்க்கை முறையைத் தாண்டியும், நல்ல சினிமாவுக்கான எதிர்பார்ப்பு கூடுதலாக இருக்கிறது. எதிர்காலத்தில் இந்த சர்வாதிகார ஆட்சி முறை இருக்காது என்பதோடு, ஈரானியத் திரைப்படத்துறைக்கென சிறந்த வரலாறொன்று இருக்கும் என்ற நம்பிக்கை இருக்கிறது".

சினிமா எங்களை நாடுகடத்தியிருக்கிறது

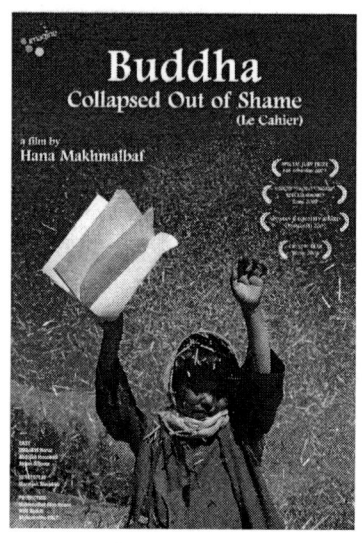

ஈரான் திரைப்பட இயக்குனர் ஹனா மெக்மல்பஃப் குறித்து -

1988, செப்டம்பர் மாதம் 03 ஆம் திகதி தெஹ்ரானில் பிறந்த ஹனா மெக்மல்பஃப், தனது தந்தையான மொக்ஸீன் மெக்மல்பஃப்பின் ""A moment Of Innocence" எனும் திரைப்படத்தில் நடித்ததன் மூலம் தனது 7 வயதில் திரையுலகில் பிரவேசித்தார். தொடர்ந்து கையடக்க கேமராவின் மூலம் ""The Day My Aunt Was ill" எனும் குறுந்திரைப்படத்தை தனது எட்டு வயதில் எடுத்து சாதனை படைத்தார். 1997 ஆம் ஆண்டு, இக் குறுந் திரைப்படமானது, லொகார்னோ சர்வதேசத் திரைப்பட விழாவில் திரையிடப்பட்டு, சர்வதேசத்தின் கவனத்தை ஈர்த்தபோது ஹனாவுக்கு வயது ஒன்பது. அதனைத் தொடர்ந்து இவர் தனது பதினான்காவது வயதில் எடுத்த "Joy of Madness" எனும் ஆவணத் திரைப்படமானது, 2003 ஆம் ஆண்டு வெனிஸ் சர்வதேசத் திரைப்பட விழாவில் திரையிடப்பட்டு மூன்று சர்வதேச விருதுகளை வென்றது.

ஆப்கானிஸ்தானில் எடுக்கப்பட்ட "Buddha Collapsed Out Of Shame" எனும் இவரது முழு நீளத் திரைப்படம், இவரது பதினெட்டு

வயதில் எடுத்து முடிக்கப்பட்டது. இத் திரைப்படமானது இதுவரை உலகம் முழுவதிலுமுள்ள அனைத்து சர்வதேசத் திரைப்பட விழாக்களிலும் திரையிடப்பட்டுள்ளதோடு, பல விருதுகளையும் வென்று குவித்திருக்கின்றது. இதனைத் தொடர்ந்து "Green Days" எனும் இன்னுமொரு முழு நீளத் திரைப்படத்தையும் இயக்கியிருக்கிறார். இன்னும், தனது மெக்மல்பஃப் குடும்பத் திரைப்படங்களில் பல்வேறு விதங்களில் பணியாற்றி வருகிறார்.

தனது பதினாறாவது வயதில் பட்டப்படிப்பைப் பூர்த்தி செய்துள்ள ஹனா மெக்மல்பஃப், திரைப்படங்களல்லாது, கவிதைகள், சிறுகதைகள் எழுதுவதிலும் ஆர்வமுள்ளவர். இவர் 2003 ஆம் ஆண்டு "Visa for One Moment' எனும் தனது முதலாவது கவிதைத் தொகுப்பை வெளியிட்டிருக்கிறார்.

கேள்வி: உங்கள் முதல் முழு நீளத் திரைப்படமான 'Buddha Collapsed Out of Shame' திரைப்படம் எங்கே எடுக்கப்பட்டது?

ஹனா மெக்மல்பஃப் : திரைப்படத்தின் பெரும்பான்மையான காட்சிகள், ஆப்கானிஸ்தான், பாமியன் பிரதேசத்தில், 2001 ஆம் ஆண்டு தாலிபான்களால் அழிக்கப்பட்ட புத்தர் சிலையின் சிதைவுகளிற்கருகே ஒளிப்பதிவு செய்யப்பட்டன.

கேள்வி: நடிகர்களை எவ்வாறு தேர்ந்தெடுத்தீர்கள்?

ஹனா மெக்மல்பஃப் : எனது திரைப்படத்துக்குத் தேவையான நடிகர்களைத் தெரிவு செய்வதற்காக பாமியன் பிரதேசத்திலுள்ள பல பாடசாலைகளுக்கு நான் சென்றேன். ஆயிரக்கணக்கான சிறுவர்களைப் பார்த்து, நூற்றுக்கணக்கானவர்களை நேர்காணல் செய்து, எனது கதைக்குப் பொருத்தமானவர்களாக இருப்பதாக நான் கண்ட, அவர்களுள் சிலரை நான் தேர்ந்தெடுத்தேன்.

கேள்வி: சிறுவர்களை இயக்கியது, நடிக்கச் செய்தது எப்படியிருந்தது?

ஹனா மெக்மல்பஃப் : சிரமமானது, அதேவேளை பெறுமதியானது. அவர்கள் எவருமே சினிமாவுடன் தொடர்புடையவர்களாக இருக்கவில்லை என்பதாலேயே சிரமமானது எனச் சொல்ல வேண்டியிருக்கிறது. அவர்களது பிரதேசத்தில் இதற்கு முன்பு எந்தத் திரைப்படமும் படமாக்கப்பட்டிருக்கவில்லை. அங்கு ஒரு உள்ளூர்த் தொலைக்காட்சி நிலையம் கூட இல்லை. ஆகவே அவர்கள் தத்தமது உருவத்தைத் தாங்களே ஒரு பெட்டி வழியாகப் பார்த்துப் பழக வேண்டியிருந்தது. பெறுமதியானது ஏனெனில், அப் பலவிதமான சிறுவர்களும் நல்ல சுறுசுறுப்புடனும், அப்பாவிகளாகவும் இருந்தனர். அவர்களை இயக்கும்போது நான் வழமையை விடவும் வித்தியாசமான முறையில் அணுக வேண்டியிருந்தது. அவர்களுக்கு நடிப்பை,

ஒரு விளையாட்டைப் போல பார்க்க வைக்க வேண்டியிருந்தது. இந்த விளையாட்டுத்தனமான அணுகுமுறை திரையில் சில பாகங்களில் யதார்த்தமாகப் பிரதிபலித்திருப்பதை நீங்கள் காணலாம். இந்தத் திரைப்படத்துக்கு ஒரு அர்த்தம் இருக்கின்றதெனில், அது இச் சிறுவர்களின் விளையாட்டுத்தனமான பின்னணிகளினூடே திரைக்குக் கடத்தப்பட்டிருக்கிறது.

கேள்வி: இப்பொழுது நீங்கள் இத் திரைப்படத்தைப் பார்க்கும்போது, இத் திரைப்படத்தை உருவாக்கியதன் நோக்கம் நிறைவேறியிருப்பதாக உணர்கிறீர்களா?

ஹனா மெக்மல்பஃப் : இப்போதைய ஆப்கானிஸ்தானின் ரூபங்களைக் காட்டுவதன் மூலம், நாட்டில் இடம்பெற்ற

அண்மைக்கால வன்முறைகளால் ஏற்பட்டுள்ள தாக்கங்களைத் தீட்டிக் காட்டவே நான் முயற்சித்திருக்கிறேன். ஆகவே இதன் மூலம் வளர்ந்தவர்களது நடத்தைகள், இளைய தலைமுறையினரிடத்தில் எவ்வாறான தாக்கங்களை ஏற்படுத்துகின்றன என்பதைக் காணலாம். சிறுவர்கள்தான் எதிர்காலத்தில் வளர்ந்தவர்களாகின்றனர். அவர்கள் வன்முறைகளுக்கு பழக்கப்பட்டவர்களாக மாறினால், உலகின் எதிர்காலமே பாரிய அபாயத்துக்குள் சிக்கிக் கொள்ளும்.

'நான் வளர்ந்த பிறகு, உன்னைக் கொல்வேன்' என திரைப்படத்திலுள்ள ஒரு பதின்ம வயதுப் பையன் சொல்கிறான். ஏனெனில், அவன் குழந்தையாக இருக்கும்போதே பல வன்முறைகளுக்கு மத்தியில் வளர வேண்டியிருக்கிறது. ஆகவே வன்முறை, அவனது அன்றாட வாழ்க்கையில் வழமையானதொன்றாகி விடுகிறது. அந்தச் சிறுவன் தனது உண்மையான பாடங்களை அவனது பெற்றோரதும், அவனைச் சூழவுள்ள வளர்ந்தவர்களதும் நடத்தைகளைக் கிரகிப்பதன் மூலமும், பிரதிபண்ணுவதன் மூலமுமே கற்றுக் கொள்ள ஆரம்பிக்கின்றான் என நான் எண்ணுகிறேன். எடுத்துக்காட்டாக, பாமியன் எனும் அவர்களது நகரத்தில், சில வருடங்களுக்கு முன்பு மிகக் கொடூரமான கூட்டுப் படுகொலைகள் நடைபெற்ற போது பல ஆண்களதும், சிறுவர்களதும் தலைகள், அவர்களது மனைவியரினதும், தாய்மாரினதும் கண் முன்னாலேயே துண்டிக்கப்பட்டதைச் சொல்லலாம்.

இதில் முரண்நகை என்னவெனில், யார் ஆப்கானிஸ்தானை மீட்டெடுக்கவென வருகிறார்களோ, அவர்கள் முதலில் அதனை அழிக்கிறார்கள். பின்னர் அதனை மீளக் கட்டியமைக்க அவர்களுக்கு நேரம் கிடைப்பதில்லை. தொடர்ந்து ஆப்கானிஸ்தானை மீட்டெடுக்க அடுத்த படை வருகிறது. அவர்களைத் துரத்தி விட்டு, இவர்களும் அதே அழிவுகளையும், வன்முறைகளையும் செய்கிறார்கள். இதுவே மாறி மாறித் தொடர்ந்து நடக்கிறது.

முதலில் ரஷ்ய பொது உடமைவாதிகள். பின்னர் தாலிபான்கள்.

இப்பொழுது அமெரிக்கப் படைகள். அதாவது முதலில் பொதுவுடமைவாதக் கொள்கையுடையவர்கள். அடுத்ததாக இஸ்லாமியர்கள். இறுதியாக நாஸ்திகர்கள் அல்லது கிறிஸ்துவர்கள். ஆனால் இவர்கள் எல்லோரிடமும் ஒன்று மட்டும் பொதுவானதாக இருக்கிறது. அது 'வன்முறை'. இந்த வன்முறையானது, மூன்று ஒன்றுக்கொன்று வித்தியாசமான குழுக்களாலும், இத் தேசத்திலுள்ள மக்களின் கலாசாரத்தில் மருந்தேற்றுவதைப் போல மேலும் மேலும் ஏற்றப்பட்டு, மிக ஆழமாக உட்செலுத்தப்பட்டு வலிதாக்கப்பட்டுள்ளதைத்தான் இச் சிறுவர்களது விளையாட்டின் மூலம் நீங்கள் காணலாம்.

ஹாலிவுட் திரைப்படங்களின் மூலம் வன்முறைகளைக் கற்றுக் கொண்டுள்ள அமெரிக்கச் சிறுவர்கள் போலன்றி, இந் நாட்டிலுள்ள சிறுவர்கள், தமது உறவுகளுக்கு தம் கண் முன்னாலேயே இழைக்கப்படும் வன்முறைகளை நேரடியாகப் பார்த்துக் கற்றுக் கொள்கின்றனர். இச் சிறுவர்கள் தமது தந்தையர், தம் வீட்டு முற்றத்திலேயே தலை துண்டிக்கப்பட்டு இறந்ததைப் பார்த்து

வளர்கின்றவர்கள்.

கேள்வி: உங்கள் திரைப்படத்தின் பெயர் 'Buddha Collapsed Out of Shame & புத்தர் வெட்கத்தினால் உடைந்து போனார்'. ஆனால் உண்மையில் புத்தர் சிலைகளை தாலிபான்தானே அழித்தது?

ஹனா மெக்மல்பஃப் : ஆமாம். அவர்கள்தான் அழித்தார்கள் என்று நீங்கள் சொல்லலாம். அதைத் திரைப்படத்தின் ஆரம்பத்திலும் இறுதியிலும் நான் காட்டியிருப்பதையும் நீங்கள் காணலாம். ஆனால் நான் இந்தத் தலைப்பை எனது தந்தையான மொஹ்ஸீன் மெக்மல்பஃப்பின் உருவகஞ் சார்ந்த கூற்றிலிருந்து பெற்றுக் கொண்டேன். இதன் அர்த்தமானது, அப்பாவி மக்களுக்கு இழைக்கப்படும் எல்லா விதமான வன்முறைகளுக்கும், கொடூரங்களுக்கும் சாட்சியாக நின்று கொண்டிருக்கும் ஒரு சிலை கூட, வெட்கப்பட்டு அதனால் உடைந்து போகக் கூடும்' என்பதாகும்.

தலைப்பினுள்ளே பொதிந்திருக்கும் அர்த்தங்களினால் மாத்திரமன்றி, திரைக்கதையானது புத்தரின் சிலையிருந்த இடத்தினைச் சுற்றியே நகர்வதால், இத் திரைப்படத்துக்கு இத் தலைப்பு பலவிதங்களிலும் பொருத்தமாக இருக்குமென நான் கருதினேன்.

கேள்வி: இத் திரைப்படத்தின் ஒளிப்பதிவை ஆரம்பிக்கும் முன்பே, இத் திரைப்படத்தின் பூரணப்படுத்தப்பட்ட கதை உங்கள் எண்ணத்தில் இருந்ததா? அல்லது ஒளிப்பதிவு செய்து கொண்டிருக்கும்போது தோன்றியதா?

ஹனா மெக்மல்பஃப் : ஆரம்பத்தில் ஒரு புனைவுத் தன்மையோடான கதைக் கரு உள்ளத்தில் இருந்தது. அதாவது ஒரு ஆறு வயதுச் சிறுமியின் ஒரு நாள் பயணம். அயல்வீட்டுச் சிறுவனது கல்விச் செயற்பாடுகளைக் கண்டு ஈர்க்கப்பட்டு பள்ளிக்கூடம் செல்ல விரும்பும் ஒரு சிறுமியைப் பற்றிய கதை. அவளிடம் எழுத நோட்டுப் புத்தகம் இல்லாததால், அவளது வீட்டுக் கோழியின் முட்டைகளை

விற்று நோட்டுப் புத்தகம் வாங்குகிறாள். பென்சில் வாங்கப் பணம் இல்லையாதலால், பென்சிலுக்குப் பதிலாக எழுதுவதற்கு தாயின் லிப்ஸ்டிக் குச்சியை எடுத்துக் கொண்டு அவள் வழியில் காண நேரும் பள்ளிக்கூடங்கள் எல்லாவற்றிலும் ஏறி இறங்குகிறாள். அனுமதி மறுக்கப்படுகிறாள். நிராகரிக்கப்படுகிறாள். இதுதான் எனக்குத் தோன்றிய எண்ணக் கரு.

இளவேனிற்காலத்தில் படத்தின் முதற்பாகம் எடுக்கப்பட்டு முடிந்ததும், படத்தின் செப்பனிடல் வேலைகளின் போது பார்த்தால், கதாபாத்திரங்களினிடையே ஏதோவொன்று பூரணமாக இல்லை என எனக்குத் தோன்றியது. ஆகவே நான் திரைக்கதை எழுத்தாளரான எனது தாயிடம் சென்று, இருவருமாக இணைந்து தொடர்ச்சியாக அத்தளத்திலேயே இயங்கி திரைப்படத்தின் இரண்டாம் பாகத்தையும், செப்பனிடல் வேலைகளையும் ஆரம்பித்தோம். எனவே திரைப்படமானது, ஒரே நாளில் நடக்கும் கதையைக் கொண்டிருந்தாலும் கூட, வசந்த காலம், கோடைகாலம், இலையுதிர்காலம் என மூன்று வித்தியாசமான காலகட்டங்களில் படமாக்கப்பட்டது.

கேள்வி: திரைப்படத்தின் கதாபாத்திரங்கள் எவ்வாறு முழுமையடைந்தன?

ஹனா மெக்மல்பஃப் : அவை திரைக்கதையை எழுதும்போது ஒரு பகுதியும், ஒளிப்பதிவு செய்யும்போது ஒரு பகுதியும் என முழுமையடைந்தன. படப்பிடிப்பினை ஆரம்பித்தபோது, என்னைச் சுற்றி நான் பார்த்த, கேட்ட புது விடயங்களின் மீதும், நாம் இருந்த சூழலில் விளையாடிக் கொண்டிருந்த சிறுவர்களின் விளையாட்டின் மீதும் கூர்ந்த கவனத்தைச் செலுத்தி, புதிய தகவல்களையும், அவர்களது சில விளையாட்டுக்களையும் எனது திரைக்கதையில் சேர்த்தேன்.

எடுத்துக்காட்டாகச் சொல்வதென்றால், நான் சந்தித்த ஒருவரைப்

பற்றிச் சொல்லவேண்டும். அவர் ரஷ்யப்படைகள் ஆப்கானிஸ்தானை ஆக்கிரமித்த போது பொதுவுடைமைவாதியாக இருந்தார். பின்னர் தலிபான்களின் ஆக்கிரமிப்பின் போது முல்லாவாக இருந்தவர், இப்பொழுது அமெரிக்கப்படைகளோடு இணைந்து பணியாற்றிக் கொண்டிருக்கிறார். கடந்த இரு தசாப்தங்களாக அதிகாரத்தின் மூலமாக அவர் மக்களுடன் நெருங்கிய தொடர்புள்ளவராக இருக்கிறார். இந்த நபரது கதாபாத்திரத்தையே இத் திரைப்படத்தில் ஒரு சிறுவன் நடித்திருக்கிறான். அதாவது, வெவ்வேறு படைகளின் பிரதிநிதியாக நின்று, வெவ்வேறு பெயர்களுடன், எப்பொழுதுமே பொதுமக்களைக் கொன்று கொண்டிருக்கும் ஒரு சிறுவனின் கதாபாத்திரம்.

இன்னுமொரு உதாரணமாக, மற்றச் சிறுவனைச் சொல்லலாம். அவனுக்கு எது நடந்தாலும் கண்டுகொள்ளாமல், அரிச்சுவடியைப் படித்துக் கொண்டிருப்பான். அவன் சித்திரவதை செய்யப்படும் போதும் கூட அவன், அகர வரிசையைத் தொடர்ந்தும் பயின்று கொண்டிருப்பான். அவன் முழுமையாக அதனைக் கற்றுக் கொள்ளவுமில்லை. எந்த முன்னேற்றமும் தெரியவுமில்லை. ஆனாலும் கடுமையாக முயற்சித்துக் கொண்டிருப்பான். அவனது திணறடிக்கும் அனுபவங்களுக்குப் பின்னாலும் சில ஆழமான அர்த்தங்களிருக்கும். மற்றவர்களைப் போலல்லாமல், அவன் ஒருபோதும் அதிகாரமுள்ளவனாக இல்லை அல்லது அதிகாரத்திலிருப்பவர்களுடன் நெருக்கமானவனாக இல்லை. ஆனாலும் அவன் அதிகாரத்தினால் தகர்க்கப்படுகிறான், வன்முறைக்குள்ளாக்கப்படுகிறான்.

இது சாதாரண அனுபவமொன்றல்ல. இதைத்தான் உலகம் முழுவதிலுமுள்ள பல இனத்தவர்களும் அனுபவிக்கின்றனர். எப்பொழுதும் அவன் அச்சுருத்தப்படுகிறான், சித்திரவதைக்குள்ளாக்கப்படுகிறான், கொல்லப்படுகிறான். ஆனாலும்

முயற்சியைக் கைவிடவில்லை. அவ்வாறே எந்த வெற்றியையும் அவன் அடையவுமில்லை. சிலவேளைகளில், நீங்கள் வாழ்வைத் தொடர வேண்டுமானால் யதார்த்தத்தில் செத்துப் போகவேண்டுமென அவன் கற்றுக் கொள்கிறான். இது சாதாரணமான ஒரு அனுபவமல்ல. திரைப்படத்தின் இறுதியில் அவன், அச் சிறுமியிடம் 'செத்துப்போ. அப்போதுதான் அவர்கள் உன்னைத் தனியே விடுவார்கள்' என்று சொல்கிறான். சிறுமி அவ் விளையாட்டில் செத்துப் போகச் சம்மதிக்கிறாள். அதன்பிறகுதான் அவர்கள் சிக்கிக் கொண்டிருந்த அந்த வன்முறை மிக்க கொடிய சூழலிலிருந்து அவர்களால் வெளியேற முடிகிறது.

கேள்வி: இத் திரைப்படத்தின் கதாநாயகன் யார்?

ஹனா மெக்மல்பஃப் : எவருமில்லை. அந்தச் சிறுமி கூட இல்லை. ஏனெனில் அவள் இறுதியில் தனது இலக்கினை எட்டவில்லை. திரைப்படத்தின் இறுதியில், சிறுவர்களால் மிரட்டப்படும்போது அவள் தற்காலிகமாக செத்துப் போவதற்குச் சம்மதிக்கிறாள் அல்லது புத்தர் சிலையைப் போலவே உடைந்து போகிறாள். அவளுக்கு வேறு வழியில்லை. ஒரு நகைச்சுவையான நொடிக் கதையைக் கற்றுக் கொள்வதற்காக அவள் நீண்ட தூரம், பல பள்ளிக் கூடங்களுக்குப் பயணிக்கிறாள். ஆனால் எவருமே அவளுக்குக் கற்றுக் கொடுக்கவில்லை. மாறாக நிஜ வாழ்க்கையிலுள்ள ஏனைய விடயங்களை அவள் அந்தப் பயணத்தின் போது கற்றுக் கொள்கிறாள்.

இத்திரைப்படத்தில் கதாநாயகர்கள் இல்லாததும், நிஜ வாழ்க்கை மனிதர்களைப் பிரதிபலிக்கும் கதாபாத்திரங்களை விரிவாகவும் எளிமையாகவும் காட்டுவதும் எனக்குச் சற்று சிரமமாகவே இருந்தது. இத் திரைப்படத்திலுள்ள ஒவ்வொரு கதாபாத்திரங்களும் நிஜ வாழ்க்கையின் வெவ்வேறான அடுக்குகளைத்தான் சித்தரிக்கின்றன. அது நாம் இத் திரைப்படத்தை எக் கண்ணோட்டத்தில் பார்க்கிறோம் என்பதிலும் தங்கியிருக்கிறது.

உதாரணமாக, திரைப்படத்தில் அருகருகே வளரும் சிறுவர்களையும், சிறுமிகளையும் பாருங்கள். சிறுவர்கள் அவர்களது தந்தையர் யுத்தங்களில் செய்வதைப் போன்ற ஆபத்தான விளையாட்டுக்களில் ஈடுபடுகையில், சிறுமிகள் அவர்களது அன்னையரைப் போல முகத்தை அலங்கரிப்பதிலும், ஒப்பனைகளைச் செய்வதிலும் தம்மை மறந்து விடுகின்றனர். இவையெல்லாம் ஒரு நாட்டில் நடக்கும். இத் திரைப்படத்தில் சித்தரித்திருப்பது போல எங்கே மெல்லிய குச்சிகளால் செய்யப்பட்ட துப்பாக்கிகள் வெடிக்கின்றனவோ, பள்ளிக்கூடங்கள் லிப்ஸ்டிக்கின் காரணமாகத் தாக்கப்படுகின்றனவோ, உங்கள் கற்பனையிலுள்ள பட்டம் போன்ற சிறு விளையாட்டுப் பொருளினால் ஒரு நகரமே அழிக்கப்படுகின்றதோ, அங்கெல்லாம் நடக்கும்.

கேள்வி: உங்கள் முந்தைய இரண்டு திரைப்படங்கள் பற்றியும், இதுவரையில் சினிமாவுடனான உங்கள் அனுபவங்கள் பற்றியும் கூறுங்கள்.

ஹனா மெக்மல்பஃப் : எனது இரண்டாவது அனுபவம் விளையாட்டுத்தனமானது எனச் சொல்லலாம். 'At five in the afternoon' எனும் திரைப்படம் எடுக்கப்பட்டுக் கொண்டிருக்கும்போது அதன் பின்னணியை ஒரு டிஜிட்டல் கேமராவினால் தனியாகப் படம்பிடித்துக் கொண்டிருந்தேன். முதலில், ஆப்கானிஸ்தானில் அத் திரைப்படத்தை எடுத்துக் கொண்டிருக்கும்போது படத்தின் இயக்குனரும் எனது சகோதரியுமான சமீரா எதிர்கொள்ள நேரும் பிரச்சினைகளைப் படம்பிடிக்கவே எண்ணியிருந்தேன். ஆனால் அமெரிக்க ஆக்கிரமிப்பின் பின்னர் காபூலில் பெண்கள் எதிர்கொள்ள நேரும் பிரச்சினைகள் சம்பந்தமான ஆவணப்படமாக இறுதியில் அது பூர்த்தியானது. இது எனது இரண்டாவது அனுபவம்.

முதலாவது திரைப்படம் 'The Day My Aunt Was ill' ஒரு குறும்படம். எனது அத்தை உடல்நலம் குன்றி வீட்டில் தங்கியிருந்த ஒரு நாளில்,

ஒரு சாதாரண கை கேமராவினால் எனது வீட்டில் வைத்து என்னால் எடுக்கப்பட்டது. அப்போது எனக்கு எட்டு வயது.

இவ்வாறாக எனது முதலாவது குறுந் திரைப்படத்துக்கும், எனது முதலாவது முழு நீளத் திரைப்படமான 'Buddha collapsed out of shame' இற்கும் இடையில் ஒன்பது வருட கால இடைவெளியிருக்கிறது. இந்த ஒன்பது வருட காலப்பகுதியிலும் தொடர்ச்சியாக வேறு சில திரைப்படங்களில் புகைப்படக் கலைஞராக, உதவி இயக்குனராகப் பணியாற்றிய அனுபவங்கள் எனக்கு உண்டு.

கேள்வி: ஏன் ஈரானைத் தவிர்த்து ஆப்கானிஸ்தானை களமாகத் தேர்ந்தெடுக்கிறீர்கள்?

ஹனா மெக்மல்பஃப் : எந்தக் கதை என்னை ஈர்க்கிறதோ, எந்த இடத்தில் படம்பிடிக்க அனுமதி கிடைக்கிறதோ அங்கே நான் திரைப்படங்கள் எடுப்பேன். ஈரானைக் களமாகக் கொண்ட பல கதைகள் என்னிடமிருக்கின்றன. ஒருநாள், ஈரானில் படம்பிடிக்க

எனக்கு அனுமதி கிடைக்கும்போது நான் அவற்றை எடுப்பேன். இப்போது அது அவ்வளவு இலகுவானதாக இல்லை.

கேள்வி: வருங்கால ஆப்கானிஸ்தான் எவ்வாறிருக்குமென நினைக்கிறீர்கள்?

ஹனா மெக்மல்பஃப் : தலிபான்கள் போய்விட்டார்களெனினும், அவர்கள் ஏற்படுத்திய தாக்கங்கள் இன்னும் இக் கலாசாரத்தில் எஞ்சியிருக்கிறது. ஆப்கானிஸ்தானில் இடம்பெற்ற தொடர்ச்சியான தாக்குதல்கள் நாட்டை விடவும் அதன் கலாசாரங்களையே பெரிதும் அழித்திருக்கின்றன. இந் நாட்டில் யுத்தங்களினூடாக சிறுவர்களின் ஆன்மாக்களைச் சூறையாடிக் கொண்ட வன்முறையானது, புதுவித மனப்பாங்கோடு எதிர்காலத்தில் மீண்டும் முளைக்கும்.

'ஒரு சிறந்த அரசியல்வாதி எதிர்காலத்தைப் பகுத்தாய்பவரல்ல; அவர் இன்றைய நாளை நன்கு உணர்ந்து கொள்பவர்' என அஹ்மத் ஷா மஷூத் அடிக்கடி கூறுவார். ஆப்கானிஸ்தான் எனும் தேசத்தின் இன்றைய நாட்களின் பிரச்சினைகளை இந்த உலகமானது இன்னும் புரிந்துகொள்ளவில்லை என ஆப்கானிஸ்தானில் நானிருக்கும் போதெல்லாம் உணர்வேன். இந் நிலைமை எவ்வாறு ஆப்கானிஸ்தானின் எதிர்காலத்தைக் கட்டியெழுப்பும்?

கேள்வி: ஏன் இந்த இளம்பெண் ஹனா திரைத்துறைக்கு வந்தார்? தனது ஏனைய குடும்ப அங்கத்தவர்களைப் போல திரைப்படங்களை உருவாக்கும் தேவை அவருக்கிருக்கிறதா அல்லது அவருக்கென்று சுயமாக திரைப்படங்களின் மூலமாகச் சொல்ல ஏதாவது இருக்கிறதா?

ஹனா மெக்மல்பஃப் : ஈரானில் தற்போதைய கட்டுப்பாடுகளின் கீழ், சித்தாந்தங்களை, கொள்கைகளைப் பொறுத்துக் கொண்டு அரசியல் மற்றும் சமூக அழுத்தங்களிடையே வாழும் ஒரு பதினெட்டு வயதுப் பெண்ணாக எனக்குச் சொல்ல நிறைய இருக்கிறது. ஆனால் அவற்றில் அனேகமானவற்றை நான் சிறுகதைகளின் வடிவத்திலேயே

எழுதி வருகிறேன். எழுதுவதானது, என்னோடு ஒத்துணர்வு உள்ளவர்களது வலியைக் குறைக்காவிடினும், குறைந்தபட்சம் எனது மன அழுத்தங்களுக்கு அது வடிகாலாக இருக்கிறது. ஈரானில் உருவாக்கப்படாத இந்தத் திரைப்படத்தினூடாக நான் கூறவிழைவது, ஈரானிலும், ஆப்கானிஸ்தானிலும் உள்ள பொதுவான பிரச்சினைகளைத்தான். இரண்டு சமூகங்களுமே ஒரே மாதிரியான கலாசார, அரசியல் பிரச்சினைகளை எதிர்கொள்பவை.

கேள்வி: திரைப்படங்களின் மீதான ஆர்வம் உங்களுக்கு எப்போது ஏற்பட்டது?

ஹனா மெக்மல்பஃப்: சிறு வயதிலிருந்தே. அதாவது எட்டு வயதாக இருக்கும்போது எனலாம். முதலில் எனக்கு ஓவியராக ஆக ஆசையிருந்தது. ஒரு முன்னணி பெண் ஓவியக் கலைஞரோடு சினேகமானேன். நீண்ட நாட்களாக, ஒரு ஓவியத்தை வரைவதற்கு அவர் சந்திக்க நேரும் தனிமையைக் கண்ட போது, 'நான் ஓவியம் வரைவதை விரும்புகிறேன் ஆனால் அது கொண்டு வரும் தனிமையை எனக்குப் பிடிக்கவில்லை' என எனக்கு நானே கூறிக் கொண்டேன்.

சினிமா மிகவும் சுறுசுறுப்பானது. எனது தந்தை அதில் ஈடுபடும்போது, விதவிதமான வல்லமைகளின் அதிர்வலைகள் அவரது திரைப்படங்களிலிருந்து வெளிப்படும்போது, அவற்றினூடாக நானும் கவரப்பட்டேன். சௌண்ட், கேமரா, ஆக்ஷன் ஆகிய சொற்கள் எப்போதுமே எனக்கு வியப்பளித்தன. இம் மூன்று சொற்களுக்கும் ஒரு அதிசயமான சக்தியிருக்கிறது. அதனால்தான் எட்டு வயதிலேயே, எனது இரண்டாம் வகுப்பில் வைத்து நான் பள்ளிக்கூடத்தை விட்டும் விலகினேன். அப்போது எனது சகோதரி சமீராவும் பாடசாலையை பாதியிலேயே விட்டு விலகி சில மாதங்களே ஆகியிருந்தது. தொடர்ந்து நானும், சகோதரியும் எனது தந்தையிடமே பாடங்களைக் கற்றோம். அத்தோடு, எனது குடும்பத் திரைப்பட

உருவாக்கப் பணிகளில் புகைப்படக் கலைஞர், காட்சித் தொடர்ச்சி இயக்குனர், உதவி இயக்குனர் போன்ற வேலைகளில் ஈடுபட்டிருக்கிறேன். மற்றும் படப்பிடிப்பின் பின்னணிகளை ஒளிப்பதிவு செய்து ஆவணப்படங்களாகத் தொகுத்திருக்கிறேன்.

கேள்வி: நீங்கள் பள்ளிக்கூடத்தை விட்டு விலகியதை உங்கள் தந்தை எவ்வாறு ஏற்றுக் கொண்டார்?

ஹனா மெக்மல்பஃப் : அறிவியலுக்குப் பதிலாக, சித்தாந்தங்களை, கொள்கைகளைக் கற்பிக்கும் ஈரானிலுள்ள பாடசாலைக் கட்டமைப்பின் மீது அவருக்கு ஆரம்பத்திலிருந்தே நம்பிக்கையிருக்கவில்லை. 'மேலதிகக் கல்விச் செயற்பாடுகளுக்கு உன்னால் சுயமாகத் தயார்படுத்திக் கொள்ள முடியுமாக இருந்தால், எனது கல்விக் கூடத்துக்கு உன்னை வரவேற்கிறேன்' என்றார். அந்தக் கணத்திலிருந்து நான் கடுமையாகப் பாடுபட வேண்டியிருந்தது. ஏனெனில் எனது தந்தையின் கல்விக் கூடத்தில் நான் சினிமாவைக் கற்றுக் கொள்ளும் அதேவேளை, எனது பாடசாலையில் எனது வகுப்பினர் கற்றுக் கொள்ளும் அனைத்துப் பாடங்களையும் நானும் கற்றுக் கொள்ள வேண்டியிருந்தது.

கேள்வி: இவ்வாறான கற்கைச் செயற்பாடுகள் எவ்வாறான பிரச்சினைகளை உண்டாக்கும்?

ஹனா மெக்மல்பஃப் : எல்லாவற்றுக்கும் முன்பதாக எனது வகுப்பினரின் பொறாமையை நான் எதிர்கொள்ள வேண்டியிருந்தது. அவர்கள் ஒரு வருட காலமாக கற்றுக் கொள்ளும் புத்தகங்களை நான் ஒரு மாதத்திலேயே கற்று முடிப்பதைக் கண்ட போதும், பரீட்சைகளை எதிர்கொண்டு அவற்றில் எனது சாதனைகளை நிலைநாட்டிய போதும் அவர்கள் என்மீது பொறாமை கொண்டதைக் காண நேர்ந்தது.

சில வருடங்களுக்குப் பிறகு, ஒரு தடவை மரபொழுக்கக் கற்கை நெறிகளுக்காக நான் திரும்பவும் பாடசாலைக்குச் செல்ல வேண்டி

நேர்ந்தது. அங்கு இரண்டு வாரங்கள் தங்கியிருப்பேன். அங்கிருந்த ஆசிரியர்கள், மாணவர்கள் மீது செயற்படுத்தும் அச்சுறுத்தல் நடவடிக்கைகளும், புராதனக் கல்வி வகைகளும், அரசியலும், சித்தாந்தங்களும் மேற்பூசப்பட்ட எல்லாப் பாடங்களும் என்னை மேலும் ஏமாற்றமடையச் செய்தன. ஒருநாள் கண்ணாடியின் முன்பு என்னைப் பார்த்தபோது முதிய பெண்ணொருத்தியைப் போல உணர்ந்தேன். மீண்டும் பாடசாலையை விட்டும் ஓடி வந்துவிட்டேன்.

கேள்வி: சினிமா எனப்படுவது மிகக் கடுமையான பணியா அல்லது இலகுவான ஒன்றா? என்ன நினைக்கிறீர்கள்?

ஹனா மெக்மல்பஃப் : நான் முன்னே செல்லச் செல்ல, இப் பணியின் சிரமங்கள் மேலும் தெளிவாகின்றன. சிறு வயதில் 'தணிக்கை' எனும் சொல்லை அடிக்கடி கேட்டிருக்கிறேன். ஆனால் அதனை இன்று நேரில் பார்க்கிறேன். எனது இந்தத் திரைப்படத்தின் திரைக்கதை ஈரான், கலாசார அமைச்சிடம் பல மாதங்களாகக் கிடப்பில் கிடந்தது. ஆனால் அதற்கு ஒருபோதும் அனுமதி வழங்கப்படவேயில்லை.

யதார்த்தத்தில் இன்று, சினிமா எங்களை நாடுகடத்தியிருக்கிறது. எனது தந்தை தணிக்கையிலிருந்து மீண்டு வருவதற்காக நாடோடிகளைப் போல வாழ்ந்து வருகிறார். எனது இந்தத் திரைப்படம் ஆப்கானிஸ்தானில் எடுக்கப்பட்டு, தஜிகிஸ்தானில் செதுக்கப்பட்டு, ஜேர்மனியிலுள்ள ஆய்வகமொன்றில் பூரணப்படுத்தப்பட்டது.

கேள்வி: உங்கள் சகோதரி சமீராவை எந்தளவு கூர்ந்து கவனிக்கிறீர்கள்? அவர் உங்களிடமிருந்து எவ்வாறு வித்தியாசப்படுகிறார்?

ஹனா மெக்மல்பஃப் : நான் அவரது வெளித் தோற்றத்தை மட்டுமே காண முடியும். எனது உள் உணர்வுகளாலேயே என்னை நான் உணர்கிறேன். ஆகவே என்னால் எனது உள் உணர்வுகளையும், அவரது வெளித்தோற்றத்தையும் ஒப்பிட முடியவில்லை. ஆனால்

அவர் ஒரு படைத் தலைவி போன்றவர். எனக்கு மாத்திரமல்ல. அவரது தோழிகளுக்கும் அவர் அவ்வாறுதான். ஈரானில் மாத்திரமல்லாது, அவர் இளந் தலைமுறையினருக்கு, குறிப்பாகப் பெண்களுக்கு தன்னம்பிக்கையைக் கொடுத்திருக்கிறார்.

ஒரு புறத்தில் பார்த்தால் அவர் பித்துப் பிடித்தவரைப் போல வெறியோடு படங்களை உருவாக்குகிறார். ஒரு வலிய காரணம் இருந்தால் மாத்திரமே நீங்கள் பீட்ஸா சாப்பிடக் கூடுமென அவர் நினைக்கிறார். முந்தைய ஈரான் தலைவர் தோற்றதற்கும், அவர் போதுமான அளவு மதம்பிடித்தவராக இருக்காததுதான் காரணமென அவர் நம்புகிறார். ஒரு உன்மத்த நிலையானது வரலாற்றை முன்னோக்கிக் கொண்டு செல்லும் எனவும் மதிநுட்பம் அதனைக் கட்டுப்படுத்தும் எனவும் சமீரா நம்புகிறார்.

நான் அவரளவு பித்துப் பிடித்த நிலையிலில்லை. எனக்கு ஒன்பது வயதாக இருக்கும்போது எனது முதல் திரைப்படத்தை எடுத்து முடித்து, அது லொகார்னோ திரைப்பட விழாவிலும் திரையிடப்பட்டது. சமீராவினது முதல் திரைப்படம் கூட அதற்குப் பின்னர்தான் திரையிடப்பட்டது. இந்த ஒப்பீடுகள் எந்தத் தீர்வையும் அளிக்காது. நிச்சயமாக நாங்கள் இருவருமே ஒருநாள் சினிமாவை விட்டு வெளியேறி, மற்றவர்களைப் போல சாதாரண வாழ்க்கை வாழ நேரும். மற்றவர்களைப் போல வாழத் தெரியாத ஒருவரை விடவும், திரைப்படங்களை எடுக்கத் தெரிந்த ஒரு திரைப்பட இயக்குனர் எனப்படுபவர் சாமான்ய ஒருவரல்ல என நான் படிப்படியாக ஒரு முடிவுக்கு வந்திருக்கிறேன்.

ஒரு பணயக் கைதியாகி விடுகிறேன்

2013 ஆம் வருடம் செப்டம்பர் மாதம் 13 ஆம் திகதியிலிருந்து 21 ஆம் திகதி வரை, கத்தாரிலுள்ள தோஹா திரைப்படக் கல்லூரியானது, பிரபல ஈரானியத் திரைப்பட இயக்குனர் அப்பாஸ் கியரோஸ்தமியை கத்தாருக்கு வரவழைத்திருந்தது. மத்திய கிழக்கு நாடுகளுக்கான அவரது முதல் திரைப்பயணம் இதுவெனக் கூறலாம். தோஹா திரைப்படக் கல்லூரியானது இதனை ஒரு விழா போலவே கொண்டாடியது. 13 ஆம் திகதியிலிருந்து 21 ஆம் திகதி வரை அவரது திரைப்படங்களையும், குறுந்திரைப்படங்களையும், ஆவணத் திரைப்படங்களையும் தொடர்ச்சியாகத் திரையிட்டது. அது மாத்திரமல்லாது, திரைப்படங்களைக் காண வந்திருந்தவர்களையும் இயக்குனர் அப்பாஸ் கியரோஸ்தமியோடு நேரடியாக உரையாட ஏற்பாடு செய்திருந்தது.

இவ்விழாவில் 13 ஆம் திகதி, இவரது Where is the Friend's House? (Khaneye doust Kodjast?), Bread and Alley (Nan va Koutcheh), Break time (Zangu&e tafrih), Experience (Tajrobeh) ஆகிய திரைப்படங்களும், 14 ஆம் திகதி, The Traveller (Mossafer), Taste of Cherry (Ta'm e Guilass),

15 ஆம் திகதி Like Someone in Love (Like Someone in Love), 16 ஆம் திகதி Ten (Ten), 18 ஆம் திகதி Five (Five), 19 ஆம் திகதி Close&up (Nema&ye Nazdik), 20 ஆம் திகதி Shirin (Shirin), Certified Copy (Copie Conforme), 21 ஆம் திகதி The Wind Will Carry Us (Bad ma ra khahad bord), ABC Africa (ABC Africa) ஆகிய திரைப்படங்களும் திரையிட ஏற்பாடுகள் செய்யப்பட்டிருந்தன.

இந் நிகழ்வுகள் கத்தாரிலுள்ள இஸ்லாமியக் கலைகள் நூதனசாலைக் காட்சியரங்கத்தில் நடைபெற்றன. எல்லாத் தினங்களிலுமே நிரம்பி வழிந்த திரைப்பட ரசிகர்களின் கூட்டத்தினால் இக் காட்சியரங்கின் அருகாமைத் தெருக்களிலெல்லாம் வாகன நெரிசல்களைக் காண முடிந்தது. ஆசனங்கள் கிடைக்காது திரும்பிச் சென்ற ரசிகர்களுக்காக இடைப்பட்ட நாட்களில் சில திரைப்படங்கள் திரும்பவும் காண்பிக்கப்பட்டன.

ஈரானின் தெஹ்ரான் நகரத்தில் 1940 ஆம் ஆண்டு, ஜூன் 22 ஆம் திகதி பிறந்த இயக்குனர் அப்பாஸ் கியரோஸ்தமி, சர்வதேச அளவில் புகழ்பெற்ற திரைப்பட இயக்குனர், திரைக்கதையாசிரியர், தயாரிப்பாளர், புகைப்படக் கலைஞர், ஓவியர், கவிஞர் எனப் பன்முகம் கொண்டவர். தெஹ்ரான் பல்கலைக்கழகத்தில் பட்டப்படிப்பைப் பூர்த்தி செய்த இவர் ஒரு வரைகலை நிபுணராகத் தனது பணியை ஆரம்பித்திருக்கிறார். சர்வதேசத் திரைப்பட விழாவான கேன்ஸ் திரைப்பட விழாவில் Palme d'Or விருதினை வென்ற முதல் ஈரானியத் திரைப்படமான "Taste of Cherry' (1997) எனும் திரைப்படத்தை இயக்கிய பெருமை இவரைச் சேர்கிறது.

இதுவரையில் 40 இற்கும் அதிகமான திரைப்படங்களையும் குறுந்திரைப்படங்களையும் இயக்கியுள்ள இயக்குனர் அப்பாஸ் கியரோஸ்தமியின் சர்வதேசத் திரைப்பட விருதுகள் பல வென்ற திரைப்படங்களைப் பற்றிய கேள்விகளோடு, அவரது இயக்கம், நடிகர்கள் தேர்வு, கதைக் களங்கள் பற்றிய பல கேள்விகளுக்கும் அவர்

மிகவும் பொறுமையாகவும், தெளிவாகவும் பதிலளித்திருக்கிறார். ஒரு நண்பனோடு உரையாடுவதைப் போல மனதுக்கு நெருக்கமாக உணரும் உரையாடலை அவர் அளித்திருக்கிறார், அவரது திரைப்படங்களைப் போல.

இயக்குனர் அப்பாஸ் கியரோஸ்தமி தனது படைப்புக்கள் இத் திரைப்பட நிகழ்வில் கால வரிசைப்படி அல்லது தான் எடுத்த ஒழுங்கு வரிசைப்படி திரையிடப்பட்டால் சிறப்பாக இருக்குமென எண்ணியிருக்கிறார். ஆனால் இங்கு அவ்வாறிருக்கவில்லை. அவர் நாம் இதுவரையில் பார்த்திராத அவரது குறும்படங்களையும் எடுத்து வந்திருந்தார். அத்தோடு அவர் அவற்றைத்தான் தனது முழு நீளத் திரைப்படங்களை விடவும் நெருக்கமாக உணர்கிறார்.

கேள்வி: நான் அறிந்தவரையில், பல திரைப்பட இயக்குநர்களைப் பொறுத்தவரையில் குறுந்திரைப்படங்கள், முழு நீளத் திரைப்படங்களிற்கான வாய்ப்புக்களைப் பெற்றுக் கொடுக்கும் விண்ணப்பங்கள் எனலாம். ஆனால் முழு நீளத் திரைப்படங்களிலேயே நீங்கள் வெற்றியடைந்து விட்டீர்கள். சர்வதேசமே உங்களைக் கொண்டாடுகிறது. உங்களுக்கு குறுந்திரைப்படங்கள் மீது இன்னுமென்ன மோகம் அல்லது ஈர்ப்பு?

அப்பாஸ் கியரோஸ்தமி : ஒரு முழு நீளத் திரைப்படம் எனும்போது அதனை நீங்கள் விற்க வேண்டியிருக்கும். ஆகவே அது உங்களுடையதாக இருப்பினும், அதனை நீங்கள் அந்நியமானதாகவும் உணர்வீர்கள். ஆனால் குறும்படங்கள் அப்படியல்ல. அவை எப்பொழுதும் முழுமையாக உங்களுடையவையே. நான் எப்பொழுதும் முழு நீளத் திரைப்படங்களை இயக்கும்போதே குறும்படங்களை உருவாக்கவும் நேரத்தை எடுத்துக் கொள்வேன்.

முழுநீளத் திரைப்படங்களுக்கு அப்பால் அவை மிகுந்த மகிழ்ச்சியையும் மனநிறைவையும் தர வல்லவை. மனதுக்கு நெருக்கமானவை. உதாரணத்துக்கு எனது இந்தக் குறுந்திரைப்படத்தைப் பாருங்கள்.

தொடர்ந்து இயக்குனர் அப்பாஸ் கியரோஸ்தமியின் விருப்பத்தின் பேரில் அவரது முதல் குறுந்திரைப்படமான Roads (சாலைகள்) திரையிடப்பட்டது. இது 2005 ஆம் ஆண்டு உருவாக்கப்பட்ட ஒரு குறுந்திரைப்படம். சாலைகள் மற்றும் பாதைகளின் உணர்வுப்பூர்வமான முக்கியத்துவத்தை ஒரு அழகும் நேசமுமிக்க தியானத்தின் வழியே சொல்கிறது இந்தக் குறுந்திரைப்படம். ஹிரோஷிமாவின் 50 ஆவது ஆண்டு நினைவையொட்டி 'Roads' குறுந்திரைப்படம் கௌரவிக்கப்பட்டமை குறிப்பிடத்தக்கது.

கேள்வி: குறுந்திரைப்பட உருவாக்கத்தின் போதான உங்கள் எண்ணக் கரு மற்றும் கற்பனாசக்தி பற்றிக் கூறுங்கள். அதற்கு ஏதாவது அளவுகோல் உண்டா? அல்லது அதன்பாட்டில் விட்டுவிடுவீர்களா?

அப்பாஸ் கியரோஸ்தமி : கவிதை இல்லாமல் உங்களால் வாழ முடியுமென எனக்குத் தோன்றவில்லை. கவிதைகளை இன்னுமொருவரிடம் வாசித்துக் காட்டுவதற்காக மனனமாக்குவதல்லாமல், அவற்றை ஆழ் மனதோடு ஒன்றி ஆழமாக வாசிக்கும்போதுதான் அவற்றில் நம்மை நாமே உணர முடியும் அல்லவா?

அதுபோல கட்டுப்பாடுகள், விதிமுறைகள் ஏதுமில்லையென்ற போதிலும் கூட, நீங்கள் எப்பொழுதும் ஒரு திட்டத்தோடும், எங்கே, எப்படி நீங்கள் அடியெடுத்து வைக்க வேண்டும் என்ற

தீர்மானத்தோடும்தான் ஒரு வேலையை ஆரம்பிப்பீர்கள். ஆனால் வேலை நடந்துகொண்டிருக்கையில் இடையிடையே புதுப்புது எண்ணங்கள் அடிக்கடி வரும். குறுந்திரைப்படங்களுக்கான தயாரிப்பாளர்கள் இல்லையெனும்போது, உங்களால் உங்களது புதுப்புது எண்ணங்களைப் பின்பற்றவும் உடனடியாக செயற்படுத்திப் பார்க்கவும் தயங்கி நிற்க வேண்டிய அவசியமில்லை.

நான் முழு நீளத் திரைப்படங்களினிடையே குறும்படங்களையும் இயக்குவதாகக் கூறியிருந்தேன் அல்லவா? குறுந்திரைப் படங்களுக்கிடையே நான் புகைப்படங்களையும் எடுக்கிறேன். இன்னுமொரு தடவை எனது பல புகைப்படங்களோடு நான் இங்கு வர விரும்புகிறேன்.

கேள்வி: நிச்சயமாக உங்களது புகைப்படங்கள் கூட ஒவ்வொரு கதைகளைச் சொல்லக் கூடும். புகைப்படங்களை எமக்குக் காட்ட விரும்புவதற்கான காரணம் என்ன?

அப்பாஸ் கியரோஸ்தமி : இது புகைப்படங்கள் மீதான எனது ஆர்வத்தைக் காட்டுகிறது. நான் வருடத்துக்கொரு முழுநீளத் திரைப்படத்தை இயக்குகிறேன். ஆனால் ஒவ்வொரு வாரமும் புகைப்படங்களை எடுத்துக் கொண்டிருக்கிறேன். எனது புகைப்படங்கள் குறித்துச் சொல்வதென்றால், அப் புகைப்படங்களிலுள்ள இயற்கையின் அழகு மட்டுமே இப்பொழுது எனக்கு நினைவிருக்கிறது. இவற்றை நான் ஈரானிலா அல்லது வேறெங்காவது எடுத்தேனா என்பது எனக்கு இப்பொழுது நினைவிலில்லை.

நீங்கள் தினந்தோறும் புகைப்படங்களை எடுக்க வேண்டும். அவை உங்களுக்குக் கூர்ந்து கவனிக்கக் கற்பித்து, திறமைகளை வளர்த்து,

திரைப்பட இயக்குனராக உங்களை பரிணாமிக்கச் செய்யும். அத்தோடு இயக்குனராவதற்கு அசையும்படங்களும் அவசியமானவைதான். ஒரு மோசமான தொலைக்காட்சியாவது அருகில் இல்லாமல் என்னால் வாழ முடியாது.

இயக்குனர் அப்பாஸ் கியரோஸ்தமி, புகைப்படங்களை எடுக்க ஆரம்பித்தபோது அவர் விலைகுறைவான கேமராவையே பயன்படுத்தியிருக்கிறார். எனவே அவர் காண்பித்த அவரது அருமையான புகைப்படங்கள் பல, காலப்போக்கில் நிறம் மங்கிப் போயிருந்தன.

கேள்வி: குறுந்திரைப்படங்கள், முழு நீளத் திரைப்படங்கள் ஆகிய இரண்டு திரைப்படங்களையும் இயக்கிய அனுபவங்களைக் கொண்டிருக்கிறீர்கள். உங்களைப் பொறுத்தவரையில் ஆவணத் திரைப்படங்கள் மற்றும் முழு நீளத் திரைப்படங்கள், இவையிரண்டுக்கும் உள்ள வித்தியாசங்கள் எவையெனக் கருதுகிறீர்கள்?

அப்பாஸ் கியரோஸ்தமி : ஆவணத் திரைப்படங்களுக்கும், மிகச் சிறந்த முழு நீளத் திரைப்படங்களுக்குமிடையே எந்த வித்தியாசங்களுமில்லை. இவையிரண்டுமே வாழ்க்கையின் ஆவணங்களே. ஒரு சிறந்த திரைப்படத்துக்கான எனது வரைவிலக்கணமானது, அது எம்மை அடுத்தவருக்கு வெளிப்படுத்தும், எமக்கு அடுத்தவரைப் பற்றித் தெரிவிக்கும், எமக்கு எம்மையே வெளிப்படுத்தும்.

கேள்வி: உங்களது முதல் முழுநீளத் திரைப்படத்தை உருவாக்க ஏன் உங்களுக்கு அவ்வளவு நீண்ட காலம் எடுத்தது?

அப்பாஸ் கியரோஸ்தமி : எனது குறுந்திரைப்படங்களைத் தாண்டி முழு நீளத் திரைப்படங்களை எடுக்க வேண்டும் என எனக்கு ஒருபோதும் ஈடுபாடு இருந்ததில்லை. நான் ஒரு போதும் திரைப்படக்

கல்லூரிகளில் பயின்றதில்லை. யாருக்கும் உதவி இயக்குனராகவும் இருந்த அனுபவம் இல்லை. நான் எனது வாழ்க்கையிலிருந்து கற்றுக் கொண்டேன். எனது பாணியானது, ஒரு திரைப்படப் பாணியல்ல. இது வாழ்க்கை.

இப்பொழுது உங்களுக்குப் பார்க்கக் கிடைக்கும் அநேகமான ஈரானியத் திரைப்படங்கள் ஹாலிவுட் திரைப்படங்களின் சாயலைக் கொண்டிருக்கக் கூடும். இன்று எமது இளம் இயக்குனர்கள் அவர்களது தனி வழியிலேயே பயணித்துக் கொண்டிருக்கிறார்கள்.

முதல் தலைமுறை இயக்குனர்கள் வாழ்க்கையிலிருந்து கற்றுக் கொண்டார்கள். இரண்டாம் தலைமுறை இயக்குனர்கள் அத் திரைப்படங்களைப் பார்த்து அவற்றிலுள்ள வாழ்க்கையிலிருந்து கற்றுக் கொண்டார்கள். மூன்றாம் தலைமுறை இயக்குனர்கள் திரைப்படங்களையோ, வாழ்க்கையையோ, அவர்களுக்கு எவையெல்லாம் சாத்தியமானதாக இருக்கின்றதென்றோ பார்ப்பதில்லை. அவர்கள் பார்ப்பதெல்லாம் அட்டவணைகளை அல்லது பட்டியல்களை மாத்திரமே.

நவீன தொழில்நுட்பங்களுக்கு நான் ஒருபோதும் எதிரானவனல்ல. நான் கணினிமயப்படுத்தப்பட்ட ஒரு குறுந்திரைப்படத்துக்காக ஐந்து மாதங்கள் வேலை செய்திருக்கிறேன். நவீன தொழில்நுட்பங்களை நீங்கள் எவ்வாறு பயன்படுத்துகிறீர்கள் என்பதில்தான் அனைத்தும் தங்கியிருக்கின்றன. தாம் பாவிக்கும் நவீன தொழில்நுட்பங்களுக்கான விளம்பரங்களாக திரைப்படங்கள் உருவாக்கப்படுவதைத்தான் நான் எதிர்க்கிறேன். எனது திரைப்படங்களில் அதனை நீங்கள் கண்டிருக்க மாட்டீர்கள் என நான் நம்புகிறேன்.

கேள்வி: உலகில் உங்களை எல்லோருக்கும் பிடித்திருக்கிறது. உங்களுக்குப் பிடித்த இயக்குனர் ஒருவரைக் குறிப்பிடச் சொன்னால் யாரைக் கூறுவீர்கள்?

அப்பாஸ் கியரோஸ்தமி : எனக்கு மிகப் பிடித்த திரைப்பட இயக்குனர்கள் உலகில் பலர் உள்ளனர். உதாரணத்துக்கு அவர்களில் ஒருவரை நான் குறிப்பிட வேண்டும் எனில் நான் குறிப்பிட விரும்புபவர் பஸ்டர் கீட்டன் Buster Keaton.

தொடர்ந்து 'Where is the Friend's home?' (நண்பனின் வீடு எங்கே இருக்கிறது?) திரைப்படம் திரையிடப்பட்டது. தனது திரைப்படத்தை முதன்முதலாகப் பார்ப்பதைப் போன்ற குதூகலத்தோடு அவர் அதனைப் பார்த்துக் கொண்டிருந்தார்.

கேள்வி: இத் திரைப்படத்தை நீங்கள் மிகவும் ரசித்துப் பார்த்துக் கொண்டிருந்ததை நான் கண்டேன். உங்களுக்கு இத் திரைப்படத்தோடு விஷேடமான தொடர்பு அல்லது நெருக்கம் ஏதேனும் இருக்கிறதா?

அப்பாஸ் கியரோஸ்தமி : எனது எல்லாத் திரைப்படங்களுடனும் எனக்கு விஷேடமான தொடர்புகள் உண்டு எனினும் அவை எல்லாமும் என்னுடையவையல்ல. ஒரு தடவை என்னுடைய திரைப்படமொன்றை நான் பூர்த்தி செய்துவிட்டேனென்றால் அதற்குப் பிறகு அது என்னுடையதல்ல.

திரைப்படங்கள் சிறுவர்களைப் போன்றவை. அவர்கள் ஒரு தடவை தமது உலகைத் தாண்டி, சமூகத்துக்குள் பிரவேசித்து, தமது விதிப்படி பயணிக்கத் தொடங்கிவிட்டார்களெனில், அதன் பிறகு அவர்களை உருவாக்கியவர்கள் மீது தங்கியிருப்பதானது குறைந்துகொண்டே செல்லும்.

கேள்வி: இந்தத் திரைப்படம் என் மனதையும் மிகவும் பாதித்துவிட்டது. திரைப்படத்திலுள்ள நடிகர்களின் நடிப்பு மிகவும் இயல்பானதாக இருப்பதோடு நாம் நேரில் பார்த்துக் கொண்டிருப்பதைப் போன்ற உணர்வையும் தருகிறது. இந்தத் திரைப்படத்திலுள்ளவர்கள் தொழில்முறை நடிகர்களா? அல்லது சாதாரண மனிதர்களை நடிக்க வைத்தீர்களா?

அப்பாஸ் கியரோஸ்தமி: யாருமே தொழில்முறை நடிகர்களல்ல. அவர்கள் இதற்கு முன்பு ஒரு திரைப்படத்தைக் கூடப் பார்த்ததில்லை. காரணம் இவர்கள் அனைவரும் கஷ்டப் பிரதேசங்களில் வாழ்ந்து வருபவர்கள். அவ்வாறே இத் திரைப்படத்திலும் அவர்கள் நடிக்கவில்லை. வாழ்ந்து காட்டியிருக்கிறார்கள்.

உண்மையில் வளர்ந்தவர்களுடன் வேலை செய்வது, சிறுவர்களுடன் வேலை செய்வதைக் காட்டிலும் மிகவும் இலகுவானது. படப்பிடிப்பின் போது, ஒரு ஐஸ்கிறீம் வண்டி, சிறுவர்களது பார்வையில் பட்டுவிட்டதென்றால் ஒரு இடைவேளை அவர்களுக்குக் கண்டிப்பாகத் தேவைப்படும். திரைப்படத்தில் இந்தச் சிறுவர்கள், நான் எதிர்பார்த்ததை விடவும் மிகக் கூர்மையான உணர்வுகளைப் பிரதிபலித்ததையிட்டு நானும், எனது திரைப்படக் குழுவினரும் இன்றும் கூட சில சமயங்களில் ஆச்சரியப்படுகிறோம். இவ்வாறான அதிசயங்கள் ஒருமுறையே நடக்கும்.

கேள்வி: இந்தத் திரைப்படத்தில் எல்லோரையும் மிகவும் கவர்ந்தவர்கள் சிறுவர்கள் இருவர். மிக முக்கியமான இரண்டு கதாபாத்திரங்களில் நடித்திருக்கும் அந்தச் சிறுவர்களை எங்கு கண்டுபிடித்தீர்கள்?

அப்பாஸ் கியரோஸ்தமி : நான் இத் திரைப்படத்தில் நடிக்க வைப்பதற்காக சிறுவர்களைத் தேடியபோது, பிரதான அம்சமாக நான் நோக்கியது கவலையையாகும். அதாவது பிரதான கதாபாத்திரத்தின் முகத்திலேயே ஒரு கவலை இருக்க வேண்டும். அதாவது கவலை பிரதிபலித்துக் கொண்டேஇருக்கும் முகத்தோடு அவன் இருக்க வேண்டும். அத்தோடு அவன் கவலைப்படக் கூடியவனாகவும் இருக்க வேண்டும் எனக் கருதினேன்.

இவ்வாறாக நான் தேடிக் கொண்டிருந்த போது, ஒரு பள்ளிவாசல் உடைக்கப்படுவதை மிகுந்த வேதனையோடு, கவலை செறிந்த

கண்களால் பார்த்துக் கொண்டிருந்த இந்தச் சிறுவனை நான் ஒரு தடவை கண்ணுற்றேன். இந்தச் சிறுவன் தான் எனது பிரதான கதாபாத்திரமென அப்பொழுதே நான் தீர்மானித்துவிட்டேன்.

இரண்டாவது சிறுவன் ரொட்டி வாங்க வரிசையில் காத்துக் கொண்டிருப்பதை நான் கண்டேன். மிகுந்த சுவாரசியமானவனாகவும், சுறுசுறுப்பானவனாகவும் இருந்தான். அவனது வீட்டுக்குச் சென்று, அவனுடன் ஒரு சகோதரனைப் போல நெருக்கமாகித்தான் அவனை இத் திரைப்படத்தில் நடிக்கச் சம்மதிக்க வைக்க முடிந்தது.

என் மூலமாக தங்களது நடிப்பு கூர்மை பெற்றதென என்னுடன் பணியாற்றிய இளம் நடிகர்களும், திறமை வாய்ந்த வளர்ந்த நடிகர்களும் பின்னர் என்னிடம் கூறியிருக்கிறார்கள். உண்மையில் உங்களால் ஒருபோதும் ஒரு நடிகனை மாற்ற முடியாது. அவர்கள் யாரென்று நீங்கள் கற்று ஏற்றுக் கொண்டு, அவர்களை அந்த வழியிலேயே பயன்படுத்துவதில்தான் வெற்றி தங்கியுள்ளது.

கேள்வி: சர்வதேச ரீதியில் உங்கள் திரைப்படங்கள் கொண்டாடப்பட உங்கள் திரைக்கதைகளும் முக்கிய காரணமாக உள்ளதை மறுக்க முடியாது. அதைப் பற்றிக் கூறுங்கள்.

அப்பாஸ் கியரோஸ்தமி : உலகத்திலுள்ள அனைத்து மக்களுக்கும் பொதுவான திரைப்படமே உலகளாவியது என நான் நினைக்கிறேன். நீங்கள் உங்கள் திரைக்கதையை சிறந்த முறையில் எழுதிவிட்டீர்களெனில், அதனை நீங்கள் உலகில் எவ்விடத்திலும் பகிர்ந்துகொள்ள முடியும். எவ்விடத்திலும் திரைப்படமாக்கிவிட முடியும்.

எனது திரைக்கதையொன்றை நடிகை ஜூலியட் பினோச் (Juliette Binoche) வாசித்தபோது, அவரும் அவரது துணைவரும் அவர்களது வாழ்க்கையையும், அனுபவங்களையும் அடிப்படையாகக் கொண்டு எழுதப்பட்டதாக நினைத்தார்களாம். ஆனால் அத் திரைக்கதையானது

எனது அனுபவங்களை அடிப்படையாக வைத்து நான் எழுதியது. ஈரான் வாழ்க்கைக்கும், ஒரு பிரான்ஸ் தேச நடிகைக்கும் எந்தத் தொடர்பும் இல்லை என்பதை நீங்கள் உணர்ந்து கொள்ளலாம். ஆனால் எங்கோ எல்லாமும் இணைந்தே இருக்கிறது.

விமானத்தில் வரும்போது எனக்கு முன்னாலிருந்த திரையில் பதினொரு திரைப்படங்களைப் பார்க்க முடியுமாக இருந்தது. அவற்றில் பதினொரு திரைப்படங்கள் ஓடிக் கொண்டிருந்தன. என்னைப் பொறுத்தவரையில் அவற்றுள் ஒன்று மாத்திரமே உண்மையான திரைப்படம். அதுவும் கறுப்பு வெள்ளையில் இருந்தது. அதனை யாரெல்லாம் பார்த்துக் கொண்டிருக்கிறார்களென சுற்றி வரப் பார்த்தேன். அவர்கள் தூங்கிக் கொண்டிருந்தார்கள்.

உண்மையில் திரைப்படங்களுக்கான எண்ணக்கருக்களுக்கு எவ்விதச் சூத்திரங்களும் இல்லை. எனக்கு ஏதாவது எண்ணக் கரு தோன்றுமிடத்து, மாதக்கணக்கில் அதைத் தாண்டி வெளியே வர முடியாதவிடத்து, இப்பொழுது இது எழுதப்பட வேண்டிய ஒன்றுதான் எனத் தீர்மானிப்பேன்.

கேள்வி: உங்களது திரைப்படங்களின் மீது நீங்கள் எம்மாதிரியான கருதுகோள்களைக் கொண்டிருக்கிறீர்கள்? படப்பிடிப்புக்காக அழகான இடங்களை எப்படிக் கண்டுபிடிக்கிறீர்கள்?

அப்பாஸ் கியரோஸ்தமி: எனது ரசனைகளை பார்வையாளர்கள் மீது வலிந்து சுமத்துவதாக எப்பொழுதும் நான் கருதுவதால், எனது திரைப்படங்களில் நாடகத்தன்மையைத் தவிர்க்கவே நான் விரும்புகிறேன். ஆனால் பார்வையாளர்களது அனுதாபமே எனது குறிக்கோள் எனக் கொள்ளலாம்.

அவ்வாறே 'படப்பிடிப்புக்கான அழகான இடம் எது' என்பதற்கு எப்பொழுதுமே என்னால் ஒரு விளக்கத்தைக் கொடுக்க முடியாதுள்ளது. அழகு எல்லா இடங்களிலும் இருக்கிறது. பசுமைப் பிரதேசங்களில், பாலைவனங்களில் இப்படி எல்லா இடங்களிலும்

உள்ளது. உங்களது கதையானது, கதாபாத்திரங்களுக்கும் இடத்துக்கும் நெருக்கமானது எனில் எந்த முயற்சியும் இல்லாமலும் கூட அழகு தானாக வெளிப்பட்டுவிடும்.

கேள்வி: அவ்வாறே உங்கள் திரைப்படங்களில் பயன்படுத்தப்படும் காட்சியமைப்புக்கள் மற்றும் கேமரா கோணங்கள் பற்றிக் குறிப்பிடுங்கள்.

அப்பாஸ் கியரோஸ்தமி: காட்சிகள் எப்பொழுதுமே சொற்களை முந்திவிடுகின்றன. உதாரணமாக நீங்கள் ஒரு நபரை நினைக்குமிடத்து, அவரது உருவம் முதலில் தோன்றும். பிறகே வார்த்தைகள். எனவே தொலைவுக்காட்சிகளை (Long shots) வைப்பது எனக்குப் பிடித்தமானது. ஏனெனில் அதன் மூலமாக பார்வையாளர்கள் எதைப் பார்க்க வேண்டும் என்ற தீர்மானத்தை நாம் அவர்களிடமே ஒப்படைத்து விடுகிறோம்.

உங்கள் கேமரா ஷாட்களை ஒரு வாகனத்தின் கியர்களென எண்ணிக் கொள்ளுங்கள். உங்களுக்கு எவ்வளவு தூரத்துக்கு வேண்டுமானாலும், எந்த கியரையும் பாவித்து நீங்கள் விரும்பியபடி பயணிக்கலாம். நீங்கள் என்ன உணர்கிறீர்களோ அதனைச் செய்யுங்கள். அது நிச்சயம் அழகானதாக ஆகும்.

நீங்கள் முன்பே உங்கள் மனதுக்குள் திரைப்படக்காட்சிகளைச் செதுக்கி விட்டீர்களானால், எந்தக் காட்சிகளை ஒளிப்பதிவு செய்ய வேண்டுமென்பதில் நீங்கள் உறுதியாக இருப்பீர்கள். அதன்பிறகு செதுக்குவது (Editing) என்பது உண்மையிலேயே இலகுவானது.

கேள்வி: திரைக்கதையோடு, திரைப்படத்தில் பயன்படுத்தப்படும் இசையும் கூட மக்களிடையே ஆதிக்கம் செலுத்துகிறது அல்லவா? இக் காலத்தில் எனக்கு நெருக்கமான திரைப்படங்கள் அனேகமாக பலத்த இசையினையும் பாடல்களையும் கொண்டிருப்பதை என்னால் மறுக்க முடியாது. இசை இல்லாமல் திரைப்படங்களை வெளியிட்டால் அதனை ஒரு ஆவணப் படமாக மக்கள் எண்ண வாய்ப்பிருக்கிறது

எனும் கருதுகோளை நான் அறிந்த பல இயக்குனர்கள் கொண்டிருக்கிறார்கள். திரைப்படங்களில் இசை பற்றிய உங்கள் கருத்து என்ன?

அப்பாஸ் கியரோஸ்தமி : இசையானது திரைப்படங்களில் உணர்ச்சிகளையும், உணர்வுகளையும் தூண்டவே பயன்படுத்தப்படுகின்றன. எனது திரைப்படம் சார்ந்த உறவுக்கும், புரிதலுக்கும் எதிரானதாக அதை நான் கருதுகிறேன்.

திரைப்பட இயக்குனர் ஒருவரால் தனது திரைப்படத்தில் முழுமையாகக் கட்டுப்படுத்த முடியாத ஒரேயொரு அம்சம் இசையாகும். ஆகவே இயக்குனர் இசையை தனது திரைப்படத்தோடு பொருந்தச் செய்வது கட்டாயமானது.

என்னைப் பொறுத்தவரையில் திரைப்படங்களில் அதிகமாக இசை பாவிக்கப்படுவதென்பது, திரைப்பட இயக்குனரின் பலவீனத்தையே சித்தரிக்கிறது. நீங்கள் என்ன உணர்கிறீர்கள் என்பதைத் தாண்டி திரைப்படங்களில் வேறெந்த விதிமுறைகளும் இருப்பதாக நான் நம்பவில்லை. அவ்வாறான இயக்குனர்களுக்கு நான் சொல்ல விரும்புவது ஒன்றே ஒன்றுதான் 'மற்றவர்கள் மதிக்காமல் போனாலும் கூட உங்கள் உணர்வுகளை நீங்கள் நம்புங்கள்'.

தொடர்ந்து, தலைப்பிடப்படாத அவரது குறுந்திரைப்படமொன்றைத் திரையிட்டுக் காட்டுகிறார். தண்ணீர்தான் பின்னணி. தண்ணீரின் ஓசை மாத்திரமே இசையாகக் கேட்டுக் கொண்டேயிருக்கிறது.

அப்பாஸ் கியரோஸ்தமி : இப்பொழுது நாம் பார்த்த குறுந்திரைப்படமானது, ஒரு பயிற்சிப் பட்டறையின் விளைவாகும். எனக்கு நானே கற்பித்துக் கொள்ளும்போது நான் எப்பொழுதுமே ஒரு குறுந்திரைப்படத்தை எடுத்துவிடுவேன். இத் திரைப்படத்தில் தண்ணீர்தான் பின்னணி. இவ்வாறு என்னால் செய்யப்பட்ட

வேலைகளுக்கு மாத்திரமே நான் பொறுப்பானவன். சமூகத்தின் சில நடைமுறைகளுக்கும், விளக்கங்களுக்கும் நான் பொறுப்பில்லை.

உதாரணத்துக்கு எனது Sea Eggs (கடல் முட்டைகள்) அவ்வாறான ஒரு குறுந்திரைப்படம். அதில் வாழ்க்கை மற்றும் இறப்பு குறித்தான தத்துவங்கள் நிறைந்திருப்பதாக அத் திரைப்படம் பலராலும் விளங்கிக் கொள்ளப்பட்டது. இன்றும் பலரும் அவ்வாறுதான் கூறுகிறார்கள். ஆனால் ஒரு திரைப்படத்துக்கான எண்ணக்கரு எனக்குள் தோன்ற ஆரம்பித்த உடனேயே அதற்கான காட்சிகளும் அதனைத் தொடர்ந்து எனக்குள்ளே வர ஆரம்பிக்கும். Sea Eggs நிச்சயமாக அவ்வாறாக உருவாக்கப்பட்ட ஒரு திரைப்படம் மாத்திரமே.

கேள்வி: சர்வதேச ரீதியில் எந்த நாட்டை எடுத்துக் கொண்டாலும் அங்கு ஈரானியத் திரைப்படங்களைப் புகழ்ந்து பரிந்துரைக்கிறார்கள். ஈரானியத் திரைப்படத் துறையின் இந்த அபார வளர்ச்சிக்கு எவை முக்கியமான காரணிகளாக அமைகின்றன?

அப்பாஸ் கியரோஸ்தமி : என்னுடன் வேலை பார்த்த மாணவர்களுடன் ஒப்பிட்டுச் சொல்வதானால், அவர்கள் மிகவும் கடுமையாக உழைக்கக் கூடியவர்களாகவும், உண்மையானவர்களாகவும், நேர்மையானவர்களாகவும் இருப்பதை நான் கண்டேன். இப்பொழுதும் அவர்களது உழைப்பைக் காண நான் மிகவும் ஆர்வமாக இருக்கிறேன்.

அத்தோடு ஈரானின் ஓவியக் கலைகள், திரைப்படங்களிலும் பின்னணியில் வேலை செய்வதை ஒரு காரணமாகக் கொள்ளலாம். எவ்வாறாயினும் இக் காலத்தில், இந் நவீன யுகத்தில் அநேகமான குறுகிய வழிமுறைகள் உள்ளபோதிலும், ஒருவர் திரைப்படத்தை எடுக்க முன்பு, தனது திரைப்படத்தில் எவற்றைக் காட்சிப்படுத்த வேண்டும் எனத் தீர்மானிப்பது முக்கியமானது. ஈரானில் அப்படித்தான் செய்கிறார்கள். அங்கு 60 ஆண்டுகளுக்கும் முன்பு கூட

திரைப்படம் இருந்திருக்கிறது. புரட்சிக்கு முன்பும் பின்பும் ஈரானிய சினிமாவானது, காட்சிகளும், நடிகர்களும் மாறிய போதிலும் கூட, அதன் தனி வழியையே பின் தொடர்ந்து செல்கிறது. இதுதான் அதற்குரிய வழி.

ஈரானியத் திரைப்படங்கள் உலகளாவிய ரீதியில் கவனம் பெறுவதற்கு அவற்றின் மீதுள்ள கட்டுப்பாடுகளும் இன்னுமொரு காரணமென நான் நினைக்கிறேன். கலாசாரம் எமக்கு விதிக்கப்பட்டதாக இருக்கிறது. ஆனால் நாம் ஒவ்வொருவரும் பிறந்து வளரும்போது எமக்கென்று தனிப்பட்டதும் ஆழமானதுமான அடையாளமொன்று வந்துவிடுகிறது. எனவே உணர்ச்சிகளையும், உணர்வுகளையும் கையாளும் ஒழுக்கத்தின் திசைகாட்டியாக சினிமா செயற்படுகிறது என நாம் ஒருபோதும் எதிர்பார்க்கக் கூடாது.

நான் எப்பொழுதுமே காட்சியொன்றோடு ஆரம்பித்துவிடுவேன். ஆனால் அதன்பிறகு எனது ஆர்வம் சூழ்நிலைகளைச் சுற்றிவரும்போது, அந்தக் கணத்தை எது உருவாக்குகிறது? ஒப்புமை அல்லது நல்லிணக்கம் இரண்டுமே நீடித்த உணர்வுகளல்ல. வர்ணனைகளையும், விபரிப்புக்களையும் இன்னும் நீடிக்கச் செய்யவும், விபரிக்கவும் அனுமதிக்கும் முரண்பாடுகள் அவற்றிலேயே உள்ளன. ஆகவே நல்லிணக்கத்தின் உச்ச நிலையை அடைய முரண்பாடு அவசியமானது.

பணத்தை அடிப்படையாக கொண்ட ஒரு துறையில் கூட பொருளாதார தடைகள் பயனுள்ளதாக அமைய முடியும். ஆனால் நீங்கள் பசியும், நம்பிக்கையுமுள்ள மக்களுடன் இணைந்து வேலை செய்ய வேண்டியதிருக்கும். ஆகவே கட்டுப்பாடுகள், தடைகள் எப்பொழுதும் பிரயோசனமானவையென்றுதான் நான் கருதுகிறேன். ஏனெனில் உங்களால் எது செய்யப்படக் கூடாதென உங்களுக்கு முன்பே தெரிந்துவிடும்.

ஈரானில் எங்களுக்குத் தீவிரமான தணிக்கைமுறைகள் உண்டு. ஆனால் அவை எவையும் உண்மையில் எம்மை நிறுத்திவைக்காது. விஷேடமாக சொல்வதானால் இப்பொழுதுள்ள நவீன தொழில்நுட்பங்கள், சிறிய கேமராக்கள் போன்றன எமக்கு இன்னும் இலகுவாக உள்ளன.

ஒரு திரைப்படத்தைப் பார்த்துக் கொண்டிருக்கையில், அந்நேரத்தினை எந்தச் சோர்வும் அலுப்புமில்லாமல் உங்களால் கடந்துபோக முடியுமென்றால் அத் திரைப்படம் வெற்றியடைந்துவிட்டது என்று அர்த்தம். சில சமயங்களில் நான் ஒரு படத்தினைப் பார்த்துக் கொண்டிருக்கும்போது பணயக் கைதியைப் போல சிறைப்பட்டிருப்பதாக உணர்வேன். அத் திரைப்படம் முடிந்ததும்தான் விடுதலை பெற்று விடுவேன். அவ்வாறான திரைப்படங்களும் உலகத்தில் வெளிவந்துகொண்டுதான் இருக்கின்றன.

கேள்வி : இப்பொழுது என்னென்ன திரைப்படங்களை எடுத்துக் கொண்டிருக்கிறீர்கள்? அல்லது எடுக்கத் திட்டமிட்டிருக்கிறீர்கள்?

அப்பாஸ் கியரோஸ்தமி : என்னிடம் இப்பொழுது முழுமையாக எழுதப்பட்ட ஐந்து திரைக்கதைகள், திரைப்படமாக்கப்படத் தயாராக உள்ளன. 'இவையெல்லாம் திரைப்படங்களாக்கப்பட வேண்டுமா?' என என்னையே நான் கேட்டுக் கொண்டிருக்கிறேன். இதற்கு முன்பு ஒருபோதும் என்னை நானே இவ்வாறு கேட்டதில்லை.

என்னால் எடுக்கப்பட்ட எனது திரைப்படங்கள் எல்லாவற்றையும் ஒப்பிட்டுப் பார்க்கும்போது 'ஷிரின்' (Shirin) தான் எனது மிகச் சிறந்த திரைப்படமென நான் உணர்கிறேன். நான் எனது மிகச் சிறந்த திரைப்படத்தைத் தந்ததன் பிற்பாடு, மேலும் திரைப்படங்களை உருவாக்குவதில் என்ன பயனிருக்கப்போகிறது?

பதினைந்து வருடங்களாக என்னால் எனது திரைப்படங்களை எனது நாட்டில் திரையிட்டுக் காட்ட முடியவில்லை. ஆனால் என்னால் எனது நாட்டைத் தாண்டி வாழவும் முடியவில்லை. நான் அங்கு உறங்குவதிலேயே மகிழ்ச்சியடைகிறேன்.

(இயக்குனர் அப்பாஸ் கியரோஸ்தமி 2016 ஆம் ஆண்டு தனது எழுபத்தாறாம் வயதில் பாரிசில் காலமானார். அவரது இறுதி ஆசைக்கிணங்க அவரது உடல் ஈரானுக்குக் கொண்டு வரப்பட்டு அவரது தாய் நாட்டிலேயே நல்லடக்கம் செய்யப்பட்டது)